D1772168

நாடற்றவன்

அ. முத்துலிங்கம்

அ. முத்துலிங்கம் இலங்கையின், கொக்குவில் கிராமத்தில் பிறந்து வளர்ந்தவர். கொழும்பு பல்கலைக்கழகத்தில் விஞ்ஞானப் படிப்பை முடித்தபின், இலங்கையின் சாட்டர்ட் அக்கவுண்டன்ட் படிப்பையும் இங்கிலாந்தின் சாட்டர்ட் மனெஜ்மெண்ட் படிப்பையும் பூர்த்திசெய்து இலங்கையிலும் ஆப்பிரிக்காவிலும் இன்னும் பல நாடுகளிலும் ஐ.நாவுக்காகப் பணிபுரிந்தவர். இவர் 2000த்தில் ஓய்வுபெற்று, கனடாவில் மனைவி ரஞ்சனியுடன் வசிக்கிறார். பிள்ளைகள் இருவர்: சஞ்சயன், வைதேகி. வைதேகியின் மகள்தான் அடிக்கடி இவர் கதைகளில் வரும் அப்ஸரா.

அறுபதுகளில் எழுத ஆரம்பித்து இன்றும் இவருடைய பணி தொடர்கிறது. சிறுகதை, கட்டுரை, நேர்காணல், நாடகம், விமர்சனம், நாவல் என எழுதிவருகிறார். இவர் தமிழ்நாடு அரசாங்க முதல் பரிசு, இந்திய ஸ்டேட் வங்கியின் முதல் பரிசு, இலங்கை அரசு சாகித்தியப் பரிசு, கனடா தமிழர் தகவல் நாற்பதாண்டு சாதனை விருது, திருப்பூர் தமிழ்ச்சங்கம் பரிசு, விகடன் விருது 2012 (குதிரைக்காரன் – சிறுகதைத் தொகுப்பு), எஸ்.ஆர்.எம். பல்கலைக் கழகப் படைப்பிலக்கிய விருது (2013) ஆகியவற்றைப் பெற்றிருக்கிறார்.

நாடற்றவன்

அ. முத்துலிங்கம்

நற்றிணை பதிப்பகம்

நாடற்றவன் * கட்டுரைகள் * அ. முத்துலிங்கம் * அ. முத்துலிங்கம் © * முதல் பதிப்பு: ஆகஸ்ட் 2015 * நற்றிணை பதிப்பகம் (பி)லிட்., * எண். 6/84, மல்லன் பொன்னப்பன் தெரு, திருவல்லிக்கேணி, சென்னை-600005.

Naadatravan * Essays * A. Muthulingam * A. Muthulingam© * First Edition: August 2015 * Size: Demi 1/8 * Paper: 21.3 kg maplitho * Pages: 288 * Published by Natrinai Pathippagam Pvt. Ltd., No. 6/84, Mallan Ponnappan Street, Triplicane, Chennai-600005 * Phone : 044-2848 2818 * Mobile: 94861 77208 * E-mail: natrinaipathippagam@gmail.com

* Website: natrinaipathippagam.com
* Printed at: Sai Thendral Printers, Chennai - 600005 * Mobile: 90954 91222, 90956 91222
* E-mail: saithendralprinters@gmail.com

Buy Online: www.natrinaibooks.com

சமர்ப்பணம்

என் தங்கை பிறந்தபோது எனக்கு வயது மூன்று. ஓர் அதிகாலையில் வேப்பெண்ணெய் விளக்கில் அம்மாவுக்குப் பக்கத்தில் அவர் நெளிந்துகொண்டு கிடந்தது நினைவுக்கு வருகிறது. என்னுடைய முதல் சிறுவயது ஞாபகம் அதுதான்.

சிறுவயதில் நான் கவிதை எழுதினாலும், நாடகம் போட்டாலும், கையெழுத்துப் பத்திரிகை நடத்தினாலும் கண்களை அகல விரித்து வியப்புடன் பார்த்தது என் தங்கை ஒருவர்தான். இன்றைக்கும் என் எழுத்தை விடாமல் தொடர்ந்து வாசிப்பவர் அவர்.

கொழும்பில் அவர் வாழ்ந்தபோது இனக்கலவரம் வெடித்தது. மூன்று நாட்கள் ஒரு சிங்களவரின் குளியலறையில் ஒளிந்திருந்து உயிர் தப்பினார். நாட்டைவிட்டு வெளியேறி மூன்று வருடங்கள் நாடற்றவராக வாழ்ந்தார். இந்தத் தொகுப்பின் தலைப்புக்கும் அவர் வாழ்க்கைக்கும் பொருத்தம் இருக்கிறது.

இந்த நூல் என்மீது என்றுமே பாசம் குறையாத தங்கை **பாலசரஸ்வதிக்கு.**

முன்னுரை

*ச*மீபத்தில் புதுமைப்பித்தனுடைய கட்டுரைத் தொகுப்பு ஒன்றைப் படித்தேன். அந்தக் காலத்து ரேடியோவைப் பற்றி ஒரு கட்டுரை இருந்தது. இன்னொன்றில் பஸ் பயணத்தை வர்ணித்தார். மற்றொன்றில் எழுத்தாளருக்கு ஏற்படும் எழுத்துத் தடை பற்றிக் கவலையோடு எழுதியிருந்தார். படிக்க சுவாரஸ்யமாக இருந்தது. அந்தக் காலத்து சரித்திரத்தின் ஒரு துளியும் கிடைத்தது.

எழுத்தாளர்களுக்கு நடத்தும் பயிற்சிப் பட்டறைகளில் ஒரு விசயத்தைத் திரும்பத் திரும்ப வற்புறுத்துவார்கள். ஒரு தச்சு வேலைக்காரர் தினமும் தச்சு வேலை செய்வார். வர்ணம் பூசுபவர் தினமும் பூசுவார். தோட்ட வேலை செய்பவர் தினமும் தோட்டத்தைப் பராமரிப்பார். எழுத்தாளருடைய வேலை எழுதுவது. தினமும் அவர் ஏதாவது எழுத வேண்டும். அதை அச்சில் ஏற்ற வேண்டும் என்ற அவசியமில்லை. ஆனால் எழுத்துப் பயிற்சி தடங்கல் இல்லாமல் தொடரவேண்டும்.

பயிற்சிக்காகச் சில வருடங்கள் நாட்குறிப்புப் போல இணையத்தில் தொடர்ந்து எழுதினேன். அப்படி எழுதிய சில குறிப்புகளும் கட்டுரைகளுமே இந்தத் தொகுப்பில் கிடைக்கின்றன. ஒரு புத்தகத்தைப் படித்திருப்பேன். அதுபற்றி எழுதுவேன். ஒரு திரைப்படம் பார்த்தால் அதுபற்றி என் மனதில் பட்டதைச் சொல்வேன். ஒரு புது நண்பரைச் சந்திப்பேன் அல்லது எழுத்தாளர் ஒருவரை நேர்காணல் செய்வேன். அதையும் எழுதியிருப்பேன். திடீரென்று பழைய ஞாபகம் ஒன்று வந்தால் அதுவும் எழுத்தாக மாறிவிடும்.

இந்தப் பழைய ஞாபகம் என்பது விசித்திரமானது. ஒரு பத்திரிகை சிவாஜியைப் பற்றிய கட்டுரை ஒன்று எழுதித்தரக் கேட்டது. எனக்கு அப்படியான அனுபவம் இல்லை என்று மறுத்துவிட்டேன். பின்னர்தான் ஞாபகம் வந்தது. சிவாஜி பல வருடங்களுக்கு முன்னர் இலங்கை வந்திருந்தபோது அவர் கையால் பரிசு பெறும் தருணம் எனக்குத் தவறிப்போனது. அதைப்பற்றி 'சிவாஜியின்

கையெழுத்து' என்ற தலைப்பில் எழுதினேன். ஆனால் கட்டுரை கேட்ட பத்திரிகையில் அது வெளிவராமல் வேறு பத்திரிகையில் வந்தது. ரொறொன்ரோப் பெண் கட்டுரையும் திடீரென்று எண்ணம் தோன்றி எழுதியதுதான். ரொறொன்ரோவில் இருந்து 19 வயதில் தமிழ்நாட்டு கிராமம் ஒன்றுக்கு ஆராய்ச்சிக்காகப் போன பெண்ணை தற்செயலாகச் சந்தித்தேன். அவர் பேசப் பேச ஆச்சரியம் மேலிட்டது. அதை எழுதினேன்.

மறக்க முடியாத இன்னொன்று இரண்டு நாள் மட்டுமே சந்தித்த ஒருவர் பற்றியது. அவர் பெயர் ரிஸ்டோ. மாவீரன் அலெக்சாண்டர் பிறந்த நாட்டுக்காரர். நான் சந்தித்த முதலும் கடைசியுமான மாசிடோனியாக்காரர் இவர்தான். சட்டென்று ஒரு விபத்தில் இறந்துவிட்டார். என்னால் அதைத் தாங்க முடியவில்லை. அது பற்றியும் எழுதினேன். 2012இல் ஒலிம்பிக் போட்டி நடந்தபோது நாடற்ற ஒருத்தர் மரதன் ஓட்டத்தில் கலந்துகொண்டார். உலகத்திலே நாடு இல்லாத அத்தனை பேருக்கும் பிரதிநிதியாக ஓடினார். அவரை எப்படி மறக்கமுடியும்? அவர் முதல் மூன்று இடங்களுக்குள் வரவில்லை. ஒரு பதக்கமும் பெறவில்லை. உலகத்துக் கண்கள் அவரில் இருந்தன. நான் அவரை மட்டுமே பார்த்தேன். அவர்தான் என்னுடைய வீரர். அதுவும் மறக்கமுடியாத ஒரு தருணம்.

கட்டுரைகளைத் தொகுப்பாகப் பார்த்தபோது சில வார்த்தைகளை மாற்றலாம் என்று எண்ணினேன். கட்டுரை எழுதிய சமயத்தில் அந்த வார்த்தைகள் பயன்பாட்டில் இருந்தன. இப்பொழுது பொருள் மாறிவிட்டது. அந்தக்காலத்துக்குப் பொருத்தமாக எழுதிய வார்த்தைகளை இயன்றளவில் அப்படியே விட்டுவிடவேண்டும் என்றுதான் நினைக்கிறேன். அமெரிக்க எழுத்தாளர் மார்க் ட்வெய்ன் அவருடைய நாவலில் nigger என்ற வார்த்தையை 205 தரம் உபயோகித்தார். இப்பொழுது நாவலில் அந்த வார்த்தைகளை நீக்கிவிட்டார்கள். அது வேறு யாரோவுடைய நாவல் போல இருக்கிறது. நாவலாசிரியர் பயன்படுத்திய வார்த்தைகளை அப்படியே விட்டுவிடுவதுதான் அவருக்குச் செய்யும் மரியாதை.

இன்னொரு பிரச்சினை கட்டுரைகளை எப்படி அடுக்குவது என்பது. ஒன்று காலவரிசையில் ஒழுங்கு பண்ணுவது. இன்னொன்று பொருள் வகையாகப் பிரித்து வரிசைப்படுத்துவது. இது இரண்டையும் செய்யவில்லை. நண்பர் ஒருவருடைய காரில் சமீபத்தில் பயணித்தபோது பாடல்கள் ஒலித்தன. அவை ஓர் ஒழுங்குமுறையில் வரவில்லை. மாறி மாறித் தான்தோன்றித்தனமாக

வந்தன. Shuffle முறை என்றார் நண்பர். பாடல்களைக் குலைத்துப் போடுவது. அதுகூட ஒருவித சுவாரஸ்யம்தான். கட்டுரைகள் அப்படித்தான் வரிசை முறையின்றி அடுக்கப்பட்டிருக்கின்றன.

இந்தத் தொகுப்பு வெளிவருவதில் நான் சிலருக்குக் கடமைப்பட்டிருக் கிறேன். இதிலுள்ள கட்டுரைகளையும் குறிப்புகளையும் வெளியிட்ட காலச்சுவடு, உயிர்மை, தீராநதி, காலம், தமிழர் தகவல், தாய்வீடு, விளம்பரம், தி இந்து, தென்றல் ஆகிய இதழ்களுக்கும் பத்திரிகை களுக்கும் என் நன்றி. முதல் அச்சுப் பிரதியைப் பார்த்துப் பிழை திருத்தி ஆலோசனை வழங்கிய நண்பர் அ.கந்தசாமிக்கு நன்றி. புத்தகத்தை நேர்த்தியாக வெளியிடும் நற்றிணை யுகனுக்கும், அட்டைப்படம் வடிவமைத்த தனலட்சுமிக்கும் என் நன்றி.

ரொறொன்ரோ,   அ. முத்துலிங்கம்
19 மே, 2015

பொருளடக்கம்

1.	ஒரு காலும் ஒரு கையும்	–	15
2.	அம்மா! நீ வென்றுவிட்டாய்	–	18
3.	எட்டாவது சிகரம்	–	22
4.	மூன்று கடிதங்கள்	–	28
5.	ரொறொன்ரோப் பெண்	–	31
6.	நான் இங்கே இல்லை	–	40
7.	என்ன செய்வது?	–	47
8.	எங்கள் வீட்டு மணிக்கூடு	–	48
9.	மாட்டுத் திருடர்கள்	–	52
10.	இன்றைய நாள்	–	58
11.	நானும் மகளும்	–	61
12.	ஓ	–	69
13.	எழுதியது எழுதியாகிவிட்டது	–	73
14.	நானும் மருத்துவரும்	–	81
15.	இரவு யானைகள்	–	85
16.	திருட்டுப்போகும் புகழ்	–	89
17.	நான் பிரபலமாகவில்லை	–	94
18.	போர்க்கப்பல்	–	96
19.	இலவசம்	–	100
20.	பழைய திரைப்படம்	–	103
21.	பிரபலங்கள்	–	105
22.	பூமி எழுத்தாளர்	–	108
23.	நீ செய்வதைச் செய்	–	111
24.	சந்திரன்தான் குற்றவாளி	–	116
25.	ரயில் போய்விடும்	–	123
26.	அபாயத்தைத் தேடுவோர்	–	131
27.	கொக்குவில்	–	138
28.	என்ன ஊர் இது?	–	145
29.	தாய்மொழி நாள்	–	147

30. மறதி	–	149
31. வாழ்வும் வலியும்	–	151
32. பெயர்கள்	–	158
33. புது வருடம்	–	161
34. வரலாறு கவனிக்கவேண்டிய சந்திப்பு	–	164
35. பழைய நண்பர்	–	172
36. நாடற்றவன்	–	177
37. பச்சை விளக்கு	–	180
38. ஆகச் சிறந்த பிழை	–	183
39. சன்மானம்	–	187
40. இரண்டு நாள் நண்பர்	–	193
41. ஆற்றுக்குச் சொந்தக்காரர்	–	196
42. வெள்ளிக்கிழமை	–	202
43. காலத்தை முந்தியவர்	–	203
44. சிவாஜியின் கையெழுத்து	–	208
45. ஆறு கோப்பைகள்	–	214
46. இசைக் கலைஞன்	–	222
47. இரண்டு வயிறுகள்	–	226
48. தாயும் சேயும்	–	230
49. விபத்து	–	232
50. எதிர்பாராதது	–	235
51. சரித்திரத்தில் நிற்கும் அறை	–	238
52. வான்கோழி ஆகிய நான்	–	241
53. வன்னி வீதி	–	247
54. இறுதித் தேர்வு	–	250
55. விருந்தாளி	–	256
56. இன்னொரு வாரம்	–	262
57. ஒரு வாரம்	–	269
58. இன்னும் சிறிது தூரம்தான்	–	277

ஒரு காலும் ஒரு கையும்

ஒரு கதை சொல்லப்பட்டு வருகிறது.

கடவுள் உலகத்தைப் படைத்த பின்னர் முதல் மனிதனை சிருட்டித்தார். அவன் ஆதாம் என அறியப்பட்டான். ஏதேன் தோட்டத்தின் அழகைப் பருகியபடி அவன் காய் கனிகளைப் புசித்து உயிர் வாழ்ந்தான். கவலை என்பது என்னவென்று தெரியாத வாழ்க்கை எனினும் தனிமை அவனை வாட்டியது. அவனைப் படைத்த ஆண்டவனை அழைத்தான். அந்தக் காலங்களில் எல்லாம் ஆதாம் அழைத்தவுடன் கடவுள் பிரசன்னமாகிவிடுவார். காரணம் இந்தப் பூமியில் உயிர் வாழ்ந்த மனிதன் அவன் ஒருவன்தான். அவன் அழைக்காவிட்டால் கடவுளை அழைப்பதற்கு வேறு ஒருவருமே கிடையாது.

கடவுள் தோன்றினார். ஆதாம் அவரைப் பார்த்து நடுநடுங்க வில்லை; ஓடி ஒளியவில்லை. 'எனக்குத் தனிமை தாங்கமுடியாமல் இருக்கிறது. ஒரு துணை வேண்டும்' என்றான். கடவுள் சொன்னார், 'உனக்கு ஒரு பெண் துணை தருகிறேன். அவள் உனக்கு அடிமைபோல சேவகம் செய்வாள். சமைப்பாள். வீடு வாசல் கூட்டுவாள். துவைப்பாள். பிள்ளைகளைப் பெற்றுப் பராமரிப்பாள். ஓயாது உனக்குப் பணிவிடை செய்வாள். நீ ஒன்றுமே செய்யத் தேவையில்லை. அவளை ஆண்டுகொள்ளலாம். ஆனால் ஒரு விலையுண்டு.' 'என்ன விலை?' என்றான் ஆதாம். 'நீ ஒரு கையும் ஒரு காலும் தரவேண்டும்' என்றார் கடவுள். ஆண் யோசித்துவிட்டு 'ஒரு விலா எலும்புக்கு என்ன தரமுடியுமோ அதைத் தாருங்கள்' என்றான். அப்படித் தள்ளுபடி விலையில் பல குறைகளுடன் கிடைத்தவள்தான் பெண். இது எல்லோருக்கும் தெரியும்.

ஆங்கிலத்தில் ஒரு சொற்றொடர் உண்டு. It cost an arm and a leg. நிறைய செலவானது என்பது பொருள். இந்தத் தொடர் உருவானதற்கும் ஒரு கதையுண்டு. முந்திய காலத்தில், புகைப்படக் கருவிகள் வரமுன்னர், ஓவியர்கள் ராசாக்களையும் ராணிகளையும், பிரபுக்களையும், அவர்கள் மனைவிமார்களையும், வைப்பாட்டி களையும் வரைந்தார்கள். படங்களை வரையமுன்னர் ஓவியர் கேட்பார். 'ஒரு காலா இரண்டு காலா?' அதாவது படத்தில் ஒரு கால் தெரிய வேண்டுமா அல்லது இரண்டு காலும் தெரிய

வேண்டுமா என்று. இரண்டு காலும் தெரிந்தால் இரண்டு மடங்கு கட்டணம். அதே மாதிரித்தான் கையும். இரண்டு காலும் இரண்டு கையும் தெரிவதுபோல வரைந்தால் கட்டணம் அதி உச்சத்திற்குப் போய்விடும். அந்தக் காலத்து நெப்போலியனின் படங்களைப் பார்த்தால் புரியும். ஒரு கையும் ஒரு காலும் தெரிவதுபோலத்தான் படங்கள் அமைந்திருக்கும். சர்வ வல்லமை படைத்த ராணுவத் தளபதியும் பிரெஞ்சு சாம்ராஜ்யத்தின் பேரரசனுமான நெப்போலியனுக்கு என்ன பணக் கஷ்டம் என்பதுதான் புரியாத புதிர்.

சமீபத்தில் ரொறொன்ரோவில் எனக்கும் ஓவியம் சம்பந்தமான அனுபவம் ஒன்று கிட்டியது. ஓர் அறக்கட்டளை சார்பாக இளம் ஓவியர் ஒருவரை அணுகி, படம் ஒன்று வரைந்து தரும்படி கேட்டேன். இலவசமாகச் செய்வார் என்றே நினைத்தேன். அவரும் சம்மதித்தார். இன்றைக்கு, நாளைக்கு, இன்றைக்கு, நாளைக்கு என்று ஒரு மாதத்துக்கு மேலாக இழுத்தடித்துப் படத்தை வரைந்து அனுப்பினார். அதன் பின்னர் நடந்ததுதான் ஆச்சரியமானது. தொலைபேசியிலும் மின்னஞ்சலிலும் குறுஞ்செய்தியிலும் பணம் கேட்டுத் தொந்தரவு பண்ணினார். இதை நான் எதிர்பார்க்கவில்லை. உள்ளங்கையால் மறைக்கக்கூடிய படம் அது. 'இது ஓர் அறக் கட்டளை. அவர்களிடம் பணம் இல்லை. கொஞ்சம் பெரிய மனதுடன் உதவலாமே' என்றேன். அவர் சம்மதிக்கவில்லை. 'எவ்வளவு?' என்று கேட்டேன். அவர் 150 டொலர் என்று வாய்கூசாமல் சொன்னார். 'எப்படி 150 டொலர்?' என்றேன். 'படத்திலே இரண்டு உருவங்கள் இருக்கின்றன. ஒன்றுக்கு 75 டொலர். இரண்டுக்கும் 150 டொலர்' என்றார். 'படத்திலே உள்ள பெண் ஒரு குழந்தையைத் தூக்கி வைத்திருந்தால்?' ' அதற்கும் 75 டொலர். மொத்தமாக 225 டொலர் கட்டணமாகியிருக்கும்' என்றார். 'ஒரு நாய்க்குட்டி இருந்தால்?' 'அதற்கும் தனியாக 75 டொலர்' என்றார். 'மரங்கள், ஆகாயம், சூரியன் இவைகளுக்கு என்ன கட்டணம்?' என்றேன். 'அவை இலவசம்' என்றார். எத்தனை பெரிய கருணை உள்ளம் என நான் வியக்கும்படி ஆயிற்று.

இளம் கலைஞர்களுக்கு திறமையைப் பணமாக்கிவிடவேண்டும் என்ற ஆவல் அதிகமாகியிருப்பது காணக்கூடியதாக இருக்கிறது. உழைப்புக்கு சன்மானம் தேவை என்பதில் ஒருவித மாற்றுக் கருத்துக்கும் இடமில்லை. ஒரு தச்சு வேலைக்காரருக்கு எப்படி சம்பளம் கொடுப்பார்களோ அப்படியே ஓர் எழுத்தாளருக்கும், ஓவியக்காரருக்கும் சம்பளம் கொடுக்கவேண்டும். ஆனால் கொஞ்சம் தர்ம சிந்தையும் இருந்தால் நல்லது. ஒருவருடைய எழுத்தையோ சித்திரத்தையோ வைத்து லாபம் அடைந்திருக்கிறார்களா?

அப்படியாயின் அந்த லாபத்தில் ஒரு பங்கு அவர்களுக்குப் போய்ச் சேருவதுதான் முறை.

இன்று கூகிள் இலவசமாகக் கிடைக்கிறது. ஸ்கைப், யூட்யூப், விக்கிபீடியா எல்லாமே இலவசம். அகராதிகள் இலவசம். 20 வருடம் தொலைந்துபோன நண்பரை முகப்புத்தகத்தில் இலவசமாகத் தேடிக் கண்டுபிடிக்க முடிகிறது. அமெரிக்காவின் சல்மான் கான் நடத்தும் 'கான் அக்காடமி' இன்று 26 மொழிகளில் இலவசமாக நடக்கிறது. 100 உயர் பல்கலைக் கழகங்கள் சேர்ந்தாலும் செய்ய முடியாத வேலையை கான் அகாடமி தனியாகச் செய்கிறது. 4000 பாட வீடியோக்கள் ஏற்றப்பட்டிருக்கின்றன. 24 கோடி பாடங்கள் இதுவரை நடத்தப்பட்டிருக்கின்றன. எல்லாமே இலவசம். உலகின் எந்த மூலையில் இருந்தும் யாரும் படித்துப் பயனடையலாம்.

வைதேகி ஹேர்பர்ட் என்பவர் தன் நிரந்தர வேலையைத் துறந்துவிட்டு கடந்த சில வருடங்களாக தமிழ் இலக்கியத்துக்காகத் தன்னை முற்றிலும் அர்ப்பணித்துக் கொண்டிருக்கிறார். எட்டுத் தொகை, பத்துப்பாட்டு என்னும் 18 சங்க நூல்களையும் ஆங்கிலத்தில் மொழிபெயர்த்திருக்கிறார். ஒரு பல்கலைக் கழகம் செய்யவேண்டிய வேலையைத் தனியொருவராகச் செய்து முடித்திருக்கிறார். இவை எல்லாமே இலவசமாக இணையத்தில் கிடைக்கின்றன. 'எதற்காக இலவசமாகச் செய்கிறீர்கள்' என்று அவரிடமே கேட்டேன். அவர் சொன்னார் 'அவை எங்களுக்கு 2000 வருடங்களாக இலவசமாகத்தானே கிடைத்து வந்தன.'

இலவசமாகத் தருபவர்களும் இருக்கிறார்கள். கைக்கு ஒரு கட்டணம், காலுக்கு ஒரு கட்டணம், முகத்துக்கு ஒரு கட்டணம் என்று 19ஆம் நூற்றாண்டு ஓவியர் செய்ததுபோல அறவிடுபவர்களும் உள்ளனர். 2013ஆம் ஆண்டு பிறந்தபோது சில சங்கல்பங்கள் செய்தேன். இந்த வருடம் முகநூலில் 1000 like சேர்ப்பது. வீட்டுத் திறப்பை மூன்று தடவைக்கு மேல் தொலைக்காமல் இருப்பது. கடன்களை ஒரு மாதம் முடிவதற்குள் தீர்ப்பது.

எனக்குப் படம் வரைந்து தந்த இளம் ஓவியருக்கு என் வங்கியிலிருந்து பணம் கொடுக்க முடிவு செய்தேன். அவரை அழைத்து 'செக்காக வேணுமா அல்லது விலா எலும்பாக வேணுமா?' என்று கேட்டேன். ஏனென்றால் விலா எலும்பு மலிவு. என்னுடைய கேள்வியின் இரண்டாம் பகுதி அவருக்குக் கேட்கவில்லை.

'செக்காகவே அனுப்பிவிடுங்கள்' என்றார்.

❖

அம்மா! நீ வென்றுவிட்டாய்

ஓர் எழுத்தாளரைப் பற்றி நினைக்கும்போது மனதில் என்ன தோன்றுகிறது? அதுதான் முக்கியம். அலிஸ் மன்றோ பற்றி நினைத்துப் பார்த்தபோது அவருடைய கலகல சிரிப்பொலிதான் ஞாபகத்துக்கு வந்தது. பேசிவிட்டுச் சிரிப்பார் அல்லது சிரித்து விட்டுப் பேசுவார். நான் சந்தித்தபோது அவருக்கு வயது எழுபத் தைந்து. குழந்தைப் பிள்ளைபோல சிரிப்பு. இன்று, 82ஆவது வயதில், 2013ஆம் ஆண்டு இலக்கியத்துக்கான நோபல் பரிசு அவருக்குக் கிடைத்துள்ளது. ஏழு வருடங்களுக்கு முன்னர் ஒரு காலை நேரம் அவர் என்னைத் தொலைபேசியில் அழைத்தார். கனடாவில் சந்தைக்காரர்கள் அதிகாலையிலேயே தங்கள் வேலையை ஆரம்பித்துவிடுவார்கள். தொலைபேசியில் 'நீங்கள் இதை வாங்குங்கள். உங்களுக்கு மட்டும் 50 வீதம் கழிவு கிடைக்கும்' என்று தொந்தரவு கொடுப்பார்கள். நான் அசட்டையாக டெலிபோனை எடுத்து 'என்ன வேண்டும்?' என்று கேட்டேன். அப்பொழுது அவர் 'நான் அலிஸ் மன்றோ பேசுகிறேன்' என்றார். அவர் வெளிநாடு போவதால் திரும்பி வந்ததும் எனக்கு ஒரு செவ்வி தருவதாக ஒப்புக்கொண்டார். அவருடைய தொலைபேசி எண்ணைத் தந்தபோது கிட்டத்தட்ட நேர்காணல் முடிந்துவிட்டது என்று மகிழ்ச்சியில் திளைத்தேன்.

அவர் கொடுத்த கெடு தாண்டியதும் அவருடைய தொலைபேசி எண்ணை அழைத்துத் தகவல் விட்டேன். பதில் இல்லை. மறுபடியும் தகவல் விட்டேன், பதில் இல்லை. என் தகவல்கள் எல்லாம் ஒன்றன்மேல் ஒன்றாகக் கிடந்தன. அவர் தகவல்களைக் கேட்பதில்லை என்ற விசயம் எனக்கு பின்னர்தான் தெரியவந்தது. நேர்காணல் தள்ளிப்போனது. அந்தச் சமயம் அவருடைய கூட்டம் ஒன்று பற்றி பேப்பரில் விளம்பரம் வந்தது. 35 டொலர் நுழைவுக்கட்டணம் கொடுத்து அந்தக் கூட்டத்துக்குப் போனேன். எப்படியும் அவரைச் சந்தித்து நேர்காணல் செய்ய வேண்டும் என்பதே என் நோக்கம். 'ஒருநாளைக்கு ஒரு நன்மை யாவது செய்யவேண்டும்.' இது அவருடைய மந்திரம். கூட்டம் முடிந்ததும் அவருடைய மந்திரத்தை ஞாபகப்படுத்தியதும் செவ்விக்கு சம்மதித்தார். நேர்காணலை அடுத்த நாள் டெலிபோன் மூலம் நடத்தி முடித்தேன்.

அந்தக் கூட்டத்தில் உரையாற்றும்போது அலிஸ் மன்றோ சொன்ன ஒரு விசயம் ஆச்சரியமூட்டியது. 'எழுத்து எழுத்து என்று இவ்வளவு காலமும் ஓட்டிவிட்டேன். இனிமேல் எழுதுவதை நிறுத்தப்போகிறேன். என்னாலே என் அலுவல்களைக் கவனிக்க முடியவில்லை. அந்தந்த மருந்துகளை அந்தந்த நேரத்துக்கு எடுக்க வேண்டும். தேகப்பியாசம் செய்வது, வீட்டைத் துப்புரவாக்குவது, சமைப்பது, குப்பைகளை அகற்றுவது எல்லாமே பெரும் சுமையாகத் தெரிகிறது' என்றார். என்னால் நம்பமுடியவில்லை. எழுத்தாளரால் எப்படி எழுதுவதை நிறுத்தமுடியும். எழுதுவதுதானே அவர் மூச்சு. நான் நினைத்தது சரிதான். எழுதுவதை நிறுத்தப்போகிறேன் என்ற உரைக்குப் பின்னர் அவர் எழுதி மூன்று புத்தகங்கள் வெளிவந்து விட்டன. எழுத்தாளரால் எழுதுவதை நிறுத்தவே முடியாது. 'Dear Life' என்ற தொகுப்புதான் தன்னுடைய கடைசி நூல் என்று அலிஸ் மன்றோ சொல்லியிருக்கிறார். அதை அவசரப்பட்டு நம்பக்கூடாது.

அவருக்குக் கிடைத்த பரிசுகளைப் பட்டியலிட்டால் அதுவே ஒரு பக்கத்துக்கு மேலே வரும். ஆளுநர் பரிசை மூன்று முறையும், கனடாவின் அதி உயர் இலக்கியப் பரிசான கில்லெர் விருதை இரண்டு தடவையும் பெற்றவர். உலக அளவில் பொதுநல நாடுகள் எழுத்தாளர் பரிசு, ரில்லியம் புத்தகப் பரிசு என்று எல்லாவற்றையும் இவர் பார்த்துவிட்டார். இது தவிர மான் புக்கர் சர்வதேச விருது 2009ஆம் ஆண்டு கிடைத்தது. இப்பொழுது இலக்கியத்தின் அதி உச்சமான நோபல் பரிசும் கிடைத்துவிட்டது. இலக்கியத்துக்காக கனடிய எழுத்தாளர் ஒருவருக்குக் கிடைத்த முதல் நோபல் பரிசு. (ஸோல் பெல்லோவுக்கும் இலக்கியத்துக்காக நோபல் பரிசு கிடைத்தது. ஆனால் அவர் கனடாவில் பிறந்த அமெரிக்க எழுத்தாளர்.) இலக்கியத்துக்காக நோபல் பரிசுபெற்ற 13ஆவது பெண் எழுத்தாளர். இவர் புதுமைப்பித்தனைப்போல, Jorge Luis Borges போல சிறுகதைகள் மட்டுமே முக்கியமாக எழுதியவர். இந்த நோபல் பரிசு சிறுகதை இலக்கியத்துக்குக் கிடைத்த அங்கீகாரம்.

அவரிடம் நான் ஒருமுறை கேட்டேன். 'உங்களுடைய சிறுகதைகளைப் படிக்கும்போது அழகான வசனங்களின் கீழே அடிக்கோடிடுவேன். ஆனால் சமீபத்தில் நீங்கள் உங்கள் கதைகளில் அழகான வசனங்கள் வரும் இடங்களை வெட்டிவிடுவீர்கள் என்று சொல்லியிருக்கிறீர்கள். அது உண்மையா?' அவர் சொன்னார். 'அழகான வசனம் அல்ல. கெட்டிக்காரத்தனமாகத் தோன்றும் வசனம். அல்லது திரும்பத்திரும்ப மினுக்கப்பட்ட அலங்காரமான வசனம். அவற்றை நான் விரும்புவதில்லை. அகற்றிவிடுவேன்.

காரணம், ஒரு கதையைச் சொல்லும்போது அந்தக் கதைதான் முக்கியம். ஓர் அலங்காரமான வசனம் வாசகருடைய கவனத்தைக் கதையின் மையத்திலிருந்து திருப்பிவிடும். கதை முடிவை நோக்கிச் செல்லும்போது வசன அமைப்பு முக்கியமாகிறது. அந்த வசனம் சொல்வது அதில் உள்ள வார்த்தைகளின் சேர்க்கையிலும் பார்க்க அதிகமாக இருக்கவேண்டும். அதை வரவேற்பேன். ஒரு வசனம் அது சொல்ல வந்ததிலும் பார்க்க கூடச்சொல்லவேண்டும். ஆனால் வன்னவேலை எனக்குப் பிடிக்காது.' அப்பொழுது நான் 'நீங்கள் வெட்டியெறிந்த வசனங்களையெல்லாம் எனக்குத் தரமுடியுமா?' என்று கேட்டேன். அவர் பெரிதாக சத்தம்போட்டுச் சிரித்தார்.

'நோபல் பரிசு புனைவு இலக்கியத்துக்கு மட்டும்தானே கொடுக்கிறார்கள். அது அவ்வளவு முக்கியமானதா?' என்று அவரை ஒருதடவை கேட்டேன். அவர் சொன்னார். 'புனைவிலே கற்றுக்கொள்ள எவ்வளவோ இருக்கிறது. செக்கோவை நான் எப்பொழுது வேண்டுமானாலும் படிப்பேன். சமீபத்தில் டோல்ஸ்டோயுடைய 'போரும் சமாதானமும்' நூலை மறுபடி படிக்கத் தொடங்கியிருக்கிறேன். இது ஒருதடவை படித்துவிட்டு மூடிவைக்கும் விசயம் அல்ல. புனைவு படிப்பதுதான் என்னுடைய மூளைக்கு வேலை கொடுக்கிறது. மனநிலையைத் தளரவைக்க அபுனைவு படிக்கிறேன். ஆதிகாலத்தில் இருந்து இன்றுவரை மனிதன் புனைவு இலக்கியத்தில் தான் நாட்டம் செலுத்தியிருக்கிறான். தலைமுறை தலைமுறையாகப் புனைவுக் கதைகள்தான் சொல்லியிருக்கிறான். எந்த மொழியிலும் பழம்பெரும் இதிகாசங்கள் எல்லாம் புனைவுதானே.'

அலிஸ் மன்றோவுடைய சிறுகதைகள் மிக நீண்டவை. ஆகவே தமிழ் மொழிபெயர்ப்பில் அவர் சிறுகதைகள் அதிகம் படிக்கக் கிடைப்பதில்லை. அவர் என்னிடம் கேட்டார். 'என்னுடைய சிறுகதைகளை உங்கள் மொழியில் மொழிபெயர்ப்பது சுலபமா?' நான் சொன்னேன். 'மிக எளிது. உங்கள் வசன அமைப்பு தமிழில் மொழிபெயர்ப்பதற்கு இலகுவானது. ஆனால் உங்கள் கதைகள் 70 பக்கம் நீண்டுபோய் இருப்பதால் அவற்றைப் பிரசுரிப்பது கடினம். எங்கள் சிறுபத்திரிகைகளின் முழு நீளம் 60 பக்கம்தான்' என்றேன். அவர் மறுபடியும் சிரித்தார்.

நோபல் பரிசு அவருக்கு வழங்கப்பட்ட செய்தியை அவரிடம் தெரிவிப்பதற்கு நோபல் கமிட்டியின் செயலாளர் ஸ்வீடனில் இருந்து தொலைபேசியில் அவரை அழைத்தார். வழக்கம்போல அலிஸ் மன்றோ டெலிபோனை எடுக்கவில்லை. ஆகவே 1.2 மில்லியன் டொலர் நோபல் பரிசு விவரத்தை செயலாளர் தகவல்

மெசினில் விட்டார். இது ஒன்றும் அறியாத அலிஸ் மன்றோ ஆழ்ந்த தூக்கத்தில் இருந்தார். நடு இரவு அவருடைய மகள் டெலிபோனில் அழைத்து, 'அம்மா! நீ வென்றுவிட்டாய்' என்று கத்தியபோதுதான் அவருக்கு விசயம் தெரிந்தது.

நானும் செய்தி கிடைத்தபோது அலிஸ் மன்றோவை அழைத்து, தகவல் பெட்டியில் என் வாழ்த்தைத் தெரிவித்தேன். நோபல் கமிட்டி செயலாளர் விட்ட தகவலுக்கு மேல் என் தகவலும் காத்திருக்கும். எப்போதாவது ஒருநாள் அலிஸ் மன்றோ அதைக் கேட்பார்.

எட்டாவது சிகரம்

இரண்டு நாட்கள் முன்பு அமர்நாத் குகைக்குச் சென்று விட்டுத் திரும்பிய அமெரிக்கப் பெண் ஒருவரைச் சந்தித்தேன். தலையிலே கறுப்புக் கண்ணாடி குத்திய, கை நகங்களில் பச்சை நிறம் பூசிய பெண். என்னைக் கண்டதும் இதற்காகவே காத்திருந்ததுபோல, தான் அமர்நாத் குகைக்குப் போய் வந்த சாதனையைச் சொன்னார். 29 ஜூலை அவர் திரும்பியிருந்ததால் அந்தப் பயணத்தின் அனுபவங்களினால் நிறைந்துபோயிருந்தார். என்னிடம் நான் போயிருக்கிறேனா என விசாரித்தார். நான் இல்லை என்றதும் புருவத்தை உயர்த்தினார். இந்தியராகவோ இலங்கையராகவோ பிறந்திருந்தால் அந்தக் குகையைப் பார்த்திருக்க வேண்டும் என அவர் அபிப்பிராயப்பட்டார்.

'ஏன் அங்கே போனீர்கள்?' என்று கேட்டேன். முட்டாள் தனமான கேள்வி. எவரெஸ்டை வெற்றிகொண்ட எட்மண்ட் ஹிலாரியிடமும் இப்படிக் கேட்டார்கள். அவர், 'ஏனென்றால் அது அங்கே இருக்கிறது' என்றாராம். இந்தப் பெண்மணி அப்படி யெல்லாம் சொல்லவில்லை. அவர் ஜம்மு காஷ்மீருக்குப் போயிருக் கிறார். அது யாத்திரைக் காலம். ஆயிரக்கணக்கானவர்கள் தினமும் அமர்நாத்துக்குப் புறப்பட்டபோது அவரால் ஆர்வத்தை அடக்கமுடியவில்லை. அவரும் யாத்திரைக் குழுவில் சேர்ந்து கொண்டார். கால்நடையாகவும் பல்லக்குகளிலும் பலர் புறப்பட்டனர். வசதியானவர்கள் ஹெலிகொப்டர்களில் மலை உச்சிக்கு நேரே போய் குகையைப் பார்த்தார்கள்.

நிறைய யாத்ரிகர்கள் வருவார்களா?

'போன வருடம் 6 லட்சத்துக்கும் அதிகமானோர் குகைக்குப் போயிருந்தார்கள். நான் மலை உச்சியை அடைந்த அன்று மட்டும் ஒரு லட்சத்துக்கும் அதிகமான யாத்ரிகர்கள் வருகை தந்ததாகப் பேசிக்கொண்டார்கள். குகை பிரமாண்டமாக இருந்தது. 130 அடி உயரம். அத்தனை பெரிய குகையை நான் பார்த்ததில்லை. அதன் உள்ளே stalagmite formation இருப்பதாகப் படித்துள்ளேன். பனி லிங்கம் என்று வழிபட்டார்கள். ஆனால் அதன் உயரம் அமாவாசையின்போது குறைந்தும் பௌர்ணமி அன்று 16 அடி

உயரமாவதும் ஒரு மர்மம் என்றே நினைக்கிறேன். 500 வருடங்களுக்கு முன்னர் இந்தக் குகையை ஓர் ஆட்டிடையன் கண்டுபிடித்தானாம். பார்வதிக்கு சிவன் படைப்பின் ரகஸ்யத்தை இங்கேதான் உபதேசித்தார் என்று வழிபடுகிறார்கள்.

உங்கள் அனுபவம் எப்படி இருந்தது?

'நான் பயணம் தொடங்கியபோது குளிருக்குத் தக்க ஆடைகள், கையுறை, காலுறை, பூட்ஸ்கள், கம்பளிப்போர்வை, நித்திரைப்பை, தைலம் போன்றவற்றை ஒரு தோல்பையிலே அடைத்துக்கொண்டு போனேன். மலை ஏற ஏற அதைத் தூக்கிக்கொண்டு ஏறுவது சிரமமாகிவிட்டது. மலையின் உயரம் 17,000 அடி. மேலே போகப்போக பிராணவாயு குறைந்துவிடுகிறது. நான் சிறுவயதில் குதிரையேற்றம் பழகியவள். சிலர் வாடகைக் குதிரையில் ஏறி வரச்சொல்லி அறிவுரை தந்தார்கள். நான் நடந்தே மலை உச்சிக்குப் போவது என்பதில் தீர்மானமாக இருந்தேன். முதல் நாள் நாங்கள் கடந்தது 16 கி.மீட்டர் தூரம். எனக்கு மலை ஏறிப் பழக்கமில்லாததால் மூச்சுவாங்கியது. அந்தச் சிரமத்திலும் சுற்றிலும் உள்ள மலைச் சிகரங்களையும், லிட்டர் ஆற்றில் ஓடிய பளிங்கு நீரையும் பார்த்தபோது களைப்பு நீங்கியது. அன்று மாலை பெரிய தவறு செய்தேன். அடுத்தநாள் ஏறப்போகும் 12 கி.மீட்டர் தூரம் செங்குத்தான சிகரத்துக்கு ஒரு மூட்டைதூக்கியை ஏற்பாடுசெய்து முன்பணமும் கொடுத்தேன். அடுத்தநாள் காலை என் மூட்டையைக் காணவில்லை. மூட்டை தூக்கியையும் காணவில்லை. மலை ஏறுவதற்கு அத்தியாவசியமான அத்தனை உபகரணங்களும் அந்த மூட்டையில் இருந்தன.

எப்படி சமாளித்தீர்கள்?

'படித்தவர் போலத் தோற்றமளித்த ஒருவர் எங்களுடன் பயணம் செய்தார். அவருடைய மனைவி பல்லக்கில் 'ஆசு ஆசு' என்று பெரிதாக மூச்சுவிட்டபடியே வந்துகொண்டிருந்தார். நான் அந்த மனிதரை அணுகி எனக்கு உதவும்படி கேட்டேன். நான் ஏதோ அவருடைய ஏடிஎம் ரகஸ்ய எண்ணைக் கேட்டதுபோல திடுக்கிட்டுப் பார்த்தார். பின்னர் பல்லக்கை நிறைத்திருந்த அம்மாளைப் பார்த்தார். ஒரு நொடியில் அவர்களுக்குள் ஏதோ சைகை பரிமாறப்பட்டது. இரண்டு கைகளையும் உதறி அவர் என்னைத் துரத்திவிட்டார்.

'இரண்டு சாதுக்கள் எங்களுடன் நீண்டதூரம் வந்துகொண்டிருந்தார்கள். வேக வேகமாக மலை உச்சியை முதலில் அடையவேண்டும் என்பதுபோல ஏறினார்கள். அவர்களுக்கு 40

வயது மதிக்கலாம். இந்த வயதிலேயே உலகத்தைத் துறந்து சாமியாராகிவிட்டார்கள். ஒருத்தர் கறுப்புத் தலைப்பா அணிந்து, கழுத்திலே பலவிதமான மாலைகளை அணிந்திருந்தார். கையிலே உயரமான சூலாயுதத்தையும், பளபளக்கும் லோட்டா ஒன்றையும் காவினார். அவர் முகத்திலே வெள்ளை மா பூசி முகம் வெளுப்பாக இருந்தது. அடுத்தவர் பார்க்க சிநேகமானவர்போலத் தோற்றமளித் தார். உயரமான மஞ்சள் தலைப்பா கட்டியிருந்தார். இவரும் கழுத்திலே நிறைய மணி மாலைகளைச் சுமந்தார். தலைவர்போலத் தோற்றமளித்த கறுப்புத் தலைப்பாக்காரரிடம் என் பிரச்சினையைச் சொன்னேன். அவர் உதடுகள் ஏதோ ஸ்லோகத்தை முணுமுணுத்துக் கொண்டிருந்ததால் ஒன்றுமே பேசாமல் ஒரு விரலை நேராகப் பிடித்துக் காட்டினார்.

'நான் பல நாடுகளுக்குப் பயணம் செய்திருக்கிறேன். ஒவ்வொரு நாட்டிலும் சைகைகளுக்கு வேறு வேறு அர்த்தங்கள் உண்டு. ஒரு விரலை நேராகப் பிடித்ததால் ஆகாயத்தைப் பார்க்கச் சொல்கிறாரா? அல்லது மலை உச்சியை முதலில் தொட்டது நான்தான் என்று சொல்கிறாரா? அல்லது என்னை எச்சரிக்கை செய்கிறாரா? அல்லது ஒன்றுக்குப் போகவேண்டும் என்று சொல்கிறாரா? ஒன்றுமே புரியவில்லை. இன்னொன்றை நினைத்தபோது கிலி பிடித்தது. அமெரிக்காவில் ஒற்றை விரலுக்கு ஆபாசமான அர்த்தம் ஒன்று உண்டு. அப்படி ஏதாவது இந்தியாவிலும் இருக்குமோ என பயந்து போனேன். ஆனால் அவர் 'பொறு' என்று சைகை காட்டியிருக்கிறார் என்பது சிறிது நேரத்தில் புரிந்தது.

'என்ன வேண்டும்?' எனச் சைகையில் கேட்டார். நல்ல அமெரிக்க ஆங்கிலத்தை உடைத்து நாலு வார்த்தைகளில் என் பிரச்சினையைச் சொன்னேன். அவர் 'நாங்கள் உங்களுக்கு உதவுகிறோம்' என்று கூறி இரண்டு கம்பளிப் போர்வைகளைத் தந்தார். அவர்களுடைய தயவினால் நான் குளிரிலிருந்து தப்பமுடிந்தது. அந்தக் கம்பளிகளைப்போல ஒன்றை நான் என் வாழ்நாளில் முன்னர் கண்டது கிடையாது. இரண்டு மஞ்சள் கம்பளிகளும் கத்தரிக்காய் நிறத்துக்கு மாறிவிட்டன. இருபது வருடங்களாகத் தண்ணீரைக் காணாதவை. நூற்றுக்கணக்கான ஆட்களின் வியர்வையும் பனிச்சேறும் பட்டு கம்பளி முரட்டுத்துணி ஆகியிருந்தது. நாலாக மடித்து நிறுத்தினால் கம்பளி அப்படியே நிற்கும் என்று பட்டது.

'வர்ணிக்கமுடியாத அழகு கொண்டது சேஷாங் என்ற இடம்தான். இமயமலைத் தொடரின் ஏழு சிகரங்கள் காணக் கிடைத்தன. ஏழு தலை நாகம் என வர்ணிக்கப்பட்ட இடத்தை

நோக்கி யாத்ரிகர்கள் வணங்கினார்கள். குளம் நீல நிறத்தில் காட்சியளித்தது. தேவதாரு மரங்களின் அபூர்வ மணம் ஒரு மயக்க நிலையைத் தந்தது. சாமியார்கள் தந்த இரண்டு தடித்த போர்வை களும் போதாமல் உடம்பு உதறியது. அமெரிக்க ஜனாதிபதி ஒருவர் 250 வருடங்களுக்கு முன்னர் பதவியேற்பு விழாவில் மேலங்கி அணியாமல் கலந்துகொண்டதால் குளிரில் விறைத்து ஒரு மாத காலத்துக்குள் இறந்துபோனது நினைவு வந்து நடுக்கம் இன்னும் அதிகமாகியது. ஆனால் வெள்ளைப்பூச்சு அப்பிய சாமியார்கள் குழந்தைகள் போலத் தூங்கினார்கள்.

'இந்த இரண்டு சாமியார்களும் எனக்குப் பக்கத்தில் காவலர்கள் போல வந்தார்கள். என்னைக் காவல் காத்தார்களா அல்லது அவர்களுடைய கம்பளிப் போர்வைகளைப் பாதுகாத்தார் களா என்பதை என்னால் கண்டுபிடிக்க முடியவில்லை. எதற்காக அவர்கள் சாமியார் ஆனார்கள் என்று கேட்டேன். 16 வயதில் ஓடி வந்து விட்டதாக ஒரு சாமியார் சொன்னார். பல வருடங்களாக அவர் அமர்நாத் வந்துபோகிறார். மற்றவர் மணமுடித்து வாழ்க்கை நடத்தியவர். ஓர் இரவு அமர்நாத்தில் இருந்து அவருக்கு அழைப்பு வந்ததும் தான் கட்டிய மனைவியையும் பிள்ளையையும் விட்டுவிட்டு உடனே புறப்பட்டதாகச் சொன்னார். (அழைப்பு செல்பேசியில் வந்ததா என்பதைக் கேட்க நான் மறந்துவிட்டேன்.) சிலநாட்கள் ஒன்றாகப் பழகியதில் சாமியார்கள் எனக்கு நெருக்க மாகிவிட்டார்கள். மூன்று நாட்கள் கழித்து அவர்களை விட்டுப் பிரிந்தபோது, நடு இரவில் மனைவியைத் துறந்து புறப்பட்ட கறுப்புத் தலைப்பா சாமியாரின் கண்கள் கலங்கியது எனக்கு ஆச்சரியத்தைத் தந்தது.

மூன்றாவது நாள்தான் பயணத்தின் மிக மோசமான நாள். ஒரு பக்கம் செங்குத்தாக ஏறிய பின்னர் மறுபக்கம் கடகடவென்று இறங்கவேண்டும். முதல்நாள் அந்த இறக்கத்தில் ஒருவர் சறுக்கி விழுந்து இறந்துவிட்டார் என்று பேசிக்கொண்டார்கள். அன்றிரவு என்னால் தூங்க முடியவில்லை. காற்று போதியது இல்லாததால் மூச்சுத் திணறி சுவாசிப்பது கடினமானது. சிலர் இரவிரவாக வாந்தி எடுத்தனர். என் சொண்டுகள் வெடித்து, பேசமுடியால் ஆகிவிட்டது. கன்னத்தைத் தொட்டால் தொட்ட உணர்வே கிடை யாது. வாயைத் திறந்து பேச முயன்றபோது வார்த்தைகள் வேறு மொழியில் வந்தன. நான் குளிருக்குப் பூசவென்று கொண்டுவந்த தைலம், உடுக்கவேண்டிய குளிர் ஆடைகள் எல்லாம் திருட்டுப்போன என் பையில் இருந்தன. அந்தத் திருடனையே இரவு முழுவதும் நினைத்தேன்.

உணவுக்கு என்ன செய்தீர்கள்?

'நான் தங்கிய அத்தனை நாட்களும் ரொட்டியும் பருப்பும் யாத்ரிகர்களுக்கு இலவசமாகக் கிடைத்தன. நிறைய தொண்டு நிறுவனங்கள் போட்டி போட்டுக்கொண்டு அங்கே உழைத்தன. ஆனால் கழிவறை வசதிகள் பற்றி ஒருவரும் சிந்தித்ததாகத் தெரியவில்லை. ஆண்களும் பெண்களும் திறந்த வெளியையே உபயோகித்தார்கள். குளிரில், இருண்ட பின்னர், திறந்த வெளியை நோக்கிச் சென்றபோது நான் பில்கேட்ஸ் சொன்னதை நினைத்துப் பார்த்தேன். 'மனிதர்களுக்குத் தண்ணீர் எவ்வளவு முக்கியமோ அத்தனை முக்கியம் கழிவறைகளும்.' அவர் நிறுவிய அறக்கட்டளை தண்ணீரிலும் பார்க்க கழிவறைகளுக்குத்தான் முதலிடம் கொடுத்தது. உலகில் 2.8 பில்லியன் மக்களுக்குக் கழிப்பிடம் கிடையாது. சூரிய ஒளியில் இயங்கக்கூடிய கழிவறை ஆராய்ச்சி விரைவில் வெற்றி பெற்றால் எல்லோருக்கும் நல்லது.

'அமர்நாத் யாத்திரைக்கு அனுமதிக்கப்பட்ட கால அவகாசம் ஜூன் 25 இலிருந்து ஆகஸ்டு 2 மட்டுமே. நாற்பதுக்கும் குறைவான நாட்கள். போன வருடம்போல இந்த வருடமும் 6 லட்சத்துக்கும் அதிகமான யாத்ரிகர்கள் குகைக்குப் போயிருப்பார்கள். எல்லோருடைய கைகளிலும் பிளாஸ்டிக் தண்ணீர்க் குடுவைகளைக் காணக்கூடியதாக இருந்தது. அமர்நாத் மலைப்பிரதேசத்தின் வனப்பு சொல்ல முடியாது. யாத்திரை முடிவுக்கு வரும்போது 5 மில்லியன் போத்தல்கள் அங்கே வீசப்பட்டிருக்கும். அற்புதமான இயற்கை அழகு பிளாஸ்டிக் போத்தல்களால் மேலும் வருடா வருடம் அழகூட்டடப்படும்.'

அமெரிக்கப் பெண்மணி விடைபெற்றுப் போகமுன்னர் சொன்ன கடைசி வாசகம் என்னைச் சிந்திக்கவைத்தது. 'மறுபடியும் போவீர்களா?' என்று கேட்டேன். நீண்ட நேரம் பேசாமல் இருந்துவிட்டு, செல்பேசியில் குறுஞ்செய்தி அனுப்பும்போது 'உஸ்' என்று சத்தம் வருமே அப்படி ஒரு பெருமூச்சு விட்டார். 'நான் சிறுவயதில் அம்மாவின் பழைய உடுப்பைப் போட்டு எடுத்த படம் ஒன்று வீட்டில் இருக்கிறது. அதைப் பார்க்கும்போது எனக்கு மகிழ்ச்சியாக இருக்கும். அதே சமயம் அடிமனதில் இனம் தெரியாத சோகமும் சூழ்ந்துகொள்ளும். அமர்நாத் குகையை நினைக்கும்போது எனக்கு மகிழ்ச்சியுடன் சேர்ந்து ஒரு வலியும் வந்துவிடுகிறது. இனிமேல் என்னால் அங்கே போகமுடியாது.'

படைப்பின் ரகஸ்யம் அமர்நாத் குகைக்குள் இருக்கிறது. அதை மனிதன் அறிய முடியாது என்று சொல்கிறார்கள். ஆனால் அழிவுக்கு ரகஸ்யம் கிடையாது. பிளாஸ்டிக் 400 வருடங்களுக்கு

அழியாது. வருடத்துக்கு 5 மில்லியன் பிளாஸ்டிக் குடுவைகள் அங்கே குவிகின்றன. மனிதக் கழிவுகள் இன்னொரு பக்கம். அமெரிக்கப் பெண்ணின் மகளின், மகளின், மகளின் – இப்படியே பத்தாவது தலைமுறை மகள் அமர்நாத்துக்குப் பயணம் செய்தால் அங்கே அந்த அமெரிக்கப் பெண் எறிந்துவிட்டு வந்திருக்கக்கூடிய பிளாஸ்டிக் போத்தல் ஒன்றைக் கண்டுபிடிக்கலாம். பிளாஸ்டிக் மலைக்குவியல் இமையமலைத் தொடரின் எட்டாவது சிகரமாக மாறலாம். அமர்நாத் யாத்ரிகர்கள் 'எட்டுத்தலை நாகம், எட்டுத் தலை நாகம்' என அதிசயம் மேலிட வணங்குவார்கள்.

மூன்று கடிதங்கள்

2010ஆம் ஆண்டு முடிவதற்கு இரண்டு நாள் இருந்தன. எனக்கு ஆங்கிலத்தில் ஒரு மின்னஞ்சல் வந்தது. எழுதியவர் பாலு மகேந்திரா. அந்தப் பெரிய ஆளுமையிடம் இருந்து இதற்கு முன்னர் கடிதம் வந்தது கிடையாது. ஆகவே ஆச்சரியமாகவிருந்தது. நான் அவரைச் சந்தித்தது இல்லை. பேசியதில்லை. அவருக்கு எழுதியதும் இல்லை. அந்த முதல் கடிதத்தைத் தொடர்ந்து மேலும் இரண்டு கடிதங்கள் வந்தன. இரண்டு ஆங்கிலத்திலும் ஒன்று தமிழிலும் இருந்தன. என்னுடைய சிறுகதை ஒன்றைப் படமாக்குவதற்கு சம்மதம் கேட்டு வந்த கடிதம். நான் உடனேயே அவருடைய கடிதங்களுக்கு சம்மதம் என்று பதில் அனுப்பினேன். அவருக்கு கணினிப் பயிற்சி இல்லாததால் வேறு யாரோ அவருக்குத் தட்டச்சு செய்து கொடுத்திருக்க வேண்டும். ஆங்கிலக் கடிதத்தை நான் தமிழில் மொழிபெயர்த்திருக்கிறேன்.

டிசெம்பர் 30, 2010

அன்பான முத்து,

உடனுக்குடன் நீங்கள் எழுதிய பதிலுக்கு நன்றி. உங்களுடைய அக்கா தொகுப்பை வாசித்த நாளிலிருந்து நான் உங்கள் விசிறி. கம்ப்யூட்டரில் எனக்குப் பரிச்சயம் இல்லையாதலால் நீங்கள் இணையத்தில் எழுதுவதை என்னால் படிக்க முடிவதில்லை. என்னுடைய மாணவன் ஒருவனுக்கு நீங்கள் எழுத்தின்மூலம் ஆதர்சமானவராக ஆகிவிட்டீர்கள். அவன்தான் இந்தக் கதையை என்னிடம் கொண்டுவந்தான். நான் அதை எப்போ படமாக்கு வேனோ தெரியாது. ஆனால் நான் அதைச் செய்தே தீருவேன். அது நிச்சயம். எங்களுக்கிடையில் இப்போது தொடர்பு கிடைத் திருப்பதால் எப்போது வேண்டுமானாலும் நாங்கள் கடிதம் பரிமாறிக்கொள்ளலாம். சில காலத்துக்கு முன்னர் நீங்கள் நடிகை பத்மினியைப் பற்றி எழுதியது எழுத்தின் உச்சம் என்பேன். நான் அதை மிகவும் ரசித்தேன்.

பிரியமுடன்
பாலு

அக்டோபர் 6, 2011

அன்புள்ள முத்துலிங்கம்

உங்கள் கடிதத்துக்கு நன்றி. நீங்கள் 'அது ஒரு கனாக்காலம்' திரைப்படம் பார்த்தது மகிழ்ச்சியைத் தருகிறது. இது என்னுடைய படங்களில் சிறந்த ஒன்று. உங்களுக்கு அது பிடித்துப்போனதில் எனக்கு அதிமகிழ்ச்சிதான்.

முத்து, இப்பொழுதெல்லாம் நான் அதிகம் பயணம் செய்வதில்லை. சென்னையில் திரைப்படக் கல்லூரி ஒன்றைச் சிறிய அளவில் நடத்துகிறேன். ஏறக்குறைய குருகுலம் போலத்தான். 12 மாணவர்கள். அத்தனை பேரும் சினிமாவை என்னைப்போல ஒரு வெறியோடு நேசிப்பவர்கள். இதை முன்னரே நான் உத்தியோகபூர்வ மில்லாமல் செய்திருந்தாலும் இப்போது ஆசிரியராகப் பணியாற்று வது பெரும் மனநிறைவைத் தருகிறது. மிகவும் பிடித்திருக்கிறது. சமகால இலக்கியம், சிறுகதை, நாவல், கவிதை இங்கே கட்டாயம் என்பது உங்களுக்கு மகிழ்ச்சியளிக்கும். ஒருநாளைக்கு ஒரு சிறுகதை என்பது முக்கியம். அவர்கள் அதைப் படிப்பதுடன் புத்தகத்தை மூடிவிட்டு அதன் கதைச் சுருக்கத்தை எழுதவேண்டும். தமிழ் மொழியில்தான் வகுப்பு நடக்கும். ஆகவே இந்தச் சிறிய பள்ளிக்கூடம்தான் உலகின் முதல் தமிழ் சினிமா பயிற்சிக்கூடம்.

உங்கள் சிறுகதை பற்றி நான் இன்னும் தீவிரமாகச் சிந்தித்துக் கொண்டிருக்கிறேன். அதை வைத்து ஒரு குறும்படம் விரைவில் எடுப்பேன். உங்கள் புதுப் படைப்புகள் பற்றி எனக்கு அறியத் தாருங்கள். உடம்பை கவனியுங்கள். நலமாக இருங்கள்.

பாலு

பவித்ரா சிறுகதை படமாக்கப்பட்ட விவரம் கொண்ட உங்கள் கடிதம் வந்த சில மணி நேரத்தில் சொல்லி வைத்தாற்போல, படம் செய்த அந்தப் பையனே வந்தான். அவன் எனது மாணவனல்ல. பூனே திரைப்படக் கல்லூரியில் படித்துக் கொண்டிருக்கும் மாணவன். தனது படத்தின் பிரதியும் கொண்டுவந்திருந்தான். நான் இன்னும் பார்க்கவில்லை. உங்கள் கதையைத் தழுவி நான் ஒரு படம் பண்ணும்வரை அதைப் பார்க்க மாட்டேன் என்று அந்தப் பையனிடம் சொல்லியிருக்கிறேன். உங்கள் கதையத் தழுவி நான் படம் பண்ணிப்பார்ப்பதில் உங்களுக்குச் சம்மதம்தானே?

அன்புடன்
பாலு மகேந்திரா

பாலு மகேந்திரா இறந்துவிட்டதாகச் சொல்லுகிறார்கள். நான் நம்பத் தயாரில்லை. அவர் எடுத்த உன்னதமான படங்கள் மூலம் அவர் இன்றும் எங்களுடன் வாழ்ந்து கொண்டிருக்கிறார். இது எல்லோருக்கும் தெரியும். அவர் வாக்குத் தவறுவதில்லை. இதுவும் எல்லோருக்கும் தெரியும். மூன்று வருடங்கள். மூன்று கடிதங்கள். மூன்று சம்மதங்கள். நான் காத்துக்கொண்டிருக்கிறேன்.

ரொறொன்ரோப் பெண்

முதலில் ஒரு கடிதத்துடன் தொடங்கலாம் என நினைக்கிறேன். 50 வருடத்திற்கு முந்திய கடிதம். ஒரு கனடிய இளம் பெண் எழுதியது. மானுடவியலில் முனைவர் பட்டம் பெறுவதற்கு ஆராய்ச்சிக்காக அவர் தெரிவு செய்த இடம் தமிழ் நாட்டில் உள்ள ஒரு பிற்பட்ட கிராமம். கோவை, காங்கேயம் அருகில் உள்ள ஓலைப்பாளையம். கனடாவில் உள்ள அவருடைய தாயாருக்கு எழுதிய முதல் கடிதம். (சில இடங்களில் சுருக்கப்பட்டுள்ளது.)

'நான் வசிக்கும் சிறிய வீடு. ஒரு முற்றமும், பூட்டக்கூடிய சாமான் அறையும், வெளியே சமைக்கவும் குளிக்கவும் வசதிகள் கொண்டது. வெள்ளையடித்த உள் சுவருக்கு மேல் சாய்ந்து கிடக்கும் கூரை, மழைத் தண்ணீரை முற்றத்தில் கொட்டும். வீட்டின் முழுப்பரப்பும் 18 X 30 அடி இருக்கலாம். தெற்குப் பக்கத்தில் பழுதுபடாத கழிவறை ஒன்றும் உள்ளது. வீட்டு மண் தரை மாட்டுச் சாணியால் கிரமமாக மெழுகப்படுவதால் கிருமிகள் தொல்லை இராது எனச் சொன்னார்கள். மின்சாரம் கிடையாது. ஆகையினால் ஓர் அருமையான சின்ன மண்ணெண்ணெய் விளக்கு எனக்கு வெளிச்சம் தருகிறது. சகாய விலையில் கிடைத்த மேசையையும் நாற்காலியையும் மாட்டு வண்டியில் கொண்டுவந்து இறக்கியிருக்கிறேன். சுகமான கயிற்றுக் கட்டில் என் படுக்கை. நான் ஒரு மலிவான மண்ணெண்ணெய் அடுப்பு வாங்கியிருக்கிறேன். என் சமையல் தோழி பாப்பம்மா வாங்கிய மண் அடுப்பு ஒன்றுக்கு ஏழு சதம் பிடித்தது. அதற்கு விறகு தேவை. 2.20 டொலர் பெறுமதியான காசு கொடுத்து இரண்டு மாதத்துக்கான விறகு வாங்கியிருக்கிறோம்.

வீட்டு வாடகை மாதத்துக்கு 1.20 டொலர். சலவைக்காரருக்கு ஒரு மாத சலவைக்குக் கூலி 50 சதம். இந்தக் கிராமத்தின் பொருளாதாரம் உங்களுக்கு இப்பொழுது ஓரளவுக்குப் புரிந்திருக்கும். கிராம மக்கள் மிகவும் சிநேகமாக இருக்கிறார்கள். தோழி பாப்பம்மா பரம்பரை சமையல்காரி. அவருக்கு 45 வயதிருக்கும். நான் போகும் இடமெல்லாம் என் பின்னால் நிழல்போல வந்து என் கீர்த்தியைப் பரப்புவார். அவருடைய மாதச் சம்பளம் 5.50 டொலர். அவருக்கு ஒரு வார்த்தை ஆங்கிலம் தெரியாது. எனக்குத்

தமிழ் தெரியாது. தமிழ் வார்த்தைகள், உச்சரிப்பு, இலக்கணம் எல்லாம் என் மூளைக்கு எட்டாத தூரத்தில் இருக்கின்றன.

நான் எட்டு யார்டு சேலையை கிராமத்து மக்களைப்போலவே உடுக்கிறேன். அதைப் பார்த்து மக்கள் பெருமிதமும் உற்சாகமும் அடைகிறார்கள். என்னுடைய தலைமுடியைச் சீவி நீளமாகப் பின்னித் தொங்கவிட்டிருக்கிறேன். என்னுடைய பிறந்த நாள் அன்று மெய்சிலிர்க்க வைக்கும் சம்பவம் ஒன்று நடந்தது. நடுச்சாமம் பாப்பம்மாவின் மேல் ஆவி ஏறிவிட்டது. அது சட்டென்று அவரைத் தள்ளிவிட்டதால் அவர் சட்டி பானை மேலே உருண்டு விழுந்து பிரளயம்போல பெரும் சத்தம் உண்டாக்கினார். துடைப்பத்தை எடுத்துத் தலைமாட்டில் வைத்துப் படுத்தபோது ஆவி ஓடிவிட்டது. பழைய செருப்புகளும் அதே வேலையைச் செய்யும். துப்பலை விரலில் எடுத்து மூன்று தரம் நெற்றியில் பூசினாலும் பலன் அளிக்கும். ஆனால் ஆகச் சிறந்தது கோயில் திருநீற்றை வாசல் சட்டத்தில் பூசிவிடுவதுதான். இப்படியாக ஓலைப்பாளையம் அபூர்வ சம்பவங்களாலும் சடங்குகளாலும் நிரம்பி வழிகிறது. நான் இந்தக் கடிதத்தை எழுதும்போது என்னைச் சுற்றிப் பத்துப் பேர் நின்று எட்டி எட்டிப் பார்த்தபடியே இருக்கிறார்கள். ஒருவர் பேப்பரில் பேனாவால் எழுதுவதை அவர்கள் பார்த்ததில்லை. அதுவும் ஓர் அந்நியமொழியில். எனக்கு இது கொஞ்சம் கூச்சத்தைத் தருகிறது. இந்த வீட்டில் தொங்கும் உங்கள் படத்துக்குப் பூமாலை சூட்டி மரியாதை செய்திருக்கிறார்கள்.

என்னுடைய முதல் சந்திப்புக்காக ஒரு தீண்டத்தகாத மனிதரை ஏற்பாடு பண்ணினேன். அது ஏற்படுத்தக்கூடிய பரபரப்பையோ குழப்பத்தைப் பற்றியோ நான் யோசிக்கவில்லை. முறைப்பாடு கொண்டு வந்தவர் பக்கத்து வீட்டுக்காரர்தான். நான் இந்த மனிதரை வீட்டுக்கு அழைக்கும் எண்ணத்தில் இருக்கவில்லை. பாப்பம்மா தன் வீட்டு முற்றத்தை எனக்கு ஒதுக்கித் தந்தார். இவர் அருமையான தகவல்களையும் சம்பிரதாயங்களையும் எனக்குச் சொன்னார். ஒரு பழைய சாக்குமேல் அவர் உட்காரவைக்கப்பட்டார். நான் திண்ணையில் ஒரு பாயில் அமர்ந்திருந்தேன். ஒரு சிரட்டையில் அவருக்குத் தண்ணீர் கொடுத்தார்கள். காய்ந்துபோன பழைய இலையில் உணவும் தரப்பட்டது. இப்படி அவரை அவமதித்தது என் அமைதியைக் குலைத்தது.'

இதை எழுதிய இளம் பெண்ணின் பெயர் பிரெண்டா பெக். பல வாசல்கள் கொண்ட ஒரு மாளிகைக்குள் தற்செயலாக நுழைந்தவர்போல பிரெண்டா எந்த வாசலால் வெளியே வருவது

எனத் தெரியாமல் அந்தக் கிராமத்தில் தடுமாறிக்கொண்டிருந்தார். கிராம மக்கள் நல்லவர்கள். எல்லாம் அமைதியாகவே போய்க் கொண்டிருந்தது. ஆனால் பிரெண்டா சுற்றுலாவுக்கு இந்தக் கிராமத்துக்கு வரவில்லை. மானுடவியல் ஆராய்ச்சிக்காக வந்திருந்தார். நாட்கள் ஓடிக்கொண்டிருந்தன. ஆனால் ஆராய்ச்சிக் கான ஒரு நுனிகூட அவருக்குக் கிடைக்கவில்லை.

ஒருநாள் அவருக்கு அதிசயமான பரிசு கிடைத்தது. பாப்பம்மாவின் உதவியாளன் சுந்தரம்தான் அதைக் கொடுத்தான். ஒரு துண்டு செப்புக்கம்பி, சின்னப் பற்றறி, குட்டி பல்ப் ஆகியவற்றை வைத்து ஒருவிளக்கு தயாரித்திருந்தான். மின்சார விளக்கு. வெல்வெட் பெட்டியில் பாதுகாத்த மாணிக்கக் கல்லைக் கொடுப்பதுபோல வளைந்து அந்தப் பரிசை நீட்டினான். அதிலிருந்து வெளிப்பட்ட மின்சார வெளிச்சம் மின்மினிப் பூச்சியோடு போட்டிபோடும். அந்த மின்விளக்கை தினமும் அம்மாவின் படத்துக்கு முன் ஒரு மணிநேரம் பிரெண்டா எரியவிடுவார்.

அன்றைக்கும் அப்படி எரிந்த மின்விளக்கை அணைத்துவிட்டுப் படுத்தபோது இரவு அமைதியாய் இருந்தது. எலிகளாலும் வௌவால்களாலும் தொந்தரவு பெரிசாக இல்லையென்றாலும் பாப்பாத்தியின் ஆவி சிலசமயம் துடைப்பத்தை மீறி வெளியே வந்து சத்தம் போட்டு இரவைப் பரபரப்பாகிவிடும். அந்த நேரங் களில் அவர் ஏன் அங்கு வந்து குடியிருக்கிறார் என்ற கேள்வி பிரெண்டாவின் மனதினுள் எழும். அவருடைய ஆராய்ச்சியை எங்கே தொடங்குவது. எதை ஆராய்வது போன்ற கேள்விகள் மனதை அரிக்கும்போது தூக்கம் கலைந்துவிடும். எதிர்காலத்தைப் பற்றிய பயம் அவரை ஆழமாகச் சூழ்ந்துகொள்ளும்.

ஒருநாள் இரவு அதையே சிந்தித்தபடி பிரெண்டா படுத்திருந் தார். ஆனால் தூக்கம் வரவில்லை. பாப்பாத்திக்கும் ஆவி வரவில்லை. அப்பொழுது மனதிலே தீர்மானித்தார். நாளை இந்த ஊரைவிட்டுப் போய்விடவேண்டும். மனிதர்கள் நல்லவர்கள். ஆனால் அவருடைய ஆராய்ச்சிக்கு என்ன நடக்கிறது? இத்தனை பணம் செலவான பின்னர் அம்மாவுக்கு என்ன பதில் சொல்வது. அவருடைய ஒக்ஸ்ஃபோர்ட் பேராசிரியர் பெருமைப்படும் விதமாகக் காட்டுவதற்கு ஒன்றுமே இல்லை. அன்று இரவு முடிவதற்கிடையில் அவர் வாழ்வில் பெரிய மாற்றம் வரப்போகிறது என்பது பிரெண்டாவுக்குத் தெரியாது. அடுத்தநாள் காலை தன்னுடைய பொருள்களைச் சேகரித்துக்கொண்டு அந்த ஊரை விட்டுப் புறப்படுவது என்று தீர்மானித்தார்.

அப்பொழுதுதான் அது நடந்தது. தூரத்தில் மேளச் சத்தம் கேட்டது. பாப்பம்மாவை எழுப்பி அது என்னவென்று விசாரித்தார். அவர் 'கதை சொல்கிறார்கள்' என்று கூறிவிட்டு மறுபக்கம் திரும்பிப் படுத்தார். உடனேயே அங்கே போகவேண்டும் என்று கூறி பாப்பம்மாவுடன் அந்த இடத்துக்குப் புறப்பட்டார். இரண்டு கதை சொல்லிகள் விளக்கு வெளிச்சத்தில் கதை சொல்ல ஆயத்தம் செய்தார்கள். கிராமத்தவர்கள் ஆர்வமாக முன்னே கூடியிருந்தார்கள். கதை சொல்லி 'என்ன கதை' என்று கேட்க கிராம மக்கள் 'அண்ணன்மார் கதை' என்று கத்தினார்கள். அப்பொழுது அந்தக் கதை சொல்லிகள் அந்தக் கதையைச் சொல்லத் தொடங்கினார்கள். நல்ல காலமாக பிரெண்டா தன்னுடைய டேப் ரிக்கார்டரையும் கையோடு எடுத்துப் போயிருந்தார். இந்தக் கதையைப் பதிவு செய்தால் ஏதாவது விசயம் கிடைக்கும் என அவருக்குத் தோன்றவே பதிவு செய்ய ஆரம்பித்தார். பார்த்தால் அன்றிரவு கதை முடியவில்லை அவருக்கு ஏமாற்றமாகப் போய்விட்டது. தொடர்ந்து 19 நாட்கள் அந்தக் கதை ஓடியது. அதனை முற்றிலும் ஒரு வரி விடாமல் பதிவு செய்தார் பிரெண்டா.

பேப்பர், பேனைகூடப் புழங்காத ஊர் அது. அந்த மக்கள் டேப் ரிக்கார்டரைக் கண்டது கிடையாது. அதை பிரெண்டா ஓடவிட்டு கதைசொல்லிகளின் குரல் மீண்டும் கதையைச் சொன்ன போது அப்பாவி கிராம மக்கள் நம்பமுடியாமல் ஒருவரை ஒருவர் பார்த்தார்கள். இந்த நிலையில் பாதிக் கதையிலேயே பிரெண்டாவுடைய பற்றறிகளின் ஆயுள் முடிந்துவிட்டது. எப்படி மீதியைப் பதிவு செய்வது என பிரெண்டா தடுமாறினார். ஆனால் ஒரு மின்சார வேலைக்காரர் பக்கத்து கிராமத்தில் இருந்து மின்சாரம் திருடி இவருடைய மெசினை ஓட வைத்துவிட்டதால் பதிவை முடிக்கக் கூடியதாகவிருந்தது.

கதைசொல்லிகளின் பெயர்கள் ராமசாமி, பழனிச்சாமி. நாலாபுறமும் நட்டுவைத்த தீப்பந்தங்களின் வெளிச்சத்தில் உற்சாகமாகக் கதையைச் சொன்னார்கள். மக்கள் ஒன்றிப்போய்க் கேட்டார்கள். பாட்டு வரும்போது அவர்களும் பாடினார்கள். கதைசொல்லிகள் சில இடத்தில் அபிநயம் பிடித்தனர். சில இடத்தில் பாடினர். சிலநேரம் குரல் தழுதழுத்து அழுதனர். சில நேரம் சிரிப்பாகச் சிரித்தனர். சண்டைக்காட்சிகளை விவரிக்கும்போது நெருப்புச் சுவாலைகள் பறந்தன. குதிரைகள் ஓடின. வாள்கள் உராய்ந்தன. பெண்கள் தலைவிரித்து பிணங்களைத் தேடினர். பிரெண்டாவுக்குத் தமிழ் ஒரு சொல்லும் புரியவில்லை. இவை எல்லாவற்றையும் கற்பனையில் அவரால் உணர முடிந்தது.

அப்பொழுது தீர்மானம் செய்தார். ஒரு கரும்பைக் கடிப்பதுபோல, தோடம்பழத்தை உறிஞ்சிச் சாப்பிடுவதுபோல, பாக்கை மெல்லுவதுபோல, தேனை நக்குவதுபோல எல்லா விதத்திலும் கதையை உள்வாங்கி அனுபவித்து 500 வருட புராணத்துடன் ஐக்கியமாகிவிடவேண்டும் என முடிவெடுத்தார்.

பிரெண்டாவை திடுக்கிட வைத்த விடயம் கதை சொல்லிகள் இருவருக்கும் எழுதவோ படிக்கவோ தெரியாது. தலைமுறை தலைமுறையாக மனனம் செய்த கதை. வாய்மொழிக் கதை அழிந்தால் பின்னர் அதை உண்டாக்கவே முடியாது. ஆகவே பிரெண்டா நாடாக்களைத் தகுந்தவகையில் பாதுகாத்தார். ஆனால் கதைசொல்லிகளும் கிராமத்தவர்களும் டேப் ரிக்கார்டருக்கு ஒரு பூசை செய்யவேண்டும் என முடிவுசெய்தார்கள். கற்பூரம் காட்டி, விபூதியைப் பூசி அதற்குமேல் சந்தனப் பொட்டு இட்டு மகிழ்ந்தனர். டேப் ரிக்கார்டருக்கு மாலை போட்டு அலங்கரித்தனர். இறுதியாக தேங்காய் உடைத்து இளநீரை அதன்மேல் தெளித்தபோது பிரெண்டா பாய்ந்துவந்து தடுத்தார். அவரை ஒருவருமே சட்டைசெய்யவில்லை. 'கடவுளின் தீர்த்தம் என்பது அவருக்குத் தெரியாதா? அத்தனை மூடப்பெண்ணா?'

அவர் வந்த காரியம் இப்படி எதிர்பாராத திசையில் திரும்பியது. 500 வருட காலமாக வாய்மொழியாக தலைமுறை தலைமுறையாகக் கடத்தப்பட்ட அற்புதமான கதை முதல் முறை யாக ஒலிநாடாவில் என்றென்றைக்கும் வாழும் விதமாகப் பதிவு செய்யப்பட்டது. அதை ஒலிப்பதிவு செய்த முதல் ஆள் இவர். கடைசி ஆளும் இவராகத்தான் இருப்பார். சில வருடங்களில் மின்சாரம் அந்தக் கிராமத்துக்கு வந்து சினிமாவும் நுழைந்தது. கதைசொல்லிக் கேட்கும் வழக்கம் ஒழிந்தது. அவர் கண் முன்னாலேயே 500 வருடத்து வாய்மொழிக் காவியம் அழிவதைக் கண்டார்.

குன்னுடையான் கதை அல்லது அண்ணன்மார் கதை என்று சொல்லப்படும் இந்தப் புராணம் 19 நாட்களுக்குத் தொடர்ச்சியாகச் சொல்லப்பட்டது என்றால் அதன் நீளத்தை ஓரளவுக்கு ஊகிக்க முடியும். செவிவழியாக 500 வருடங்கள் வாழ்ந்த கதையானதால் ஒவ்வொரு கதைசொல்லியும் அங்கங்கே தங்கள் சரக்கையும் சேர்த்திருப்பார்கள். ஆகவே பல்வேறு வகைப்பட்ட கதைகள் இன்று உலவுகின்றன. இலங்கையில் பதுளையில் இந்தக் கதை அறுபது வருடங்களாகச் சொல்லப்படுகிறது என்ற தகவலும் ஆச்சரியமானது. இந்த நீண்ட கதையைச் சுருக்கிச் சொல்வது இமயமலையைத் தபால்தலையில் வரைவதுபோல.

கோலாத்தனுக்குச் சோழமன்னன் பொன்னிவள நாட்டைக் கொடுக்கிறான். அவனின் நாடு செழித்து வளர்கிறது. அவன் அரியநாச்சியை மணமுடித்தாலும் குலம் தழைக்க அவர்களுக்குப் பிள்ளை இல்லை. ஒரு நாள் கற்களுக்குக் கீழே கண்டெடுத்த பிள்ளையைக் குன்னுடையான் என்று பெயர் சூட்டி வளர்க்கிறார்கள். ஆனால் ஐந்து வயதிலேயே பெற்றோரைப் பறிகொடுத்த அவன் அனாதையாகிறான். கோலாத்தனின் சகோதரர்கள் பாலகனை இம்சைப்படுத்துகிறார்கள். குன்னுடையான் தப்பியோடி வேறு நாட்டில் ஆடு மேய்ப்பவனாக வாழ்கிறான். இளைஞன் ஆனதும் ஆட்டு மந்தையின் தலைவன் தங்கை தாமரையை மணந்துகொண்டு தன் சொந்த ஊருக்குத் திரும்புகிறான். அங்கே அவனுடைய நிலத்தை மாமன்மார் அபகரித்துவிடுகிறார்கள். குன்னுடையான் ஒரு சிறு குடிசை கட்டிக் கற்கள் நிறைந்த நிலத்தைப் பாடுபட்டு விவசாய நிலமாக்கி நல்ல விளைச்சல் கண்டு, பறிபோன நிலங்களை மீட்டு அரசனாகிறான். தாமரைக்கு ஒரே சூலில் மூன்று குழந்தைகள் பிறக்கின்றன. பொன்னர், சங்கர் என்ற இரண்டு ஆண்பிள்ளைகளும், தங்காள் என்ற பெண்பிள்ளையும்.

காட்டை ஆள்பவர்கள் வேடுவர்கள். அவர்களுக்குக் காடு தேவை. நாட்டை ஆளும் பொன்னர் சங்கருக்குக் காட்டை அழித்த நிலம் தேவை. இதனால் பகை உண்டாகிறது. வேடுவருக்குச் சொந்தமான கிளியைப் பிடித்ததால் மிகக் கடுமையான போர் மூள்கிறது. வேடுவரின் தலைவன் காளியுடன் பொன்னரும் சங்கரும் வீரமாகப் போர் புரிந்து இறக்கிறார்கள். அவர்கள் தங்கை தங்காளும் அவர்களைத் தொடர்வதோடு கதை சோகமாக முடிகிறது.

பிரெண்டா 22 மாதங்கள் தொடர்ந்து கிராமத்தில் ஆராய்ச்சி செய்தார். அருமையான தகவல்களும் குறிப்புகளும் சேகரித்துக்கொண்டு ஒக்ஸ்போர்டு பல்கலைக் கழகம் திரும்பிய அவர் 1968இல் தன் ஆராய்ச்சியை முடித்தார். நீண்டகால இடைவெளிக்குப் பின்னர் கனடாவுக்குத் திரும்பிய பிரெண்டா கொலம்பியா பல்கலைக் கழகத்தில் மானுடவியல் பேராசிரியர் பதவியை ஏற்றுப் பல வருடங்கள் கடமையாற்றினார். ஆனால் அவருக்கு நிம்மதி இல்லை. ஏதோ ஒன்று அவர் வாழ்க்கையில் இல்லாமல் போன உணர்வு துரத்தியது.

கிராமங்களில் வாய்மொழியாகத் தொடர்ந்த நாட்டார் கதைப் பாடல்களைப் பாடுவது அருகி வந்தது. சினிமாவும் புதிய தொழில் நுட்பமும் எல்லாவற்றையும் அழித்தன. அதே தொழில் நுட்பத்தைப் பயன்படுத்தி அந்தக் கலையை ஏன் காப்பாற்றமுடியாது என அவர் சிந்தித்தார். ஏறக்குறைய 50 வருடங்களுக்கு முன்னர் நாடாவில்

பதிவு செய்த உடுக்கையடிப் பாடல்கள் இப்போது பெரும் கலைப்பொக்கிஷம். தோற்றவர்கள் வரலாறு எழுதப்படுவதில்லை. இது தோற்றவர்களின் காவியம். இதை அழியவிட்டால் ஒரு மக்களின் கலையும் பண்பாடும் வரலாறும் பூமியிலிருந்து மறைந்துபோகும். பிரெண்டா ஒரு முடிவு எடுக்கவேண்டிய தருணம் நெருங்கியது அப்படித்தான்.

* * *

நான் தரையில் இருந்தேன். எனக்கு முன் பிரெண்டா அமர்ந்திருந்தார். எங்கள் இருவருக்கும் இடையில் 50 வருடத்துக்கு முன்னர் டேப்பில் பதிவுசெய்யப்பட்டிருந்த கதைசொல்லியின் குரல் கதையைச் சொன்னது. அவர் சொன்னதை அப்படியே எழுதிய தாள்கள் பழுப்பாக எழுத்து அழியாமல் ஒன்றரை அடி உயரத்தில் அடுக்கப்பட்டு இருந்தன. பிரெண்டா அண்ணன்மார் கதையை ஆங்கிலத்திலும் தமிழிலும் இரண்டு பாகங்களாக எழுதிய நூல்கள், இதே கதையைப் படக் கதையாக மாற்றி எழுதிய 16 புத்தகங்கள் ஆகியனவும் என் முன்னே அடுக்கப்பட்டிருந்தன. ஒளிப்படங்களாக மாற்றப்பட்ட 16 படக் கதைகள் ஐபாட்டில் ஓடின. இடது பக்கம் திருப்பினால் சுடுநீரும், வலது பக்கம் திருப்பினால் தண்ணீரும் குழாயில் வருவதுபோல ஐபாட்டில் ஓடும் ஒளிப்படத்தின் கதைமாந்தர்கள் தமிழிலும், வேண்டும்போது ஆங்கிலத்திலும் பேசினர்.

நான் 50 வருடத்திற்கு முந்திய தாள்களையும் எழுத்தையும் தொட்டுப் பார்த்து, 'இவை வரவேண்டிய இடத்துக்கு வந்திருக்கின்றன. இவற்றை எப்படியும் பாதுகாத்தாக வேண்டும்' என்றேன். பிரெண்டா 'இந்தத் தாள்களைத் தொட்டவர்கள் மூன்று பேர். இதை எழுதியவர். நான். என் கணவர். இப்போது நீங்கள், நாலாவது ஆள்' என்றார். 'இதையெல்லாம் செய்து முடிப்பதற்கு எத்தனை பணம் செலவழித்தீர்கள்?' அவர் சொன்னார் 'ஒரு மில்லியன் டொலர்.' என்னால் நம்பமுடியவில்லை. பேச்சு நின்றுவிட்டது. எனக்கு முன்னுக்கு உட்கார்ந்திருக்கும் பெண் மானுடவியல் பேராசிரியர் பதவியை 1983ஆம் ஆண்டு உதறிவிட்டு, கடந்த 30 ஆண்டுகளாக எழுத்திலும் ஒலியிலும் ஓவியத்திலும் ஒளியிலும் இந்தக் கதையை நிரந்தரமாக நிறுவியிருக்கிறார். 'எதற்காக வேலையை விட்டீர்கள்?' என்று கேட்டேன்.

'50 வருடத்துக்கு முன்னர் அந்தச் சிறிய கிராமத்தில் வாழ்ந்ததை நான் யோசித்துப் பார்த்தேன். அந்த எளிய மக்கள் காட்டிய அன்பும் ஆதரவும் என்னால் என்றென்றைக்கும் மறக்கமுடியாதவை.

அவர்களுடைய கலை 500 வருட பாரம்பரியம் கொண்டது. நான் அவர்களுக்குத் திருப்பி என்ன செய்தேன்? என் குற்ற உணர்வு என்னை வதைத்தது. அண்ணன்மார் கதையை எப்படியும் அழியாமல் எதிர்காலச் சந்ததியினருக்கும் கடத்தவேண்டும் என்று தோன்றியது.'

'அந்தக் கிராமத்தில் ஒரு கதை சொல்வார்கள். ஒரு கிழவன் சாக்குப் பையைச் சுமந்துகொண்டு நடந்தான். கனமாக இருந்தது. திறந்து பார்த்தால் ஒரு கல் இருந்தது. அதை எறிந்துவிட்டுத் தொடர்ந்தான். மேலும் சிறிது தூரத்தில் மறுபடியும் பாரம் அழுத்தியது. மீண்டும் சாக்கைத் திறந்து பார்த்தான். இன்னொரு கல். அதையும் எடுத்து வீசிவிட்டு மறுபடியும் நடந்தான். இன்னொரு கல். இன்னொரு கல். இப்படி எறிய எறிய கல் முடியவே இல்லை. கடைசிக் கல்லை எடுத்து வீசிவிட்டு ஒரு மரத்தடியில் ஆறினான். புறப்படும்போது தற்செயலாகச் சாக்கைத் திறந்து பார்த்தவன் திடுக்கிட்டான். இன்னொரு கல். அப்பொழுது தான் அவனுக்குப் புரிந்தது. எத்தனை கல்லை அவன் வீசினாலும் கல் அவனை விடுவதாயில்லை. அண்ணன்மார் கதையை என் மனத்திலிருந்து எவ்வளவுதான் விரட்டினாலும் அது என்னை விடுவதாக இல்லை. அப்பொழுதுதான் முடிவெடுத்து பல்கலைக் கழகத்துக்குப் பணி விலகும் கடிதத்தைக் கொடுத்தேன்.'

'இனி என்ன செய்வதாகத் தீர்மானம்?' '500 வருடங்கள் வாய்மொழி மூலம் பரம்பரை பரம்பரையாக ஒரு கிராமத்தில் தொடர்ந்த கதை, சினிமா மற்றும் புதுத் தொழில் நுட்பம் வந்ததும் நின்றுவிட்டது. அந்த இரண்டு கதை சொல்லிகளுக்கும் எழுதப் படிக்கத் தெரியாது. இன்று அவர்கள் இல்லை; அவர்களுடைய குரல் என்னிடம் இருக்கிறது. கதையும் இருக்கிறது. இதை உலகம் முழுக்க பரப்பவேண்டும். எண்மியத் தொழில் நுட்பத்தால் இன்று இதுவெல்லாம் சாத்தியமாகிவிட்டது. மக்கள் மனதில் இந்த அற்புதமான கதை என்றென்றும் நிலைத்து நிற்கவேண்டும்.' 8400 மைல்களுக்கப்பால் உள்ள ஒரு சின்னக் கிராமத்தின் வாய்மொழிக் கலைச் செல்வத்தை உலகமுள்ளவரை பாதுகாக்கவேண்டும் என்பதில் அசைக்கமுடியாத உறுதியுடன் இருந்தார் இந்த ரொறொன்ரோப் பெண்.

20 வயது இளம் பெண்ணாக இவர் மண்குதிரையைப் பிடித்துக்கொண்டு நின்ற கறுப்பு வெள்ளைப் படத்தைப் பார்த்தேன். கறுப்புத் தலைமுடி. வெள்ளைச் சேலை. பழுப்பு நிற பிளவுஸ். தலைமுடி வாரி இழுத்துப் பின்னி, பொட்டு வைத்துக்கொண்டு சற்றே கீழே பார்த்த கண்களுடன் நிற்கும்

பெண். அந்தக் கண்களில் அளவில்லாத ஆர்வமும் துடிப்பும் நம்பிக்கையின் ஒளியும் இருந்தன.

எனக்கு முன்னால் இருந்தவரைப் பார்த்தேன். முன்பு சிரிப்பு காணப்பட்ட இடத்திலெல்லாம் இப்போது சுருக்கம் இருந்தது. அங்கங்கே நரைத்துவிட்ட தலைமுடி மேலே இழுத்துக் கட்டப் பட்டிருந்தது. கறுப்பு கால்சட்டை, பழுப்பு மேலங்கி, சாம்பல் நிறக் கழுத்துச்சால்வை. ஆனால் அந்தக் கண்கள். கண்கள். அவற்றி லிருந்து வெளிப்பட்ட ஒளி மாறவே இல்லை.

நான் இங்கே இல்லை

முதலில் அவர் அந்தச் செய்தியைச் சொன்னது என்னிடம் தான். Fellow of the Royal Society of Canada விருது அங்கீகாரம் அவருக்குக் கிடைத்திருந்தது. அந்தக் கடிதத்தையும் எனக்கு அனுப்பியிருந்தார். அதுபற்றிப் பெருமையாக மற்றவர்களிடம் பகிர்ந்துகொள்ள அவர் தயங்கினார். கனடாவில் ஒரு கல்வி யாளருக்குக் கிடைக்கக் கூடிய ஆகப் பெரிய கௌரவம் இது. இந்தக் கௌரவம் முதன்முறையாக ஓர் இலங்கைத் தமிழருக்கு வழங்கப்பட்டிருக்கிறது.

'வாழ்த்துகள்' என்றேன்.

'ஒரேயொரு பிரச்சினைதான்' என்றார்.

'என்ன?'

'இந்த விழாவுக்கு கியூபெக் சிட்டிக்குப் போகவேண்டும். விழாவுக்கு அணிவதற்காக பிரத்தியேக உடை வாடகைக்கு எடுக்கவேண்டும். ஒருநாள் வாடகை 600 டொலர்' என்றார்.

அவர் என்னிடம் விளையாடுகிறாரா தெரியவில்லை. அப்படி விளையாடுகிறவர் அல்ல அவர்.

'நிச்சயம் போகவேண்டும். உங்களுக்காக இல்லாவிட்டாலும் எங்களுக்காகப் போகவேண்டும். இது உங்களுக்கு மட்டும் கிடைத்த கௌரவமில்லை. தமிழர்களுக்குக் கிடைத்த கௌரவம் அல்லவா?' என்றேன்.

செல்வா கனகநாயகம் பல வருடங்கள் ரொறொன்ரோ பல்கலைக்கழகத்தில் ஆங்கிலப் பேராசிரியராகப் பணியாற்றியவர். அத்துடன் தெற்காசிய கற்கை மையத்தின் இயக்குநர். கடந்த ஏழு வருடங்களாக ரொறொன்ரோ பல்கலைக்கழகத்தின் சார்பாக வருடாவருடம் தமிழ் ஆய்வுகளையும் கருத்தரங்குகளையும் நடத்துவதில் முதன்மையாக இருந்தவர். கனடா தமிழ் இலக்கியத் தோட்டத்தின் நிறுவனர்களில் ஒருவராகவும் அதன் தலைவராகவும் 15 வருடங்கள் அந்த அமைப்பை வெற்றிகரமாக நடத்தியவர். ஆய்வுக்கட்டுரை நூல்கள், மொழிபெயர்ப்புகள் தொகுப்புகள் என

13 நூல்களை இதுவரை வெளியிட்டுள்ளார். ஆய்வாளர், எழுத்தாளர், மொழிபெயர்ப்பாளர் எனப் பன்முக ஆளுமை கொண்டவர். இவர் தொகுத்து, தமிழ் இலக்கியத் தோட்டம் சார்பாக சமீபத்தில் வெளியான IN OUR TRANSLATED WORLD, 78 சமகால உலகத் தமிழ்க் கவிதைகளின் ஆங்கில மொழிபெயர்ப்பாகும். இந்த நூலுக்கு உலகளாவிய விதத்தில் சிறப்பான பல விமர்சனங்கள் ஊடகங்களில் வெளியாகியிருந்தன.

செல்வாவும் அவருடைய மனைவியும் கியூபெக் சிட்டியில் ஏற்பாடுசெய்யப்பட்ட விருது விழாவுக்கு வெள்ளிக்கிழமை 21, நவம்பர் 14 அன்று புறப்பட்டார்கள். சனிக்கிழமை காலை விருது விழா. அதிலே ஒரு விசயம் அவர்களுக்குப் புதுமையாக இருந்தது. இரண்டு விருது மண்டபங்கள் ஒரே மாதிரி அலங்கரிக்கப்பட்டிருந்தன. ஒன்றிலே ஒத்திகை நடந்தது. அடுத்ததில் நிசமான விருது வழங்கல் நடைபெற்றது. விழா மூன்று மணி நேரம் நடந்து முடிந்து அவர்கள் கிளம்பியபோது நடந்த ஒரு சம்பவம், கணவன் மனைவி இருவரையும் சற்று கலங்கடித்தது. ஆனால், ஒருவருக்கு ஒருவர் அதைக் காட்டிக்கொள்ளவில்லை.

பழைய கனடிய பேராசிரியர் ஒருவர் அவசரமாக அவர்களை நோக்கி வந்து கைகொடுத்தார்.

'வாழ்த்துகள். நாங்கள் பல வருடங்கள் முன்பாக சந்தித்திருக்கிறோம்.'

'அப்படியா? நல்லது.'

'அப்பொழுது நீங்கள் ஒன்று சொன்னீர்கள். உங்கள் சந்ததியில் எல்லோருமே முதுமை வரமுன்னரே இறந்துவிடுகின்றனர் என்று. ஞாபகம் இருக்கிறதா?'

'இல்லையே.'

'உங்கள் வயது என்ன?'

'62.'

'ஓ, அச்சப்படவைக்கிறதே.'

இந்த வார்த்தைகளைச் சொல்லிவிட்டு அவர் மறைந்து விட்டார்.

மிகச் சிறப்பாக நடந்த விழா முடிந்து வெளியே வந்த தம்பதிகளின் உற்சாகம் சட்டென்று குறைந்துவிட்டது. இருவரும் காரிலே மொன்றியல் நகரத்துக்குப் புறப்பட்டார்கள். 3 மணி நேரப் பயணம்

அது. விருது கிடைத்த சந்தோசத்தில் அவர்கள் கலகலப்பாக இருக்கவேண்டும். ஆனால் பெரும் மௌனமே சூழ்ந்தது.

'பாட்டுக் கேட்போமா?' என்றார் மனைவி. செல்வா 'அது நல்ல யோசனை. நல்ல பாட்டாய்த் தெரிவுசெய்து போடுங்கள்' என்றார். திருமகள் தெரிவு செய்த பாடல்கள் பயணத்தை உற்சாகப் படுத்தியது. எல்லாமே 20, 30 வருடத்திற்கு முந்திய சினிமா பாடல்கள். அவர்கள் இளமையை மறுபடியும் நினைவூட்டின. திடீரென்று அவர்கள் இருவருக்கும் பிடித்த பாடல் ஒன்று ஒலித்தது. மணமுடித்த புதிதில் அடிக்கடி கேட்டு மகிழ்ந்த பாடல். வியட்நாம் வீடு படத்தில் எம்.எஸ். விஸ்வநாதன் இசையில் டி.எம். சௌந்தரராஜன் பாடியது. பாடலை பாரதியின் வரிகளில் ஆரம்பித்து கண்ணதாசன் எழுதியிருப்பார்.

'உன் கண்ணில் நீர் வழிந்தால்
என் நெஞ்சில் உதிரம் கொட்டுதடி
என் கண்ணில் பாவை அன்றோ
கண்ணம்மா என்னுயிர் நின்னதன்றோ.'

இருவரும் பழைய நினைவுகளில் மூழ்கினர். சிவாஜி கணேசன் பிரஸ்டீஜ் பத்மநாபனாக நடிப்பார். பத்மினி அவருடைய மனைவி. அந்தப் படத்தை இருவரும் சேர்ந்து பார்த்த நினைப்பு.

'என் தேவையை யார் அறிவார்
உன்னைப்போல்
தெய்வம் ஒன்றே அறியும்.'

இந்த வரிகள் வந்தபோது இருவரும் ஒருவரை ஒருவர் பார்த்தனர். திருமகள் கேட்டார் 'படத்தின் இறுதியில் யார் சாகிறார்கள்?' செல்வா சொன்னார் 'கணவன்தான் சாகிறார்.'

செல்வா இரக்க குணம் உடையவர். இளகிய மனம் கொண்ட பண்பாளர். சுடுசொல் பேசியே அறியாதவர். இது எல்லோருக்கும் தெரியும். நூற்றுக்கணக்கான மாணவர்களின் பெற்றோர்களை அவர் சந்தித்திருக்கிறார். அந்த மாணவர்களுடன் பேசி அவர்களை நல்வழிப்படுத்தியிருக்கிறார். இருப்பினும் அவருடைய மனித நேயத்தின் ஆழத்தைத் திருமகள் அறிந்த அளவுக்கு, பலர் அறிய வில்லை.

செல்வா, கனடாவின் பல பல்கலைக்கழக மாணவர்களின் முனைவர் பட்ட ஆய்வேடுகளுக்கு ஒப்புதல் அளிப்பதற்காகப் பயணித்திருக்கிறார். சிலவேளைகளில் பிறநாடுகளுக்கும் பயணம் செய்யவேண்டிய கட்டாயம் ஏற்பட்டிருக்கிறது. ஒரு மாதம் முன்பு

ஐஸ்லாந்து பல்கலைக் கழகத்திலிருந்து அவருக்கு அழைப்பு வந்தது. அவர் போகாவிட்டால் பல வருடங்களாக முனைவர் பட்ட ஆராய்ச்சி செய்த மாணவருக்குப் பட்டம் கிடைக்காமலே போய் விடும். முதலில் மறுத்துவிடத்தான் நினைத்தார். ஆனாலும் மனம் கேட்கவில்லை. அந்த மாணவருடைய உழைப்பு வீணாகிவிடும். அவருடைய ஆய்வேட்டைப் படித்து குறிப்புகள் தயாரித்துக்கொண்டு ஐஸ்லாந்து பல்கலைக்கழகத்துக்கு விமானத்தில் சென்றார். ஆய்வு முடிவுகளை மாணவர் தர்க்கபூர்வமாக நிறுவி, பேராசிரியர் கேட்கும் கேள்விகளுக்குத் தக்க பதில் அளிக்கவேண்டும். மாண வரைப் பார்த்ததும் திகைத்துவிட்டார். அவர் நடுத்தர வயது தாண்டிவிட்ட பெண்மணி. பல வருடங்களுக்கு முன்னர் ஐஸ்லாந்துக்காரரைத் திருமணம் செய்து ஐஸ்லாந்துக்குக் குடிபெயர்ந்த இலங்கைப் பெண். அவருடைய முனைவர் ஆய்வேட்டு உழைப்பை எப்படி மதிக்காமல் இருப்பது? இப்படி அவருக்கு நேர்ந்த பல சிக்கல்களையும் சம்பவங்களையும் திருமகளுக்குச் சொல்லியிருக்கிறார். இது அவருடைய மறுபக்கம்.

இருவரும் மொன்ரியல் ஷெரட்டன் ஹொட்டலில் அன்று இரவு தங்கி அடுத்தநாள் விமானத்தில் ரொறொன்ரோ பயணமா வார்கள். அங்கிருந்து செல்வா எனக்கு ஒரு மின்னஞ்சல் அனுப்பியிருந்தார். 'ஞாயிறு திரும்புவேன். திங்கள் உங்களுடன் தொடர்புகொள்வேன்.' அதுதான் அவரிடமிருந்து கடைசியாக எனக்குக் கிடைத்த மின்னஞ்சல்.

நாலு மணியாகிவிட்டது. திருமகள் சொன்னார் 'இந்தக் குளிருக்கு ஒரு கோப்பி குடித்தால் நல்லாயிருக்கும்.' செல்வா ஒன்றுமே பேசவில்லை. ஏதோ காரியமாக வெளியே போவதுபோலப் போய் கடுதாசி குவளையில் அவருக்கு கோப்பி வாங்கி வந்தார். 'ஆறப்போகுது. குடியும், குடியும்' என்றார். 'கோப்பி குடித்தால் நல்லாயிருக்கும் என்று சும்மா சொன்னேன். எதற்காக இந்தக் குளிரில் இவ்வளவு தூரம் போய் வாங்கி வரவேண்டும்' என்று செல்லமாகக் கடிந்தபடியே திருமகள் கோப்பியைக் குடித்தார்.

'அருமையான தாஜ் இந்திய உணவகம் இருக்கிறது. நடந்துபோனால் ஏழு நிமிடம்தான். இரவு அங்கே சாப்பிடுவோமே. நீங்கள் நடப்பீங்கள்தானே' என்றார் செல்வா. திருமகள் உடனேயே சம்மதித்தார். நடப்பதற்கு யாருக்குக் கஷ்டம் என்பது பின்னால் தெரியவரும். இருவரும் பேசிக்கொண்டே உணவகத்தை அடைந் தார்கள். ஒன்றாக அமர்ந்து உண்ணும் கடைசிப் போசனம் அது. செல்வாவுக்கு 'நான்' ரொட்டி பிடிக்கும். இருவரும் அதற்கு ஆணை கொடுத்தார்கள். பில் வந்தபோது செல்வா பாக்கெட்டைத் தட்டிப்

பார்த்தார். அப்பொழுதுதான் பர்சை ஹொட்டலில் மறந்துபோய் விட்டுவிட்டு வந்தது தெரிந்தது. மணமுடித்த 36 வருடங்களில் செல்வா ஒருநாள்கூட பர்சைத் தவற விட்டது கிடையாது. 'நீங்கள் இங்கேயே இருங்கள். நான் ஹொட்டலுக்குப் போய் பர்சை எடுத்துவருகிறேன்' என்றுவிட்டு செல்வா புறப்பட்டார்.

போய்த் திரும்பி வர 15 நிமிடம் பிடிக்கும் எனத் திருமகள் கணக்குப் போட்டுவிட்டு நிம்மதியாகக் காத்திருந்தார். 15, 20, 30, 35, 40 நிமிடங்கள் கடந்தும் செல்வா திரும்பவில்லை. ஏதோ நடந்துவிட்டது என்று மனது சொன்னது. ஹொட்டலுக்குப் போய்த் திரும்புவதற்கு அத்தனை நேரம் எடுக்காது. எழுந்து நின்றார், மறுபடியும் அமர்ந்தார். அவர் பதற்றத்தைப் பார்த்து ஹொட்டல் பரிசாரகர்கள் ஆறுதல் படுத்தினார்கள். 'ஏதாவது விபத்து நடந்து விட்டதா? நான் இங்கே அவருக்குக் காத்து இருக்கிறேன் என்பது ஒருவருக்கும் தெரியாதே. நானே நடந்துபோய் ஹொட்டலில் அவரைத் தேடுவோமா?' என்றெல்லாம் சிந்தனை ஓடியது.

அந்த நேரம் செல்வா வந்தார். உணவுக்கான காசைக் கொடுத்துவிட்டுத் திரும்பும்போது திருமகள் கேட்டார். 'என்ன நடந்தது? ஏன் இவ்வளவு நேரம்? நான் பயந்துபோய்விட்டேன்.' செல்வா 'நான் பர்சை எடுத்துக்கொண்டு திரும்பியபோது என்னால் நடக்க முடியவில்லை. நெஞ்சை இறுக்கிப் பிடித்தது. நான் காரை எடுத்து வந்திருக்கிறேன். நீங்களும் நடக்கத்தேவை இல்லை. நாங்கள் காரிலேயே திரும்பலாம்' என்றார். திருமகள் சொன்னார் 'நாங்கள் முதல் வேலையாக ஒரு டொக்ரரைப் பார்ப்போம்.' செல்வாவும் நிச்சயம் செய்வதாக உறுதியளித்தார்.

ஹொட்டல் வந்தது. கார் நிறுத்தும் இடங்கள் ஹொட்டலுக்குக் கீழேதான் அமைந்திருந்தன. காரைக் கீழ்த்தளத்துக்கு இறக்கினார். ஆட்கள் நடமாட்டமே கிடையாது. நேரம் 11 மணியைத் தாண்டிவிட்டது. கார்களும் இல்லை. ஒரே நிசப்தம். முதல் தளத்தில் காரை நிறுத்துவதற்கு இடம் இல்லை. இரண்டாவது தளத்திற்கு காரை ஓட்டினார். இருவரும் இரண்டு பக்கமும் பார்த்தபடியே சுற்றினார்கள். அங்கேயும் இடமில்லை. ஆச்சரியமாக இருந்தது. மூன்றாவது தளத்துக்கு செல்வா காரைச் செலுத்தினார். திருமகள் இடம் இருக்கிறதா என இரு பக்கமும் கண்களால் தேடியபடியே இருந்தார். கார் பாதியில் நின்றது. 'இங்கே நிறுத்த வேண்டாம். இது பாதையல்லவா?' என்று சொல்லிக்கொண்டு திருமகள் திரும்பிப் பார்த்தார். அவரின் தலை இருக்கையில் சாய்ந்துபோய்க் கிடந்தது. கண் மூடியிருந்தது. அது பின்னர் திறக்கவே இல்லை.

செல்வாவின் கால் பிரேக்கை அழுத்தியபடியே கிடந்ததால் கார் தன் பாட்டுக்கு உருண்டு கீழே போகவில்லை. திருமகள் காரை பார்க்கில் போட்டார். செல்போன் செல்வாவின் பைக்குள் இருந்தது. கைகளை நுழைத்து செல்போனை வெளியே எடுத்து 911 அவசர நம்பரை அழைத்த அதே சமயம் மறு கையால் கார் ஹோர்னையும் ஒலித்தபடியே இருந்தார். 'என்னை விட்டுப் போகவேண்டாம், என்னை விட்டுப் போகவேண்டாம்' என்று திருமகள் கதறியது அவருக்குக் கேட்கவில்லை. சிறிது நேரத்தில் ஹொட்டல் காவல்காரர்கள் உதவிக்கு ஓடி வந்தார்கள். அவர்களைத் தொடர்ந்து அம்புலன்ஸ் வண்டியும் வந்தது. 45 நிமிடங்கள் உயிரைக் கொண்டுவர முயற்சி செய்தார்கள். கார்கள் நிறுத்தும் குளிர்ந்த சிமெந்துத் தரையில், சனிக்கிழமை முடிந்து ஞாயிற்றுக் கிழமை தொடங்கும் அந்த நேரத்தில், செல்வாவின் உடல் கிடத்தப் பட்டிருந்தது. வெகு விரைவில் அவர் உடம்பும் சிமெந்துத் தரைபோலக் குளிர்ந்துபோகும்.

பல வருடங்களுக்கு முன்னர் செல்வாவின் அப்பா, தமிழ்ப் பேராசிரியர் செல்வநாயகம் ஓய்வு பெற்ற பின்னர் ஒருநாள் கடைக்கு உரம் வாங்க காரில் புறப்பட்டார். அவரே காரை ஓட்ட, பக்கத்தில் அவருக்குத் தோட்ட வேலைகளில் உதவுபவர் உட்கார்ந்திருந்தார். பாதி வழியில் கார் நின்றது. அவருடைய தலை சாய்ந்து ஓட்டு வளையத்தின் மேல் வந்து நின்றது. கண் மூடி இருந்தது. அதன் பின்னர் அது திறக்கவே இல்லை. தகப்பனுடைய சாவு போலவே மகனுடையதும் இருக்கும் என யார் நினைத்திருப் பார்கள்?

செல்வா தன் சாதனைகளைப் பற்றிப் பேசுவதே கிடையாது. அபூர்வமாக ஏதாவது போகிற போக்கில் சொல்வார், அவ்வளவுதான். அவருடைய தனிப்பட்ட வாழ்க்கை பற்றி அவருடன் நெருக்கமாகப் பழகியவர்கள்கூட அறிய மாட்டார்கள். செல்வா இறந்த செய்தி கேட்டு இலங்கை கிராமம் ஒன்றில் வயதான சிங்கள மூதாட்டி ஒருவர் நிலத்திலே விழுந்து புரண்டு அழுதுகொண்டேயிருந்தார். செல்வாவின் இறுதி யாத்திரைப் புகைப்படம் ஒன்று வேண்டும் என்று பிடிவாதம் பிடித்ததால் ஒன்றை அவருக்கு அனுப்பி வைக்கவேண்டி நேர்ந்தது. அவருடைய பெயர் மெனிக்கே. செல்வா சிறுகுழந்தையாக இருந்தபோது அவரைப் பார்க்க நியமிக்கப்பட்ட தாதி. செல்வா பல்கலைக்கழகம் செல்லும் வரைக்கும் அங்கே வேலைக்கிருந்தார். 40 வருடங்களுக்கு மேலாக அவருடன் செல்வா தொடர்பில் இருந்தார். அவர் இரண்டாவது தாய்போல. சில வருடங்களுக்கு முன்னர் அவருக்கு விசாவும் விமான டிக்கெட்டும்

அனுப்பி அவரை கனடா வரவழைத்தார். செல்வா வீட்டிலே சில மாதங்கள் அவர் தங்கியிருந்துவிட்டு, பல பரிசுப் பொருள்களுடன் வீடு திரும்பினார்.

பேராசிரியர் செல்வா கனகநாயகம் அவருடைய ஸ்டேசன் வரமுன்னரே இறங்கிவிட்டார். அவர் மனைவிமேல் வைத்திருந்த அன்பும் மதிப்பும் அளவற்றது. மகள் ஷங்கரியைப் பற்றியோ, மகன் ஜெகனைப் பற்றியோ பேச்சு வந்தால் கண்கள் பெருமையில் மலரும். பேரப்பிள்ளைகள் என்றதும் அவை கனிவாக மாறும். நிலத்துக்குக் கீழே இரண்டாவது தளத்துக்கும் மூன்றாவது தளத் துக்கும் நடுவே நின்றுவிட்ட அவருடைய கார்போல நெடுநல்வாடை மொழிபெயர்ப்பு, ஆக்ஸ்ஃபோர்ட் பல்கலைக்கழகத்துப் பதிப்புக்காக மேற்கொண்ட_ 'Uprooting the Pumpkin' எனும் இலங்கை இலக்கியத் தொகுப்பு, தெற்காசிய ஆங்கில இலக்கிய வரலாறு, கவிதை, சிறுகதைகள் மொழிபெயர்ப்பு, இன்னும் பல ஆராய்ச்சிக் கட்டுரை வேலைகளும் பாதியிலேயே நின்றுவிட்டன.

அவர் இறந்துபோய் இரண்டு வாரங்கள் ஆகிவிட்டன. அமைதியான, இனிமையான அவர் குரலைக் கேட்கவேண்டும் என்று தோன்றும் போதெல்லாம் அவருடைய தொலைபேசியை நான் அழைப்பதுண்டு. தகவல் மெசினில் பதிந்த அவர் குரல் 'நான் இங்கே இல்லை' என்று ஆரம்பிக்கும். அவர் அடிக்கடி வெளிநாடு போகிறவர். வழக்கமாக அவர் வீட்டிலே இல்லை என்று நான் அனுமானிப்பேன். சில நேரங்களில் அவர் கனடாவில் இல்லை என்று எண்ணுவதும் உண்டு. அந்தத் தகவலை அவர் இந்த உலகத்தில் இல்லை எனவும் விளங்கிக்கொள்ளலாம் என்று அவர் நினைத்திருக்கவே மாட்டார்.

என்ன செய்வது?

இன்றைக்கும் மனைவி என் அலுவலக அறைக்கு வந்தார். இரண்டு கைகளையும் இடுப்பில் வைத்துக்கொண்டு ராணுவத்தைப் பார்வையிட வந்த ஜெனரல்போல இரண்டு பக்கமும் பார்த்தார். பல புத்தகங்கள் திறந்து நிலத்தில் கிடந்தன. நோட்டுப் புத்தகங்கள் பாதி எழுதியபடி சிதறியிருந்தன. கம்ப்யூட்டரில் நான் வேகமாகத் தட்டச்சு செய்துகொண்டிருந்தேன். மனைவி கேட்டார். 'இது வெல்லாம் குப்பையாகக் கிடக்கிறதே. ஒழுங்காய் அடுக்கி வைக்க ஏலாதா? அதன் பின்னர் எழுதினால் என்ன?' நான் சொன்னேன். 'நான் எழுதிக்கொண்டிருக்கிறேன்.'

மனைவி ஒவ்வொன்றாக அடுக்கி வைக்கத் தொடங்கினார். இது முக்கியமானது. நான் அவர் எங்கே வைக்கிறார் என்று பார்த்தால்தான் மறுபடியும் இழுத்து எடுத்து வேலையைத் தொடரலாம். ஆகவே நானும் சேர்ந்துகொண்டேன். இன்றைய எழுத்து முடிவுக்கு வந்தது அப்படித்தான்.

எனக்கு ஒரு கதை ஞாபகம் வருகிறது. யூன் 1815. வாட்டர்லூ (இப்பொழுது பெல்ஜியத்தில் இருக்கிறது) போர் நடக்கிறது. இங்கிலாந்துக் கோமகன் வெலிங்டனின் படைக்கும் பேரரசன் நெப்போலியனின் பிரெஞ்சுப் படைக்கும் இடையில் பெரும் போர் நிகழ்கிறது. ஒவ்வொரு விநாடியும் வாழ்வா சாவா என்பதுபோன்ற நிலை.

லண்டனிலிருந்து கணக்காளர்கள் ஓயாது வெலிங்டனுக்கு போர்க்களத்துக் கணக்கு விவரங்களை உடனுக்குடன் எழுதியனுப்பும் படி தொந்தரவு கொடுக்கிறார்கள். பொறுக்கமுடியாமல் வெலிங்டன் லண்டனுக்கு இன்றைக்கும் பேசப்படும் புகழ்பெற்ற கடிதம் ஒன்று எழுதினார். 'இன்றைய கணக்கு விவரங்கள். ஒரு ஷில்லிங் 9 பென்ஸ் கணக்கில் இடிக்கிறது. ராஸ்ப்பெர்ரி ஜாம் போத்தல் ஒன்றைக் காணவில்லை. மேன்மைதங்கிய அரசரின் சேவகர்களுக்கு லண்டனில் என்ன வேண்டும்? ஜாம் போத்தலைக் கண்டுபிடிக்கவேண்டுமா? அல்லது நான் நெப்போலியனை அடித்துத் துரத்த வேண்டுமா?'

நான் என்ன செய்யவேண்டும்? யாராவது சொல்லுங்கள். அறையைத் துப்புரவாக்க வேண்டுமா? அல்லது எழுத வேண்டுமா? ❖

அ. முத்துலிங்கம்

எங்கள் வீட்டு மணிக்கூடு

அது மிகப் பழைய மணிக்கூடு. மனைவி சொல்கிறார் அதற்கு 40 வயது இருக்கும் என்று. நான் அப்படி நினைக்கவில்லை. இன்னும் 20 வருடம் கூடுதலாகக்கூட இருக்கலாம். ஒவ்வொரு மணிக்கும் டங் டங் என்று இசையுடன் அடிக்கும். ஐந்து மணிக்கு, ஐந்து டங், ஆறு மணிக்கு ஆறு டங். இப்படி எங்கள் வீட்டு வாழ்க்கையில் அவ்வப்போது மணி பார்த்து அதன் பிரகாரம் சகல காரியங்களும் நிறைவேறிக்கொண்டிருந்தன. பிரச்சினை வரும் வரைக்கும்.

ஒருநாள் மணி ஐந்து காட்டியது, நாலு டங் அடித்தது. சரி, ஞாபகப்பிசகாக இருக்கலாம் என நினைத்தோம். ஆறு மணி வந்தபோது ஐந்து அடித்தது. தொடர்ந்து மணிக்கூடு எண்ணிக்கை யில் பிழைவிட்டுக்கொண்டே வந்தது. என்னுடைய மனைவி மணிக்கூட்டைத் திறந்து பார்த்துத் திருத்தச் சொன்னார். எனக்கு அதிசயமாக இருந்தது. நான் என்ன மணிக்கூடு திருத்துபவனா? என்னை அவர் நல்லாக அறிவார். நான் செய்யும் ஆகக் கடுமை யான உடல் உழைப்பு பல்ப் மாற்றுவதுதான். ஏணியைத் தூக்கிக் கொண்டுவந்து வைத்து அதன்மீது ஏறி சுட்டுப்போன பல்பைக் கழற்றிவிட்டு புது பல்ப் மாட்டுவது. அதைச் செய்து முடிப்பதற்கு எனக்குக் கிட்டத்தட்ட ஒரு மணித்தியாலம் தேவைப்படும். ஒரு வேளை அதனிலும் சுலபமான வேலை இது என்று அவர் நினைத்திருக்கலாம்.

சிறுவயதில் ஒருமுறை ஆர்வம் காரணமாக எங்கள் வீட்டுக் கடிகாரத்தை நான் திறந்து பார்த்திருக்கிறேன். ஒன்றுமே புரிய வில்லை. ஒவ்வொன்றாகத் திறந்து அடி ஆழத்துக்குப் போனேன். திறந்தது மாதிரியே மிகவும் எச்சரிக்கையாகப் பூட்டினேன். பூட்டிமுடிந்தபோது ஒரு ஸ்குரூவும் ஒரு சில்லும் மிஞ்சிப்போயின. கடிகாரம் பார்த்து நேரம் அறியும் வழக்கம் வீட்டில் அன்றுடன் அற்றுப்போனது. பழையபடி சேவல்கூவி நேரம் கணித்துக் கொண்டோம்; அல்லது நிழலைக் காலால் அளந்து நேரம் கணித்துக்கொண்டோம்; அல்லது நாலுமணிப்பூப்பூத்து நேரம் கணித்துக்கொண்டோம். அல்லது ரயில் கூவும் சத்தத்தை வைத்து நேரம் கணித்துக்கொண்டோம்.

எங்கள் வீட்டு மணிக்கூட்டைச் சுவரிலிருந்து லேசாக இறக்க முடியாது. வயிற்றுடன் சேர்த்துத் தூக்கிக்கொண்டுதான் இறக்க வேண்டும். மனைவி சொல்கிறாரே என்று துணிச்சலை வரவழைத்துக் கொண்டு திறந்து பார்த்தேன். ஒரு தானம்தானே பிழைக்கிறது, ஆகவே சின்னப் பிழையாகத்தான் இருக்கவேண்டும். ரஸ்ய எழுத்தாளர் கோகொல் எழுதிய சிறுகதை ஒன்றில் கதாநாயகன், சூட்டடுப்பில் இருந்து மனைவி இறக்கிய ரொட்டியைச் சாப்பிடுவதற்காகக் கத்தியால் வெட்டுவார். உள்ளே மனித மூக்கு ஒன்று கிடக்கும். அவர் எத்தனை அதிர்ச்சி அடைந்திருப்பார். அப்படியான அதிர்ச்சிதான் எனக்கும் கிடைத்தது. உள்ளே எங்கே பார்த்தாலும் சில்லுகளும் பல்லுகளும். எங்கே தொடங்கி எங்கே முடிகின்றன என ஒன்றுமே தெரியவில்லை.

மணிக்கூட்டைச் சுமந்துகொண்டு ரொறொன்ரோவில் கடிகாரம் திருத்தும் சீனாக்காரர் ஒருவரிடம் போனேன். அவர் மணிக்கூட்டைத் தூரத்தில் பார்த்ததுமே கையை நீட்டி ஏதோ தொற்றுநோய்க்காரனைத் துரத்துவதுபோல என்னைத் துரத்தினார். 'அது மிகமிகப் பழமையானது. அதைத் திருத்தமுடியாது' என்றார். நான் 'நீர் மணிக்கூடு பற்றிப் படித்தவர். நான் படிக்காதவன். என்னாலும் முடியாது. உம்மாலும் முடியாது. அப்ப உமக்கும் எனக்கும் என்ன வித்தியாசம்?' என்றேன். அவருக்குக் கொஞ்சம் ரோசம் வந்துவிட்டது. அவர் கைநீட்டி உதவிசெய்ய நான் மணிக்கூட்டை இறக்கி வைத்தேன். 'பெரிய பிழை ஒன்றுமில்லை. மணி அடிக்கும்போது ஒரு தானம் வித்தியாசப்படுகிறது' என்றேன்.

இரண்டுவாரம் கழித்துப் போய் மணிக்கூட்டை மீட்டேன். சிரித்துக்கொண்டே சீனாக்காரர் அது சரியாக வேலை செய்வதாகச் சொன்னார். 'இதற்கு உதிரிப்பாகங்கள் கிடையாது. நானாகச் செய்து போட்டேன். எந்தக் காரணம் கொண்டும் முள்களைக் கையால் திருப்பி வைக்கவேண்டாம்' என்றார். வீட்டிலே கொண்டுவந்து மணிக்கூட்டை மாட்டியதும் அது ஒரு மணிக்கு ஒன்று அடித்தது. இரண்டு மணிக்கு இரண்டு அடித்தது. ஞாபகமாக எல்லாத் தானங்களையும் சரியாகவே இசை பிசகாமல் ஒலித்தது. இப்படி ஒரு ஆறு மாதம் சுமுகமாகக் கழிந்தது.

மறுபடியும் கடிகாரம் தான் நினைத்தபடி அடிக்கத் தொடங்கியது. அதாவது ஓர் ஒழுங்குமுறை இல்லை. கண்ட பாட்டுக்கு ஏதாவது ஒரு தானத்தை ஏதாவது ஒரு நேரத்துக்கு அடித்தது. முன்பு என்றால் ஒரு தானம் குறைய அடித்தது. இப்போது அப்படியில்லை. தாறுமாறாக அடித்ததால் ஒன்றுமே புரியவில்லை. மறுபடியும் சீனாக்காரரிடம் போனேன். அவர் ஆராய்ந்து

பார்த்துவிட்டு மணிக்கூடு சரியாகத்தான் வேலை செய்கிறது. இது நூறு வருடங்களுக்கு முன்னர் செய்யப்பட்ட அருமையான மணிக்கூடு. அருமையாக நேரத்தையும் காட்டுகிறது. அதனால் நேரத்தைக் காட்டட்டும். ஆனால் மணியடிப்பதை நிறுத்திவிடுகிறேன் என்றார். நானும் சம்மதித்தேன்.

வீட்டிலே வந்து மணிக்கூட்டைச் சுவரிலே மாட்டியதும் வீடு முன்போலவே இல்லை. வேறு யாருடையவோ வீடுபோல மாறிப்போனது. முன்பு என்றால் வீட்டில் எங்கே இருந்தாலும் அது எழுப்பும் இசை ஒலியை வைத்து மணியைக் கண்டுபிடிப்போம். இப்போ அப்படியில்லை. கைக்கடிகாரத்தில் அல்லது செல்போனில் மணியைப் பார்த்தோம். ஓடியாடி விளையாடிய குழந்தை இல்லாததுபோல வீடு வெறுமையாகிப்போனது. மனைவி ஒருநாள் சொன்னார் ‘அது எந்த நேரத்துக்கு எத்தனை மணி அடித்தாலும் பரவாயில்லை. மணிக்கூட்டின் இசை இல்லாமல் வீடு ஏதோ போல இருக்கிறது. பழையபடி மணி அடிக்க வையுங்கள்’ என்றார். ‘ஒரு வீடு மகிழ்ச்சியாக இருப்பதற்கு வீட்டிலே தொடர்ந்து இசை ஒலிக்கவேண்டும். சத்தம் இல்லாத மணிக்கூடு சூரியக் கடிகாரம் போலத்தான்’ என்றார்.

அவர் சொன்னது உண்மை. சூரியக் கடிகாரம் சத்தம் போடாது. நான் பாகிஸ்தானில் இருந்தபோது ஒரு சூரியக் கடிகாரத்தைப் பார்த்திருக்கிறேன். உலகத்தில் வேலைசெய்யும் சூரியக் கடிகாரம் அது ஒன்றுதான் என்று அதை எங்களுக்குக் காட்டிய ராணுவ மேஜர் சொன்னார். பாகிஸ்தான் ஆப்கானிஸ்தான் எல்லையில் லாண்டிக்கோட்டல் என்னும் இடத்தில் அது நின்றது. என்ன மாதம், என்ன தேதி என்று லீவரைத் திருப்பி வைத்தால் நடுவே செங்குத்தாக நிற்கும் முள்ளின்மேல் சூரியன் விழுந்து நிழல் உண்டாகும். அதில் சரியாக இத்தனை மணி இத்தனை நிமிடம் என்று தெரிந்துகொள்ளலாம். என்னுடன் வந்த நண்பர் ‘இரவிலும் மணி பார்க்க முடியுமா?’ என்று கேட்டார். ராணுவ அதிகாரி சிரிப்பை அடக்கிக்கொண்டு ‘ஏன் முடியாது. இரவிலே ரோர்ச் லைட் அடித்துப் பார்ப்போம்?’ என்று சொன்னார். இன்றுகூட அந்த நண்பர் அதை நம்பிக்கொண்டிருக்கிறார் என்றே நினைக்கிறேன்.

நான் மீண்டும் சீனாக்காரரிடம் போனேன். அவர் மறுபடியும் இசைமணி ஒலிக்க வைத்தார். ஆனால் அது மணியடித்த முறை மட்டும் புரியவே இல்லை. தாறுமாறாக அடித்தது போலவே பட்டாலும் ஓர் ஒழுங்கு முறை இருந்தது. மணிக்கூடு ஒன்று

அடித்தால் மூன்று மணி காட்டியது. இரண்டு அடித்தால் ஐந்து மணி காட்டியது. ஒரு பட்டியல் போட்டு அதைச் சுவரிலே ஒட்டி வைத்தோம்.

    1 அடித்தால் – 3 மணி
    2 அடித்தால் – 5 மணி
    3 அடித்தால் – 4 மணி
    4 அடித்தால் – 7 மணி
    5 அடித்தால் – 6 மணி
    6 அடித்தால் – 9 மணி
    7 அடித்தால் – 8 மணி
    8 அடித்தால் – 10 மணி
    9 அடித்தால் – 11 மணி
    10 அடித்தால் – 12 மணி
    11 அடித்தால் – 1 மணி
    12 அடித்தால் – 2 மணி

நானும் மனைவியும் இந்தப் பட்டியலை முடித்துவிட்டுப் பெருமைப்பட்டோம். இனிமேல் பிரச்சினை இல்லை. நிம்மதி. நேரமும் தெரியும். இசையும் கேட்கும்.

அடுத்தநாள் ஞாயிறு 11, மார்ச் 2012, அன்றுதான் பகல் வெளிச்சம் சேமிப்பு ஆரம்பம். ஒரு மணித்தியாலத்தை முன்னுக்குத் தள்ளிவைக்கும் நாள்.

மாட்டுத் திருடர்கள்

உலகத்திலேயே ஆதித்திருட்டு என்னவென்று ஆராய்ந்தால் அது மாட்டுத் திருட்டாகத்தான் இருக்கும். ஒரு காலத்தில் மாடுகள் தான் மனிதனின் செல்வம். 3000 வருடங்களுக்கு முந்திய ரிக் வேதம்கூட மாட்டுத் திருட்டு பற்றிச் சொல்கிறது. அந்தக் காலத்தில் ஓர் அரசன் போர் தொடங்க வேண்டுமானால் எதிரி அரசனுடைய மாடுகளைத் திருடிவிடுவான். இதற்கு 'ஆநிரை கவர்தல்' என்று பெயர். அரசனே திருடுவதில் வெட்கம் கிடையாது; அது ஒருவிதப் போர் உத்திதான். பாண்டவர்கள் 12 வருடங்கள் காட்டிலே வாழ்ந்துவிட்டு ஒரு வருடம் விராடனுடைய மத்ஸய ராச்சியத்தில் ஒளிந்து வாழ்ந்தார்கள். அவர்கள் அங்கே மறைந்திருக்கிறார்கள் என்று சந்தேகம் கொண்ட துரியோதனன் சுசர்மனுடன் கூட்டுச் சேர்ந்துகொண்டு விராடனுடைய தேசத்து மாடுகளைக் கவர்ந்தான். துரத்திச் சென்ற விராடனையும் சிறைபிடித்துக் கட்டிவைத்தான். பீமன் சென்று விராடனை மீட்டு வருவதாகக் கதை போகும்.

சங்கப் பாடல்களிலும் ஆநிரை கவர்வது பற்றிய செய்தி வருகிறது. புறநானூற்றில் உலோச்சனார் என்ற புலவரின் அருமை யான பாடல் உள்ளது. 'காரைப்பழ மது உண்டு, மாமிசம் தின்று தன்னுடைய எச்சில் கையை வில்லிலே துடைப்பவன் மறுபடியும் புறப்படுகிறான். தான் கவர்ந்த ஆநிரைகளை ஊருக்கெல்லாம் தந்துவிடுவான்.' எதிரி நாட்டின் மாடுகளைக் கவர்ந்து தன்னுடைய குடிமக்களுக்குக் கொடுக்கும் அரசர்கள் இருந்திருக்கிறார்கள் போலும். இதிலே அதிசயிக்க வைக்கும் செய்தியும் இருக்கிறது. ஆநிரை கவர்பவர்கள் வெட்சிப்பூவைச் சூடிப் புறப்படுவார்கள். மாடுகளை மீட்பவர்கள் கரந்தைப் பூவை அணிந்து செல்வார்களாம். எதிரி கவர்ந்து ஓட்டிக்கொண்டு போன மாடுகளை அவசரமாக மீட்கப் புறப்பட்டவன் மாட்டைத் துரத்திப் போவானா அல்லது கரந்தை மலரைத் தேடிப் போவானா? அது தெரியவில்லை.

அமெரிக்காவில் ஒரு காலத்தில் மாட்டுக்காவலர்களின் (cowboys) ஆட்சிதான் நடைபெற்றது. அவர்கள் மாடுகளைக் காவல் காப்பதும், திருடர்கள் திருடிச்செல்வதும் அவ்வப்போது நடந்தது. காவல் காப்பது என்றால் துப்பாக்கி தேவை. வேகமாகவும் குறி தவறாமலும் சுடும் வல்லமை படைத்த மாட்டுக் காவல்காரர்களுக்கு

ஒரு பிரபல்யம் இருந்தது. மற்றவர்களுக்கு ஒரு படிப்பினையாக இருக்க பிடிபட்ட மாட்டுத்திருடனை ஊரின் நடுவிலே தூக்கில் தொங்கவிட்டார்கள். யார் இலக்கு தவறாமல் வேகமாகச் சுடுவார் என்பதை அடிக்கடி நிஜ சண்டைகள் மூலம் உறுதிசெய்யவேண்டி நேர்ந்தது. அமெரிக்க நடிகர் ஜோன்வெயின் நடித்த ஒரு படத்தில் அவர் மாட்டுத் திருடர்களைப் பிடிக்கும் அதிகாரியாக வருவார். மாட்டுத் திருடனைப் பிடிப்பதற்கு மாட்டுத் திருடன் போல சிந்திக்கவேண்டும். ஒரு மாட்டுத் திருடனை அவர் உதவியாளாக வைத்து, திருடர்களைப் பிடிப்பார்.

மாட்டுக் காவலர்களின் காலமும் மாட்டுத் திருடர்களின் காலமும் முடிந்துவிட்டது என்றுதான் நான் எண்ணியிருந்தேன். சமீபத்தில் அமெரிக்கா போனபோது அந்த எண்ணத்தை மாற்றவேண்டி நேர்ந்தது. மொன்ரானா மாநிலத்துத் திறந்தவெளி மாட்டுப்பண்ணை ஒன்றில் மூன்று நாட்கள் தங்கினேன். அதன் பெயர் ஜேபார்எல். மலைகளால் சூழப்பட்ட திறந்தவெளிப் பசும் புல்லை மாடுகள் அங்கங்கே மேய்ந்துகொண்டிருந்தன. காதுகளில் பிளாஸ்டிக் சீட்டுகள் தொங்கின. அதிலிருக்கும் எண்தான் அந்த மாட்டின் அடையாளம். மாடுபற்றிய எல்லா விவரங்களும் அந்த எண்ணின் கீழ் கம்ப்யூட்டரில் பதிவாகியிருக்கும். எங்களுடன் ஒரு மாட்டுக்காவலர் பண்ணையைச் சுற்றிக் காட்டுவதற்காக வந்திருந்தார். அவருடைய பெயர் ஜவலினோ. 200 வருடங்களாக மாட்டுக்காவலர்கள் அணியும் அதே மாதிரியான உடையை அணிந்திருந்தார். தலையிலே தொப்பி, காலில் பூட்ஸ்; அகலமான, நடுவிலே உலோக அடையாளம் பதித்த பெல்ட். இடுப்பிலே துப்பாக்கி. கம்பீரமான தோற்றம். ஆனால் துப்பாக்கிச் சண்டை மாத்திரம் கிடையாது. எத்தனை ஹொலிவுட் திரைப்படங்களில் பார்த்திருக்கிறோம், அதே போலத்தான் தோற்றமளித்தார். முகம் கொஞ்சம் முன்னுக்கு நீண்டிருக்கும். இருபது வயது இளைஞன். 15 வயதிலேயே வீட்டைவிட்டு ஓடிவந்து மாட்டுப்பண்ணையில் சேர்ந்திருக்கிறார். சிறுவயதில் இருந்தே ஒரு மாட்டுக்காவலன் ஆகவேண்டும் என்பதுதான் அவருடைய வாழ்நாள் லட்சியம். தனக்குப் பிடித்த வேலை செய்யும் ஒருவரின் முகத்தில் இருக்கும் பிரகாசம் அவர் முகத்தில் இருந்தது.

20,000 ஏக்கர் பண்ணையில் 2000 மாடுகள் பராமரிக்கப்பட்டன. மாட்டினுடைய கண்கள் பக்கவாட்டில் இருப்பதால் அவை ஒரே சமயத்தில் 330 டிகிரி அகலத்துக்குப் பார்க்கும் வசதி கொண்டவை. நீண்ட அலைவரிசை கொண்ட சிவப்பு கலரை அவற்றின் கண்கள் சட்டென்று கண்டுபிடிக்கும். மற்ற வர்ணங்கள் கொஞ்சம் தாமத மாகும். அதனுடைய கண் அமைப்பும் வரப்போகும் ஆபத்தை

உடனுக்குடன் கிரகித்துக்கொள்ளாது. ஒரு கரடி பாதித் தூரம் கடந்து வந்த பின்னர்தான் மாடுகள் ஓடத் துவங்கும். காலை தொடங்கி மாலைவரை புல் மேய்ந்துவிட்டு ஓய்வாகப் படுத்து இரைமீட்கும். இரவில் திறந்த வெளியிலேயே உறங்கும். பனிக் காலத்தில் மாடுகளைக் குளிர் இல்லாத பிரதேசத்துக்கு விரட்டிச் சென்று விடுவார்கள். அது முடிந்ததும் மறுபடியும் பண்ணைக்கு மாடுகள் திரும்பும். பிளாஸ்டிக் அடையாள அட்டையைத் தவிர மாடுகளுக்கு வயிற்றிலே பக்கவாட்டில் குறியும் சுட்டிருக்கும்.

பண்ணை மாடுகளுக்குத் திருடர்கள் மாத்திரமல்ல எதிரி. பக்கத்துக் காட்டிலே உள்ள ஓநாய், கரடி, மலைச் சிங்கங்களாலும் ஆபத்து உண்டு. பெரிய மாடுகள் தங்களைப் பாதுகாத்துக்கொள்ளும். ஆனால் கன்றுகள் சுலபமாக அவற்றுக்கு இரையாகிவிடும். மாட்டுக்காரர்களிடம் ஒரு தந்திரம் இருந்தது. பண்ணையைச் சுற்றியுள்ள காடுகளில் வசிக்கும் எல்க் மான் மே மாதத்தில் குட்டி போடும். அதே மாதத்தில் மாடுகளும் கன்றுகள் ஈனும் விதமாக அவற்றைப் பத்து மாதங்களுக்கு முன்னரே கருத்தரிக்க வைத்து விடுவார்கள். எல்க் குட்டிகள் பிறக்கும் மே மாதத்தில் மாடுகளும் கன்றுகளை ஈனும். காட்டில் உள்ள கரடிகளும் ஓநாய்களும் மலைச்சிங்கங்களும் எல்க் குட்டிகளை வேட்டையாடும் மும்முரத்தில் மாட்டுக் கன்றுகளைக் கவனிப்பதில்லை. ஒருவாறு கன்றுகள் வன விலங்குகளிடமிருந்து தப்பிவிடும்.

'இந்தப் பண்ணை லாப நோக்கத்தோடு நடத்தப்படுவதில்லை. மனிதர்களின் ஆரோக்கியம், சுற்றுச்சூழல், மாடுகள், இயற்கை எல்லாவற்றின் நன்மையையும் அனுசரிக்கும் வகையில் நடத்து கிறோம். 200 வருடங்களுக்கு முன்னர் எப்படி மாட்டுக்காவலர்கள் மாடுகளைப் பராமரித்தார்களோ அப்படியே இன்றைக்கும் அவை இயற்கையோடு ஒட்டி வளர்க்கப்படுகின்றன. புல் பிரதேசங்களில் சுதந்திரமாக உலவுகின்றன. தடுப்பூசிகளோ வேறுவிதமான செயற்கை உணவுகளோ கிடையாது. ஏதாவது விபத்து அல்லது நோய் காரணமாக ஊசி போட நேர்ந்தால் அந்தமாடு பண்ணை யிலிருந்து அகற்றப்பட்டுவிடும். இயற்கை முறையில் பேணப்பட்ட மாடுகளின் இறைச்சியில் ஒருவிதக் கலப்படமும் இருக்கக்கூடாது. மனிதனுக்கு ஆரோக்கியம், மாடுகளுக்குக் கெடுதல் இல்லை. இயற்கையும் பாழாவதில்லை. மாட்டுச் சாணம் நிலத்துக்கு உரமளித்து அதை மீட்கிறது. Everybody gains' என்றார்.

இயற்கையோடு ஒத்து அவர்கள் பண்ணை நடக்கிறது என்பதில் சந்தேகம் இல்லை. அன்று பின்னேரம் பண்ணையைச்

சுற்றிப் பார்த்தபோது ஒரு காட்சி காணக்கிடைத்தது. எல்க் மிருகத்தை ஓநாயோ மலைச்சிங்கமோ வேட்டையாடியிருக்க வேண்டும். கழுகுகள் அதன் வயிற்றைக் கொத்திக் குடலை இழுத்துக் கொண்டிருந்தன. அகநானூற்றுக் காட்சி ஒன்று நினைவுக்கு வந்தது. 'கயிறுகட்டிய வாக்குப் பெட்டிகளை அதிகாரிகள் உடைத்து ஓலைகளை இழுத்தெடுப்பதுபோல கழுகுகள் போரில் மடிந்த வீரர்களின் குடல்களை வெளியே இழுத்தன.' இரண்டாயிரம் ஆண்டுகளுக்கு முன்னரே வாக்குப் பெட்டிகளும் வாக்கு ஓலை களும் இருந்தன. இறந்து கிடந்த எல்க் மானைக் கண்ணுற்ற அந்த நேரத்தில்கூட எனக்கு, எப்படி புலவருக்கு அந்த அற்புதமான உவமை தோன்றியது என்ற வியப்புத்தான் மேலெழுந்தது.

மாட்டுக் காவல்பெண்ணை அறிமுகப்படுத்தியபோது நான் அதைச் சிறிதும் எதிர்பார்க்கவில்லை. ஆண்கள் மாதிரியே அவளும் உடையணிந்திருந்தாள். விளக்குச் சுடர் நீலக் கண்கள். உருண்டு முறுக்கேறிய கைகள். மெல்லிய இடையில் பெரிய பெல்ட். இடுப்பில் துப்பாக்கியுடன் ஒரு பெண் தோன்றும்போது ஏற்படும் உணர்ச்சியே வேறு. அவள் நடந்தபோது துப்பாக்கி அசைய, அவளுடைய பின்பாகம் இடமும் வலமுமாக நகர்ந்தது. ஒரு கணம் நிலத்திலே நின்றாள். அடுத்தகணம் குதிரையின் மேல் அமர்ந்திருந் தாள். அத்தனை வேகம். சுருக்குக் கயிறு எறிந்து மாடுகள் பிடிப்பதில் அவளை மிஞ்ச வேறு ஆட்கள் இல்லையென்றார் ஜவலினோ. அன்று 600 மாட்டுக் கன்றுகளுக்குக் குறிசுடும் நாள். அதிகாலையிலேயே வேலை தொடங்கிவிட்டது. குதிரையில் இருந்தபடியே இந்தப் பெண் கயிறு வீசிக் கன்றுகளை இழுத்து வந்தாள். நெருப்பில் பழுக்கக் காய்ச்சிய இரும்பில் J L என்ற எழுத்துகளைக் கன்றின் உடம்பில் அழுத்திச் சுட்டார்கள். ரோமம் பொசுங்கி எரியும் மணம் சூழ்ந்தது. சுருக்குக் கயிற்றைத் தளர்த்தியதும் கன்று துள்ளி எழுந்து ஏதோ பரிசு கிடைத்ததுபோலத் தாயிடம் ஓடியது. அதற்கு வலி இருந்ததாகவே தெரியவில்லை. ஆயிரம் தாய் மாடுகள் 'ம்மா ம்மா' என்று ஒலி எழுப்பியபடி தடுப்புக்கு அப்பால் காத்து நின்றன. அத்தனை மாடுகளில் தாயைச் சரியாகக் கண்டுபிடித்து கன்று போய்ச் சேர்ந்துகொண்டது. அந்தக் காட்சியை அலுக்காமல் பார்த்துக்கொண்டே நிற்கலாம். ஒரு கன்றுகூட கண நேரம் தாயைத் தேடியது கிடையாது. ஏதோ ஒரு GPS அங்கே வேலை செய்தது.

இரவு பிறந்ததின விருந்து, அநேக மரத்தூண்கள் கொண்ட ஒரு மண்டபத்தில் நடந்தது. மாட்டுக்காவல் பெண்ணும்

வந்திருந்தார். அன்று காலையில் பார்த்த பெண் அவர்தான் என்று சொல்லவே முடியாது. கிண்ணத்தில் வழியும் ஐஸ்கிரீம்போல பொங்கிக் கீழே இறங்கும் மென்சிவப்பு ஆடை. தலையில் தொப்பி இல்லை, பூ இருந்தது. பிறந்தநாள் கொண்டாடும் இளைஞனைப் பார்த்து 'உனக்குப் பத்தொன்பதா? நம்பவே முடியவில்லை. போன வருடம் தானே 18 நடந்தது' என்றார். இடம் கலகலப்பானது. ஓர் ஆடை ஒருவரை முற்றிலும் மாற்றிவிடுகிறது. அவர் கவிதை எழுதுவ தாகச் சொன்னார். சமீபத்தில் பனிப்புயல் அடித்தபோது 'பனிப் புயல்' என்ற தலைப்பில் கவிதை எழுதி பத்திரிகைக்கு அனுப்பியதாகச் சொன்னார். ஆனால் திரும்பி வந்துவிட்டது. ஆசிரியருடைய குறிப்பு 'இதே தலைப்பில் இந்த வாரம் 10 கவிதைகள் வந்திருந்தன' என்று சொன்னதாம். நீங்கள் 'மாடுகள்' என்ற தலைப்பில் கவிதை எழுதலாமே என்றேன். அவர் கேள்விப்பட்டிராத ஓர் அபூர்வ விலங்கை நான் சொன்னதுபோல என்னைப் பார்த்தார்.

'மாடுகள் ஏன் எப்போது பார்த்தாலும் துக்கமாக இருக் கின்றன?' என்று அவரிடம் கேட்டேன். 'இருக்காதா? பின்னே அவற்றின் காதிலே இருக்கும் அட்டையில் அவை எப்போது இறைச்சியாக்கப்படும் என்று எழுதியிருக்கிறதே' என்றார். 'மாடுகளுக்குக் குறிசுடுவது இந்த நவீன யுகத்தில் அவசியமா?' எனக் கேட்டேன். 'எவ்வளவுதான் உலகம் முன்னேறினாலும் முன்னர்போல மாட்டுத் திருடர்கள் இன்றைக்கும் இருக்கிறார்கள். மாட்டைத் திருடியவுடன் காது அடையாளச் சீட்டை அகற்றி விடுவார்கள். ஆனால் குறி சுட்ட மாட்டை அவ்வளவு சுலபமாக மறைக்க முடியாது. இரண்டு வாரங்களுக்கு முன்னர் இரவு நேரம் திருடர்கள் பண்ணைக்குள் புகுந்து பெரிய ட்ரக் வண்டியில் 50 மாடுகளை ஏற்றிக்கொண்டு போய்விட்டார்கள். நல்லாய்க் கொழுத்த உத்தமமான மாடுகளைத்தான் திருடிச் சென்றிருக்கிறார்கள். இரண்டுதரம் இப்படித் திருட்டுப் போனால் வருடத்தில் அரை மில்லியன் டொலர் நட்டம் ஏற்படும். திருட்டை நிறுத்தமுடியாது. 20,000 ஏக்கர் நிலத்துக்குக் காவல் போடுவதும் சிரமமான காரியம். என்றைக்கும்போல மாட்டுத் திருட்டில் சம்பாதிப்பது மிக இலகுவாகத்தான் இருக்கிறது.'

மூன்று நாள் கழித்து நான் திரும்பிக்கொண்டிருந்தேன். மாடுகள் ரோட்டின் ஒரு பக்கத்தில் இருந்து மறுபக்கத்துக்குக் கடந்தன. நாங்கள் வாகனத்தை நிறுத்திவிட்டு பத்து நிமிடம் காத் திருந்தோம். எங்கே போகிறோம் என்ற இலக்கில்லாமல் முன்னுக்குப் போன மாடு எடுத்த முடிவின் பிரகாரம் அவை ஒருவித அவசரமும் இல்லாமல் வரிசையாக நடந்தன. ஒரேயொரு மாடு வாகனத்துக்குக்

கிட்ட வந்து உற்றுப் பார்த்துக்கொண்டு சிறிது நேரம் நின்றது. மாட்டின் கண்களை அத்தனை சமீபத்தில் பார்க்கக் கிடைத்தது அன்றுதான். அதனுடைய கண்ணுக்கும் மூளைக்கும் தொடர்பு கிடையாது. உணர்ச்சி இல்லாத வெறும் பார்வை. பின்னர் நடக்கத் தொடங்கியது. அதனுடைய உடம்பில் பக்கவாட்டில் JL என்று பொறிக்கப்பட்டிருந்தது. அன்றிரவே அதை யாராவது மாட்டுத் திருடர்கள் திருடிச் செல்லலாம். அதன் காதில் தொங்கிய அடையாள அட்டையில் அது உணவாகப்போகும் தேதி குறித்திருந்தது. அதற்கு ஒன்றுமே தெரியாது. துக்கமாக முகத்தை வைத்துக்கொண்டு குனிந்து நிலத்தைத் தொடுவதுபோல வாயால் உரசிக்கொண்டு அசைந்து போனது.

இன்றைய நாள்

இன்று முதலைகளைப் பற்றிப் படிக்கும் நாள். காலை யிலிருந்து அதைத்தான் செய்கிறேன். புத்தகத்தில் படிப்பதும் ஏதாவது புதுச் சந்தேகம் ஏற்பட்டால் கம்ப்யூட்டரில் தேடுவதுமாக நீண்ட நேரம் என் ஆராய்ச்சி நடந்தது. நான் ஒருமுகமாக வேறு கவனம் இல்லாமல் இந்த ஆய்வில் மூழ்கியிருந்ததைப் பார்ப்பவர்கள் நான் ஏதோ முனைவர் பட்டத்துக்குத் தீவிரமாகப் படிப்பதாக நினைத்திருப்பார்கள்.

முதலைகள் குளிர் ரத்தப் பிராணிகள். அவை சாப்பிட்ட உணவு செரிக்க நீண்ட நாட்கள் எடுக்கும். மீன்களைச் சாப்பிடும். நீர்நிலைகளில் காத்திருந்து தண்ணீர் குடிக்கவரும் விலங்குகளைத் தாக்கி அவற்றை நீரிலே மூழ்கவைத்துக் கொன்று பின்னர் உண்ணும். எலும்புகளைக் கரைக்கும் திரவம் வயிற்றிலே உண்டாகி செரிப்பதற்கு உதவும். சில முதலைகள் கூழாங்கற்களை விழுங்கி செரிப்பதைத் துரிதப்படுத்துவதும் உண்டு.

பெண்முதலை ஆற்றின் கரையிலே இலை தழைகளைக் குவித்து அதற்குள் முட்டையிட்டுக் காவல் காக்கும். 80 நாட்களில் முட்டை பொரித்து 30–40 குஞ்சுகள் வெளிப்படும். இவற்றை தாய் உட்கார்ந்து பொரிக்கவைப்பதில்லை. அவை சூரிய வெப்பத்தில் இலை தழை உக்கும்போது கிடைக்கும் சூட்டில் தானாகவே பொரிக்கும். முதலைக்குஞ்சு ஆணா பெண்ணா என்பதைத் தீர்மானிப்பது அந்தச் சூடுதான். வெப்பத்துக்குத் தகுந்தபடி சில வேளை எல்லா முட்டைகளும் ஆணாகப் பொரிக்கும் அல்லது எல்லாமே பெண்ணாகப் பொரிக்கும். தாய் முதலை குஞ்சுகளை வாயில் கவ்விச் சென்று நீரில் விடும். பின்னர் தாயும் தகப்பனுமாக அவற்றைப் பாதுகாக்கும். இரண்டு வாரத்தில் தாமே இரையைத் தேட குஞ்சுகள் கற்று தாயைப் பிரிந்துபோய்விடும்.

இந்த இடம் வந்தபோது எனக்கொரு சந்தேகம் வந்தது. ஐங்குறுநூற்றில் ஓரம்போகியாருடைய பாடல் ஒன்று வருகிறது. 'தன் பார்ப்புத் தின்னும் அன்பில் முதலையோடு' என்று. தன் பிள்ளைகளைத் தானே தின்னும் முதலையின் நாட்டைச் சேர்ந்தவன் என்பதாகப் பொருள் தரும் பாடல். முதலை அதனுடைய பிள்ளையைத் தின்னுமா என்பதுதான் கேள்வி? முட்டையிட்டு 80

நாள்வரை காவல்காத்து, குஞ்சுகளை சேமமாக ஆற்றுக்கு இட்டுச்சென்று அதன் பின்னரும் பாதுகாப்புக் கொடுக்கும் முதலை தன் குஞ்சை சாப்பிடுமா? விலங்கியல் பேராசிரியர் ஒருவரை தொலைபேசியில் அழைத்துக் கேட்டேன். அவர் சொன்னார் 'ஆபத்தான சமயத்தில் முதலைக் குஞ்சுகள் தாயிடம் ஓடிவரும், தாய் வாயைத் திறந்ததும் உள்ளே ஒளிந்துகொள்ளும். ஆபத்து அகன்றதும் மீண்டும் வெளியேவரும்' என்று. இதைப் பார்த்த ஒரு புலவர் தாய் முதலை குஞ்சைத் தின்கிறது என்று நினைத்து அப்படிப் பாடியிருக்கலாம் என்று இப்போது தோன்றுகிறது.

பல வருடங்களுக்கு முன்னர் என் அறை நண்பர் ஒருவர் சொன்னது நினைவுக்கு வருகிறது. நாங்கள் இருந்த வீட்டின் எண் 18 ¾. நண்பர் சொல்வார் பின்னக் கணக்குத் தெரிந்தால்தான் எங்கள் வீட்டு விலாசத்தைக் கண்டுபிடிக்கலாம் என்று. 18ஆம் நம்பர் வீட்டில், நாலு பிரிவுகளில் நாங்கள் மூன்றாவது பிரிவில் ஓர் அறையில் குடியிருந்தோம். நாலு வருடங்கள் அவருடன் வாழ்ந் திருக்கிறேன். சாதுவான மனிதர்தான். ஆனால் இரவில் வேறு ஒருவராக மாறிவிடுவார். அவருக்குத் தூக்கத்தில் நடக்கும் வியாதி என்பதால் கதவைத் திறந்து அதே வீட்டு எண்ணின் வேறு ஒரு பிரிவுக்குள் அவர் நுழைந்துவிடுவார். நான் இரவில் கதவைப் பூட்டி திறப்பைத் தண்ணீர் நிரப்பிய ஒரு பாத்திரத்துக்குள் போட்டு வைப்பதை வழக்கமாகக் கொண்டிருந்ததால் கடுமையான விபத்துகளிலிருந்து தப்பினார். இவர் குடித்தால் அழுவார். சிலர் சிரிப்பார்கள், சிலர் திட்டுவார்கள், சிலர் தூங்குவார்கள். ஆனால் இவர் அழுவார். ஒருமுறை தன்னுடைய தகப்பன் இறந்த விவரத்தை இவர் கூறினார். டியத்தலாவ என்னும் இடத்தில் தகப்பன் வேலை பார்த்தார். வழக்கம்போல காலையில் அவர் ஆற்றிலே குளிக்கப் போனார் ஆனால் திரும்பவில்லை. முதலை அவர் காலைப் பிடித்துச் சுழற்றி இழுத்துக்கொண்டு போனதைப் பார்த்தவர்கள் சொன்னார்கள். எங்கேயோ உடலை மறைத்து வைத்துப் பல நாட்கள் உண்டிருக்கும். சடலம் கிடைக்கவே இல்லை. அப்பொழுது நண்பர் தனக்கு ஆறு வயது என்று சொன்னார். முழங்கால் அளவு தண்ணீரில் நின்றபோது தன் தகப்பனுக்கு இப்படி நடந்துவிட்டது என்று 19 வருடம் கழிந்த பின்னரும் சொல்லிச் சொல்லி அழுவார். எப்பொழுது அவர் குடித்தாலும் இது நடக்கும். முதலையிடம் தகப்பனைப் பறிகொடுத்த ஒருவரை எத்தனை பேருக்குத் தெரியும்?

மகாபாரதத்தில் ஒரு கதை வரும். துரோணாச்சாரியார் வில்லுக்கு அதிபதி. பாண்டவர்களுக்கும் கௌரவர்களுக்கும்

அவர்தான் குரு. எல்லோருக்கும் அவர் சமமாகக் கற்பித்தாலும் அதிகம் கற்றவன் அர்ச்சுனன்தான். துரோணருக்கு அர்ச்சுனனிடத்தில் அதீத பிரியம் இருந்தது. ஒருநாள் துரோணர் ஆற்றிலே குளிக்கும் போது ஒரு முதலை அவர் காலைக் கவ்விப் பிடித்து இழுத்துப் போனது. போரிலே ஒருவராலும் தோற்கடிக்க முடியாத அதிவீரரான துரோணர் தன் சிஷ்யர்களைப் பார்த்துக் கத்தினார். எல்லோரும் திகைத்துப்போய் நிற்க அர்ச்சுனன் மாத்திரம் கணம்கூடத் தயங்காமல் அம்பெய்து முதலையைக் கொன்று குருவைக் காப்பாற்றினான். அப்பொழுது துரோணர் நன்றிக் கடனாக அர்ச்சுனனுக்கு பிரம்மாஸ்திர ரகஸ்யத்தை உபதேசித்தார். வேறு ஒருவருக்கும் கிட்டாத வாய்ப்பு ஒரு முதலையால் அர்ச்சுனனுக்குக் கிட்டியது.

'இன்றைய நாள்' என்று தலைப்புப் போட்டு எழுதத் தொடங்கியதற்கு காரணம் வேறு. நான் கணினியிலே முதலையைப் பற்றிப் படித்துக்கொண்டிருந்தபோது ஒரு பூச்சி ஊர்ந்து ஊர்ந்து வந்து நான் படிக்கும் வார்த்தையின் மேல் நின்றது. வார்த்தையை மறைத்ததால் அது என்ன வார்த்தை என்று தெரியவில்லை. நான் இது என்ன என்று தொட்டதும் அது செத்துப்போனது. ஆனால் திரையிலே பூச்சியின் உடல் இல்லை. நான் படித்த வார்த்தை யின்மேலே உடல் கிடந்தது. எனக்கு ஆச்சரியம் தாளவில்லை. யாரோ மினக்கெட்டு ஒரு வைரஸ் உண்டாக்கி அனுப்பியிருக்கிறார்கள். ஒரு பூச்சி ஊர்ந்து வரும். நீங்கள் தொட்டதும் இறந்துபோகும். இறந்துபோனது வெறும் கற்பனைப்பூச்சிதான்.

நான் கம்ப்யூட்டரை முதலில் இருந்து இயக்கி மறுபடியும் அதே கட்டுரையைப் படித்தேன். இம்முறை ஒரு பூச்சியும் வரவில்லை. அது வேறு ஏதோ கம்ப்யூட்டரைத் தேடிப் போய்விட்டது. யாரோ ஒருவர் இப்படி ஒரு பூச்சியை உருவாக்கி கம்ப்யூட்டர் கம்ப்யூட்டராக ஏவிக்கொண்டிருந்தார். இன்றைய தினம் அவருக்கு என்னால் ஒரு சிறு மகிழ்ச்சியைக் கொடுக்க முடிந்திருக்கிறது.

ஐங்குறுநூற்றில் ஆரம்பித்த இன்றைய நாள் முடிந்தாலும் என் மனது முடியவில்லை. எதற்காக இந்த மனிதர் பூச்சியை உண்டாக்கினார். எதற்காக என் கணினியை நோக்கி அதை ஏவி விட்டார். கற்பனைப் பூச்சி என்றாலும் அது இறந்தது என் மனதைப் பிசைகிறது. முதலையைப் பற்றிப் படிக்க ஆரம்பித்த நாள் பூச்சியின் நாளாக மாறிவிட்டது. இந்த மனிதருக்கு இதில் ஒரு மகிழ்ச்சி. இவர் தன் பிள்ளையைத் தானே தின்னும் முதலை யினிலும் பார்க்க, கொடிய நெஞ்சுள்ளவராக இருப்பாரோ?

❖

நானும் மகளும்

என் மகள் பிறந்து மூன்று மாதத்திலேயே அவளுக்கு என் முகம் பரிச்சயமாகிவிட்டது. என் முகத்தைத் தொட்டிலுக்கு மேலே கண்டதும் உடம்பைத் தூக்கித் தூக்கி அடிப்பாள். தன்னைத் தூக்கவேண்டும் என்ற செய்தியை அப்படித்தான் முழு உடம்பாலும் சொல்வாள். வெகு சீக்கிரத்திலேயே நான் வீட்டை விட்டு வெளியே போகமுடியாமல் போனது. கதவு திறக்கும் சத்தம் கேட்டதும் அந்தத் திசையில் திரும்பிப் பார்த்து அழத் தொடங்குவாள். நான் வெளியே போகிறேன் என்பது அவளுக்கு எப்படியோ தெரிந்துவிடும். அதன் பின்னர் அவள் தூங்கும் சமயமாக நான் வெளியே புறப்படும் பழக்கத்தை ஏற்படுத்திக்கொண்டேன்.

மகளுக்கு இரண்டு வயது நடந்தபோது என்னை ஆச்சரியப் படுத்த ஆரம்பித்தாள். நான் எப்போவாவது பயணம் புறப்பட ஆரம்பித்தால் உடனேயே அழத் தொடங்கித் திரும்பி வரும்வரை நிறுத்த மாட்டாள். இதனால் என் பயணங்கள் தடைபட்டன. அவளிடம் துணியினால் செய்த ஒரு குரங்குப் பொம்மை இருந்தது. நீண்ட கால்கள் நீண்ட கைகள் கொண்ட மிருதுவான கறுப்பு பொம்மை. பெயர் கூழாங்கல். அதைக் கட்டிப்பிடித்தபடிதான் தூங்குவாள். ஒருமுறை நான் பயணம் புறப்பட்டபோது என் பயணப் பெட்டியில் அந்தக் குரங்குப் பொம்மையை எனக்குத் தெரியாமல் ஒளித்து வைத்துவிட்டாள். தனக்குப் பதிலாக குரங்குப் பொம்மை எனக்குத் துணையாக இருக்கும் என்ற நம்பிக்கைதான் காரணம். ஆனால் என்னாலோ போன வேலையைத் திருப்தியாகப் பார்க்க முடியவில்லை. பாதியிலேயே திரும்பி வீட்டுக்கு வந்து விட்டேன்.

மகளிடம் இன்னொரு திறமை இருந்தது. நான் பயணம் புறப்படப்போவது தெரிந்ததும் அவள் உடம்பு சுடத் தொடங்கும். அவளாகவே வந்து என்னிடம் நெற்றியைத் தொட்டுப் பார்க்கச் சொல்வாள். பின்பு சுருண்டு படுத்துக்கொள்வாள். நான் பயணத்தை நிறுத்தியதும் சொல்லிவைத்தாற்போல பழைய நிலைக்குத் திரும்பி, தன்பாட்டுக்கு விளையாட ஆரம்பிப்பாள். எப்படி உடம்பின் உஷ்ணத்தைத் தன் கட்டுப்பாட்டிற்குள் வைத்திருக்கிறாள் என்பது ஆச்சரியமாகத்தான் இருக்கும். ஒருமுறை எனக்குக் கையிலே காயம்

அ. முத்துலிங்கம் ● 61

பட்டு மருத்துவர் கட்டுப் போட்டு விட்டார். அவளுக்கும் அப்படிப் போடவேண்டும் என அடம் பிடித்தாள். அவளுக்கும் கட்டுப் போடப்பட்டது. நான் கட்டை அவிழ்க்கும்வரை அவளும் கட்டுப்போட்ட கையுடன்தான் பெருமையாக உலாவினாள்.

விடுமுறை நாட்களில் என்னுடைய ஒரு சேர்ட்டை எடுத்து 'தோளா மாளா' என மாட்டிக்கொள்வாள். அது அவளுடைய கணுக்காலையும் மறைத்துத் தரையைக் கூட்டும். அன்று முழுக்க அதை அணிந்தபடியே விளையாடுவாள். அதைப் போட்டுக் கொண்டே படுக்கைக்கும் போவாள். ஒருமுறை இஞ்சி பிஸ்கட் செய்தாள். அவளாகவே தலை செய்து அவளாகவே கால்களும் செய்து சூட்டடுப்பில் வேகவைத்தது. தலை ஒரு பக்கமாகவும் கைகால்கள் வேறு பக்கமாகவும் கோணல் மாணலாக வந்திருந்தது. ஆனால் அப்படி அவளிடம் சொல்லக்கூடாது. சொன்னால் அணை உடைத்ததுபோல கண்ணிலிருந்து வெள்ளம் பொங்கும். 'ஆஹா, என்ன அழகு. என்ன அழகு' என்று சொல்லவேண்டும். ஆசையாகத் தந்தாள் என்று வாய்வைத்துக் கடித்துவிட்டேன். பலத்த அழுகை தொடங்கியபோது நான் ஆச்சரியப்பட்டேன். அந்த பிஸ்கட் பார்ப்பதற்குத்தானாம். சாப்பிடுவதற்கு அல்லவாம்.

அவள் எழுதப் பழகியதும் தன் திறமையைப் புதிய வழிகளில் வெளிப்படுத்த ஆரம்பித்தாள். அப்பொழுதுதான் ஒவ்வொரு எழுத்தாக எழுத்துக்கூட்டி எழுதத் தொடங்கியிருந்தாள். பேப்பர் துண்டுகளில் குறிப்புகள் எழுதிவைத்து என்னை ஆச்சரியப் படுத்துவதற்குத்தான் முதலிடம். ஒரு வார்த்தை இரண்டு வார்த்தைகளில் நான் உங்களை நேசிக்கிறேன் என்றோ விரைவில் வாருங்கள் என்றோ நான் எடுத்துப் போகும் முக்கியமான அலுவலகப் பத்திரங்களில் எழுதிவிடுவாள். வசனங்கள் எழுதக் கற்றுக்கொண்டதும் புத்தகங்களிலும் குறிப்பேடுகளிலும் தான்தோன்றித்தனமாக எழுதிவைக்க ஆரம்பித்தாள். ஒருமுறை என் டயரியைத் திறந்து ஒரு தேதியைத் தேர்வு செய்து அந்தப் பக்கம் முழுவதும் பெரிய எழுத்தில் 'இந்தப் பக்கத்தில் இன்று ஒன்றுமே எழுத வேண்டாம். என்னைப்பற்றி நினைத்தால் போதும்' என்று எழுதிவைத்தாள். எந்த நேரம் என்ன செய்வாள் என்பதை ஊகிக்கவே முடியாது.

மகளுக்கு ஐந்து வயதாகியபோது அவளுக்கிருந்த அபூர்வ ஞாபகசக்தியைத் தற்செயலாகக் கண்டுபிடித்தேன். ஞாபகத் திறனின் பிதா என அறியப்பட்டவர் கிரேக்கக் கவி சிமோனைட்ஸ் என்று சொல்வார்கள். 2500 வருடங்களுக்கு முன்னர் கிரேக்கத்தில் ஒரு விருந்து நடந்துகொண்டிருந்தது. ஒரு சேவகன் செய்தி ஒன்று கொண்டுவந்ததால் அவனைச் சந்திக்க கவி சிமோனைட்ஸ்

மண்டபத்துக்கு வெளியே சென்றார். அந்தச் சமயம் விருந்து மண்டபம் இடிந்து விழுந்து விருந்திலே கலந்துகொண்ட அத்தனை பேரும் ஒரே சமயத்தில் இறந்துபோனார்கள். அப்போது சிமோனைட்ஸின் மனக்கண்ணில் விருந்தினர்கள் இருந்த வரிசையும் அவர்கள் முகங்களும் பெயர்களும் ஒழுங்காக ஞாபகத்தில் வந்தன. இறந்த அத்தனை பேரையும் வரிசைப்படி அவரால் ஒப்பிக்க முடிந்தது. அப்படி ஓர் ஆற்றல் இருப்பது அவருக்கு அன்றுதான் தெரிந்தது. யூதர்களுடைய மதநூல் தல்முத் 5422 பக்கங்கள் கொண்டது. மதகுருக்கள் அந்த நூலை மனனம் செய்யவேண்டும். எந்தளவு என்றால் ஓர் ஊசியை எடுத்து முதல் பக்கத்தில் உள்ள ஒரு வார்த்தையின் மேல் குத்தினால் அந்த ஊசி 5422 பக்கங்களையும் துளைத்துக்கொண்டு போகும். மதகுருமார் அந்த ஊசி எந்த எந்த வார்த்தையைத் துளைத்துக்கொண்டு போனது என்பதைச் சொல்ல வேண்டும். ஞாபகத் திறனை வளர்க்க அப்படி கடுமையான பயிற்சி.

என்னுடைய மகள் அப்படி ஒரு பயிற்சியும் எடுக்கவில்லை. ஒருநாள் பாடப் புத்தகத்தைப் படித்துவிட்டு அதை முழுவதுமாக ஒப்பித்தாள். எந்தப் பக்கத்தில் ஒரு வார்த்தை முடிகிறது. அடுத்த பக்கத்தில் என்ன வார்த்தை தொடங்குகிறது என்பதுகூட அவளுக்குத் தெரிந்தது. நான் மகிழ்ச்சிப்படவில்லை. நான் சொன்னேன். 'மனனம் செய்வது நல்லதல்ல. அது சிந்திக்கும் திறனை அழித்துவிடும்.' அவள் அழத்தொடங்கினால் கண்ணீர் முடியுமட்டும் அழுவாள். அன்று முழுக்க அழுதுகொண்டேயிருந்தாள். அடுத்தநாள் காலை நான் கண்விழித்தபோது எனக்கு முன்னால் நின்றாள். எத்தனை மணிநேரம் அங்கே நின்றாள் என்பது தெரியாது. இரவு முழுக்க யோசித்து வைத்த ஒரு கேள்வியைக் கேட்டாள். 'மூளையிலே பதிந்து கிடப்பதை அழிப்பதற்கு நான் என்ன செய்யவேண்டும்?' நான் திடுக்கிட்டுப்போனேன். நியாயமான கேள்வி. நான் சொன்னேன் 'அது தானாக மூளையில் பதிந்தால் நல்லதுதான். நீ சிமோனைட்ஸ்போல அல்லது யூத மதகுருபோல வருவாய்' என்றேன். அவளுக்கு அவர்கள் யார் என்று தெரியாது. ஆனால் நான் புகழ்வது புரிந்தது. நனைந்த கண்களினால் சிரித்தாள். சமாதானம் உண்டாயிற்று.

அவள் பாடப் புத்தகங்கள் படிப்பதும் வித்தியாசமானது. மற்றவர்கள்போல மேசையில் அமர்ந்து படிப்பது கிடையாது. அவள் படிப்பது மேசைக்குக் கீழ்தான். அந்தப் பழக்கம் எப்படி ஏற்பட்டதோ தெரியாது. மேசைக்குக் கீழே வயிற்றிலே படுத்தபடி படித்துக்கொண்டிருப்பாள்; அல்லது எழுதுவாள். அவளுடைய இரண்டு குட்டிக் கால்கள் வெளியே நீட்டிக்கொண்டிருக்கும். அந்தக் கால்களைக் கடந்து நாங்கள் போவதும் வருவதுமாக

இருப்போம். வீடு ஒரு பக்கம் தீப்பற்றி எரிந்தாலும் அவளுக்குத் தெரியவராது. இடத்தைவிட்டு அசைய மாட்டாள். செய்யும் வேலையில் அத்தனை முனைப்பு. அது எங்களுக்குப் பழகிவிட்டது. அந்தக் கால்களைக் காணாதபோதுதான் தேடத் தொடங்குவோம்.

அப்போது என் மகளுக்குப் பத்து வயதிருக்கும். இரவு எட்டு மணியானதும் வழக்கம்போல வந்து குட்நைட் சொல்லிவிட்டுப் போய் தன் படுக்கையில் படுத்துவிட்டாள். இப்படிப் போய்ப் படுப்பவள் வாரத்தில் ஒரு நாள் அல்லது இரண்டு நாள் நாங்கள் காலையில் எழும்பும்போது எங்கள் படுக்கையில் படுத்திருப்பாள். எப்போது வந்து படுத்தாள் என்பது எங்களுக்குத் தெரியாது. இத்தனை ஞாபக சக்தி உள்ள அவளுக்கு ஒன்றுமே ஞாபகம் இராது. ஒருநாள் அவள் வழக்கம்போல படுக்கப் போய்விட்டாள். நான் ஏதோ வேலையாக இருந்து படுக்கைக்கு இரவு ஒரு மணியளவில் போனேன். ஆனாலும் வழக்கத்தில் செய்வதுபோல குழந்தைகளைப் பார்த்துவிட்டுப் போக நினைத்தேன். மகளின் அறைக்குச் சென்று கன்னத்தைத் தொட்டுப் பார்த்தேன். அதிலே கண்ணீர் வழிந்து ஓடிக்கொண்டிருந்தது. சற்றுநேரத்துக்கு முன்னர் தான் அவள் தூங்கியிருந்தாள் என்று நினைக்கிறேன். ஆனால் கண்ணீர் தூங்கவில்லை. அந்த வயதில் அவளுக்கு என்ன அத்தனை துயரம். வீட்டிலே யாராவது ஏதாவது சொன்னார்களா? அல்லது ஆசிரியர்கள் யாராவது திட்டினார்களா? சிநேகிதிகளுடன் பிரச்சினையா? அடுத்தநாள் காலை கேட்டபோது அப்படி ஒன்றும் இல்லை என்று சாதித்துவிட்டாள். ஆனால் ஏதோ ஒரு துயரம் அவளை வாட்டியது. பகிர்ந்துகொள்ள முடியாத துயரம். அதை நினைக்கும் போதெல்லாம் இன்றைக்கும் என் நெஞ்சு பிசையும்.

ஆச்சரியப்படுத்துவதற்கு அவள் தேர்வு செய்வது பயணப் பெட்டிகள்தான். ஒருமுறை பயணப்பெட்டி உள்பையினுள் சிறு செய்தி எழுதி வைத்துவிட்டாள். அது வழக்கம்போல எனக்குத் தெரியாது. நான் பயணத்தின்போது அதைப் பார்க்கவில்லை. அதற்குப் பின்னர் அந்தப் பெட்டியைக் காவியபடி போன அத்தனை பயணங்களிலும் அது கண்ணில் படவேயில்லை. பத்து வருடம் கழித்து மகள் பல்கலைக் கழகத்தில் படித்துக்கொண்டிருந்த சமயம் அதை நான் தற்செயலாகக் கண்டேன். அதில் இப்படி எழுதியிருந்தாள். இரண்டு நாள் பயணம் போனபோது எழுதியிருக்க வேண்டும். '2880 நிமிடங்கள். நான் ஒவ்வொரு நிமிடமாகக் கழித்துக்கொண்டு வருகிறேன்.' இதில் ஆச்சரியப்படுத்தும் விசயம் என்னவென்றால் அந்தத் துண்டைக் கண்டுபிடித்த வேளை அவள் வெளிநாட்டில் படித்ததால் நான்தான் ஒவ்வொரு நிமிடமாகக் கழித்துக்கொண்டிருந்தேன்.

ஒரு தகப்பனுக்கும் மகளுக்கும் இடையேயான உறவு மகளின் திருமணத்துக்குப் பின்னர் தேய்ந்துவிடுவதில்லை. மாறாகப் புது வேகம் பிடித்து வளரும். ஆனால் இந்த உறவினைப்பற்றிப் பழைய இலக்கியங்கள் பேசியதில்லை. புலவர்கள் பாடியதில்லை. ஆனால் தாய்க்கும் மகளுக்குமான உறவு அல்லது மகளுக்கும் செவிலித் தாய்க்கும் இடையே உள்ள உறவு பற்றி நிறைய பாடல்களில் இருக்கின்றன. மனத்திலே ஆழ்ந்த வலியுண்டாக்கும் ஔவையாருடைய பாடல் ஒன்று உண்டு. மகள் தன் காதலனுடன் ஓர் இரவு தாய்க்குத் தெரியாமல் ஊரைவிட்டு ஓடிவிடுகிறாள். தாய் அவளைத் தேடிக்கொண்டு அலைந்தபோது ஒரு பாலைவனம் குறுக்கிட்டது. கொடிய மணல் காடு அது. மகளோ இளம் பெண். அவள் எப்படி இந்தப் பாலைவனத்தைத் தாண்டிப் போயிருப்பாள் என்று நினைத்தபோது தாயின் மனம் வெம்புகிறது. மகள் பட்டிருக்கக்கூடிய இடரை நினைத்து நினைத்து அரற்றுவாள். 'அற்றாரைத் தாங்கும் ஐவேல் அசதி அருவரையில் முற்றா முகிழ்முலை எங்ஙனஞ் சென்றனள்.' ஒரு தாயின் மனம் பட்டிருக்கக்கூடிய பதைபதைப்பைப் புலவர் இரண்டே வரியில் சொல்லிப் போய்விடுகிறார்.

தகப்பன் மகன் உறவு பழைய பாடல்களில் சொல்லப்படா விட்டாலும் எங்கள் இதிகாசங்களில் அவை நிறையவே சொல்லப் பட்டிருக்கின்றன. ராமன் தன் தகப்பனுடைய வாக்கைக் காப்பாற்றுவதற்காக 14 வருடங்கள் வனவாசம் செல்கிறான். மகாபாரதத்தில் தேவவிரதன் தன் தகப்பன் சந்தனுவின் ஆசையை நிறைவேற்றுவதற்காக இரண்டு சபதங்கள் செய்தான். 'எனக்கு உரித்தான ராஜ்யத்தைத் துறக்கிறேன். நான் மணமுடிக்கமாட்டேன்.' தகப்பனுக்காகச் செய்த எத்தனை பெரிய தியாகம் அது. யயாதி என்ற மன்னன் தன் முதுமைக் காலத்தில் வாலிபத்தை மீண்டும் அனுபவிக்க விரும்பினான். அவனுடைய மகன் புரு தகப்பனின் விருப்பத்தை நிறைவேற்றினான். தகப்பனின் முதுமையை ஏற்றுக்கொண்டு தன் இளமையைக் கொடுத்தான்.

டாண்டே ஒரு சம்பவத்தைத் தன்னுடைய Divine Comedyஇல் சொல்கிறார். அத்துடன் ஒப்பிடும்போது மேற்சொன்ன மகன்களின் தியாகம் ஒன்றுமே இல்லையென ஆகிவிடும். உகோலினோ ஒரு பிரபு. ஏதோ குற்றத்திற்காக அவனைச் சிறையிலடைத்துப் பட்டினி போட்டுவிடுவார்கள். அப்பொழுது அவனுடைய மகன்கள் தகப்பன் படும் வேதனையைப் பார்க்கச் சகிக்கமுடியாமல் 'அப்பா, எங்களைச் சாப்பிடுங்கள். உங்கள் பசி ஆறட்டும்' என்று சொல் வார்கள். அவர்கள் தகப்பனை எவ்வளவு நேசித்திருப்பார்கள்.

தந்தைக்கும் மகனுக்குமான உறவு நிறைய சொல்லப்பட்டிருந் தாலும் மகள் தந்தை உறவு பேசப்படவேயில்லை. அப்படி

இருந்தாலும் அது அரிதுதான். தகப்பன் மகள் கவிதை ஒன்றை நான் முதலில் படித்தது அம்பையின் நூலில்தான். அந்தக் கவிதையை நான் ஒரு நூறு தடவை படித்திருப்பேன். அம்பையின் 'வற்றும் ஏரியில் மீன்கள்' என்ற நூலில் இந்த சந்தால் கவிதை தமிழ் மொழிபெயர்ப்பில் வருகிறது.

பாபா,
உன் ஆடுகளை விற்றுத்தான் நீ
என்னைப் பார்க்க வரமுடியும் என்ற தொலை தூரத்தில்
என்னைக் கட்டி வைக்காதே.
மனிதர்கள் வாழாமல் கடவுளர்கள் மட்டும்
வாழும் இடத்தில்
மணம் ஏற்பாடு செய்யாதே.
காடுகள் ஆறுகள் மலைகள் இல்லா ஊரில்
செய்யாதே என் திருமணத்தை நிச்சயமாக.
எண்ணங்களைவிட வேகமாய்க் கார்கள்பறக்கும் இடத்தில்
உயர் கட்டடங்களும் பெரியகடைகளும்
உள்ள இடத்தில் வேண்டாம்.
கோழி கூவிப் பொழுது புலராத
முற்றமில்லாத வீட்டில்
கொல்லைப்புறத்திலிருந்து சூரியன்
மலைகளில் அஸ்தமிப்பதைப்
பார்க்க முடியாத வீட்டில்
மாப்பிளை பார்க்காதே.

***

எனக்குத் திருமணம் செய்ய வேண்டுமென்றால்
நீ காலையில் வந்து அஸ்தமன நேரத்தில்
நடந்தே திரும்பக்கூடிய இடத்தில் செய்துவை.
இங்கே நான் ஆற்றங்கரையில் அழுதால்
அக்கரையில் உன் காதில்பட்டு நீ வரவேண்டும்.

இந்தக் கவிதையை எழுதியவர் பெயர் நிர்மலா புதுல். ஒரு தகப்பனுக்கும் மகளுக்கும் இடையில் நிலவும் பாசத்தை இதனிலும் சிறப்பாகச் சொல்ல முடியுமா என்று தெரியவில்லை. தமிழிலே இப்படியான பாடல்கள் உள்ளனவா என்று தேடியிருக்கிறேன். இருக்கலாம். என் கண்ணில்தான் படவில்லை.

சில நாட்கள் முன்பு மகள் எங்களைப் பார்க்க திடீரென்று சொல்லாமல் கொள்ளாமல் பின்கேட்டு வழியே அதிகாலை

வந்தாள். பொஸ்டனில் இருந்து 800 கி.மீட்டர் தூரம் இரவிரவாகப் பயணம் செய்து வந்திருந்தாள். இன்னும் கொஞ்ச நாட்கள் விடுப்பை நீடிக்கலாம்தானே என்று நாங்கள் கேட்க முடியாது. அத்தனை வேலை தலைக்கு மேல் இருக்கிறது என்று சொல்வாள். வீட்டுக்கு வந்ததும் பழையபடி குழந்தையாகிவிடுவாள். எல்லா வேலையையும் நாங்கள்தான் செய்யவேண்டும். அவளுக்கு விருப்பமான உணவுதான் சமைக்கவேண்டும். அவள் பார்க்கும் தொலைக்காட்சி சானலைத்தான் எல்லோரும் பார்க்கவேண்டும். வேறு ஒருநாட்டில், 1990இல் நான் வைத்திருந்த புத்தக அலமாரியில் புத்தகங்கள் என்ன ஒழுங்கில் அடுக்கப்பட்டிருந்தன என்பதை இன்றைக்கும் முறையாகச் சொல்வாள். 'மூன்றாவது தட்டில் நாலாவது புத்தகம் Wildlife இல்லையா?' என்றாள். நான் அதை எப்பவோ மறந்துபோனேன். எங்கே அது நினைவில் இருக்கப் போகிறது? Wildlife எழுதிய ரிச்சார்ட் ஃபோர்ட் என்னும் ஆசிரியர் சமீபத்தில் எழுதிய வேறு புத்தகம் ஒன்றைப் பரிசாகத் தந்தாள். 420 பக்கப் புத்தகம். வந்தது போலவே மகள் ஒருநாள் திடீரென்று கிளம்பிவிட்டாள்.

அவள் தந்த பரிசுப் புத்தகத்தை நாளுக்குச் சில பக்கங்களாகப் படித்தேன். 383ஆம் பக்கம் வந்தபோது 10 நாட்கள் கடந்துவிட்டன. அந்தப் பக்கத்தில் ஒட்டுப்பேப்பரில் ஏதோ எழுதி ஒட்டியிருந்தாள். படித்துப் பார்த்தேன். 'அப்பாடா. இந்தப் பக்கத்துக்கு வர இத்தனை நாட்களா? இதை நீங்கள் படிக்கும்போது நான் உங்களை நினைத்துக்கொண்டிருப்பேன். அன்பு மகள்.'

அவள் மாறவே இல்லை. மகள்கள் மாறுவது கிடையாது. அவள் வந்து நின்றது மூன்றே மூன்று நாட்கள்தான். நான் அதையே நினைத்துக்கொண்டு வாழ்வேன். அடுத்த வருடம் திடீரென மகள் என்னை நினைத்து வரும்வரை.

சனிக்கிரகத்தில் 10759 நாட்கள்

ஒரு வருடம்.

வியாழனில் 4331 நாட்கள்

ஒரு வருடம்.

செவ்வாயில் 687 நாட்கள்

ஒரு வருடம்.

பூமியில் 365 நாட்கள்

ஒரு வருடம்.

வெள்ளியில் 227 நாட்கள்
ஒரு வருடம்
புதனில் 88 நாட்கள்
ஒரு வருடம்.
ஓ, என் அருமை மகளே
நீ விடுப்பில் வருவது
மூன்றே மூன்று நாட்கள்.
அதுதான் எனக்கு
ஒரு வருடம்.

ஓ

நான் காரை நிறுத்திய இடத்துக்குப் பக்கத்தில் அந்தப் பெண்ணும் நிறுத்தினார். நான் கதவைத் திறந்து இறங்கிய அதே சமயம் அவரும் இறங்கினார். நான் வங்கியை நோக்கி நடக்கத் தொடங்கியதும் அவரும் நடந்தார். இருவரும் சமமான வேகத்தில் சமமான தூரத்தில் சமமான இடைவெளியில் நடந்தோம். வங்கியின் வாசலை அடைந்ததும் ரேஸ் குதிரை கடைசி மூச்சில் தலையை நீட்டுவதுபோல ஓர் அடி சட்டென்று முன்னே வைத்துக் கதவைத் திறந்து உள்ளே நுழைந்துவிட்டார். நான் இதை எதிர்பார்க்கவில்லை. பின்னால் நுழைந்தேன். வங்கியின் தானியங்கி மெசின் முன் நின்ற வரிசையில் அவர் நின்றார். அவருக்குப் பின்னால் நான் நின்றேன். நின்ற இடத்திலேயே குதிரை குளம்பை தூக்கித் தூக்கி அடிப்பதுபோல பூட்ஸ் காலைத் தூக்கித் தூக்கி உதைத்துப் பனிச்சேற்றை அகற்றினார். சற்று நேரத்தில் அது கரைந்து தண்ணீராக உருகி என்னை நோக்கி வந்தது.

வங்கி மெசினை ஏற்கனவே ஓர் அகலமான கறுப்புப் பெண் மணி ஆக்கிரமித்துக் கொண்டிருந்தார். அவருக்குப் பக்கத்தில் அவர் இழுத்துவந்த சில்லு வைத்த உயரமான உடுப்புப் பை ஒன்று நின்றது. தோளிலே மாட்டியிருந்த சிறிய கைப்பையிலிருந்து வங்கி அட்டையை எடுத்து மெசினில் செருகிவிட்டு ஏதோ ஏதோ பட்டன்களையெல்லாம் அழுத்தினார். ஒன்றுமே அவர் விரும்பிய மாதிரி நடக்கவில்லை. கைப்பையைத் திறந்து எதையோ சரிபார்த்தார். பின்னர் பட்டன்களை மீண்டும் அமுக்கினார். தலையைத் திருப்பாமல் பக்கத்தில் நிறுத்திய உயரமான உடுப்புப் பையின் கைப்பிடியைத் தொட்டுப் பார்த்து அது அருகிலேயே இருக்கிறது என்பதை உறுதிப்படுத்தினார். மறுபடியும் எண்களைப் பதிந்து பட்டன்களை அமுக்கினார். கைப்பையைத் திறந்து ஒரு காசோலையை எடுத்து, கடித உறையில் இட்டு துளையின் உள்ளே செலுத்தினார். மறுபடியும் தானங்களை அழுத்தத் தொடங்கினார். இடைக்கிடை பக்கத்தில் நின்ற உடுப்புப் பெட்டியைத் தொட்டுப்பார்த்தார். இவர் என்ன செய்கிறார் என்றே ஒருவருக்கும் புரியவில்லை. அந்த மெசினில் காணப்பட்ட அத்தனை பட்டன்களையும் ஒன்றுக்கு இரண்டுமுறை அழுத்தியிருந்தார். பட்டன்களோடு விளையாடுவதற்கா

இந்தப் பனிக்குளிரில் நீண்ட அங்கி அணிந்து வந்திருக்கிறார். காசு போடுகிறாரா அல்லது எடுக்கிறாரா?

இன்னும் யார் யாரோ பின்னுக்கு வந்து வரிசையில் நின்றார்கள். ஒவ்வொரு முறையும் கதவு திறக்கும்போது புதியவருடன் வரும் குளிர் காற்று வெப்பக் காற்றுடன் கலந்து அந்தக் கணமே இல்லாமல் ஆகியது. கடைசியாக வந்தவர் அலுவலக உடையணிந்து அதற்குமேல் தடிப்பான கம்பளி கோட் தரித்திருந்தார். பனித் துகள்கள் பூக்கள் தூவியதுபோல அவர் ஆடையை அலங்கரித்தன. தலையிலே கறுப்புக் கண்ணாடியைக் குத்தியிருந்தார். அவருடைய பூட்சுக்குள் கால்கள் இருந்தன; பனியும் இருந்தது. முன்னுக்குத் தள்ளி நிற்கும் அவருடைய தாடை மெல்லிதாக நடுங்கிக்கொண் டிருந்தது. கால்களைத் தூக்கித் தூக்கி வைத்து நிலைகொள்ளாமல் ஒரு கையுறையைக் கழற்றி மற்ற கையுறைமேல் அடித்துக்கொண்டு நின்றார்.

அன்று காலை தினசரிப் பேப்பரில் படித்தது நினைவுக்கு வந்தது. கனடாவின் வடதுருவ வட்டத்துக்குள் வாழும் மூதாட்டி ஒருவரிடம் நிருபர் 'இந்தப் பனிக்குளிரில் தினம் தினம் காலம் தள்ளும் உங்களுக்கு ஆகக்கூடிய கவலை என்ன?' என்று கேட் கிறார். அந்த முதிய பெண் ஒரு செக்கண்ட் கூட எடுக்காமல் 'தினமும் என்னைப் பிடித்து ஆட்டும் பிரச்சினை இன்றைக்கு ரொட்டிக்குப் பிசைந்த மா பொங்குமா என்பதுதான்' என்று பதில் கூறுகிறார். அவரவருக்கு அவரது கவலை.

என்னுடைய கவலை எல்லாம் வங்கியின் ரகஸ்ய எண்ணை மறந்துவிடுவேனா என்பதுதான். ரகஸ்ய எண்ணை மறுபடியும் நினைவூட்டி வாய்க்குள் சொல்லிப் பார்த்துக்கொண்டேன். பல சமயம் மெசினுக்கு முன் நிற்கும்போது ரகஸ்ய எண் மறந்துவிடும். பழைய பாடல் மெட்டை மறந்ததுபோல எப்படி ஞாபகமூட்டினாலும் திரும்பவும் வராது. ஆகவே திருப்பித் திருப்பி எண்ணை மனதுக்குள் சொல்லிப் பழகிக்கொண்டேன்.

எனக்குப் பின்னர் இன்னும் நாலு புது ஆட்கள் வந்து சேர்ந்துகொண்டார்கள். இந்தப் பாரிய பெண்ணுக்கு இன்னும் காரியம் கைகூடவில்லை. முழு மெசினையும் மறைத்துக்கொண்டு நம்பிக்கை இழக்காமல் போராடினார். ஏதோ அன்றைய நாள் முழுவதும் மெசினைக் குத்தகைக்கு எடுத்துக்கொண்டதுபோல காரியங்கள் நடந்தேறின. எதிர்பாராத சமயத்தில் கடகடவென்று காசுத்தாள்கள் வெளியேவரும் இனிமையான ஒலி கேட்டது. பத்துப் பெருமூச்சுகள் ஒரே நேரத்தில் வெளிவந்தன. பின்னர்

அட்டை எட்டிப் பார்க்கும் சத்தம். அதை எடுத்து கைப்பையைத் திறந்து உள்ளேவைத்து மூடினார். காசுத் தாள்களை ஒவ்வொன்றாகச் சிரித்தபடி எண்ணினார். முகத்தைச் சரிபாதியாகப் பிளக்கும் சிரிப்பு. எதையோ வெற்றிகொண்டுவிட்ட களிப்பு. மறுபடியும் காசை எண்ணிச் சரிபார்த்தார். மெசினில் நீட்டிக்கொண்டு நின்ற ரசீதைப் பிடுங்கினார். கைப்பையைத் திறந்து காசை உள்ளே வைத்துவிட்டு அதைத் தோளிலே கொழுவியபடி பக்கத்திலே நின்ற உடுப்புப் பெட்டியை இழுத்துக்கொண்டு புறப்பட்டார். சற்று நின்று தன் தொப்பியைத் தூக்கி உள்ளே பார்த்துவிட்டு மீண்டும் அணிந்தார். தொப்பியை ஏன் தூக்கினார், அதற்குள் என்ன பார்த்தார் என்பது மர்மமாகவே காப்பாற்றப்பட்டது. ஒரு போர்க்கப்பல் அகன்றதுபோல இடம் மிஞ்சியது.

ஒரு புது நிமிடம் ஆரம்பமாகியது. எனக்கு முன்னால் ஓடிவந்த பெண் தன் செல்பேசியில் முகத்தைப் பார்த்துப் புருவத்தைச் சரியாக்கிக்கொண்டிருந்தார். பளபளவென்ற கறுப்பு ஜாக்கெட் அணிந்திருந்த உயரமான பெண் அவர். நீண்டமுடி சுருண்டு சுருண்டு விழுந்து முகத்தில் பாதியை மறைத்தது. வட்டமான உதடுகள். மாணிக்கவாசகர் 'கிஞ்சுக வாயவள்' என்று வர்ணிப்பார். அது இப்படித்தானிருக்கும் என்று நினைத்துக் கொண்டேன். கையுறையைக் கழற்றிவிட்டு கைப்பையைத் திறந்து வங்கி அட்டையை வெளியே எடுத்துக்கொண்டு மெசினை நோக்கி நடந்தார். பச்சை நகப்பூச்சு பூசிய நீண்ட விரல்கள். அளந்து வைத்ததுபோல வேகமான கை அசைவுகளைப் பார்த்தபோது அவர் இதை 1000 தடவை செய்திருக்கிறார் என்பது தெரிந்தது. பட்டன்களை அழுத்தும்போது எனக்கும் அவருக்கும் இடையே உள்ள தூரத்தை அதிகப்படுத்தி மெசினுக்கு அண்மையாகப் போய் ஒட்டிக்கொண்டு நின்றார். ரகஸ்ய எண்ணைப் பதியமுன்னர் என்னைக் கடைக்கண்ணால் திரும்பிப் பார்த்துவிட்டு கைகளால் மறைத்துக்கொண்டு பதிந்தார். அடுத்த நிமிடமே காசுத் தாள்கள் வந்து விழுந்தன. அவற்றைப் பொறுக்கி எண்ணாமலே கைப்பையினுள் வைத்துப் பூட்டினார். அதே சமயம் கையுறையை வெளியே எடுத்து அணிந்துகொண்டு புறப்பட்டார். தலைகளைத் திருப்பிப் பார்க்க வைக்கும் அழகு என்று சொல்ல முடியாது. ஆனால் அவரிடம் ஏதோ ஒரு கவர்ச்சி இருந்தது.

இப்பொழுது என்னுடைய முறை. ரகஸ்ய எண்ணை மீண்டும் வாய்க்குள் முணுமுணுத்தேன். மெசினை அணுகி பெண் நின்ற அதே இடத்தில் நின்றதும் அவர் விட்டுப்போன சுகந்தம் இன்னும் மிச்சமிருந்ததை உணரக்கூடியதாக இருந்தது. கையுறையைக்

கழற்றிவிட்டு என்னுடைய வங்கி அட்டையை நீள் சதுரத் துளைக்குள் நுழைக்க முயன்றேன். முடியவில்லை. ஏற்கனவே அதனுள் ஓர் அட்டை இருந்தது. நீண்டமுடிப் பெண் மறந்து விட்டார். நான் அவருடைய சிவப்பு நிற ஏ.டி.எம் அட்டையை இழுத்தெடுத்துக்கொண்டு அவர் போன திசையில் வேகமாக ஓடினேன். அந்தப் பெண் காருக்குள் ஏறி அமர்ந்து அதை இயக்கிவிட்டார். கார் மெல்லிய உறுமலுடன் பாய ஆயத்தமாக நின்றது. கார் எஞ்சினில் இருந்து வெளிப்பட்ட வெப்பம் என்னை நோக்கி வந்துகொண்டிருந்தது. ஒரு விரலை மடித்துக் கண்ணாடியைத் தட்டியதும் அவர் அதை இறக்கினார். மறந்துபோய் விட்டு வந்த வங்கி அட்டையை அவரிடம் நீட்டினேன். அவர் கிஞ்சுக வாயைத் திறந்து 'ஓ' என்றார். 'நன்றி' என்ற வார்த்தை வரும் என்று எதிர்பார்த்தேன். வரவே இல்லை. கார்க் கண்ணாடி தண்ணீர் மட்டம் உயர்வதுபோல உயர்ந்து மூடியது.

நன்றி என்ற வார்த்தையை இப்போதெல்லாம் அவ்வளவு தாராளமாக ஒருவரும் உபயோகிப்பதில்லை. நண்பர் ஒருவருக்கு இருதயத்தில் பைபாஸ் அறுவை சிகிச்சை செய்யவேண்டி நேர்ந்தது. 70 நண்பர்கள் ஒன்று சேர்ந்து காசு திரட்டி அனுப்பிவைத்தோம். அறுவை சிகிச்சை வெற்றிகரமாக முடிந்து அவர் இப்போது நல்லாய் இருக்கிறார் என்று கேள்வி. இரண்டு வருடமாகிவிட்டது. இன்றுவரைக்கும் நன்றி இல்லை. 'நன்றி சொல்லாவிட்டால் பரவாயில்லை. அவருடைய இருதயம் நிமிடத்துக்கு 70 தடவை துடிக்கிறது. அதிலே ஒரு துடிப்பு எனக்குச் சொந்தமானது. அது நன்றியைச் சொல்லிக்கொண்டே இருக்கிறது.'

நான் திரும்பியபோது புதிதாக இரண்டு பேர் வரிசையில் சேர்ந்து விட்டார்கள். நான் கடைசியில் போய் நின்றேன். ரகஸ்ய எண்ணை மீண்டும் ஒருமுறை மனதுக்குள் சொல்லிச் சரிபார்த்துக் கொண்டேன்.

❖

எழுதியது எழுதியாகிவிட்டது

ஒரு பெண் பத்திரிகையாளரைச் சந்தித்தேன். ரொறொன்ரோவில் மூன்று பிரபல ஆங்கில தினப்பத்திரிகைள் உள்ளன. இவர் ஒன்றிலே கடந்த 25 ஆண்டுகளாக மூத்த பத்திரிகையாளராகக் கடமையாற்றினார். அந்தப் பத்திரிகை தினமும் 10 லட்சம் பிரதிகள் விற்றன. அதன் மின்பதிப்பை இரண்டு மடங்கு பேர் பார்த்தனர். அந்தப் பெண்மணி வெகுவிரைவில் தான் ஓய்வு பெறப்போவதாக என்னிடம் சொன்னார். கடந்த 25 வருடங்களில் அவர் வருடத்துக்குக் குறைந்தது 100 பேர்களை நேர்காணல் செய்திருக்கக்கூடும் என அபிப்பிராயப்பட்டார். என்னால் நம்பவே முடியவில்லை.

'எதற்காக என்னைச் சந்திக்கிறீர்கள்?' என்று கேட்டார். நான் சொன்னேன். 'நீங்கள் 2500 பேர்களிடம் கேள்விகள் கேட்டிருக்கிறீர்கள். ஒரு மாற்றத்துக்காக உங்களிடம் நான் சில கேள்விகள் கேட்டால் எப்படி இருக்கும் என்று தோன்றியது.' 'பதில் சொல்லிப் பழக்கமில்லையே' என்று சொல்லிச் சிரித்தார்.

'முயற்சி செய்யுங்கள். 2500 நேர்காணல்களில் இன்றைக்கும் மனதில் நிற்கும் நேர்காணல் ஏதாவது ஒன்று பற்றிச் சொல்லுங்கள்?'

'ஒன்றுமே ஞாபகமில்லை.'

'ஞாபகமில்லையா? ஒன்றுமேயா?'

'ஒருவரை நீங்கள் நேர்காணல் செய்கிறீர்கள். ஒருவாரமாக அவரைப்பற்றியே சிந்திக்கிறீர்கள். எப்படிச் சிறப்பாக அந்த நேர்காணலை எழுத்தில் கொண்டுவரலாம் எனப் பலவிதக் கோணங்களை ஆராய்கிறீர்கள். தலைப்பைத் தீர்மானிக்கிறீர்கள். வேண்டியவர்களைத் தொலைபேசியில் தொடர்புகொண்டு அவரைப்பற்றிய தகவல்களைத் திரட்டி, எழுதியது சரியாக வந்திருக்கிறதா என்று ஒன்றுக்கு நாலு தடவை சரிபார்க்கிறீர்கள். அது பத்திரிகையில் பிரசுரமான நாள் மூளையிலே இருந்து அது அழிந்துவிடுகிறது. ஒரு தகவலும் மிச்சமில்லை. பெயர்கூட மறந்துவிடுகிறது. உங்கள் மூளை பரபரவென்று அடுத்த நேர்காணலுக்குத் தயாராகுகிறது. புதிய நேர்காணலுக்கான தகவல்கள் உங்கள் மூளையை நிரப்புகின்றன. அந்த நேர்காணல் முடிந்ததும் அடுத்தது. இப்படியே தொடரும்.

எனக்கு மாத்திரம் இப்படி என்று இல்லை. எல்லா பத்திரிகையாளர்களுக்கும் இப்படித்தான் நடக்கிறது.'

இந்தப் பெண்ணைப் பார்த்தபோது அவர் ஒரு பத்திரிகையாளர் போலவே எனக்குத் தோன்றவில்லை. வயது 55 இருக்கலாம். ஓர் இசைப்பாடகிபோல இருந்தார். நீலக் கண்கள். நீள்சதுரக் கண்ணாடி. ரத்தத்தில் தோய்த்து எடுத்ததுபோல சிவப்புப் பூச்சு நகங்கள். தோள்மூட்டைத் தாண்டி இறங்கிய சாம்பல் தலைமுடி. கழுத்திலே மணிச் சங்கிலி. அவர் கைகளை அசைக்கும்போது சத்தமிடும் உலோகக் காப்புகள். அவர் பேசும்போது கண்ணை மூடிக் கேட்டால் ஏதோ ஓர் ஐரோப்பிய நாட்டு இசையைக் கேட்பது போலிருக்கும்.

'எப்படி பத்திரிகைத் துறைக்கு வந்து சேர்ந்தீர்கள்?'

'படிக்கும்போதே இந்த ஆசை வந்துவிட்டது. முக்கியமான காரணம் அமெரிக்க ஜனாதிபதி நிக்ஸனுடைய வாட்டர்கேட் விவகாரங்கள். அவற்றை தினமும் காலையில் பத்திரிகைகளில் ஆர்வமாகப் படித்தேன். அதன் காரணமோ என்னவோ பல்கலைக்கழகத்தில் பத்திரிகைத்துறையில் பட்டம் பெற்றேன். ஆரம்பத்தில் சின்னச் சின்னப் பத்திரிகைகளில் வேலைபார்த்து, பின்னர் இந்த வேலையில் சேர்ந்தேன். ஆனால் 25 வருடங்கள் தொடர்ந்து வேலை செய்வேன் என்பதை நினைத்தும் பார்க்கவில்லை. எனக்கே ஆச்சரியமாகத்தான் இருக்கிறது.'

'நீங்கள் நினைத்ததுபோல இந்த வேலை உங்களுக்குத் திருப்தியைத் தரவில்லையா?'

'ஆரம்பத்தில் எனக்குப் பிடிக்கவே இல்லை. மூன்று மாதத்திலேயே பணிவிலகல் கடிதத்தை எழுதிக் கொடுத்தேன். காரணம் எனக்குச் சின்னச் சின்ன வேலைகளையே தந்தார்கள். நான் வேலைக்குப் புதிது. வயதிலும் ஆக ஜூனியர். அந்த கம்பனியில் ஆயிரக் கணக்கானோர் வேலைசெய்தார்கள். எனக்குக் கீழே அங்கே ஒருவரும் இல்லையென்று தோன்றும். ஆனால் பத்திரிகையின் முதன்மை ஆசிரியர் என்னுடன் பேசி என் முடிவை மாற்றச் செய்தார். இன்று 25 வருடங்கள் முடிந்துவிட்டன. அன்று அவர் என்னுடன் பேசியிருக்காவிட்டால் இன்று வேறு ஏதாவது செய்துகொண்டிருப்பேன். எனக்கு ஐரோப்பாவுக்குப் போய் அங்கே வேலை செய்யவேண்டும் என்ற ஆர்வமிருந்தது. எல்லாம் போய்விட்டது.'

'பத்திரிகை வாழ்க்கை உங்களுக்குப் பிடிக்கவில்லையா?'

'அப்படிச் சொல்ல முடியாது. பிடிக்காமல் எப்படி 25 வருடங்கள் ஒரே இடத்தில் வேலை செய்திருக்க முடியும். ஆனால்

என் வாழ்க்கையில் எதிர்பாராத ஒரு திருப்பம் ஏற்பட்டு வாழ்க்கை வேறு திசையில் போனது. இறுதிவரை சரியான பாதைக்குத் திரும்பவில்லை.'

'எனக்குச் சொல்லக்கூடும் என்றால் சொல்லுங்கள்.'

'காதலித்து மணம் முடித்தேன். ஆரம்பத்தில் சுமுகமாகப் போனது. என்னைப்போலவே என் கணவரும் தன் உத்தியோகத்துக்கு முன்னுரிமை கொடுத்தார், குடும்பம் இரண்டாம் பட்சம்தான். எங்களுக்கு ஒரு குழந்தை பிறந்தபோது வீட்டில் எல்லாம் மாறியது. மகனுக்கு ஒன்பது மாதம் நடந்தபோது திடீரென்று படுக்கையை விட்டுப்போய் கீழே சோபாவில் படுத்தார். நான் நினைத்தேன், குழந்தை அவர் தூக்கத்தைக் கெடுப்பதாக. ஆனால் அவர் கீழே படுப்பது தொடர்ந்தது. சனி ஞாயிறுகளில்கூட வேலை வேலை என்று அலைந்தார். நான் ஒருத்தி வீட்டில் இருப்பது மறந்துவிட்டது. ஒருநாள் காலை அவர் அலுவலகத்துக்குப் புறப்படமுன்னர் அவரை வழிமறிப்பதுபோலப் பிடித்தேன். 'உமக்கு என்ன பிரச்சினை? எய்ட்ஸ் நோய் தாக்கிவிட்டதா? வேறு ஏதாவது வியாதியில் செத்துக் கொண்டிருக்கிறீரா? அலுவலகத்தில் வேலை போய் அதை என்னிடமிருந்து மறைக்கிறீரா? அல்லது ஏதாவது கள்ளத் தொடர்பு உண்டா? பதில் சொல்லும்' என்றேன். 'ஆமாம் தொடர்பு உண்டு' என்று சர்வசாதாரணமாகக் கூறினார். அன்றே அவரை வீட்டைவிட்டுத் துரத்தினேன். அந்தப் பெண்ணை மணமுடித்து அவர் சந்தோசமாக வாழ்ந்தார். என் வாழ்க்கையில் மாற்றமே இல்லை. தனியாகத்தான் வாழ்கிறேன். ஏறக்குறைய 25 வருடங்கள்.'

'பத்திரிகைத்துறையின் எதிர்காலம் எப்படியிருக்கும் என்று நினைக்கிறீர்கள்?'

'பத்திரிகை ஒரு நாட்டின் முக்கியமான அங்கம். ஜனநாயகத்தை நிலைநிறுத்துவதில் அதற்குப் பெரிய பங்கிருக்கிறது. ஆனால் நான் நினைக்கிறேன், எதிர்காலத்தில் மக்கள் எந்த வகையில் செய்திகளை உள்வாங்கப்போகிறார்கள் என்பது – தொலைக்காட்சி, வானொலி, கணினி, செல்பேசி – ஊகித்துச் சொல்லவே முடியாது. அச்சுப் பத்திரிகையின் எதிர்காலம் பிரகாசமானதாயில்லை. அதன் இடத்தை மின்பத்திரிகைகள் ஏற்கனவே கைப்பற்றிக்கொண்டு வருகின்றன. காலையில் அச்சுப்பத்திரிகையுடன் உட்காரும் தலைமுறையின் எண்ணிக்கை வருடா வருடம் குறைந்து வருகிறது.'

'உங்களை விரக்தியடைய வைத்த சம்பவம் ஏதாவது நடந் திருக்கிறதா?'

அ. முத்துலிங்கம்

'அப்படியான சம்பவம் இரண்டு வருடத்துக்கு முன்னர் நடந்தது. அன்று எங்கள் பத்திரிகை நிறுவனத்தில் 600 பேர் வேலை நீக்கப்பட்டனர். அதனால் மட்டும் அது துக்கமான நாளாக அமையவில்லை. பத்திரிகைத் துறையே அன்று மாற்றம் அடைந்தது. ரொறொன்ரோவில் மூன்று முதன்மையான பத்திரிகைகள் இருப்பது உங்களுக்குத் தெரியும். இந்த மாற்றத்தை மூன்று பத்திரிகைகளும் ஏற்றுக்கொண்டன. நாங்கள் எழுதுவதெல்லாம் வேறு ஒரு கம்பனிக்குக் கொடுக்கப்படுகிறது. அப்படியான ஒப்பந்தம் கையெழுத்துப் போடப்பட்டுவிட்டது.'

'புரியவில்லை?'

'எங்கள் பத்திரிகையில் ஒவ்வொருவருக்கும் ஒவ்வொரு பணிக்கு உத்தரவு கிடைக்கும். அவர்கள் வேண்டிய ஆராய்ச்சிகள் செய்து, தேவையானால் சம்பந்தப்பட்டவர்களை நேர்காணல் செய்து அந்தப் பணியை முடித்துத் தலைமை ஆசிரியருக்குக் குறித்த நேரத்துக்கு முன்னர் சமர்ப்பிப்பார்கள். அவர் சில இடங்களை மாற்றச் சொல்வார். சிலவற்றை அடிக்கச் சொல்வார். பெரிய வாக்குவாதமும் சண்டையும் மூளும். இறுதியில் ஒரு வடிவம் கிடைக்கும். பின்னர் பிரதி அமைப்பாளர், புகைப்படக்காரர், சித்திரக்காரர் எல்லோரும் ஒன்றுகூடி அமைத்த பின்னர் அது அச்சுக்குப் போகும். ஒரு கூட்டு முயற்சியாக இருக்கும்.'

'இப்பொழுது அப்படியல்ல. நாங்கள் எழுதிமுடித்தவுடனேயே அது ஒப்பந்தக் கம்பனிக்கு அனுப்பப்பட்டுவிடும். அவர்கள் தேவைக்குத் தக்கபடி கட்டுரையை வெட்டி சுருக்கி அச்சுக்கு அனுப்பிவிடுவார்கள். அடுத்தநாள் வாசகர் பத்திரிகை பார்க்கும் போது நாங்களும் பார்ப்போம். எங்கள் கட்டுரை சம்மதமில்லாத பல மாற்றங்களை அடைந்திருக்கும். நாங்கள் ஒன்றுமே செய்ய முடியாது. முன்னர் கிடைத்த திருப்தி இப்போது கிடைப்பதில்லை.'

'நீங்கள் எழுதிக்கொடுத்தது பத்திரிகையில் வரும்போது பெரிய மாற்றம் அடைந்திருக்குமா?'

'ஒரு கட்டுரை எழுதுவது சாமான்ய காரியமில்லை. இத்தனை வார்த்தைகளில் இன்னதேதிக்கு முன்னர் என்று திட்டமிட்டுத்தான் கட்டுரை எழுதிக் கொடுக்கிறோம். ஆனால் இப்பொழுதெல்லாம் வடிவமைக்கும் கம்பனிகள் ஆசிரியருடன் ஆலோசனை நடத்துவதில்லை. நினைத்தபாட்டுக்கு வெட்டிப் போடுகிறார்கள். நீங்கள் சொல்ல வந்த விசயம் முற்றிலும் சொல்லப்படுவதில்லை. உங்கள் கையை விட்டுப்போன பிரதி எந்த உருவத்திலும் வரலாம். கட்டுரையைப் படிக்கும்போது அநேக சமயங்களில் விரக்திதான் மிஞ்சுகிறது.'

'இது முக்கியமான விசயம், சமூக அக்கறை சார்ந்தது, இதை மக்களிடம் கொண்டுபோய்ச் சேர்க்கவேண்டும் என்று உங்களை எழுதத் தூண்டிய சம்பவம் ஏதாவது ஞாபகத்தில் உள்ளதா?'

'பல வருடங்களாக எழுதியதில் ஞாபகத்திலிருந்து மறைந்த விசயங்களே அதிகம். சமீபத்தில் எழுதி, பரபரப்பான ஒரு விசயத்தை மட்டும் சொல்கிறேன். அது ஓர் அகதி சம்பந்தப்பட்டது. கனடிய அகதி அல்ல, கிரிபட்டி என்ற தீவைச் சேர்ந்தவர். இவர் நியூசிலாந்துக்குச் சென்று அங்கே அகதிக் கோரிக்கை வைத்திருக் கிறார். இன்று அது மிகப் பெரிய உலகப் பிரச்சினை ஆகிவிட்டது. அகதியைப் பற்றிய கதை என்றும் எடுக்கலாம். உலகத்தைப் பற்றிய கதை என்றும் சொல்லலாம். இவருடைய பெயர் Ioane Teitiota. வயது 37. இவரும் மனைவியும் 6 பிள்ளைகளும் அகதிக் கோரிக்கை மனு கொடுத்து அது நிராகரிக்கப்பட்டுவிட்டது. இப்பொழுது வழக்கு உயர் நீதிமன்றத்துக்குப் போய் அங்கே பரிசீலனையில் இருக்கிறது. இதன் தீர்ப்பை உலகமே பார்த்துக் கொண்டிருக்கிறது.'

'கிரிபட்டி என்பது பசிபிக் சமுத்திரத்திலுள்ள சிறிய தீவு. 300 சதுர மைல்கள்தான். சனத்தொகை ஒரு லட்சம். இந்தத் தீவு நியூசிலாந்தில் இருந்து 4000 கி.மீட்டர் தொலைவில் உள்ளது. ஐயோன் அகதிக்கோரிக்கை வைத்தபோது கொடுத்த காரணம்தான் அதிசயமானது. ஓர் அகதி என்பவர் அரசியல், போர், சமூக, சாதி, மொழி, மதம் காரணமாகத் துன்புறுத்தப்பட்டு தன் சொந்த நாட்டிலும் வசிக்க முடியாமல் துரத்தப்பட்டு இன்னொரு நாட்டில் அடைக்கலம் தேடுபவர். ஆனால் இவர் அப்படி ஒன்றும் துன்புறுத்தப்பட்டு அடைக்கலம் தேடவில்லை. இவர் கொடுத்த காரணம் அவருடைய தீவு தண்ணீரில் மூழ்கிக்கொண்டிருக்கிறது, ஆகவே அவருக்கு அடைக்கலம் தரவேண்டும் என்பது.'

ஐயோன் சொல்கிறார். 'என்னுடைய தீவு அழியப்போகிறது. நான் சொல்லவில்லை. விஞ்ஞானிகள் சொல்கிறார்கள். தண்ணீர் மட்டம் வருடாவருடம் ஏறுகிறது. குடிதண்ணீருடன் கடல் தண்ணீர் கலந்துவிட்டது. பயிர்கள் கருகிவிட்டன. கடல் தண்ணீர் வீடுகளுக்குள் நுழைகிறது. நான் தீவுக்குத் திரும்பினால் நானும் மனைவியும் 6 பிள்ளைகளும் இறந்துவிடுவோம்.'

அகதிக் கோரிக்கை விதிகளில் கால நிலை மாற்றம் ஏற் படுத்தும் ஆபத்து சேர்க்கப்படவில்லை. சாதி, மதம், போர் சம்பந்தமாகத் துரத்தப்படுவோர் அகதிகளாகக் கருதப்படுவர். ஆனால் நாடு மூழ்கிப்போய் நாடிழந்தவர் அகதியாகமாட்டார். இன்று உலகத்தில் 200 மில்லியன் மக்கள் எதிர்வரும் 50

வருடங்களில் கால நிலை மாற்றத்தால் அகதிகளாகும் ஆபத்தில் இருக்கிறார்கள். இந்த வழக்கின் தீர்ப்பு 200 மில்லியன் மக்களின் வாழ்க்கையை நிர்ணயிக்கும். அகதிகளுக்கான ஐக்கிய நாடுகள் ஆணையம் தன் விதிகளை மாற்றினால்தான் இவர்களுக்கு விமோசனம் கிடைக்கும். எதிர்காலத்தில் காலநிலை மாற்றத்தினால் இடம் பெயரும் மக்களையும் ஆணையம் அகதிகளாக அங்கீகரிக்கவேண்டும்.'

'சமீபத்தில் நீங்கள் நடத்திய நேர்காணலில் அதிசுவாரஸ்ய மானது எது?'

'கேரளாவில் இருந்து இங்கே வந்து குடியேறிய யூதர் ஒருவரைச் சந்தித்தேன். அவருடைய பெயர் Kenny Salem. அவர் கனடா வரும்போது அவருக்கு வயது 28. கனரக வாகனங்கள் சேவை நிறுவனம் ஒன்றை நடத்துகிறார். இங்கே வந்த பின்னர்தான் அவருக்குத் தங்கள் பழைய வாழ்க்கையை விட்டுவந்த குற்ற உணர்வு அவரை ஏதாவது செய்யத் தூண்டியது. அவர் பிறந்து வளர்ந்தது கேரளாவில் கொச்சின் என்ற இடத்தில். அவர் வாழ்ந்த வீடு 230 வருடம் பழமை வாய்ந்தது. அவருடைய தாத்தா பிரபலமானவர். அவர்கள் வாழ்ந்த வீட்டுக்கு ஒருமுறை இந்திரா காந்தி வந்திருக்கிறார். அவர்கள் வாழ்ந்த தெருவில்தான் புகழ்பெற்ற பழமையான பரதேசி யூதக்கோயில் இருக்கிறது. அவருடைய கிராமத்தில் இப்போது எஞ்சியிருப்பது 8 யூதர்கள் மட்டும்தான். அவருடைய பெற்றோர்களும் இந்த எண்ணிக்கையில் அடக்கம். அவர்கள் காலம் முடிந்ததும் யூதர்கள் காலமும் முடிந்துவிடும். சுற்றுலாக்காரர்கள் மாத்திரம் தொடர்ந்து யூதக் கோயிலைப் பார்க்க வருகிறார்கள். 1948இல் இஸ்ரேல் நாடு பிறந்த பின்னர் கேரளாவிலிருந்து அங்கே குடிபெயர்ந்துவிட்டார்கள். இன்று இஸ்ரேலில் கேரளாவில் இருந்து போனவர்களின் எண்ணிக்கை குறைந்தது 15,000 இருக்கும்.

ஸாலொமன் அரசன் காலத்திலேயே யூதர்கள் கேரளாவுக்கு வரத் தொடங்கிவிட்டார்கள். பெரிய எண்ணிக்கையாகக் குடி பெயர்ந்தது மகாராஜா பாஸ்கர ரவிவர்மா கேரளாவை ஆண்ட காலத்தில்தான். 11ஆம் நூற்றாண்டில் (1000–1069) யேமென் நாட்டி லிருந்து ஜோசப் ரபான் தலைமையில் யூதர்கள் வந்திறங்கியபோது மகாராஜா அவர்களை வரவேற்று நிலம் கொடுத்துப் பல அதி காரங்களையும் வழங்கினார். 72 அதிகாரங்கள் எழுதப்பட்ட செப்புப் பட்டயம் இன்றும் பரதேசி யூதக் கோயிலில் பாதுகாக்கப் பட்டு வருகிறது. யானையில் ஊர்வலம் செல்வது, பல்லக்கில் பவனி வருவது, ஆயுதம் ஏந்துவது, ஊர்வலத்தின்போது

வாத்தியங்கள் வாசிப்பது, கம்பளத்தில் நடப்பது ஆகியவை சில அதிகாரங்கள்.

'பரதேசி யூதக் கோயில் கட்டியது 1568ஆம் ஆண்டு. 400 வருடங்கள் பூர்த்தியானபோது 1968இல் கேரளாவில் பெரிய கொண்டாட்டம் நடந்தது. அப்பொழுது நான் சிறிய பையன். அந்தக் கிராமத்தில் ஏறக்குறைய 6000 பேர் வாழ்ந்தார்கள். நான் இங்கே கனடாவுக்கு வந்தாலும் அந்தக் கோயிலைப்பற்றிய நினைவு அடிக்கடி எழுகிறது. அதைப் பாதுகாக்கவேண்டியது எங்கள் கடமை. மகாராஜா செப்புப் பட்டயத்தை அளித்தபோது 'பூமியும் சந்திரனும் சுழலும் மட்டும் இந்த நிலத்தையும் அதிகாரங்களையும் வழங்குகின்றேன்' என்பதாகக் கூறினார். இன்று செப்புப் பட்டயம் பாதுகாப்பில் உள்ளது. அதிகாரங்களும் உள்ளன. அதிகாரிகள்தான் இல்லை' என்றார் கென்னி சலாம்.'

'நீங்கள் பத்திரிகைக்காக வெளிநாடு போயிருக்கிறீர்களா? ஏதாவது மறக்கமுடியாத சம்பவம்?'

'சில வருடங்களுக்கு முன்னே சுவாஸிலாண்டு போனேன். அங்கே எயிட்ஸ் நோய் கட்டுக்கடங்காமல் பரவிய நேரம். அதுபற்றி ஆராய்ந்து எழுதுவதற்காக நான் போன அன்று எயிட்ஸ் ஒழிப்புக்காக பாட்டிமார் ஊர்வலம் நடத்திப் போர்க்குரல் எழுப்பினார்கள். எல்லா பாட்டிமார் முதுகுகளிலும் குழந்தைகள் தொங்கின. அவர்களுடைய பேரப்பிள்ளைகள். 'நாங்கள் களைத்துவிட்டோம். ஆண்கள் பெண்களை அடிப்பதை உடனே நிறுத்தவேண்டும்' இதுதான் அவர்களின் குரல். சுற்றி நின்று ஊர்வலத்தைப் பார்த்த இளைஞர்கள் கூச்சலிட்டார்கள். 'சரி, சரி கிழவி. வீட்டுக்குப் போய் சமைத்து வை.'

சுவாஸிலாண்டு தெற்கு ஆப்பிரிக்காவில் உள்ள சிறிய நாடு. சனத்தொகை 12 லட்சத்துக்குள்தான். அங்கே கிடைத்த புள்ளி விவரங்களைப் பார்த்தபோது தலை சுற்றியது. 1,30,000 குழந்தைகள் எயிட்ஸ் அநாதைகளாக்கப்பட்டிருந்தனர். 26 விழுக்காடு சனங்கள் எயிட்ஸ் நோயால் தாக்கப்பட்டிருந்தனர். 40 வீதம் கர்ப்பிணிகள் எயிட்ஸ் நோயின் பிடியில் இருந்தனர். வெறும் புள்ளிவிவரங்கள்தான். ஆனால் நிலைமையை நேரில் பார்த்தபோது மலைப்பாக இருந்தது. என்ன காரணம் என்று ஆராய்ந்து அவர்கள் கண்டுபிடித்தது, அங்கே பெண்கள் இன்றும் அடிமைகளாக நடத்தப்படுவதுதான். அவர்களுக்கு விடுதலையே இல்லை.

ஒரு குட்டி கிராமத்துக்கு எங்களை அழைத்துச் சென்றார்கள். அங்கே கிழவிகளும் கிழவர்களும், குழந்தைகளும் சிறுவர் சிறுமியரும்

இருந்தனர். பேருக்குக்கூட ஓர் இளம் வயது பெண்ணையோ ஆணையோ காணமுடியவில்லை. 12 பாட்டிமார் 200 அநாதைக் குழந்தைகளைப் பராமரிக்கிறார்கள். ஒரு முழுத் தலைமுறை அங்கே மறைந்துவிட்டது. இன்னும் 20 வருடம் கழிந்தாலும் என்னால் அந்தக் காட்சியை மறக்க முடியாது. 200 குழந்தைகள் என்ன குற்றம் செய்தார்கள்? உலகம் எப்படி இவர்களைக் கைவிடமுடியும்?'

அவர் கண்கள் கலங்கின. வேறு கேள்விகளுக்கு அவர் தயாரில்லை என்பது விளங்கியது.

'இத்தனை நேர்காணல்கள். இத்தனை பேர்கள். இத்தனை வார்த்தைகள். எப்போதாவது, இதை எழுதியிருக்கக்கூடாது என்று நீங்கள் நினைத்ததுண்டா?'

'நினைத்து என்ன செய்வது? எழுதியது எழுதியாகிவிட்டது.'

யேசுவைச் சிலுவையில் அறைந்தபோது அவர் தலைக்கு மேலே 'நசரேயனாகிய யேசு யூதர்களின் ராஜா' என்று எழுதி வைக்கப்பட்டது. அப்பொழுது தேசாதிபதியாகிய பிலாத்துவை யூதர்கள் அணுகி 'இது எப்படிச் சரியாகும். யேசு யூதர்களின் ராஜா அல்ல. யூதர்களின் ராஜாவாகத் தன்னைப் பிரகடனம் செய்தவர்' என்று திருத்தவேண்டும் என வேண்டிக்கொண்டார்கள். அப் பொழுது பிலாத்து 'எழுதியது எழுதியாகிவிட்டது' என்று சொன் னான். பத்திரிகைத் தொழிலும் அப்படித்தான். எழுதியது எழுதியதுதான்.

எனக்குப் பேச வேறு ஒன்றுமே இருக்கவில்லை. அவர் தன் செல்பேசியை எடுத்துக் கைப்பைக்குள் நுழைத்தார். 25 லட்சம் வார்த்தைகள் எழுதிய பெண்மணி சட்டென்று ஒரு வார்த்தையும் பேசாமல் எழுந்து போனார். திரும்பிப் பார்ப்பார் என நினைத் தேன். பார்க்கவில்லை. ரத்தத்தில் தோய்த்தது போன்ற விரல் நுனிகள். சத்தமிடும் உலோகக் காப்புகள். இசைப்பது போன்ற குரலுக்குச் சொந்தமானவர் நடந்து மறைந்துபோனார்.

❖

நானும் மருத்துவரும்

கனடாவுக்கு வந்த புதிதில் எனக்கு ஒரு மருத்துவர் தேவைப் பட்டார். என் பக்கத்து வீட்டுக்காரர் பரிந்துரை செய்ததில் அவரிடம் போயிருந்தேன். குஜராத்திப் பெண்மணி, பெயர் பிந்துரேகா. சிறுவயதிலேயே கனடா வந்து இங்கேயே படித்து டொக்ரர் பட்டம் பெற்றவர். நான் போனபோது வரவேற்பறையில் 20 பேர் காணப்பட்டார்கள். எனக்கு முன்னர் ஆயிரம் பேர் உட்கார்ந்து பள்ளம் விழுந்த நாற்காலியில் பாதி புதைந்துபோய் அமர்ந்தேன். நீண்ட கனவுகளைக் காண்பதற்கு மருத்துவரின் அறையைவிட உகந்த இடம் கிடையாது.

'அடுபாரா முட்டுங்கலிம்' என்று யாரோ கத்தினார்கள். 'இப்படியும் பெயர் இந்த நாட்டில் வைக்கிறார்களே' என்று நினைத்துச் சிரித்துக்கொண்டு மறுபடியும் தூங்கப் போனேன். டொக்ரர் எனக்கு முன் நின்றார். வெள்ளைக் கோட் அணிந்திருந்த உயரமான பெண்மணி. எலி சுவர் ஓரமாக ஓடுவதுபோல நினைத்துப்பாராத வேகத்தில் குடுகுடுவென ஓடினார். என்னைத் தான் இவ்வளவு நேரமும் அழைத்தார். நீண்டநேரம் சப்பியதால் என் பெயர் அப்படி உருக்குலைந்து வெளியே வந்திருந்தது.

'உங்கள் பெயர் என்ன மொழி?' என்றார் டொக்ரர். தமிழ் என்றேன். 'அப்படியென்றால்?' 'இந்தியாவில் ஒரு மாநிலமே பேசும் மொழி. 70 மில்லியன் மக்கள்' என்றேன். 'எனக்குத் தெரியவில்லையே' என்றார். '60 மில்லியன் மக்கள் குஜராத் மொழி பேசுகிறார்கள்' என்ற உபரித் தகவலை அவர் கேட்காமலே சொன்னேன். அவருக்குப் பிடிக்கவில்லை என்று நினைக்கிறேன். கைக்குக் கிட்ட இருந்த ஊசியை எடுத்து புஜத்தில் குத்தி மருந்தைச் செலுத்தினார். அதற்குப் பிறகு என் வியாதியைக் கேட்டறிந்தார்.

எங்கள் இரண்டாவது சந்திப்பு இன்னும் மோசமாகவிருந்தது. நான் அவருக்கு முன் கடுதாசி கவுணை அணிந்து கூச்சத்துடன் அமர்ந்திருந்தேன். மண்டையில் நீர் நிரப்பியதுபோல பாரத்தில் அதுபாட்டுக்குக் கவிழ்ந்து கிடந்தது. இரண்டு கையாலும் பிடித்துத் தூக்க வேண்டிய ஒரு தொக்கையான கோப்பை அவர் படித்துக் கொண்டிருந்தார். அவரிடமிருந்து மருந்து மணம் வீசியது. எனக்கு

நெஞ்சு திடுக்கென்றது. நான் வந்து ஆறுமாதம் ஆகவில்லை இந்தக் கோப்பை நிறைத்து இத்தனை வியாதிகள் சேர்ந்துவிட்டனவே. பெருமைப்படுவதா இல்லையா என யோசித்தேன். 'காலையில் எத்தனை வீடுகளுக்கு பேப்பர் போடுகிறீர்கள்?' நான் பதில் பேசவில்லை. 'இன்னும் சூப்பர் மார்க்கெட்டுகளில் பாரமான பெட்டிகளைத் தூக்கி அடுக்குகிறீர்களா?' நான் அவரையே உற்றுப் பார்த்துக்கொண்டிருந்தேன். சட்டென்று மருந்தை எழுதி என்னிடம் தந்து முழங்காலில் பூசச் சொன்னார். 'தலை நோவுக்கு முழங்காலில் பூசினால் சரியாகிவிடுமா?' என்று கேட்டேன். பின்னர்தான் தெரிந்தது வேறு யாருடையவோ கோப்பை அவர் அத்தனை நேரமும் பார்வையிட்டிருக்கிறாரென்று.

ஒவ்வொரு தடவையும் அவருக்கும் எனக்கும் இடையில் ஏதோவொன்று நடந்தது. ஒருமுறை பூட்ஸ் அரையடி ஆழம் புதையும் பனியில் நடந்து அவரிடம் போனேன். மூச்சை விட்டால் திருப்பி இழுக்கமுடியவில்லை. சோதித்துவிட்டு 'பால் குடிப்பதை நிறுத்துங்கள்' என்றார். நிறுத்தினேன். 'தேநீரும் வேண்டாம்' என்றார். அதையும் விட்டேன். பின்னர் 'கோப்பியைக் காட்டக் கூடாது' என்றார். அதையும் செய்தேன். எஞ்சியது தண்ணீர் ஒன்றுதான். அதற்கும் தடை வந்துவிடுமோ என அதிகம் நடுங்கியதால் வியாதி பெரிசாகத் தெரியவில்லை. இன்னொரு தடவை காதுக் குத்துக்கு மருந்து கேட்டுப் போனேன். 'தேங்காய் எண்ணெய் ஒரு சொட்டு காதுக்குள் விடுங்கள்' என்றார். *60* வருடங்களுக்கு முன்னர் எங்கள் கிராமத்தில் அம்மா சொன்னதும் அதுதான். இந்த *60* வருடமும் மருத்துவம் அதே இடத்தில்தான் நிற்கிறது. கழுத்து வலி என்று போனால் பயறை வறுத்து டவலிலே உருளைபோலச் சுருட்டி அதற்குமேல் படுக்கச் சொல்கிறார். எந்த மருத்துவப் புத்தகத்தில் தேங்காய் எண்ணெய் என்றும் உருட்டி வைத்த பயறு என்றும் எழுதி வைத்திருக்கிறது.

எந்தச் சின்ன வியாதி என்று அவரைப் பார்க்கப் போனாலும் அந்தப் பகுதி உறுப்புக்குத் தேவைப்படும் அத்தனை பரிசோதனைகளையும் ஒன்றன் பின் ஒன்றாகச் செய்து முடிப்பார். எக்ஸ்ரே, ஸ்கேன், அல்ட்ரா சவுண்ட், எம்.ஆர்.ஐ என்று பெறுபேறுகள் வரும். அவற்றை கம்ப்யூட்டரில் உருட்டி உருட்டி மேலும் கீழும் தேடி ஆராய்வார். *4*ஆம் வகுப்பு மாணவனிடம் *8*ஆம் வகுப்புக் கணக்கைச் செய்யச் சொன்னதுபோல நெற்றியைச் சுருக்கி யோசிப்பார். சட்டென்று ஒரு வியாதியின் நுனியைக் கண்டுபிடித்து முன்னெப்பொழுதுமே கேள்விப்பட்டிராத பெயரைச் சொல்லி கிலியூட்டுவார். இந்தச் சோதனைகள் இரண்டு மாதகாலமாக

நடந்துகொண்டிருக்கும்போதே வியாதி தானாக நின்றுவிடும். இறுதியில் உங்களிடம் கேட்பார். 'எதற்காக இத்தனை பரிசோதனைகள் செய்தோம்?' அப்படிக் கேட்கும்போது உங்களுக்கு மருத்துவரிடம் ஏன் வந்தோம் என்பது மறந்துபோயிருக்கும்.

தடுப்பூசி போடப் போகும்போது எச்சரிக்கை தேவை. உங்கள் பெயரை நினைவூட்டவேண்டும். அவர் மேசையில் இருப்பது உங்கள் கோப்புத்தான் என்பதைத் தலைகீழாகப் படித்து உறுதி செய்வது நல்லது. தடுப்பூசிக் காலங்களில் வரவேற்பறையை நிறைத்து நோயாளிகள் குழுமியிருப்பார்கள். அறையை உலோக இருமல்கள் ஆக்கிரமித்திருக்கும். மருத்துவர் நின்ற நிலையில் தடுப்பூசிகளைப் போட்டுத் தள்ளுவார். என்னுடைய முறை வந்தது. நீண்ட சேர்ட் கைமடிப்பைச் சுருட்டிச் சுருட்டி புஜத்துக்கு மேல் ஏற்றியிருந்தேன். டொக்ரர் பஞ்சிலே ஸ்பிரிட்டைத் தோய்த்துத் தோளிலே பூசிவிட்டு ஊசியைச் செலுத்தினார். அந்த வேளை அவருக்கு குஜராத்திலிருந்து தொலைபேசி வந்தது. புதுவிதமான மொழியில் சத்தமாகப் பேசிவிட்டுத் திரும்பினார். நான் அப்படியே உட்கார்ந்திருந்தேன். ஓர் ஊசி நிறைய மருந்தை எடுத்து என் தோள்மூட்டில் குத்த வந்தார். நான் வெலவெலத்துப்போய் எழுந்து நின்று ஏற்கனவே அவர் குத்திவிட்டாரென்று சொன்னேன். அவர் நம்பவில்லை. அவரை ஏய்த்துவிட்டுத் தப்பி ஓடப் பார்க்கிறேன் என்று நினைத்தார். என்னைப் பார்த்தார். பின்னர் ஊசியைப் பார்த்தார். மறுபடியும் என்னைப் பார்க்கத் திரும்பியபோது நான் மறைந்துவிட்டேன்.

ஒரு வருடகாலமாக என் உடம்பைத் தேமல் போல ஒன்று பிடித்திருந்தது. பலவிதக் களிம்புகளைத் தந்தார். ஒருவிதமான பவுடரைப் பூசச் சொன்னார். ஒன்றுக்குமே பயன் கிடைக்கவில்லை. தேமல் பாட்டுக்குப் பெருகியது. ஒருநாள் அவரைப் பார்க்கப் போனபோது சோளத்தைப் பட்டுப்போல அரைத்துப் பூசச் சொன்னார். 'நாளுக்கு எத்தனை தரம்?' சொன்னார். 'எத்தனை நாள் தொடரவேண்டும்?' 'வியாதி மாறும்வரை.' 'சாப்பாட்டுக்கு முன்னரா பின்னரா?' எப்பவும் பூசலாம் என்றார். என்ன ஆச்சரியம், ஒரு வார காலத்திலேயே வியாதி குணமாகிவிட்டது. அப்படியாயின் ஏன் அந்த மருந்தை அவர் ஒரு வருடம் முன்னரே தரவில்லை.

இது மருந்துக் கடையில் கிடைக்காது. சூப்பர் மார்க்கெட்டில்தான் வாங்கலாம். விற்பனைப் பெண்ணிடம் இதை எதற்குப் பாவிப்பார்கள் எனக் கேட்டேன். அவர் சொன்னார் 'ஆடைகளை இஸ்திரி பண்ணும்போது சோளமா கரைத்த தண்ணீரைத் தெளித்தால் உடுப்புகள் விறைப்பாக நிற்கும். அல்லது

அ. முத்துலிங்கம் ● 83

சூப் செய்யும்போது அதைக் கெட்டியாக்கவும் இதைச் சேர்த்துக் கொள்ளலாம்' என்றார். சலவைக்காரர்களும் சமையல்காரர்களும் மட்டுமே உபயோகப்படுத்தும் ஒரு பொருள் எப்படி மருந்தானது? எந்த மருத்துவப் புத்தகத்தில் இப்படி எழுதி வைத்திருக்கிறது. இவர் எழுதும் மருந்துகளை வாங்குவதற்கு அடிக்கடி பலசரக்குக் கடைக்குப் போகவேண்டி வருகிறது. இப்பொழுது வீட்டிலே கடலை எண்ணெய், பாசிப் பருப்பு, புதினாக் கீரை, மைதா மாவு, இஞ்சிக்கிழங்கு, காளான், கருப்பட்டி என்று சகலவிதமான பொருள்களையும் சேமித்து வைத்திருக்கிறேன். அடுத்த வியாதிக்கு என்ன எழுதுவாரோ? எதற்கும் தயாராக இருப்பது நல்லது.

இரவு யானைகள்

பல வருடங்களுக்கு முன்னர் கென்யாவில் நான் வசித்து வந்த காலத்தில் அங்கே உள்ள 'சாவோ' (Tsavo) தேசிய வனக் காப்பகத்துக்கு ஒருமுறை போயிருக்கிறேன். கென்யாவில் உள்ள ஆகப் பெரிய வனக்காப்பகம் அதுதான். 22,000 சதுர கி.மீட்டர்கள் பரப்பளவு கொண்டது. விடுதியை நோக்கிக் காட்டுக்குள்ளால் பயணித்துக் கொண்டே இருந்தோம். இருள் அதனிலும் வேகமாக வந்தது. சாரதி வழியைத் தவற விட்டுவிட்டார். பகல் முடிவதற்குள் நாங்கள் விடுதியை அடைய வேண்டும். அல்லாவிட்டால் காட்டு விலங்குகளின் மத்தியில் அகப்பட்டு விடுதியைக் கண்டுபிடிக்கும் சங்கடத்திலிருந்து விடுவிக்கப்பட்டிருப்போம். 'குழந்தைகளையும் மூடர்களையும் கடவுள் காப்பாற்றுவார்' என்பது ஆப்பிரிக்கப் பழமொழி. அன்று எந்த வகைப்பாட்டின் கீழ் நாங்கள் காப்பாற்றப் பட்டோமோ தெரியாது.

விடுதி பெரிய பெரிய தூண்களுக்குமேல் நின்றது. வன விலங்குகள் தங்கள் விருப்பப்படி உலவுவதற்கான வசதி என்று காப்பாளர் சொன்னார். ஒரு பக்கத்துக் காட்டிலிருந்து மறுபக்கத்துக்கு யானைக்கூட்டங்கள் விடுதிக்குக் கீழால் போவதைக் காணலாம். இங்கேதான் நான் சிவப்பு யானைகளைக் கண்டேன். பூச்சிகளின் தொல்லை தாங்காமல் யானைகள் சிவப்பு மண்ணில் குளித்து நிரந்தர சிவப்பாகவே மாறிவிட்டன. தாய் யானைகள் வேகமாக முன்னே போக யானைக் கன்றுகள் ஓடி ஓடி தாயைப் பிடிக்க முயன்று தோற்றுப்போகும் காட்சியை நாள்முழுக்க பார்த்துக்கொண்டே இருக்கலாம். அப்பொழுதுதான் ஒரு ஆங்கிலப் பெண்மணியைப் பற்றிக் கேள்விப்பட்டேன். காயம்பட்ட, அல்லது தாயை இழந்த வனவிலங்குகளைக் காப்பாற்றி அவற்றை மீண்டும் வனத்துக்குள் சேர்ப்பிக்கும் பணியை அவர் செய்தார். அவருடைய கணவர் வன அதிகாரியாகக் கடமையாற்றியதால் அந்த வேலையை பெண் சரிவர நிறைவேற்றக் கூடியதாக இருந்தது.

அவர் பெயர் டாஃப்னி ஸெல்ட்ரிக். கடந்த 50 வருடங்களுக்கு மேலாக வனவிலங்குகளுக்காகவே வாழ்ந்தார்; குறிப்பாக யானைக் கன்றுகள். கென்யாவில் வருடா வருடம் யானைகள் அவைகளுடைய

தந்தங்களுக்காகக் கொல்லப்பட்டன. 1990இல் தந்தங்கள் தடை செய்யப்பட்டன. அப்படியிருந்தும் தொடர்ந்து யானைகளை சட்டவிரோதமாக அழித்தனர். லாபம் தரும் இந்த வேட்டையில் பல கும்பல்கள் ஈடுபட்டிருந்தன. ஒரு யானைத் தந்தத்தில் கிடைக்கும் பணம் குடும்பம் ஒன்றுக்கு ஒரு வருடத்துக்குப் போதுமானது. ஆகையால் யானைகளைக் காப்பதற்கென்று ஏற்பட்ட சட்டங்களை ஒருவரும் சட்டை செய்யவில்லை. திருடர்கள் மாதத்துக்கு 50 யானைகளைக் கொன்றனர். அப்படியானால் வருடத்துக்கு 600 யானைகள். காட்டு யானைகள் இன்றும் கென்யாவில் எஞ்சியிருப்பது ஆச்சரியம்தான்.

தாய் யானைகள் கொல்லப்படும்போது தனித்து விடப்பட்ட கன்றுகள் சிலநாட்களில் செத்துப்போகும். இந்தக் கொடுமைகளைக் கண்ணுற்ற டாஃப்னி, யானைக் கன்றுகள் காப்பகம் ஒன்றை ஆரம்பித்தார். கன்றுகள் பெரிதாக வளர்ந்து 3,4 வயதை எட்டியதும் அவற்றை மறுபடியும் ஒரு யானைக் கூட்டத்துடன் சேர்த்துவிடுவார். ஆனால், பிரச்சினை ஒன்று இருந்தது. பால்குடி மாறாத யானைக் கன்றுகளை எவ்வளவுதான் கவனமாகப் பராமரித்தாலும், எத்தனை போத்தல் பசுப்பால் கொடுத்தாலும் அவை இறந்துபோயின. பசுப்பால் அவற்றுக்கு ஒத்துக்கொள்ளவில்லை. பலவித சோதனைகள் நடத்தியபின்னர் டாஃப்னி ஒரு புதுவிதமான பாலைக் கண்டுபிடித்தார். தேங்காய்ப்பால். தற்செயலாக தேங்காய்ப் பாலைப் பருகியபோது கன்று தப்பிவிட்டது. அன்றிலிருந்து யானைக் கன்றுகளுக்கு உணவு அதுதான்.

1972இல் அவரிடம் ஒரு யானைக் கன்று அனாதையாக வந்து சேர்ந்தது. அதற்கு எலெனோர் என்று பெயர் சூட்டி வளர்த்தார். வயது வந்ததும் அதைக் காட்டு யானைகளுடன் சேர்த்துவிட்டார். 22 வருடங்கள் கழிந்தன. ஒரு நாள் காலை 1994இல் ஒரு யானைக் கூட்டம் அவரிடம் வந்தது. அந்தக் கூட்டத்தில் எலெனோர் இருப்பதாக அவருடைய உள்ளுணர்வு சொன்னது. 'எலெனோர்' என்று குரல் கொடுத்தார். அந்தப் பெரிய கூட்டத்திலிருந்து ஒரு யானை மட்டும் அவரை நோக்கி நடந்து வந்தது. இவர் கிட்டப் போய் அதைத் தடவிக் கொடுத்தார். எதிர்பாராத விதமாக அது தும்பிக்கையால் அவரைச் சுற்றித் தூக்கி, சுழற்றி வீசியது. 20 யார்டு தூரம்போய் விழுந்தார். யானை அப்பொழுதும் சீற்றம் தாங்காமல் அவரை நோக்கி அடியெடுத்து வைத்தது. எலும்புகள் முறிந்த நிலையில் தரையில் கிடந்தபடியே டாஃப்னி யானையை உற்று நோக்கினார். அதன் முகம் தடிப்பாக இல்லை; கண்கள் நிறமற்றவை.

அது எலெனோர் அல்ல என்பது மூளையில் பட்டது. கண்களை மூடிக் கடவுளிடம் வேண்டினார். 'இந்த விபத்தில் தப்பி உயிர் பிழைத்தால் நான் என் வாழ்நாள் சரித்திரத்தை எழுதுவேன்.' இப்படியாக ஒரு சங்கல்பம் செய்தார்.

யானை அவருக்குச் சமீபமாக அணுகிக் கன்றைத் தூக்குவது போல மெதுவாகத் தடவி அவரைத் தூக்க முயன்றது. டாஃப்னி அதிகாரமான குரலில் 'நிறுத்து. திரும்பிப் போ' என்று சத்தமாகச் சொன்னார். யானை ஏதோ புரிந்ததுபோல அமைதியாக அவரை விட்டுப் பின்வாங்கிப் போனது.

டாஃப்னியுடைய சங்கல்பம் இப்போது நிறைவேறியிருக்கிறது. அவர் வெளியிட்ட புத்தகம் அவருடைய சுயசரிதைதான். ஆனால் யானைகளுடைய கதையும்கூட. புத்தகத்தின் பெயர் Love Life and Elephants. டாஃப்னிக்கு இப்போது 79 வயதாகிறது. அவர் நடத்திவரும் யானைக் கன்று அனாதை ஆசிரமத்தில் இதுவரை 130க்கும் அதிகமான கன்றுகளைக் காப்பாற்றி அவற்றைக் காட்டிலே சுதந்திர மாக விட்டிருக்கிறார். டாஃப்னியுடைய சேவையைப் பாராட்டி இங்கிலாந்தின் மகாராணி எலிஸபெத் அவருக்கு OBE பட்டம் வழங்கி கௌரவித்திருக்கிறார்.

சில வருடங்களுக்கு முன்னர் டைம் பத்திரிகை அவரைப் பேட்டி கண்டது.

'யானைகளும் மனிதர்களைப்போல, இறந்துபோன யானை களுக்காகத் துக்கம் கொண்டாடுகின்றனவா?'

'நான் 50 வருடங்களாக யானைகளுடன் வாழ்ந்து வருகிறேன். மனிதர்கள் போலவே இறந்துபோன யானைச் சடலத்தை நோக்கி மற்ற யானைகள் தூர இடங்களிலிருந்து வந்து முன்னே நின்று மௌனமாக அஞ்சலி செய்கின்றன. வருடக் கணக்காக அவை துக்கம் அனுட்டிப்பதைக் காணலாம். யானை மரித்த இடத்தில் தடிகளையும் தழைகளையும் பரப்பி அவை மரியாதை செய்கின்றன.'

'யானைகள் பற்றி மனிதன் என்ன தவறாக நினைக்கிறான்?'

'அவைகளுடைய புத்திக்கூர்மை பற்றி. அவை நம்பமுடியாத அளவுக்கு புத்தியானவை. பெரிய தந்தங்கள் கொண்ட யானைகளுக்கு மனிதன் தந்தங்களுக்காகவே தங்களைக் கொல்கிறான் என்பது தெரிந்திருக்கிறது. தங்கள் தந்தங்களை அவை மரங்களிலும் செடி களிலும் மறைத்து வாழ்கின்றன. அவை பகலில் வெளிவருவதில்லை. இரவிலே உணவு தேடி இரவுப் பிராணிகளாகவே மாறிவிட்டன.'

யானைகள் அழியும் வேகத்தில் அடுத்து வரும் சந்ததியினருக்கு அவை பார்க்கக் கிடைக்குமோ என்பதுகூட சந்தேகமாயிருக்கிறது. இரவுப் பிராணிகளான கழுதைப்புலி, சிறுத்தை, சிங்கமெல்லாம் வேட்டையாடித் தின்று தொல்லையின்றி வாழ்கின்றன. ஒரு தீங்கும் இழைக்காத யானை ஏன் இந்த உலகிலிருந்து அழியவேண்டும்?

இரவுப் பிராணிகளாக அவை மாறுவது ஒன்றுதான் வழி.

திருட்டுப்போகும் புகழ்

என்னுடைய நண்பர் ஒருவர் புகழ் பெற்ற புகைப்பட நிபுணர். அவர் கனடாவின் வட புலத்துக்குப் புகைப்படங்கள் எடுப்பதற்காக ஒருமாத காலத்துக்குச் சென்றார். வடதுருவ வட்டத்திற்குக் கிட்டவாகப் போனால் குளிர் –50 பாகை செண்டிகிரேட் தொடும். அதனிலும் கீழேகூடப் போகும். அவர் அதற்கெல்லாம் தயாராகத்தான் புறப்பட்டார். திரும்பியபோது அவர் நேரிலே பார்த்த ஒரு கதை சொன்னார்.

ஓர் ஆதிவாசிப் பெண்மணிக்குக் குழந்தை பிறந்தது. அவர் 'தேலோன்' எனக் குழந்தைக்கு நதியின் பெயரைச் சூட்டினார். இங்கே யமுனா, காவேரி, கங்கை என்று நதியின் பெயரைச் சூட்டுவது போலத்தான். இதில் ஆச்சரியப்பட ஒன்றுமே இல்லை. இன்னொரு பெண்ணுக்குக் குழந்தை பிறந்தது. அவரும் தன்பிள்ளைக்கு 'தேலோன்' எனப் பெயர் சூட்டினார். அங்கேதான் பிரச்சினை முளைத்தது. முதல் பெண் அந்தப் பெயரைச் சூட்டக்கூடாது என்று வாதாடினாள். அடுத்த பெண் விட்டுக் கொடுக்கவில்லை. அந்த நதி அவளுடைய தாத்தாவின் சொத்தா? யாரும் அந்தப் பெயரைச் சூட்டலாம் என்று அவர்கள் மொழியில் வைதாள். வாய்ப்பேச்சு முற்றி ஓர் எல்லையைத் தொட்டதும் ஒருவரை ஒருவர் எட்டிப் பிடித்தார்கள். அடுத்த நிமிடம் இரண்டு பெண்களும் பனியில் உருளத் தொடங்கினார்கள். உலகில் எங்கே போனாலும் பெண்களின் ஆயுதம் அவர்கள் கூந்தல்தான். படிப்பறிவில்லாத ஆதிவாசிகள்கூட ஒருவருடைய பெயர் இன்னொருவருக்கு இருப்பதை விரும்புவதில்லை. உடனே விரோதியாக மாறிவிடுகிறார்கள்.

உலகத்தில் இன்னொருவருக்குத் தன்னுடைய பெயர் இருப்பது ஒருவருக்கும் பிடிப்பதில்லை. அப்படி இருந்தால் அவர் சத்துருதான். இதை நான் என் சிறுவயதில் பள்ளிக்கூடத்தில் படிக்கும்போதே உணர்ந்திருக்கிறேன். எங்கள் வகுப்பில் இரண்டு கந்தசாமிகள் இருந்தனர். இருவரும் ஒருவரை ஒருவர் பிடித்துத் தின்னத் தயாராயிருந்தார்கள். வாத்தியார் ஒருவனைக் கூப்பிட்டால் அடுத்தவன் எழுந்து நிற்பான். இந்தக் குழப்பத்தைத் தீர்க்க வாத்தியாரே ஓர் உபாயம் செய்தார். ஒருத்தனை, 'நெடுவல்

கந்தசாமி' என்று அழைத்தார். மற்றவனுக்கு, 'பலாப்பழம் கந்தசாமி' எனப் பெயர். அதற்கும் காரணம் இருந்தது. வகுப்பில் பாடம் நடந்தபோது அவன் பலாப்பழம் சாப்பிட்டுப் பிடிபட்டிருந்தான்.

ஒரேயொரு பெயரை இருவருக்குச் சூட்டுவது இதிகாச காலத்திலேயே விரோதச் செயலாகத்தான் கருதப்பட்டது. பலருக்கு இது தெரியாது, தெரிந்தாலும் மறந்திருப்பார்கள். இருவருக்கு ஒரு பெயர் அமைந்ததனால்தான் மகாபாரதப் போர் நிகழ்ந்தது. சந்தனு அரசனுக்கும் மீனவப் பெண் சத்தியவதிக்கும் பிறந்தது இரண்டு மகன்கள். சித்திராங்கதன் மூத்தவன், விசித்திரவீரியன் இளையவன். சித்திராங்கதனுக்கு யுவராசா பட்டம் கட்டிய பின்னர் பெரிய பிரச்சினை ஒன்று உருவானது. கந்தர்வ அரசன் ஒருவனுக்கும் பெயர் சித்திராங்கதன். தன்னுடைய பெயரை கேவலம் ஒரு மானுடனுக்கும் சூட்டியிருந்தது அவனுக்கு அவமானமாகப் பட்டது. ஒருநாள் அவன் யுவராசா சித்திராங்கதனைப் போருக்கு அழைத்தான். அந்தக் காலத்தில் ஒருவர் போருக்கு அழைத்தால் அதை மற்றவர் ஏற்றுச் சமர் புரியவேண்டும். சித்திராங்கதன் இளைஞன். அவன் சவாலை ஏற்றுப் போர் புரிந்தபோது கந்தர்வன் அவனைக் கொன்றுவிட்டான். அதன் பின்னர்தான் அவன் தம்பி விசித்திரவீரியனுக்குப் பட்டம் சூட்டி பீஷ்மர் இரண்டு பெண்களைக் கட்டிவைத்தார். பாரதக் கதை இப்படி வேறுவழியாகப் பிரிந்து முடிவில் பாண்டவர்களுக்கும் கௌரவர்களுக்கும் இடையில் பெரும் போர் மூண்டு அழிவு ஏற்பட்டது. சித்திராங்கதனுடைய பெயரை விசித்திராங்கதன் என்று சூட்டியிருந்தால் மகாபாரதமும் இல்லை; போரும் இல்லை; அழிவும் இல்லை.

சமீபத்தில் முன்பின் பழக்கமில்லாத ஒருவரிடமிருந்து எனக்கு மின்னஞ்சல் ஒன்று வந்தது. அந்த மின்னஞ்சலில் இப்படி எழுதி யிருந்தது. 'திரு எஸ். ராமகிருஷ்ணன் தன்னுடைய வலைத் தளத்தில் Third Class Ticket என்ற நாவல் பற்றி எழுதியிருக்கிறார். நாவலாசிரியர் கனடாவில் இருக்கிறார். அந்த நாவலைத் தமிழில் திரைப்படமாக்க விரும்புகிறேன். அந்த நாவலாசிரியரின் தொலைபேசி எண்ணைத் தரமுடியுமா?' இதுதான் மின்னஞ்சல். நம்பமுடிகிறதா? கனடா உலகத்தின் இரண்டாவது பெரிய நாடு. இந்த நாட்டிலே அந்த எழுத்தாளர் எங்கே இருக்கிறார் என்பதைத் தேடிக் கண்டுபிடித்து மின்னஞ்சல் அனுப்பிய நண்பருக்கு பதில் எழுதவேண்டும். இந்திய நண்பர் என்மீது அத்தனை பெரிய நம்பிக்கை வைத்திருந்தார்.

அந்த நாவலாசிரியர் ஒரு பெண்மணி. பெயர் Heather Wood. எப்படித் தேடியும் அவருடைய தொடர்பு எண்ணைக் கண்டுபிடிக்க முடியவில்லை. ஆனால் அவருடைய கணவரும் ஓர் எழுத்தாளர்

என்ற தகவல் கிடைத்தது. அவரைத் தொடர்புகொண்டு அவர் மூலம் மனைவியுடைய தொலைபேசி எண்ணைப் பெற்றுக் கொண்டேன். நாவலாசிரியரை அழைத்து அவருடைய நாவலைத் தமிழ்த் திரைப்படமாக்க விருப்பப்படுகிறார்கள் என்று சொன்ன போது அவர் பரபரப்பானார். மகிழ்ச்சி பொங்க எந்த நாவல் என்று கேட்டார். நான் Third Class Ticket என்று சொன்னேன். சிறிது நேரம் பேச்சே இல்லை. மறுபடியும் அவர் பேசியபோது குரல் வடிந்து போய்விட்டது. 'அது நான் இல்லை. அவர் இன்னொரு Heather Wood. அவர் கலிஃபோர்னியாவில் இருக்கிறார்' என்றார்.

இந்தப் பெயர்க் குழப்பம் என்னை கோர்ட்டு வரைக்கும் இழுத்திருக்கிறது என்று சொன்னால் நம்புவது கஷ்டம்தான். சில வருடங்களுக்கு முன்னர் கடன் அறவிடும் கம்பனி ஒன்று என்னை அடிக்கடி தொலைபேசியில் அழைத்து மிரட்ட ஆரம்பித்தது. என்ன விசயம் என்றால் பத்து வருடம் முன்பு யாரோ என் பெயர் உள்ள ஒருவர் கடன் அட்டையில் சாமான்கள் வாங்கிவிட்டு அந்தக் கடனை அடைக்காமல் தலைமறைவாகிவிட்டார். பல வருடங்கள் கழித்து எப்படியோ என் பெயரைத் தேடிப்பிடித்துக் கடனைச் செலுத்தும்படி தொல்லை கொடுத்தார்கள். அவன் நானில்லை என்று எவ்வளவு சொல்லியும் பிரயோசனமில்லை. பின்னர் கடிதங்கள் வர ஆரம்பித்தன. நான் பத்து வருடங்களுக்கு முன்னர் இந்த நாட்டிலேயே இல்லை என்ற வாதத்தை ஏற்க ஒருவரும் தயாராக இல்லை. 'உங்கள் பெயரும் அந்தப் பெயரும் ஒன்றாக இருக்கிறது. ஆகவே நீங்கள்தான் அவர்.' இதற்கு எப்படி பதில் சொல்ல முடியும்?

உங்கள் காசைக் கொடுக்கலாம். ஆனால் புகழை விட்டுக் கொடுக்க முடியுமா? கடந்த சில வருடங்களாக என்னுடைய புகழ் எல்லாம் வேறு யாருக்கோ போய்க்கொண்டிருப்பதாக சந்தேகம் எழுந்தது. அவர் ஒரு கவிஞர். அவருக்கும் என் பெயர்தான். நீண்ட நீண்ட வசனங்களை எழுதி, சுள்ளி முறிப்பது போல அவற்றை முறித்து அடுக்கிக் கவிதையாக்கிவிடுவார். அவருடைய முகப்புத்தகம் பிரபலமானது என்று அதைப் படித்தவர்கள் சொல்வார்கள். 'காப்பியாற்றுக் காப்பியனார்' என்ற புலவர் சங்க காலத்தில் வாழ்ந்ததால் காப்பி குடிக்கும் பழக்கம் அப்போதே தமிழ்நாட்டுக்கு வந்துவிட்டது என்பதை ஆதாரத்தோடு தன் கட்டுரையில் நிறுவியவர். ஏறக்குறைய 4000 முகநண்பர்கள் அவருக்கு. ஒருநாள் அவர் முகப்புத்தகத்தில் 'மேப்பிள்மரம்' என எழுதுவார். 16 பேர் 'பிடித்தது' என்று பதில் போடுவார்கள். இன்னொருநாள்

'புதன்கிழமை' என்று எழுதுவார். உடனேயே 22 பேர் 'பிடித்தது' என்று எழுதிவிடுவார்கள். ஒரு முறை 'தமன்னா' என்று எழுதினார். அவரால் நம்பமுடியவில்லை, 117 பேர் உடனுக்குடனே 'பிடித்தது' எனப் பதிவுசெய்தார்கள். அந்த மகிழ்ச்சியில் மூன்று கவிதைகள் தொடர்ச்சியாக எழுதித் தள்ளிவிட்டார்.

ஒரு கூட்டத்திலே அவரை ஒருவர் தூரத்திலிருந்து அடையாளம் காட்டியபோது நான் திடுக்கிட்டேன். அவர் என்னைப்போலவே இருப்பார் என நினைத்தேன். முற்றிலும் வேறு மாதிரி தோற்றமளித்தார். நடு உச்சி பிரித்து இரண்டு பக்கமும் வாரிவிட்ட தலைமுடி காதை மறைத்துத் தொங்கியது. தலைவழியாக நுழைந்துகொள்ளும் நீளச் சட்டை அணிந்து அது முழங்கால் அளவுக்கு நீண்டிருந்தது. உணவகத்தில் சேவகன் இடுப்பில் துணி தொங்க விடுவதுபோல இவரும் ஏதோ தொங்கவிட்டார். ஒற்றைக் காதிலே கடுக்கன் மினுங்கியது. 'உங்கள் கவிதைகளை நான் படித்திருக்கிறேன்' என்றேன். அடுத்த வசனத்தை அவர் என்னைப் பேசவிடவில்லை. அளவு மீறிய சந்தோஷத்துடன் பாய்ந்து என் கையைப் பிடித்துக் குலுக்கினார். 'அடுத்த வாரம் தினக்கதிரை கட்டாயம் படியுங்கள். தமிழில் முதன்முதல் வெளிவரும் புதுவித மான கவிதை' என்றார். அப்படி என்ன புதுமை என்று விசாரித் தேன். உயிர் எழுத்து வராமல் ஒரு முழுக் கவிதை எழுதியிருக்கிறேன். முதல் வரி இப்படிப் போகும். 'கோபக்காரனுக்கு புத்தி மட்டு'. பார்த்தீர்களா, இதிலே உயிரெழுத்து இல்லை. முழுக்கவிதையும் இப்படித்தான் இருக்கும். (நான் அடுத்த வரியை மனதுக்குள் ஊகித்துக்கொண்டேன். சாபக்காரனுக்குத் தலையில் குட்டு.)

'எப்படி உங்களுக்கு இந்த அருமையான யோசனை தோன்றியது?' என்று வினவினேன். 'ஆங்கிலத்திலே ஒருத்தர் Gadsby என்று 50,000 வார்த்தை நாவல் எழுதியிருக்கிறார். அதில் e என்ற எழுத்து கிடையாது. அப்படி ஏதாவது புதுமையாகச் செய்ய வேண்டும் என்று எனக்கும் தோன்றியது. தமிழை வளர்ப்பதுதானே என் கடமை.' 'இந்தப் புதுமையை ஏற்கனவே செய்துவிட்டார்களே. கல்கி எழுதிய பொன்னியின் செல்வனில் 'ஙி' எழுத்து கிடையாது. அதேபோல சாண்டில்யன் எழுதிய கடல் புறாவில் 'ஞெ' எழுத்து இல்லையே' என்றேன். 'நீங்கள் கேலி செய்வதுபோலப் படுகிறது. நான் 86 கவிதைகள் எழுதியிருக்கிறேன். 100 இலக்கத்தைத் தொட்டதும் புத்தகமாகப் போடுவேன்' என்றார். எனக்குத் துணுக் கென்றது. 'எதற்காக நூறு வரைக்கும் காத்திருக்கவேண்டும்? உடனேயே போடலாமே' என்றேன்.

சுவரிலே ஒட்டியிருக்கும் நோட்டீசை வாசிப்பவர்போலக் கழுத்தை நீட்டி என் முகத்துக்குக் கிட்டவாக வந்து ரகஸ்யக் குரலில், 'இதற்கெல்லாம் அவசரப்படக் கூடாது. இரண்டு வருடம் போகட்டும். இங்கே என்னுடைய பெயரில் வேறு யாரோ ஒருவர் எழுதுகிறார். எனக்கு வரவேண்டிய புகழ் எல்லாம் அவருக்குப் போகிறது. கொஞ்ச காலம் சென்றால் தூசி அடங்கி உண்மை வெளியே தெரியவரும். அது சரி, உங்கள் பெயர் என்ன? சொல்ல வில்லையே' என்றார்.

நான் 'சித்திராங்கதன்' என்றேன்.

நான் பிரபலமாகவில்லை

திரும்பத் திரும்ப 18 தொலைபேசி அழைப்புகள் வந்தன. 'ஐயா, பிரபலமானவர்களின் புத்தகம் ஒன்று தயாரிக்கிறோம். அதில் அவர்கள் பெயர், புகைப்படம், முகவரி, மின்னஞ்சல், தொலைபேசி இலக்கம் ஆகிய விவரங்களைத் தருவோம். உங்களைப் பற்றிய தகவல்களை இந்தப் புத்தகத்தில் சேர்ப்பது முக்கியம் என்று நினைக்கிறோம். நீங்கள் 20 டொலர் கட்டினால் உங்கள் பெயரையும் இணைத்து புத்தகத்தை சீக்கிரமாக வெளியிட்டு விடுவோம்' என்று குரல் சொல்லும். நான் வேண்டாம் என்று சொல்லி, தொலைபேசியைத் துண்டித்துவிடுவேன்.

19ஆவது தடவையாகத் தொலைபேசி அழைப்பு வந்தபோது நான் தயங்கினேன். பேசலாம் என்று தீர்மானித்தேன். காரணம் பெண்ணின் குரல் வசீகரமானதாகவும், வாய்க்குள் சிறிய கூழாங் கல்லை வைத்துக்கொண்டு பேசுவது போன்று வழுவழுப்பான உச்சரிப்பைக் கொண்டதாகவும் இருந்தது. ஒரு டிவி தொகுப்பாளினி யாக இருக்கவேண்டியவர் இப்படி நாளுக்கு 50 டொலர் காசுக்குத் தன் குரலை வீணடிக்கிறாரே என்று நினைத்தபோது ஆழ்ந்த வருத்தம் உண்டானது. 'நான் என்ன செய்யவேண்டும்?' என்று கேட்டேன். அவர் மறுபடியும் படு வேகத்தில் முதலில் இருந்து சொன்னதையே திரும்பவும் ஒப்பித்தார்.

'உங்கள் குரல் இவ்வளவு இனிமையாக இருக்கிறதே. இது இயற்கையானதா, செயற்கையானதா?'

'இதற்கு பதில் பின்னால் சொல்லுகிறேன் ஐயா. தயவுசெய்து கட்டணம் செலுத்தமுடியுமா என்று சொல்லுங்கள்?'

'முழு 20 டொலர் தரவேண்டுமா?'

'முழு 20 டொலர்.'

திருவிளையாடல் படத்தில் தருமி நாகேஷ் கேட்டதுபோல 'எனக்கு இன்னும் முழுப் புகழும் வந்துசேரவில்லை. பத்து டொலர் கட்டினால் என் பெயரைப் போடுவீர்களா?' என்று வினவினேன்.

'கம்பனி விதிகளை மாற்ற எனக்கு அதிகாரமில்லை, ஐயா.'

'சரி, 10 டொலருக்கு என் பெயரைப் பாதியாகச் சுருக்கிப் போட முடியாதா?'

‘அப்படித்தான் நினைக்கிறேன். நீங்கள் பிரபலமானவர் இல்லையா?’

‘அதற்காகத்தான் இருபது வருடங்களாகப் பயிற்சி எடுத்து வருகிறேன். ஒரு சின்னக் கேள்விக்கு விடை தந்தால் என் முடிவை உங்களுக்குச் சொல்கிறேன்.’

‘கேளுங்கள், ஐயா?’

‘உங்கள் காதுகள் எங்கே?’

‘இது என்ன கேள்வி? கையெட்டும் தூரம்தான்.’

‘அதுவல்ல. உங்கள் காதுகளைத் தலைமுடி மறைத்திருக்கிறதா அல்லது அவை வெளியே தெரிகின்றனவா?’

‘காதுகளை முடி முழுவதுமாக மறைத்திருக்கிறது, ஐயா?’

‘நான் அப்படித்தான் நினைத்தேன். உங்களுக்கு நிறைய அழகுணர்ச்சி உண்டு.’

‘நன்றி ஐயா. உங்கள் முடிவுக்காகக் காத்திருக்கிறேன்.’

‘என் முடிவைச் சொல்கிறேன். பிரபலமானவர்களின் புத்தகத்தில் என் பெயரும் இருக்கவேண்டும் என்பது என் வாழ்நாள் ஆசை. தயவுசெய்து என்னையும் சேர்த்துவிடுங்கள். நான் பிரபலமானதும் எப்படியாவது உழைத்து உங்கள் 20 டொலர் கட்டணத்தைக் கட்டிவிடுவேன்.’

மறுபக்கம் டெலிபோன் வைக்கப்பட்டது.

கடித உறை ஒட்டிய பிறகுதான் நினைவுக்கு வருவதுபோல அவர் குரல் இனிமைக்கான காரணத்தைத் தெரிந்துகொள்ள நான் மறந்துவிட்டேன்.

அதற்குப் பிறகு தொலைபேசி அழைப்பு வரவில்லை. கூழாங்கல் குரலும் கேட்கவில்லை.

அவர் வேறு ஒரு பிரபலமானவரைத் தேடிப் போய்விட்டார் என நினைக்கிறேன்.

❖

போர்க்கப்பல்

உணவு விசயத்தில் ஆச்சரியப்படக்கூடாது என்று பல வருடங்களுக்கு முன்னரே நான் முடிவு செய்திருந்தேன். வரலாற்றுப் பிதாமகர் ஹெரொடோரஸ் ஒரு சம்பவம் சொல்கிறார். 2500 ஆண்டுகளுக்கு முன்னர் வாழ்ந்த பாரசீகப் பேரரசன் டேரியஸ் தன் அவையில் பிரசன்னமாயிருந்த கிரேக்கர்களிடம் ஒரு கேள்வி கேட்டான். 'எவ்வளவு பணம் கொடுத்தால் இறந்த உங்கள் பெற்றோரை உண்பீர்கள்?' அவர்கள் திகைத்துப்போய் 'எவ்வளவு கொடுத்தாலும் உண்ணமாட்டோம்' என்றார்கள். அடுத்து Callatiae என்ற இந்திய இனக்குழுவிடம் மன்னர் கேட்டார். 'எவ்வளவு காசு கொடுத்தால் உங்கள் பெற்றோரின் சடலத்தை எரிப்பீர்கள்?' அவர்கள் தலையை நிறுத்தாமல் ஆட்டி 'அந்தக் கொடுமையை ஒருபோதும் செய்ய மாட்டோம்' என்று சொன்னார்கள். அவர்கள் வழக்கம் இறந்துபோன பெற்றோரை உண்பது.

பைபிளில் யாத்திராகமம் 17 ஆம் அதிகாரத்தில் ஒரு சுவை யான சம்பவம் சொல்லப்படுகிறது. எகிப்திலிருந்து வெளியேறிய இஸ்ரவேல் புத்திரர்கள் கனான் தேசத்தின் எல்லையை அடையும் வரைக்கும் வனாந்திரத்தில் அலைந்தார்கள். கர்த்தர் அவர்களுக்கு 40 ஆண்டுகள் தினமும் மாலையில் காடை இறைச்சியும் காலையில் மன்னா அப்பத்தையும் வானிலிருந்து பெய்யச் செய்தார். மன்னா என்பது கொத்துமல்லி அளவாயும் வெண்மை நிறமாயும் அதன் ருசி தேனிட்ட பணியாரத்துக்குச் சமமாயும் இருந்தது.

மன்னா என்ற அப்பம் வேறு ஒன்றுமில்லை. கொக்கிடே (coccidae) என்று அழைக்கப்படும் பூச்சியின் கழிவுப் பொருள்தான். இது மரங்களின் சத்தை உறிஞ்சிச் சாப்பிடும். தன் உடல் எடையை விடப் பன்மடங்கு எடைக் கழிவை தினமும் உற்பத்திசெய்து காற்றிலே விடும். நாற்பது வருடங்கள் இஸ்ரவேல் புத்திரர்கள் மன்னா அப்பத்தைச் சாப்பிட்டுத்தான் உயிர் வாழ்ந்தார்கள். இன்றைக்கும் வானாந்திர நாடோடிகள் மன்னா சாப்பிடுகிறார்கள் என்று ஆராய்ச்சியாளர்கள் சொல்கிறார்கள்.

ஆப்பிரிக்காவில் மழைக்காலங்களில் ஈசலைப் பொறுக்கி வறுத்து உண்பதைப் பார்த்திருக்கிறேன். ஈசலை மோரில் கலந்து

உண்டதாக சங்கப்பாடல்கள் சொல்கின்றன. நான் கனடா வந்த பின்னர் இங்கே சந்தித்த ஒரு கொரிய நண்பரிடம் அவர் நாட்டிலே அதிகம் விரும்பி உண்ணப்படும் வித்தியாசமான உணவு என்ன வென்று கேட்டேன். அவர் 'ஒக்டோபஸ்' என்றார். 'அதிலே என்ன ஆச்சரியம். அதுவும் கணவாயைப் போலத்தானே' என்றேன். அவர் சொன்னார் அதை உயிருடன் தின்பதாக. 'அது நகர்ந்துகொண்டே இருக்கும். பிளேட்டைவிட்டு அது ஓடமுன்னர் அதைச் சாப் பிட்டுவிடவேண்டும்' என்றார்.

வருடா வருடம் ஓவியம் வரைவதற்காக கனடாவின் வடதுருவ வட்டத்திற்குள் போய்வரும் ஒருவர் சொன்னது. அங்கே வாழக்கூடிய இனூயிட் ஆதிவாசிகள் கிலியாக் என்ற உணவைச் சாப்பிடுவார்கள். சீல் என்னும் கடல்நாயைப் பிடித்து வெட்டி குடலை அகற்றிவிட்டு 500 ஒக் (auk) பறவைகளை அதன் உள்ளே திணிப்பார்கள். பின்னர் மண்ணுக்குள் ஆழமாகப் புதைத்து வைத்து, உடல் சிதிலமாகிப் புளிப்பு ஏற்படும்போது அதைக் கிண்டியெடுத்து உண்பார்களாம்.

இப்படிப் பல ஆச்சரியமான உணவுப் பழக்கங்கள் உள்ளன. 1980களில் புலம்பெயர்ந்து ஈழமக்கள் ரொறொன்ரோவில் குடியேறியபோது தமிழர் உணவகம் ஒன்றுகூடக் கிடையாது. இன்று அவர்கள் சனத்தொகை மூன்று லட்சம். தமிழ் உணவகங்கள் முப்பதுக்கும் மேலே. 50 வருடங்களுக்கு முன்னர் இலங்கை தமிழ் பிரதேசங்களில் என்னென்ன உணவு வகைகள் அகப்பட்டனவோ அத்தனையும் இங்கே உண்டு. கனடாவில், நான் வாழும் பகுதியில் பிரபலமானது 'அப்பொல்லோ' உணவகம். இதன் உரிமையாளர் சூரியப்பிரகாசம். இவர் தன்னுடைய பத்து வயதிலேயே தான் சிகரெட் பிடிப்பதை நிறுத்திவிட்டதாகச் சொல்லுவார். பழைய காலத்துச் செய்முறையைப் பின்பற்றாமல் புதுப்புது உணவு வகையை உண்டாக்கி புதுப் பெயரும் சூட்டிவிடுவார். கலீலியோ நாலு சந்திரன்கள் வியாழன் கிரகத்தைச் சுற்றுவதைக் கண்டு பிடித்ததும் ஒரு புரவலரை அணுகி அவர் பெயரை, சந்திரன்களுக்குச் சூட்டுவதாகவும் தன்னுடைய ஆராய்ச்சிக்குப் பணம் கொடுத்து உதவும்படியும் கேட்டிருக்கிறார். அதேபோல இவரும் வங்கிகளிடம் அவர்கள் பெயரைத் தன்னுடைய புதிய உணவுக்குச் சூட்டுவதாகவும் கடன் தரும்படியும் கேட்டிருக்கிறார். அவர்கள் மறுத்துவிட்டார்கள். ஓர் உணவுக்குத் தன் மனைவி பெயரைச் சூட்டி 'கமலா நூடில்ஸ்' என்று வெளியிட்டார். அதைப்பற்றிக் கேட்டபோது அதுவும் ஒருவித 'கடன்காரிதான்' என்று சொல்லிச் சமாளித்தார்.

இவருடைய சிந்தனை தனித்துவமானது. 'இறைச்சியை வாங்கி, தடியால் அடித்து அதை மிருதுவாக்கக் கூடாது. வாங்கும்போதே

இளம் இறைச்சியாகப் பார்த்து வாங்கவேண்டும்' எனத் தன் தொழில் ரகஸ்யத்தைச் சொல்வார். கடுமையான உழைப்பாளி. 'வாரவிடுமுறை இல்லையா?' என்று கேட்டால், அவர் 'வாரவிடுமுறை என்றால் என்ன?' என்று கேட்பார். மற்ற உணவகங்களில் நூற்றுக்கணக்கான உணவு வகைகள் இருக்கும். ஆனால் இவரிடம் இருப்பது வேறு ஒருவரிடமும் இராது. எல்லாம் புதுவகை. இவராக யோசித்து உருவாக்கியவை. ஒருமுறை கேட்டேன். 'மற்றவர்களிடம் இருப்பதுபோல உங்களிடம் 100 வகைகள் இல்லையே, ஏன்?' அதற்கு அவர் சொன்னார். '100 வள்ளங்கள் இருந்தால் ஒரு போர்க்கப்பல் செய்துவிடலாம் என்று நினைக்கிறார்கள். மூடர்கள். போர்க் கப்பலைப் போர்க் கப்பலாகவே உருவாக்கவேண்டும். என்னுடையது போர்க் கப்பல்.'

கனடிய நண்பர் ஒருவர் கலப்பில்லாத ஈழத்து உணவு சாப்பிட வேண்டுமென்றார். அவர் இந்தியா, பாகிஸ்தான், பங்களாதேஷ், மலேசியா, தாய்லாந்து எல்லாம் பயணம் செய்தவர். மெய்யான உணவுக்கு ஆசைப்பட்டார். அது வேறு ஒரு நாட்டிலும் கிடைக்கக்கூடாது என்பது அவர் நிபந்தனை. உடனே நினைவு வந்தது சூரியப்பிரகாசம். 'வேறு யாருடைய புத்திமதியும் கேட்காமல் நீங்களாகக் கண்டுபிடித்த உணவு உங்களிடம் இருக்கிறதா?' என்று கேட்டேன். அவருக்குக் கேள்வி பிடிக்கவில்லை. 'முட்டையிடம் கோழி புத்திமதி கேட்குமா? இங்கே இருப்பதெல்லாம் நான் கண்டுபிடித்தவை' என்று சொல்லி, புதிய உணவு ஒன்றைத் தந்து உதவினார். ஆறு அங்குலம் விட்டத்தில் வட்டமாகவும் ஓர் அங்குலம் தடிப்பாகவும் இருந்தது. தூக்கியபோது கனத்தது.

'எப்படிச் செய்தீர்கள்?' என்று கேட்டபோது 'இது பரம ரகஸ்யம். உங்களுக்கு மட்டும் சொல்கிறேன்' என்றார். 'இளம் ஆட்டு இறைச்சியைச் சின்னச் சின்னத் துண்டுகளாக வெட்டி, கடுகு, வெங்காயம், பச்சை மிளகாய், வெள்ளைப்பூடு, லீக்ஸ் போட்டு வதக்கித் தனியாக வைத்துவிட்டு, கூனி றால் பொரித்து அதையும் ஒரு பக்கமாக வைக்க வேண்டும். முட்டை கலந்த பான்கேக் மா கரைத்து இரண்டு சின்னத் தோசை சுட்டு இறைச்சி வதக்கலையும் றால் பொரியலையும் ஒரு தோசையின் மேல் வைத்து மற்ற தோசை யால் மூடவேண்டும். அதை மாக் கரைசலில் தோய்த்து ரஸ்க் தூள் கள் தூவிப் பொரித்து எடுத்தால் பொன் நிறத்தில் வரும்' என்றார்.

அப்படியே அது பொன் நிறத்தில் இருந்தது. நண்பர் சுவைகளின் மன்னர். இலகுவாக அவரை ஏமாற்ற முடியாது. கத்தியும் கரண்டியுமாகப் போருக்கு ஆயத்தமாவதுபோல நிலை யெடுத்து ஒரு துண்டு வெட்டி வாய்க்குள் வைத்து சுவைத்து

விழுங்கினார். 'ஆஹா!' என்று கதிரையை விட்டு வெளியே வந்து ஒரு துள்ளு துள்ளினார்.

'என்ன? என்ன?' என்றேன்.

'முந்தி எப்போதும் சுவைக்காத சுவை. அதே அளவுக்குக் காரம். சுவைகளில் இது ஓர் உச்சம். அது சரி, இதற்கு என்ன பெயர்?' என்றார்.

ரொறொன்ரோவிலும், இன்னும் பல புலம்பெயர் நாடுகளிலும் வேகமாகப் பரவி வரும் இந்த உணவின் பெயரை நான் சட்டென்று சொல்ல விரும்பவில்லை. எங்கள் பழைய நினைவுகளைத் தலைமுறை தலைமுறையாகப் பாதுகாக்கப் போகும் உணவு இது. யூதர்கள் 3400 வருடங்களுக்கு முன்னர் எகிப்திலிருந்து விரட்டப் பட்ட நாளை நினைவுகூர்வதற்காக இன்றைக்கும் 7 நாட்கள் புளிக்காத அப்பம் உண்டு விரதம் காப்பதுபோல இதுவும் எதிர் காலத்தில் எங்கள் விரத உணவாக மாறலாம். அது அவருக்குத் தெரியாது.

'அதன் வடிவம் என்ன? சொல்லுங்கள்' என்றேன்

'வட்டம்' என்றார்.

'ஊகியுங்கள்' என்றேன். அவர் முடியவில்லை என்று தலையாட்டினார்.

'உணவின் பெயர் மிதிவெடி' என்றேன். அவர் ஆவென்று வாயைப் பிளந்து அப்படியே ஒரு நிமிடம் வைத்துக்கொண்டார்.

'அப்படியா? ஏன் மிதிவெடி?' என்றார்.

'இப்பொழுது துள்ளினீர்களே.'

❖

இலவசம்

பல வருடங்களுக்கு முன்னர் ஒரு நண்பருடன் ரொறொன்ரோ வின் பிரபலமான பல்கடை அங்காடி ஒன்றுக்குச் சென்றேன். நண்பர் தேடிப்போன பொருள் கிடைக்கவில்லை. உடனே திரும்ப வேண்டியதுதானே. நண்பர் விளம்பரப் பலகையில் கழிவு விலையில் விற்கப்படும் சாமான்களின் விவரங்களைப் படித்து அதனால் கவரப்பட்டார். 'இரண்டு காட்டு அரிசி பாக்கெட் வாங்கினால் ஒரு கத்தரிக்கோல் இலவசம்' என்றிருந்தது. யோசிக்காமலே இரண்டு பாக்கெட் காட்டு அரிசி வாங்கினார். அவர்கள் இடது கைக்காரர் பாவிக்கும் கத்தரிக்கோல் ஒன்றை இலவசமாக வழங்கினார்கள். நான் கேட்டேன் 'இடதுகைக் கத்தரிக் கோலை வைத்து என்ன செய்யப்போகிறீர்கள்?' அவர் சொன்னார் 'ஒரு வேளை, ஒரு காலத்தில் வலது கை பழுதானால் பாவிக்கலாம் தானே.' அது ஓர் அருமையான விளக்கமாகத்தான் இருந்தது. சில நாட்கள் சென்று காட்டு அரிசி எப்படி இருந்தது என்று கேட்டேன். 'அதையேன் கேட்கிறீர்கள்? பாக்கெட் அப்படியே இருக்கிறது' என்றார்.

இலவசம் என்றால் எப்படிப்பட்டவர்களும் மயங்கி விழுந்து விடுகிறார்கள். சில வாரங்களுக்கு முன்னர் சியர்ஸ் விற்பனை நிலையத்தில் நான் கண்ட ஒரு காட்சி. ஒரு தகப்பன் தன் இரண்டு பையன்களையும் அழைத்து வந்திருந்தார். இரட்டைப் பிள்ளைகள், வயது 12–13 தான் இருக்கும். பார்ப்பதற்கு ஒரே மாதிரி முகத்தோடு இருந்தார்கள். தகப்பனோடு உடுப்பு வாங்க வந்ததில் நெளிந்து அதிருப்தியாகக் காணப்பட்டார்கள். அவர்களுக்கு முதல்தரமான ஜீன்ஸ் கால்சட்டை வாங்குவதுதான் அன்றைய திட்டம். இரண்டு ஜீன்ஸ் வாங்கினால் ஒன்று இலவசம். இரண்டு ஜீன்ஸின் விலை 120 டொலர். இரண்டும் பலதடவை தோய்க்கப்பட்டு, சாயம்போய், உரிய இடங்களில் கிழிந்து காணப்பட்டன. ஒரு ஜீன்ஸ் தயாரிப் பதற்கு 2000 கலன் தண்ணீர் தேவைப்படுமாம். அந்த மனிதர் கையில் 4000 கலன் தண்ணீரைக் குடித்துவிடும் இரண்டு ஜீன்ஸும் தொங்கின. ஒன்று முழங்காலில் கிழிந்திருந்தது; மற்றதின் தொடையடியில் ஓர் ஓட்டை இருந்தது. இரட்டைப் பிள்ளைகள் என்றபடியால் கிழியலை வைத்து அவர்களை அடையாளம் காண உதவியாக இருக்கும்.

நீண்ட வரிசையின் கடைசியில் நான் நின்றேன். தகப்பன் விற்பனைப் பெண்ணுடன் பேரம் பேசிக்கொண்டிருந்தார். 'இரண்டு ஜீன்ஸ் வாங்கினால் ஒன்று இலவசம். எனக்கு இலவசமாக ஜீன்ஸ் வேண்டாம். அதற்கான விலையைக் கழித்துவிடுங்கள்' என்றார். விற்பனைப் பெண்ணுக்கு ஒன்றுமே புரியவில்லை. அவர் ஹங்கேரிய மொழியைத் தலைகீழாகப் பேசியதுபோல அவரைப் பார்த்தாள். பின்னர் 'இரண்டு வாங்கினால் ஒன்று இலவசம். அதுதான் விதி. கழிவெல்லாம் கொடுக்க முடியாது' என்றாள். மனிதர் விடுவதாயில்லை. முழுதூரமும் போவதற்குத் தயாராக விருந்தார். 'நீங்கள் கேட்கும் விலை 120 டொலர். அதற்கு 3 ஜீன்ஸ் தருகிறீர்கள். ஒன்றின் விலை 40 டொலர். இரண்டு ஜீன்ஸுக்கு நான் 80 டொலர்தான் தருவேன்' என்று நாலாம் வகுப்பு மாணவிக்கு விளங்கப்படுத்துவதுபோலச் சொல்லி முடித்தார். இரண்டு பையன்களும் மெதுவாக நகர்ந்து தங்களுக்கும் தகப்ப னுக்கும் இடையில் உள்ள தூரத்தை அதிகப்படுத்தினார்கள். அந்தப் பெண்ணைப் பார்க்கப் பரிதாபமாக இருந்தது. முதல்தரமாக இப்படியான ஒரு வாடிக்கையாளரைச் சந்தித்திருக்கிறாள். மறுபடியும் மறுபடியும் 'விலையில் கழிவுதர எனக்கு அதிகாரமில்லை' என்று கூறினாள். எனக்குப் பின்னால் வரிசை வளர்ந்துகொண்டே போனது. பெண் மனேஜரைத் தேடிப் போனாள். தராசுபோல இரண்டு கைகளிலும் ஜீன்ஸைத் தொங்கவிட்டபடி இவர் அந்தப் பெண்ணிற்குப் பின்னால் போனார். பிறகு நான் அவர்களைக் காணவில்லை. நீண்ட வரிசை முன்னகர்ந்து அவர்கள் நின்ற இடத்தை நிரப்பியது. 'புகுவார் அவர்பின் புகுவேன்' நான்.

எனக்கும் 2010ஆம் ஆண்டு காதலர் தினத்தின்போது இலவச வாய்ப்பு ஒன்று கிடைத்தது. என்னுடைய செல்பேசி நிறுவனம் அனுப்பிய குறுஞ்செய்தி. 'இந்த வருடம் காதலர் தினம் சலுகையாக உங்களுக்குக் காதலியுடன் பேசுவதற்கு 100 மணித்தியாலங்கள் இலவசமாகத் தருகிறோம்.' என்னால் நம்ப முடியவில்லை. நிறு வனத்தை உடனே அழைத்தேன். 'உண்மையாக எனக்கு 100 மணித்தியாலங்கள் இலவசமாகத் தருகிறீர்களா?' அவர்கள் 'உண்மையாகத்தான். நீங்கள் எங்களுக்கு மிகவும் வேண்டப்பட்ட வாடிக்கையாளர்.' 'அப்படியா? தந்திரம் ஒன்றும் இல்லையே!' 'நம்புங்கள். தந்திரம் ஒன்றுமில்லை' என்றார்கள்.

என்னுடைய செல்பேசி நிறுவனத்தை எனக்கு நல்லாய்த் தெரியும். இலவசமாக ஒன்றுமே தரமாட்டார்கள். மாறாக நான் பேசாத ஆட்களுடன் பேசியதாகவும், அறிமுகமில்லாத

மனிதர்களுக்குக் குறுஞ்செய்தி அனுப்பியதாகவும் மாதா மாதம் பணம் அறவிட்டுவிடுவார்கள். அவர்களுடன் சண்டை பிடித்து நான் அநேகமாகத் தோற்பேன். சிற்சில நாட்களில் கணக்கைச் சரி செய்வேன். ஆகவே உறுதி செய்துகொள்வதற்காக மீண்டும் 'எனக்கே எனக்கா?' என்றேன். 'நம்புங்கள். உங்களுக்குத்தான்.' எனக்கு உடம்பு பதறியது. அவர்கள் மனம் மாற முன்னர் அத்தனை மணித்தியாலங்களையும் பாவித்துவிட முடிவு செய்தேன்.

'100 மணித்தியாலங்களையும் ஒரே மூச்சில் பேசி முடிக்க வேண்டுமா?'

'இல்லை, இல்லை. விட்டு விட்டுப் பேசலாம். உங்கள் விருப்பம்.'

'இன்னொரு கேள்விமட்டும் இருக்கிறது. கேட்கலாமா?'

'இதில் என்ன தயக்கம். கேளுங்கள்?'

'ஒரே காதலியுடன்தான் பேசவேண்டுமா? அல்லது வேறு வேறு காதலிகளுடன் பேச அனுமதிப்பீர்களா?'

'எத்தனை காதலிகளுடனும் பேசலாம். உச்சபட்சமாக 100 மணித்தியாலங்கள். அத்தனையும் இலவசம்.'

'தந்திரம் ஒன்றும் இல்லையே?'

'தந்திரம் ஒன்றும் இல்லை.'

'100 மணித்தியாலங்களை இலவசமாகத் தருகிறீர்கள். இத்தனை கருணை உள்ளம் கொண்ட நீங்கள் ஒரு காதலியையும் இலவசமாகத் தரலாமே!'

பெரும் சத்தத்துடன் எதிர்ப்பக்கம் டெலிபோன் வைக்கப் பட்டது.

❖

பழைய திரைப்படம்

இன்று ஒரு பழைய திரைப்படம் பார்த்தேன். இதே திரைப்படத்தை ஏறக்குறைய 50 வருடங்களுக்கு முன்னர் பார்த்திருக்கிறேன். அப்பொழுது நான் கொழும்பு பல்கலைக் கழகத்தில் படித்துக் கொண்டிருந்தேன். இயற்பியல் வகுப்பு நடந்துகொண்டிருந்தது. பேராசிரியர் Distribution coefficient ratio என ஆரம்பித்தார். வார்த்தைகளை மனனம் செய்து எழுத்துக்கூட்டப் பழகிக்கொண்டு அவற்றின் பொருளை அடுத்தநாள் அறிந்துகொள்ளலாம் எனத் தீர்மானித்தேன். இரண்டு பஸ் பிடித்து, மீதித் தூரத்தை நடந்து கடந்து லிபர்ட்டி தியேட்டருக்குப் போய்ச் சேர்ந்தேன். லிபர்ட்டி தியேட்டரில் ஆங்கிலப் படங்கள் மட்டுமே போடுவார்கள். கரி கிராண்டும் சோஃபியா லோரனும் நடித்து எல்லா பத்திரிகைகளாலும் பாராட்டப்பட்ட திரைப்படம். பெயர் House Boat - படகு வீடு. ஒரு காட்சியில் சோஃபியா லோரன் குனிந்து காலணிகளை ஒவ்வொன்றாகக் கழற்றி கதாநாயகன் மேல் வீசுவார். அதைக்கூட ஒரு பத்திரிகை விஸ்தாரமாக எழுதியிருந்தது.

இப்பொழுது படத்தைப் பார்த்தபோது ஒரு புதுப் படத்தைப் பார்த்தது போலவே உணர்ந்தேன். முந்திப் பார்த்த ஒரு காட்சிகூட ஞாபகத்தில் இல்லை. சோஃபியா லோரனும் கரி கிராண்டும் ஓர் இடத்தில் நடனமாடுவார்கள். இரண்டு நிமிடம் அந்தக் காட்சி காட்டப்படும். திரையை இருவருடைய முகங்களும் நிறைத்திருக்கும். வசனம் இல்லை. கண்களால் ஒருவரை ஒருவர் கவர்ந்து இழுக்கும் இடம். அதைக்கூட பார்த்த ஞாபகம் இல்லை. வழக்கமாக படங்களில் வரும் வசனங்கள் எனக்கு முக்கியம், காட்சி இரண்டாம் பட்சம்தான். வசனங்கள் வரும் இடங்களை உன்னிப்பாகக் கவனித்து நல்ல வசனங்களை மனப்பாடம் செய்துவிடுவேன். துக்கம் என்னவென்றால் ஒரு வசனம்கூட என் நினைவில் இப்போது இல்லை.

திரைப்படக் கதை சாதாரணமானதுதான். மதிப்பான வழக்கறிஞர் உத்தியோகத்தில் இருக்கும் கதாநாயகனுக்கு மனைவி இல்லை; மூன்று துடுக்குப் பிள்ளைகள் மட்டுமே. சோஃபியா லாரன் அழகும் அறிவும் கூடிய இளம் பெண். விருந்துகளும் ஆடம்பரம் நிறைந்த வாழ்க்கையும் வாழ்ந்து அலுத்துப்போய் ஒரு சாதாரண வாழ்க்கைக்கு ஏங்குகிறாள். தன் பின்புலத்தை மறைத்து வேலை தேடிக்கொள்கிறாள். கதாநாயகன் வீட்டில் பிள்ளைகளைப் பார்க்கும்

அ. முத்துலிங்கம்

தாதிப் பணி. கதாநாயகனுக்கும் தாதிக்கும் இடையில் காதல் மலர்ந்து, வளர்ந்து திருமணத்தில் முடிவதுதான் கதை.

மனதில் நிற்கும் வசனங்கள் இருக்கின்றன. தொலைந்துபோன சிறுவனை மீட்டுக்கொண்டு சோஃபியா வருகிறாள். கதாநாயகன் பணம் கொடுக்கிறான். அவள் வேண்டாம் என்கிறாள். மறுபடியும் பணத்தைக் கூட்டிக் கொடுக்கிறான். அப்போதும் வேண்டாம் என்கிறாள். அவன் சொல்வான். 'இது என்ன? நன்றிக்கடன் தீர்க்கும் விலை அதிகமாகிக்கொண்டே போகிறது?' இன்னொரு இடத்தில் சோஃபியாவின் தந்தை சொல்வார்.

'உனக்கு ஒன்றுமே தெரியாது? நீ என்ன செய்வாய்?'

'ஏன், நான் காங்கிரஸ் வேட்பாளராக நிற்கலாம்தானே!'

'ஏன் உயிர்கள் சாகின்றன?' குழந்தை கேட்கும்.

'மற்ற உயிர்கள் வாழ்வதற்குத்தான்.'

லிபர்ட்டி தியேட்டர் அந்தக் காலத்திலேயே குளிரூட்டப் பட்டது. திரைக்கு அருகாமையில் உள்ள ஆசனங்களின் விலை 50 சதம். அதற்குப் பின் ஒரு ரூபாய். அதற்கும் பின்னால் 1.50. அடுத்தது 2.50. ஆகக் கடைசிதான் முதல் வகுப்பு, 3.00 ரூபாய் டிக்கட். அந்த டிக்கட் பணத்தை ஒரு மாத காலமாகச் சேர்த்திருப்பேன் என்று நினைக்கிறேன். மூன்று ரூபாய் ஆசனம் மெத்தென்று இருக்கும். நான் காலால் தடவித் தடவி உள்ளே நுழைந்தபோது என் ஆசனத்தைக் கண்டுபிடிக்க முடியவில்லை. மற்றவர்கள் எல்லாம் உட்கார்ந்திருந்தார்கள். பார்த்தால் என் இருக்கை நாற்காலி முதுகுடன் மடிந்துபோய்க் கிடந்தது. இரண்டு கையாலும் பிடித்து இழுத்தவுடன் ஆசனம் தயாரானது. ஆனால் கைவிட்டதும் மறுபடியும் போய் ஒட்டிக்கொண்டது. ஒருவாறு இருக்கையை இழுத்துப் பிடித்து அதன் நுனியில் ஏறி உட்கார்ந்தேன். மெத்தென்றுதான் இருந்தது.

பின்னால் தள்ளி உட்கார்ந்து உடலைச் சாய்த்ததும் படம் ஆரம்பமானது. படகு வீடு என்பதன் அர்த்தம் என்ன? படகுபோல் உள்ள வீடா அல்லது வீடு போலத் தோற்றமளிக்கும் படகா? படம் ஓடத் தொடங்கும் முன்போ ஓடிய பின்னரோ இதன் அர்த்தத்தை அறிய நான் முயலவில்லை. படம் முடிந்து எழுந்தவுடன் இருக்கையும் எழுந்து நின்றது ஞாபகம் இருக்கிறது. ஆனால் வசனங்கள் ஒன்றுமே என் நினைவில் இல்லை. காட்சியும் இல்லை. முழுப்படமும் மனதில் இருந்து மறைந்துவிட்டது.

என்னவென்று யோசித்துப் பார்க்கிறேன். அதுதான் நான் பலநாள் திட்டமிட்டு களவாக காதலியுடன் சேர்ந்து பார்த்த முதல் படம். ❖

பிரபலங்கள்

இரண்டு பிரபலங்களை ஒரே நேரத்தில் ஒருபோதும் பக்கத்தில் வைத்துக்கொள்ளக் கூடாது. இரண்டு வருடங்களுக்கு முன்னர் வாஷிங்டனில் நடந்த ஒரு விழாவில் கலந்துகொண்டேன். அந்த விழாவில் பிரபலம் இல்லாத ஒருவர் இருந்தார் என்றால் அது நான்தான். என்னுடன் ஒரு பெண்மணியும் இருந்தார். உலகப் புகழ் பெற்ற புகைப்பட நிபுணர் அவர். National Geographic, Time, Newsweek போன்ற பத்திரிகைகளுக்குப் படங்கள் எடுப்பவர். அத்துடன் நைக்கோன் நிறுவனம் அவரை அம்பாஸிடர் ஆக நியமித்திருந்தது. அவர் கழுத்திலே தொங்கிய நைக்கோன் காமிரா அவரைவிட பிரபலமானது. அதன் விலை 10,000 டொலர் என்று சொன்னார். அவர் கழுத்தை விட்டு அதைக் கழற்றுவதே இல்லை. அவர் மும்முரமாகப் படம் பிடித்துத் தள்ளிக்கொண்டே இருந்தார்.

Forest Whitaker சபையினுள் நுழைந்ததும் பரபரப்பு அதிகமானது. இவர்தான் The Last King of Scotland படத்தில் இடி அமீனாக நடித்தவர். அப்படி நடிப்பதற்காகத் தன் உடல் எடையை 50 கிலோ அதிகரித்தவர் என்று படித்திருக்கிறேன். 2006இல் அந்தப் படம் வெளியானபோது இரண்டு தடவை பார்த்தேன். 2007இல் அவருக்குச் சிறந்த நடிகருக்கான ஒஸ்கார் பரிசு கிடைத்தது.

அவர் வந்ததும் எப்படியோ ஒரு வரிசை உண்டாகிவிட்டது. நிரையாக நின்று ஒவ்வொருவரும் விட்டேக்கரின் கைகளைக் குலுக்கி வாழ்த்தினார்கள். இப்படியான பிரபலங்களைச் சந்திக்கும் போது உங்களுக்கு ஒரு நிமிடம் கிடைத்தாலே அதிசயம். பின்னுக்கு நின்று ஒருவர் நெருக்கித் தள்ளுவார். ஆகவே வரிசை முன்னேறிய படியே இருக்கும். கைகொடுத்துவிட்டு நீங்கள் சொல்வதைச் சொல்லிவிட்டு விடைபெற்றுவிட வேண்டும். நீண்ட உரையாடலுக்கு அங்கே இடமில்லை.

காமிரா பெண்ணிடம் நான் விட்டேக்கரிடம் கைகொடுக்கும் போது ஒரு படம் எடுத்துவிடவேண்டும் என்று சொன்னேன். ஒரு பிரபலத்துடன் கைகொடுக்கும்போது இன்னொரு பிரபலம் எடுக்கும் படம். அதன் மதிப்பு இரண்டு மடங்கானதாக இருக்கும். அவர் சரி என்று சொன்னார். அவருடைய காமிராவில் ஒரு சிறப்பு இருந்தது. ஒரு கிளிக்கில் அது இரண்டு படம் எடுத்துவிடும்.

சிலவேளை முக்கியமான படம் எடுக்கும்போது ஒருவர் கண்ணை மூடிவிடுவார். அப்படியான விபத்துகளைத் தவிர்க்கும் ஏற்பாடு இது என்று விளக்கினார்.

நான் வரிசையில் நின்றேன். காமிரா பெண்ணும் தயாராக நின்றார். விட்டேக்கரிடம் என்ன பேசுவது என்பதை மனதுக்குள் தயாரித்தேன். நான் ஆப்பிரிக்காவில் பல வருடங்கள் பணி புரிந்தவன் என்பதால் அவர்களுடைய பேச்சுமுறை, உடல் மொழி, கலாச்சாரம், உணவுப் பழக்கம் ஆகியவற்றில் எனக்குப் போதிய பரிச்சயம் இருந்தது. இந்தப் படத்திற்காக விட்டேக்கர் உகண்டாவுக்குப் பயணம் செய்து அந்த மக்களுடன் பேசி, அவர்கள் கலாச்சாரத்தைப் புரிந்து தன்னைத் தயார்ப்படுத்தியிருந்தார். முக்கியமாக அவர்கள் உச்சரிப்பு. இரண்டாவது, ஏதாவது தவறு நேர்ந்தால் அதை அடுத்தவர் தலையில் கட்டும் அவர்களது பண்பு. இதையெல்லாம் பற்றி அவர் தெரிந்துகொண்டார்.

திரைப்படத்திலே இடி அமீனுக்கு ஒரு வெள்ளைக்கார மருத்துவர் நெருக்கமானவராக இருக்கிறார். அவரிடம் அமீனுக்கு நம்பிக்கை அதிகம். அடிக்கடி அவரிடம் ஆலோசனை கேட்பதுண்டு. ஓர் இடத்தில் அமீன் சொல்வார். 'நீதான் என் ஆலோசகர். உன்னைத்தான் நான் பெரிதாக நம்புகிறேன். நீ இந்தியர்களை நான் வெளியேற்றக்கூடாது என்று எனக்கு ஆலோசனை வழங்கியிருக்கவேண்டும்' என்பார். அதற்கு மருத்துவர் 'நான் சொன்னேனே. ஆலோசனை வழங்கினேனே. நீங்கள் கேட்கவில்லை' என்று கூறுவார். அப்போது அமீன் 'சொன்னாய். சொன்னாய். ஆனால் இன்னும் கொஞ்சம் அழுத்தமாகச் சொல்லியிருக்கலாமே' என்பார். எப்படியோ தான் விட்ட பிழையை மருத்துவர் மேல் போட்டுவிடும் அந்தக் காட்சி எனக்கு மிகவும் பிடித்தது. ஆப்பிரிக்கப் பண்பை அரை நிமிடக் காட்சியில் வெளிப்படுத்துவது.

கைகுலுக்கும்போது விட்டேக்கரிடம் நான் மிகவும் ரசித்த இந்த இடத்தைப் பற்றிச் சொல்லிவிடவேண்டும் என்று நினைத்தேன். ஆனால் அவர் என் கையைப் பற்றியவுடன் எல்லாமே மறந்துவிட்டது. 'படத்துக்காக 50 கிலோ எடை போட்டதாகப் படித்தேன். மறுபடியும் அதைக் குறைத்துவிட்டீர்களா?' என்று கேட்டேன். அவர் 'நீங்கள் என்ன நினைக்கிறீர்கள்?' என்று அதே கேள்வியைத் திருப்பி பதிலாகத் தந்தார். அவ்வளவுதான், பின்னுக்கு நின்றவர் தள்ளியதும் வெளியே வந்தேன். புகைப்படப் பெண்ணை ஆர்வமாகப் பார்த்து 'படம் எடுத்தீர்களா?' என்றேன். 'நீங்கள் காமிராவைப் பார்ப்பீர்கள் என்று நினைத்தேன். பார்க்கவே இல்லை. எப்படி எடுப்பது?' என்றார். நியாயமான கேள்வி.

மறுபடியும் வரிசையில் போய் நின்றேன். இம்முறை அவருடன் ஒன்றுமே பேசுவதில்லை என்று தீர்மானித்தேன். 'நீங்கள் திறமாக நடித்திருக்கிறீர்கள்' என்று சொல்வதில் என்ன பொருள். சிறந்த நடிப்புக்குத்தானே அவருக்கு ஒஸ்கார் விருது கிடைத்திருக்கிறது. 'உங்களைச் சந்தித்ததில் மகிழ்ச்சி' என்று மட்டும் சொல்வோம் என நினைத்துக்கொண்டேன். அப்படியே சொல்லிக் கைகுலுக்கினேன். ஆனால் காமிராவைத் திரும்பிப் பார்த்துச் சிரிக்க மறக்கவில்லை. வெளியே வந்ததும் எடுத்தீர்களா? என்று கேட்டேன். விலை உயர்ந்த காமிராவை மாலையாக அணிந்து ஒரு கிளிக்கில் இரண்டு படம் எடுக்கும் பெண் சொன்னார். 'சிரித்தீர்கள். ஆனால் கோணம் சரியாக இல்லை. நிழல்கள் மேல் வெளிச்சம் வேறு இருந்தது.'

10,000 டொலர் காமிராவில் படம் எடுக்க முடியவில்லை. இல்லை. 100 டொலர் செல்பேசியில் மட்டுமே எடுக்க முடிந்தது. யாரைக் குறை சொல்ல முடியும்? காசுக்கு ஏற்ற வேலையை காமிரா செய்திருக்கிறது.

பூமி எழுத்தாளர்

மனுஷ்யபுத்திரனின் கேள்வி.

சமீபத்தில் உயிர்மை பத்திரிகையின் ஆசிரியர் மனுஷ்யபுத்திரன் என்னிடம் உயிர்மை பத்திரிகைக்காக ஒரு கேள்வி கேட்டார். அந்தக் கேள்வி இதுதான்.

புலம்பெயர் எழுத்து என்பது பிரதேச அடையாளங்களைக் கடந்த எழுத்தா அல்லது அவற்றை மீளுருவாக்கம் செய்யும் எழுத்தா?

என்னுடைய பதில் இது.

பல வருடங்களுக்கு முன்னர் என்னை அறிமுகப்படுத்தும்போது 'புலம்பெயர்ந்த எழுத்தாளர்' என்று ஒருவர் கூறியது ஞாபகத்துக்கு வருகிறது. நான் திடுக்கிட்டுவிட்டேன். அப்பொழுது அந்தச் சொல்கூட எனக்குப் பரிச்சயமாக இருக்கவில்லை. நான் இலங்கையில் இருந்தபோது எழுதினேன்; பின்னர் புலம்பெயர்ந்த நாடுகளில் இருந்தும் எழுதினேன். எனவே நண்பர் என்னை எப்படி அந்த வகைப்பாட்டுக்குள் அடக்கினார் என்பது தெரியவில்லை. நான் மறுபடியும் இலங்கைக்குப் போய் அங்கேயிருந்து எழுதினால் நான் யார் என்று கேட்டேன். அவரிடம் பதில் இல்லை. புலம் பெயர்ந்தவர் எழுதுவது புலம்பெயர் இலக்கியம் என்றால் அது தமிழில் பல நூறு வருடங்களுக்கு முன்னரே தொடங்கிவிட்டது. சத்திமுற்றப் புலவரின் 'நாராய் நாராய் செங்கால் நாராய்' பாடலில் ஆரம்பித்து இன்றுவரை தொடர்கிறது. பழந்தமிழ் இலக்கியத்தில் 'செலவழுங்குதல்' என்ற துறைகூட இருக்கிறது. பொருள்தேட வெளியூருக்குப் புறப்பட்ட தலைவன், தலைவியின் துயரத்தைத் தாங்கமுடியாமல் பயணத்தை நிறுத்திவிடுவது.

அகில் சர்மா என்ற இந்திய அமெரிக்கர் ஆங்கிலத்தில் எழுதுகிறார். இவர் ஒரு மில்லியன் டொலர் சம்பள உத்தியோகத்தைத் துறந்துவிட்டு முழுநேர எழுத்தாளராகி பிரபலமானவர். இவரிடம் ஒருமுறை 'நீங்கள் புலம்பெயர்ந்த எழுத்தாளரா?' என்று கேட்டேன். அவருக்குக் கோபம் வந்துவிட்டது. 'புலம்பெயர்ந்துவிட்டபடியால் ஒருவர் எழுதுவது புலம்பெயர் இலக்கியமா? பத்திரிகைகள்

வசதிக்காக ஒவ்வொரு எழுத்துக்கும் ஒவ்வொரு பெயர் சூட்டும். மருத்துவர் வியாதிகளுக்குப் பெயர் சூட்டுவதுபோல. எழுத்தாளர் இதுபற்றி அலட்டிக்கொள்ளக் கூடாது. அவர் எழுதுவது உலகத் துக்குப் பொதுவான மனித உணர்வுகளைப் பிரதிபலிப்பதுதான் முக்கியம்' என்றார்.

புலம்பெயர்ந்து எழுதியவர்களில் உடனே நினைவுக்கு வருபவர் நோபல் பரிசு பெற்ற ஐஸாக் பஸிவிஸ் சிங்கர் என்ற போலந்து யூத எழுத்தாளர். அவர் 33 வயதிலேயே அமெரிக்காவுக்குப் புலம்பெயர்ந்தாலும் வாழ்நாள் முழுக்க போலந்து யூதர்களைப்பற்றியே எழுதினார். இவரால் தன்னைச் சுற்றி வாழும் மற்றைய மக்களைப்பற்றி நினைக்க முடியவில்லை. மைக்கேல் ஒண்டாச்சி இலங்கையில் பிறந்து 12 வயதில் இலங்கையை விட்டு வெளியேறி யவர். அவர் கடைசியாக எழுதிய The Cat's Table என்ற நாவல் பல வருடங்களுக்கு முன்னர் இலங்கையை விட்டு இங்கிலாந்துக்குப் புறப்பட்ட கப்பல் பயணத்தைப் பற்றிச் சொல்கிறது. இலங்கையில் அவர் அனுபவித்த அந்தக் கால வாழ்க்கையை வர்ணிக்கிறார். இலங்கையைவிட்டு 56 வருடங்களுக்கு முன்னர் இவர் வெளியேறிவிட்டாலும் இலங்கை இவரை விட்டு இன்னும் வெளியேறவில்லை.

எழுத்திலே புலம்பெயர்ந்த எழுத்து புலம்பெயராத எழுத்து என்ற வகைப்பாடு கிடையாது. நல்ல எழுத்து, மோசமான எழுத்து என இரண்டு பிரிவுதான். புதுமைப்பித்தன் இலங்கைக்குப் போனது கிடையாது. ஆனால் அவர் துன்பக்கேணி என்றொரு அருமையான சிறுகதையை இலங்கைப் பின்னணியில் புனைந்திருக்கிறார். காஃப்கா அமெரிக்கா போனது கிடையாது, ஆனால் அவர் 'அமெரிக்கா' என்றொரு நாவல் எழுதியிருக்கிறார். நல்ல எழுத்துக்குத் தேவை கற்பனைவளம். ஐம்பது வருடங்கள் புலம்பெயர்ந்து வாழ்ந்தாலும் தன்னைச்சுற்றி வாழும் மக்களைச் சட்டை செய்யாமல் தன் மக்களைப் பற்றியே சிலர் எழுதுகிறார்கள். அதே சமயம் புலம் பெயராமலேயே உலக மக்களை நினைத்து எழுதுபவர்களும் உண்டு. எழுத்து என்பது இவை எல்லாவற்றையும் தாண்டி மனித குலத்தை நோக்கி முன்னேறுவது.

ஸ்வீடனில் உள்ள ஒரு தச்சு வேலைக்காரர் பைன் மரத்திலே தளபாடங்கள் செய்வார்; அமெரிக்கர் ஓக் மரத்தில் செய்வார்; இந்தியர் தேக்கு மரத்தில் செய்வார். இவர்களை 'பைன்மரத் தச்சு வேலைக்காரர்', 'ஓக் மரத் தச்சுவேலைக்காரர்', 'தேக்குமரத் தச்சு வேலைக்காரர்' என நாங்கள் விளிப்பதில்லை. எல்லோரையும் 'தச்சுவேலைக்காரர்' என்றுதான் சொல்லுவோம். அதேமாதிரி

ஈழத்து எழுத்தாளர், தலித் எழுத்தாளர், பெண்ணிய எழுத்தாளர், புலம்பெயர் எழுத்தாளர் என்பதெல்லாம் ஒருவிதமான வகைப்படுத்தல்தான். அமெரிக்காவில் நான் என்னை 'எழுத்தாளர்' என்று அறிமுகம் செய்துகொள்வேன். என்ன மொழியில் எழுதுகிறீர்கள் என்று கேட்டால் 'தமிழ்' என்று சொல்வேன். செவ்வாய் கிரகத்தில் இருந்து ஒருவரைச் சந்திக்கும்போது என்னை 'பூமி எழுத்தாளர்' என்று அறிமுகப்படுத்திக்கொள்வேன். இலக்கியம் என்பது உண்மைக்கான தேடுதல். பூமியில் எங்கேயிருந்தும் அதை ஆரம்பிக்கலாம்.

நீ செய்வதைச் செய்

1984ஆம் ஆண்டில் கனடாவுக்குக் குடிபெயர்ந்த ஒருவரை நேற்று சந்தித்தேன். அவர் சொன்ன கதை நம்பக்கூடியதாக இல்லை. கற்பனை என்று நிராகரிக்கவும் முடியவில்லை. கதை இதுதான்.

'கள்ள பாஸ்போர்ட்டில் நானும் மனைவியும், நாலு வயது மகனும் கனடா விமான நிலையத்தில் வந்து இறங்கினோம். குளிர்காலம் தொடங்கவில்லை. ஆனால் அதற்கான ஆயத்தங்கள் ஆரம்பித்துவிட்டன. குடிவரவு வரிசையில் நிற்கும்போது கால்கள் நடுங்கின. வாய்க்குள் ஆயிரம் தடவை என்ன சொல்லவேண்டும் என்பதைச் சொல்லிப் பார்த்துக்கொண்டேன். எங்கள் முறை வந்ததும், அதிகாரியிடம் 'நாங்கள் அகதிகள். மூன்று அகதி டிக்கட் தாருங்கள்' என்றேன். அடைக்கலம் என்ற வார்த்தைகூட எனக்கு அப்ப தெரியாது. அதிகாரி நிமிர்ந்து பார்க்காமல் கையை நீட்டி ஓர் அறையைக் காட்டினார். சொகுசான மெத்தை நாற்காலிகளில் காத்திருந்தோம். நாங்கள் ஒன்றுமே பேசவில்லை, ஆனால் மகன் எப்படியோ நடப்பதை உணர்ந்து மிரண்டுபோயிருந்தான்.

ஆறரை அடி உயரமும் அகலமான தேகக்கட்டும் கொண்ட ஒரு மனிதர் சீருடை அணிந்து எட்டக் கால்வைத்து எங்களை நோக்கி நடந்து வந்தார். அவருடைய கையில் விலங்கு இருக்கிறதா என்பதையே என் கண்கள் தேடின. அவரோ கைகளை அகல விரித்தபடி புன்சிரிப்புடன் அணுகி 'வருக, கனடாவுக்கு வருக. நல்வரவு' என்று எங்கள் கைகளை ஒவ்வொன்றாகப் பிடித்துக் குலுக்கினார். என் மகனுடைய சின்னக் கையையும் இரண்டு கைகளாலும் தன் உதடுகளுக்குக் கிட்ட எடுத்துக் குலுக்கினார். நாளடைவில் அந்தச் சம்பவத்தை நானும் மனைவியும் மறந்து விட்டாலும் மகன் மறக்கவே இல்லை. கனடாவின் முதல் காட்சியாக அது அவன் மனதில் நிலைத்துவிட்டது. அன்று அவன் ஒரு முடிவெடுத்தான். பெரியவனாகும்போது அந்த அதிகாரி போல உத்தியோகம் பார்க்கவேண்டும். அதுவே கனவு.

என் மகனின் பல்கலைக் கழகப் படிப்பு முடிந்ததும் முதல் அலுவலாகக் குடிவரவு அதிகாரி வேலைக்கு விண்ணப்பித்தான்.

ஆயிரத்துக்கும் மேற்பட்ட விண்ணப்பங்களில் 100 பேரை நேர்காணலுக்கு அழைத்து 29 பேரைத் தெரிவு செய்தார்கள். அதில் என் மகனின் பெயரும் இருந்தது. மகன் தான் சிறுவயதில் சந்தித்த அதிகாரி போல உதாரகுணத்துடன் நடக்கவேண்டும் என்பதில் உறுதியாக இருந்தான். அவன் சொன்னான், 'சட்டம் வேறு. மனிதநேயம் வேறு. இந்த உத்தியோகத்தில் நான் ஒரு தடவையாவது அந்த அதிகாரியைப்போலக் கருணையோடு இயங்காவிட்டால் ஒரு பிரயோசனமும் கிடையாது. மாதாமாதம் சம்பளத்தை வீட்டுக்கு எடுத்து வருவதற்காக இந்த வேலையை நான் தேடிக்கொள்ளவில்லை.'

மகன் குடிவரவு அலுவலகத்து மேசையில் உட்கார்ந்திருந்தான். 14 பிரிவுகளில் வரிசைகள் நீண்டுபோய்க் கிடந்தன. இவனுடைய வரிசையில் நின்ற 19 வயது மதிக்கத்தக்க இளைஞனின் கண்கள் பயத்தினால் சுழன்றன. கறுப்பு முகம் பளபளத்தது. கைப்பையை இரண்டு கைகளாலும் தூக்கி நெஞ்சுக்குக் கிட்ட பிடித்தபடி நின்றான். முகத்து வியர்வையை அடிக்கடி துடைத்தான். பார்த்த வுடனேயே தெரிந்தது அவன் இலங்கைத் தமிழன் என்பது. அகதிக் கோரிக்கை விண்ணப்பம் செய்வான் என்பது நிச்சயம். அவனுடைய முறை வந்தபோது பாஸ்போர்ட்டை எடுத்து நீட்டினான். என் மகன் திகைத்துவிட்டான். அது ஒரு கனடிய பாஸ்போர்ட். 10,000 டொலர் கொடுத்து அந்தப் பாஸ்போர்ட்டை அவன் வாங்கியிருப்பான். பயிற்சி இல்லாத ஒருவனால் படம் மாற்றப்பட்ட கள்ள பாஸ்போர்ட்.

உலகத்தில் எந்த நாட்டு பாஸ்போர்ட்டிலும் ஒருவர் கனடா வுக்குள் நுழைந்து அகதி விண்ணப்பம் கோரலாம். ஆனால் கனடிய பாஸ்போர்ட் என்றால் அவர் ஏற்கனவே குடிமகன் என்று அர்த்தம். அகதிக் கோரிக்கையை ஏற்கமாட்டார்கள். அவரைத் திருப்பி உடனே அதே விமானத்தில் அனுப்பிவைக்கவேண்டும். அதுதான் சட்டம். இளைஞனிடம் மகன் சில கேள்விகள் கேட்டான். அரைநிமிடம் கழிந்த பின்னர்தான் அவன் பேசியது ஆங்கிலம் என்பதை மகன் புரிந்துகொண்டான். தப்புத் தப்பாக கேட்காத கேள்விகளுக்கு விடை சொன்னான். நீண்ட நேரம் விசாரித்தால் மற்ற அதிகாரிகளுக்கு சந்தேகம் வந்துவிடும். ஆகவே மகன் பாஸ்போர்ட்டில் சத்தமாக முத்திரை குத்தி இளைஞனை உள்ளே அனுப்பினான்.

ஆனால் அந்த இளைஞனோ முகவரி அழிந்த கடித உறை போல எங்கே போவது என்று அறியாமல் சிறிது நேரம் இங்கும் அங்கும் அலைந்தான். வெளியே போகும் வழி தெரியவில்லை. விமானக்கூட காவலன் திரும்பவும் இளைஞனை மகனிடம் அழைத்து

வந்து அந்தப் பயணியின் நடத்தை சந்தேகமாக இருக்கிறது என்றான். மகன் பாஸ்போர்ட்டை வாங்கி, தலையைக் குனிந்து அதை உற்றுப் பார்த்துக்கொண்டே பல்லைக் கடித்தபடி இளைஞனிடம், 'நண்பரே, நேரேபோய் இடது பக்கம் திரும்பி வெளியே ஓடிவிடுங்கள். மறுபடியும் பிடிபட்டால் பெரும் பிரச்சினையாகிவிடும்' என்றான். இளைஞனும் ஒருவாறு வழியைக் கண்டுபிடித்து வெளியேறி தப்பிவிட்டான் எனப் பின்னர் தெரிந்துகொண்டான். என் மகனுக்கு அன்று 20 வருடக் கனவு மெய்ப்பட்ட நாள்.'

இதுதான் நண்பர் சொன்ன கதை. அவருடைய மகன் சட்டத்தை மீறியதில் மகிழ்ச்சியாக இருந்தார். மனித நேயம்தான் முக்கியம் என்பதில் அவருக்கு எந்தவித சந்தேகமும் இல்லை.

பல வருடங்களுக்கு முன்னர் நான் தொலைக்காட்சியில் கண்ட ஒரு காட்சி நினைவில் வருகிறது. ஜனாதிபதி ஒபாமா முதன்முதலாக கனடாவுக்கு வருகை தருகிறார். விமான நிலையத்தில் அவரை கனடிய ஆளுநர் மிக்கேல் ஜோன் வரவேற்கிறார். மிக்கேல் ஹைட்டியில் இருந்து 11 வயதில் கனடாவுக்கு அகதியாகக் குடிபெயர்ந்தவர். 42 வருடங்களுக்குப் பின்னர் அவர் கனடாவின் ஆளுநர். இருவரும் கறுப்பு இனத்தவரானபடியால் கைகொடுத்த கணமே சிநேக பாவம் கூடிவிட்டது. முதல் 10 செக்கண்டுக்குள் இருவரும் விழுந்து விழுந்து சிரித்தனர். உலகத்துத் தொலைக்காட்சிகள் அந்தக் காட்சியை ஒளிபரப்பின. மீதி 20 செக்கண்டில் மிக்கேல் ஹைட்டியில் ஒரு மாதம் முன்பு அடித்த புயல் விளைவித்த பேரழிவுபற்றிப் பேசினார். அந்தப் புயலில் 1,00,000 மக்கள் இறந்து போனார்கள். மிக்கேலை ஒபாமா வெள்ளை மாளிகைக்கு அழைத்தார். இத்தனையும் 30 செக்கண்டில் நடந்து முடிந்தது.

கனடிய பத்திரிகைகள் இதுபற்றிக் கண்டித்து எழுதின. கனடாவின் ஆளுநர் அமெரிக்க அதிபருடன் முதன்முதல் சந்தித்த போது கனடிய பிரச்சினைகளைப் பேசாமல் ஹைட்டி பற்றிப் பேசியது அவர்களுடைய எரிச்சலைக் கிளப்பியது. அதுமட்டுமல்லாமல் பிரதம மந்திரியை வெள்ளை மாளிகைக்கு அழைக்காமல் ஆளுநரை அழைத்ததையும் பத்திரிகைகள் பெரிதுபடுத்தின. ஒபாமா ஹைட்டி பேரழிவுக்கு 100 மில்லியன் டொலர் உதவி ஒதுக்கினார். ஒரு பேரழிவுக்கு அமெரிக்கா வழங்கிய ஆக அதிகமான தொகை அது என்று பத்திரிகைகள் எழுதின. இந்த உதவியை அமெரிக்க மக்கள்கூட எதிர்த்தார்கள். அமெரிக்கப் பொருளாதாரம் சரிந்தபோது ஆயிரக்கணக்கான அமெரிக்கர்கள் தங்கள் வீடுகளை இழந்திருந்தார்கள். அவர்களைப் பொருட்படுத்தாமல் ஹைட்டி மக்களுக்கு உதவி வழங்கியது என்ன நியாயம் என்பது கேள்வி.

பெரும் பதவியில் இருப்பவர்கள் சட்டம், விதிகள் என்று பார்க்கக் கூடாது. சொந்தக்காரர்களுக்கு வேலை உருவாக்குவதையோ, பெரிய ஒப்பந்தங்கள் மூலம் முறையற்ற வழியில் பணம் சேர்ப்பதையோ சொல்லவில்லை. சுயலாப நோக்கம் இல்லாமல் மனித அவலத்தைத் தீர்ப்பதற்கு அவர்கள் தங்கள் பதவிகளை தாராளமாகப் பயன்படுத்தலாம். அந்தச் சந்தர்ப்பம் போனால் மீண்டும் வராது. ஹைட்டி மக்கள் மிக்கேலை என்றென்றும் நினைவுகூர்வார்கள். அவர் 11 வயதுவரை ஹைட்டியில் வசித்து, பின்னர் 42 ஆண்டுகள் கனடாவில் கழித்திருந்தாலும் அவர் பிறந்த நாடான ஹைட்டியில் புயல் அடித்த அன்று இரவு முழுக்க அவர் அழுதவண்ணமே இருந்தார். அவர் பிறந்த நாட்டு மக்களை மறக்கவில்லை.

புறநானூற்றுப் பாடலில் ஒரு காட்சி. கோவூர் கிழார் பாடியது. போரில் கிள்ளிவளவன் என்ற அரசன் மலையமானைத் தோற்கடித்துவிட்டான். மலையமானின் இரண்டு பிள்ளைகளையும் கைப்பற்றிய கிள்ளிவளவன், யானை மிதித்து சிறுவர்கள் கொல்லப் படவேண்டும் என ஆணையிட்டான். இரண்டு பாலகர்களும் மிரண்டுபோய் கொலைக்களத்தில் கூடியிருக்கும் சனங்களைப் பார்க்கிறார்கள். யானைகளை வேடிக்கையாகப் பார்க்கிறார்கள். அதே யானைகள் அவர்களை மிதிக்கப்போவது தெரியாது. இதைக் கண்ணுற்ற புலவரால் துயரத்தை அடக்க முடியவில்லை. அச்சப் படவேண்டும் என்றுகூடத் தெரியாத வயது பாலகர்களுக்கு. கிள்ளிவளவனிடம் புலவர் சொல்கிறார். 'பெரிய புகழ் பரம்பரையில் வந்தவன் நீ. இந்த இளம் பாலகர்களைப் பார். அவர்கள் தலைமுடி கூட முற்றவில்லை. இவர்களைக் கொல்வது உனக்கு இழுக்கு. அவர்களை விட்டுவிடு. நான் சொல்ல வேண்டியதைச் சொன்னேன். நீ செய்வதைச் செய்.'

அரசன் அவையிலிருந்து அரசனுக்குப் பிடிக்காத புத்திமதியைச் சொல்ல புலவருக்கு எத்தனை நெஞ்சுரம் வேண்டும். உற்ற நேரத்தில் அவர் பேசிய நல்ல வார்த்தைகளால் பாலகர்கள் விடுதலை பெற்றார்கள். ஆன்றோர் என்று அறியப்பட்டவர்கள் அநீதி நடக்கும்போது அதை எடுத்துச் சொல்லவேண்டியது கடமை. அல்லாவிட்டால் அவர்களும் அந்த அநீதியில் பங்குபெற்றவர்கள் ஆவார்கள். மௌனமாக இருந்திருந்தால், அரசன் எத்தனை குற்றவாளியோ அதே அளவுக்குப் புலவரும் குற்றவாளி ஆகியிருப்பார். சான்றோர், கல்வியாளர், பிரபலர்கள் அநீதி நடக்கும்போது பேசாமல் இருந்தால் மேற்படி புறநானூற்று நிகழ்ச்சி என் நினைவுக்கு வரும்.

புகழில் இருக்கும் ஒருவர், அநீதி நடக்கும்போது மௌனம் காப்பது ஒருவித தார்மீக வீழ்ச்சிதான். அஞ்சலீனா ஜூலி

உலகத்திலேயே ஆகக்கூடிய சம்பளம் வாங்கும் நடிகை. அவர் உலகத்து அகதிக் குழந்தைகளுக்காகத் தொடர்ந்து குரல் கொடுக்கிறார். அமெரிக்க காங்கிரஸ் அங்கத்தவர்களை 20 தடவை சந்தித்து அகதிகளுக்காகப் போராடியிருக்கிறார். எதற்காகச் செய்ய வேண்டும்? நோபல் பரிசு பெற்ற எழுத்தாளர் ஓர்ஹான் பாமுக் பிபிசி நேர்காணலின்போது துருக்கியில் ஒரு மில்லியன் ஆர்மீனியர்கள் அழிக்கப்பட்டதைக் கண்டித்துப் பேசினார். அவரை அரசாங்கம் கைது செய்து நீதிமன்றத்தின் முன் நிறுத்தியது. அவருடைய புத்தகங்களை வீதிகளில் போட்டு எரித்தார்கள். ஆனால் அவர் தன் கொள்கையை மாற்றிக்கொள்ளாமல் அறத்தின் பக்கம் நின்றார்.

இதை நான் எழுதிக்கொண்டிருக்கும்போது தொலைக்காட்சியில் செய்தி எழுத்தாக ஓடுகிறது. மார்ச் 16ஆம் தேதி வாஷிங்டன்னில் ஜோர்ஜ் குளூனியைக் கைது செய்திருக்கிறார்கள். இவர் இன்னொரு புகழ்பெற்ற ஹொலிவுட் நடிகர். ஒஸ்கார் பரிசு வென்றவர். சமீபத்தில் சுதந்திரம் பெற்ற தெற்கு சூடான் மக்களுக்கு ஆதரவாக சூடான் தூதரகத்துக்கு முன் போராடியபோது கைதுசெய்யப்பட்டார். 'தெற்கு சூடான் மக்கள் பட்டினியால் செத்தால் இவருக்கு என்ன வந்தது?' என்று கேட்கலாம். ஆன்றோர் என்றால் அதுதான். அறச்சீற்றம் இல்லாத ஆன்றோர் இருப்பதும் ஒன்றுதான், இல்லாததும் ஒன்றுதான்.

இன்று மிக்கேல் ஜோன் கவர்னராக இல்லை. அவர் சாதாரண குடிமகள். பதவியில் இருந்த சமயம் அவர் சொன்ன ஒரு வார்த்தை ஹைட்டி மக்களுக்கு 100 மில்லியன் டொலர் கிடைக்க ஏதுவாக அமைந்தது. பெரியவர்கள் மௌனமாக இருப்பதும் ஒருவித அறமீறல்தான். உரிய நேரத்தில் அவர்கள் சொல்வதைச் சொல்லவேண்டும். அந்தச் சந்தர்ப்பம் மீண்டும் ஒருமுறை வராது. புறநானூற்றுக் கோவூர் கிழார் பாலகர்களுக்காக அரசனிடம் இறைஞ்சினார்.

கேட்டனை ஆயின்
நீ வேட்டது செய்ம்மே.

நான் சொன்னதைக் கேட்டாய். நீ செய்வதைச் செய்.

❖

அ. முத்துலிங்கம்

சந்திரன்தான் குற்றவாளி

சமீபத்தில் நான் ஒரு தகவல் படித்தேன். சரியாக நூறு ஆண்டுகளுக்கு முன்னர் மூழ்கிய டைட்டானிக் கப்பலின் விபத்துக்கான உண்மைக் காரணத்தைச் சில வானியல் நிபுணர்கள் ஆராய்ந்து கண்டுபிடித்திருக்கிறார்கள். காரணம் சந்திரன்தான். சந்திரன் பூமிக்கு மிக அருகாமையில் வந்திருந்தான். கடந்த 1400 வருடங்களில் சந்திரன் பூமிக்கு ஆகக் கிட்ட வந்தது விபத்து நேர்ந்த வருடத்தில்தான். அத்துடன் பூமியும் அதன் பாதையில் சூரிய னுக்குக் கிட்டவாக அணுகியிருந்தது. இவை எல்லாம் சேர்ந்து மிகப்பெரிய ஆழி அலைகளை உருவாக்கி அவை என்றுமில்லாத விதமாக, பனிப்பாறைகளை உடைத்துத் தெற்கு நோக்கி நகர்த்தி யிருக்கின்றன. கப்பல் பாதையில் மிதந்த பனிப்பாறையில் டைட் டானிக் கப்பல் மோதி 1500 பேர் இறந்திருக்கிறார்கள். இதற்குக் காரணம் சந்திரன்தான் என்று நிபுணர் குழுவின் தலைவர் டொனால்ட் ஓல்சன் அறிவித்திருக்கிறார்.

இதைப் படித்தபோது எனக்குச் சில மாதங்களுக்கு முன்னர் படித்த ஜிம் ஹாரிஸனின் Songs of Unreason என்ற கவிதை நூல் நினைவுக்கு வந்தது. அவருடைய ஒரு கவிதை இப்படிப் போகிறது.

சந்திரனைத்தான் சந்தேகிக்கிறேன்
அதனால் என்ன பிரயோசனம்.
வெள்ளைப் புகை வெளிச்சத்தை
அது வீசுகிறது.

ஆல்பெர் காம்யுவின் அந்நியன் நாவல் கதாநாயகன் மெர்ஸோ கொலைசெய்துவிட்டு சூரியன்தான் குற்றவாளி என்று சொல்வான்.

ஜிம் ஹாரிஸனின் இன்னொரு கவிதை இப்படியிருக்கிறது.

ஒரேயொரு மேகம்
எதிர்த் திசையில் நகர்கிறது
ஆகாயத்தில்
ஞாயிறு காலையில்.

அமெரிக்காவின் அரிஸோனா மாநிலத்தில், ஜிம் ஹாரிஸன் என்ற கவிஞர் மற்றவர்கள் இலகுவில் அணுக முடியாத தூரமான வீட்டில், இயற்கைச் சூழலுக்கு மத்தியில் வாழ்கிறார் என்று இவரை அறிந்தவர்கள் சொல்கிறார்கள். இவர் ஓர் இயற்கைப் பிரியர். தள்ளாத வயதிலும் இவர் ரசித்து எழுதுவது இயற்கை பற்றியே. இவருடைய இன்னொரு கவிதை.

ஒக்டோபர் கடைசி
இப்பொழுது நான் கம்பளித் தொப்பி அணிகிறேன்.
இரவும் பகலும்,
நாளுக்கு மூன்று தடவை தூங்குகிறேன்.
ஏன் இப்படி நடக்கிறது?
எனக்கு நினைவில் இல்லை,
பூமி அச்சில் சரிந்துபோய்
சுழல்வதால் இருக்கலாம்.
நேற்று 23 சாண்ட்ஹில் நாரைகள்
வடக்கு நோக்கிப் பறந்தன.
ஏன்?

எல்லா மேகங்களும் ஒரு பக்கம் நகர்கின்றன. ஆனால் ஒரே யொரு மேகம் மட்டும் எதிர்த் திசையில் போகிறது. அது ஏன்? எல்லாப் பறவைகளும் பனிக்கால ஆரம்பத்தில் தெற்கு நோக்கிப் பறக்கும். ஆனால் இவருடைய நாரைகள் வடக்கு நோக்கிப் பறக் கின்றன. இது ஏன் என்று மனம் குழம்புகிறார். எங்கேயோ வான வெளியில் 2,40,000 மைல்கள் தூரத்தில் இருக்கும் சந்திரனை மனம் சந்தேகிக்கிறது. இப்படி இவர் கவிதைகளில் நடக்க முடியாதவை நடந்தபடியே இருக்கின்றன.

அமெரிக்க எழுத்தாளர் மார்க் ட்வெய்ன் ஒரு முறை இப்படி எழுதினார். 'கடந்த இரவு சந்திரன் சறுக்கிக்கொண்டு கீழே விழுந்து மறைந்தது.' கவிஞர்களுக்கும் எழுத்தாளர்களுக்கும் சந்திரனை விட்டு விலகமுடியாது போல. இன்னொரு கவிதையில் ஜிம் ஹாரிஸன் இப்படிச் சொல்கிறார்.

பல்கேரியர்கள் சொல்வதுபோல,
சந்திரன்தான் குற்றவாளி.
யோசிக்கும்போது அதுதான் சரி.
சந்திரன் சமுத்திரம் போன்ற வலிய அலைகளால்
என்னை அலைக்கழித்து குற்றம் புரியத் தூண்டினான்.

அவன் பிரமாண்டமாய் இருந்தான்.

நான் நிரபராதி.

ஜிம் ஹாரிஸன் கடைசியாக எழுதிய மூன்று கவிதைத் தொகுப்புகளும் பிரபலமானவை. இவர் எழுதிய இரண்டு நாவல்கள் திரைப்படமாக்கப்பட்டு வெற்றிபெற்றிருக்கின்றன. இவருடைய கவிதைத் தொகுப்பைப் படித்துவிட்டு அந்த உத்வேகத்தில் இவருக்கு ஒரு மின்னஞ்சல் அனுப்பினேன். பதில் வரவில்லை. அவருடைய நண்பரிடம் காரணம் விசாரித்தபோது அவர் சொன்னது புதுமையாக இருந்தது. 'அரிஸோனா மாநிலத்தில் ஜிம் இருக்கிறார். அவருடைய உதவியாளர் இன்னொரு மாநிலத்தில். ஜிம்முக்கு கம்ப்யூட்டர் இயக்கத் தெரியாது. உங்களுடைய மின்னஞ்சல் அவருடைய உதவியாளருக்குப் போகும். அவர் அதைக் கையினால் எழுதி உறையிலிட்டு தபால் மூலம் ஜிம்முக்கு அனுப்புவார். ஜிம் படித்துவிட்டு சிலவேளை கையினால் பதில் எழுதுவார். பல சமயம் எழுதமாட்டார். பதிலை அவர் தபாலில் உதவியாளருக்கு அனுப்புவார். உதவியாளர் உங்களுக்கு மறுபடியும் தட்டச்சு செய்து மின்னஞ்சலாக அனுப்புவார். பதில் வர ஆறு மாதம் எடுக்கும்' என்றார். எனக்கு ஆச்சரியமாக இருந்தது. நவீனத் தொழில்நுட்பம் அவரை எட்டிக்கூடப் பார்ப்பதில்லை போலிருந்தது.

நண்பர் சொன்னது உண்மைதான். ஜிம்மிடமிருந்து பதில் ஆறு மாதம் கழித்து வந்தது. என்னுடைய முழுப்பெயரான 'அப்பாத்துரை முத்துலிங்கம்' என்பதை ஜிம் தன் விருப்பத்துக்குச் சுருக்கியிருந்தார்.

அன்புள்ள அப்பா,

உங்கள் பெயர் எந்த நாட்டைச் சேர்ந்தது. நீங்கள் இந்தியாவைச் சேர்ந்த இந்தியனா? கடிதங்களுக்கு பதில் எழுதுவதில் நான் திறமைசாலி அல்ல. எனது பணிகளில் மூழ்கிவிடுவதால் இந்தக் கஷ்டமான காலங்களில் வாழ்வதே பெரும் துன்பமாகிவிட்டது. உங்கள் கடிதம் பரிவான வார்த்தைகள் கொண்ட அழகான கடிதம். இந்தத் தள்ளாத வயதில் என்னுடைய ஒரே ஆர்வமும் ஆறுதலும் The Logic of Birds and Fishes என்ற சூஃபி நூல்.

உங்களுடைய

ஜிம்

இந்தக் கடிதத்தை அவர் கையினால் எழுதி தபாலில் உதவியாளருக்கு அனுப்ப, அவர் அதை மின்னஞ்சலாக மாற்றி எனக்கு அனுப்பியிருந்தார்.

எப்பொழுதுமே ஒன்று படிக்கும்போது இன்னொன்று நினைவுக்கு வந்துவிடுகிறது. ஜிம்முடைய கவிதைகளைப் படிக்கும் போது மகிழ்ச்சி கிட்டாது. அதீதமான சோகமும் கிடைக்காது. உங்கள் மனதை அவை அமைதியில்லாமல் ஆக்கிவிடும். காரணம் இல்லாத தவிப்பு ஏற்படும்.

ஒரு நாள் நாரை ஒன்று
கதவுக் கண்ணாடியில் எட்டிப் பார்த்தது.
அது நாரையா?
அதனுடன் இன்னும் ஏதோவும்
நின்றதா?

இதைப் படித்தவுடன் மனுஷ்ய புத்திரனின் கவிதையொன்று ஞாபகத்துக்கு வந்தது.

எல்லாவற்றையும் எடுத்துக்கொண்டாயா?
எனக் கேட்டபடி
எதையோ முடிவற்று
தேடிக்கொண்டிருந்தாய்.

இரண்டு கவிதைகளும் எதையோ தேடின? என்னவென்பது தெரியாது. கவிஞர்கள் பாதிக்காட்சியைக் காட்டிவிட்டு நிறுத்திவிடு கிறார்கள். சங்கிலியைக் கதவில் கொழுவியபடி கதவைக் கொஞ்சம் திறப்பதுபோல. நீக்கல் வழியாக ஏதோ தெரிகிறது, ஆனால் முழு வதும் தெரிவதில்லை. கவிதை முடிந்தாலும் உங்கள் மனம் தேடு வதை நிறுத்துவதில்லை.

ஜிம் ஹாரிசனுடைய உவமைகளும் சில இடத்தில் பிரமிப் பூட்டும். ஒரு கவிதையில் இப்படிச் சொல்கிறார்.

கொன்று தின்னும்
சிறு விலங்கின்
பழுதாய்ப்போன பற்கள் போல
காய்ந்துபோன டோர்டோன்
குட்டிக் காளான்கள்.

வழக்கமாக பற்களுக்குத்தான் உவமை சொல்வார்கள். இங்கேயோ காய்ந்துபோன குட்டிக் காளான்களுக்கு உவமையாகப் பற்கள் சொல்லப்படுகின்றன. உடனேயே சிறுபாணாற்றுப்படை வரிகள் ஞாபகத்துக்கு வரும். 'மடவோர்/ நகா அர் அன்ன/ நளிநீர் முத்தம்/ வாள்வாய் எருந்தின்/ வயிற்று அகத்து அடக்கி.' 'பெண்கள் தங்கள் செறிவான பற்களைப் போன்ற முத்துக்களை அகன்ற வாய் உடைய பைகளில் நிரப்பி' என்று பொருள். வழக்கமாக முத்துக்கள்

அ. முத்துலிங்கம் • 119

போன்ற பற்கள் என்று சொல்லும் உவமை இங்கே பற்கள் போன்ற முத்துக்கள் என்று மாறிவிடுகிறது. பல ஆயிரம் ஆண்டுகளுக்கு முன்னர் பெயர் தெரியாத புலவரால் எழுதப்பட்ட சங்க இலக்கியக் கவிதை வரிகள் தற்காலத்து அமெரிக்கக் கவிஞர் ஒருவரின் வரிகளோடு ஒத்துப்போவது அதிசயம்தான்.

ஜிம் ஹாரிஸனின் எழுத்தை வில்லியம் ஃபாக்னர், ஏர்னஸ்ட் ஹெமிங்வே போன்ற எழுத்தாளர்களின் எழுத்துக்களுடன் ஒப்பிடுவார்கள். இவர் இதுவரை 34 நூல்கள் எழுதியிருக்கிறார். அவை 24 உலக மொழிகளில் மொழிபெயர்க்கப்பட்டிருக்கின்றன. இதில் மிகவும் முக்கியமான விசயம் என்னவென்றால் ஜிம் ஹாரிஸன் American Academy of Arts and Letters என்ற அமைப்பில் அங்கத்தவராகத் தேர்வு செய்யப்பட்டிருக்கிறார் என்பதுதான். ஓர் எழுத்தாளருக்கோ கலைஞருக்கோ கிடைக்கக்கூடிய ஆகக்கூடிய கௌரவம் இதுதான். அமெரிக்காவின் தலைசிறந்த எழுத்தாளர்களாலும் கலைஞர்களாலும் உருவாக்கப்பட்ட இந்த அவையில் 250 பேர் மட்டுமே அங்கம் வகிக்கலாம். அதில் ஒருவர் இறந்துபோனால் அவரின் இடத்தை நிரப்ப அங்கத்தவர்கள் கூடி முடிவெடுத்து இன்னொருவரை அழைப்பார்கள். எந்த நேரத்திலும் அங்கத்தவர் எண்ணிக்கை 250ஐத் தாண்டுவது கிடையாது.

இவருடைய கவிதைகளைப் படிக்கும்போது இவருக்கு சடங்குகள், பழைய நம்பிக்கைகள் ஆகியவற்றில் நம்பிக்கை இருப்பதுபோலத் தோன்றும். சில கவிதைகளைப் படித்து முடித்த பிறகு சிரிக்க வேண்டுமா அல்லது துயரப்படவேண்டுமா என முடிவெடுக்க முடியாமல் போகும். மொழியை வைத்து இவர் விளையாடுவதில்லை. சிறிய சிறிய சம்பவங்களை இணைத்து சிறப்பான காட்சிப்படுத்தலைத் தந்துவிடுவார். நெகிழ்ச்சியான கவித்துவ அனுபவம் உங்களைத் தேடி வரும்.

> நான் ஒரு பெண்ணை நடனத்துக்கு அழைத்துச் சென்றேன்
> அவள் இன்னொருவனுடன் திரும்பினாள்.
> மன்னித்தேன்.
> வேறொரு பெண்ணை நடனத்துக்கு அழைத்துச் சென்றேன்
> அவள் இரண்டு ஆண்களுடன் வீடு திரும்பினாள்.
> அவளை மன்னித்தேன்.
> ஒரே மாதிரியாக இது தொடர்ந்தது.
> நான் மன்னித்தேன்.
> வெறுப்புப் புழுக்களால் என் மூளை
> அரிக்காமல் இருக்க.

ஜிம் ஹாரிஸனுடைய கவிதைகள் அநேகமாக நீங்கள் நினைப்பதற்கு எதிராகவே இருக்கும். பழமையில் பற்றும், இயற்கையின் நேசிப்பும் கொண்ட கவிதைகள் உங்கள் இருப்பைக் கேள்வியாக்கும். காரணம் இல்லாமல் மனம் அமைதி இழந்து தவிக்கும்.

கவிதைகள்தான் அப்படி இருக்கும். இவருடன் நேரில் பழகியவர்கள் இவரை நகைச்சுவை உள்ளவர் என்று சொல்கிறார்கள். இவருக்கு ஒரு கண்தான் உண்டு. மற்றக் கண் பார்வையைச் சிறு வயதிலேயே இழந்துவிட்டார். ஒருமுறை இவருடைய நண்பர் ஒருவரைப் பார்க்கச் சென்றார். அவர் வல்லூறுகளைப் பயிற்றுவிப்பவர். புறாவைப் பறக்கவிட்டு அதை வேட்டையாட வல்லூறுக்குப் பயிற்சி அளித்துக்கொண்டிருந்தார். வல்லூறு புறாவைத் துரத்தியபோது புறா பறந்துவந்து ஜிம்மின் பின்னால் பதுங்கியது. இவர் உருண்டு விழுந்து வல்லூறிடம் இருந்து தப்பினார். நண்பர் என்ன நடந்தது என்று வினவ, இவர் ‘உன்னுடைய வல்லூறு புறாவைத் தேடி வரவில்லை. என் கண்ணை அல்லவோ குறிவைத்தது. அதுவும் என்னுடைய நல்ல கண்’ என்றாராம்.

சில சமயங்களில் இசை ஓடிக்கொண்டே இருக்கும். நின்றவுடன்தான் அது அத்தனை நேரமும் ஒலித்தது தெரியவரும். அப்படித்தான் இவரது கவிதையும். ஏற்கனவே இருந்ததைத் திரும்பவும் கண்டுபிடிப்பது. ஓர் இடத்தில் இப்படிச் சொல்கிறார். ‘எப்படி சுயசரிதை எழுதலாம். உன்னுடைய மண்டைக்குள் உள்ள வலியையும் வேதனையையும் தவிர்த்து. என்னுடைய கடவுச்சீட்டு முடிவு தேதி என்னுடைய முடிவு தேதியைத் தாண்டி இருக்குமா?’ இன்னொரு இடத்தில் சப்பாத்துத் தொழிலாளி செய்த சப்பாத்தை நிராகரிக்கிறார். அவருக்கு இன்னொரு கவிஞன் செய்த சப்பாத்துதான் தேவை என்கிறார்.

கவிஞர்கள் எத்தனைதூரம் இரவுகளை விரும்புகிறார்களோ அத்தனை தூரம் அவற்றை வெறுக்கிறார்கள். ‘இரவு பயங்கள்’ என்ற கவிதையை ஜிம் இப்படித் தொடங்குகிறார். ‘உனக்கு என்ன பயம் இரவு என்றால்?’ இந்த ஆரம்ப வரிகள் கிழக்கிலங்கைக் கவிஞர் அனாரை உடனே நினைவுக்குக் கொண்டு வருகின்றன.

> கடக்கவே முடியாமல்
> என்முன்னே தொங்குகிறது
> தணல் நதியாய் இரவு.

உலகத்துக் கவிஞர்கள் எல்லோருடைய உணர்வுகளும் ஒரே மாதிரி இருப்பது ஆச்சரியம்தான்.

ஜிம்முடைய கடிதத்துக்கு நான் ஒரு பதில் எழுதினேன். நான் எந்த நாட்டவன் என்பதைச் சொல்லிவிட்டு என்னுடைய மொழியைப் பற்றியும் எழுதினேன். வேற்று நாட்டு எழுத்தாளர்களுக்கு எழுதும்போது ஒரு வழக்கம் வைத்திருந்தேன். ஏ.கே ராமானுஜனின் Poems of Love and War நூலைக் கடிதத்துடன் அனுப்புவது. அப்படியே செய்தேன். அந்த நூலைப் படித்தால் அவருக்குத் தமிழ் மொழி பற்றி ஓரளவுக்குத் தெரிய வரும் என்பது என் அபிப்பிராயம். ஆறுமாதம் சென்றுவிட்டது. ஜிம்மிடமிருந்து பதில் இல்லை. ஆனாலும் ஒவ்வொருநாளும் கணினியைத் திறந்ததும் பதில் வந்திருக்கிறதா என்று பார்ப்பதை நிறுத்த முடியவில்லை. நவீனத் தொழில் நுட்பம் வளர்ந்து எங்கேயோ போய்க்கொண்டிருக்கிறது. ஜிம்மோ தொழில் நுட்பத்தை இப்படிப் பின்னுக்குத் தள்ளிக்கொண்டு போகிறாரே என்று நினைப்பேன்.

ஜிம்மை எனக்கு அறிமுகப்படுத்திய நண்பர் தொலைபேசியில் அழைத்து அடிக்கடி 'பதில் வந்துவிட்டதா?' என்று கேட்பார். நான் இல்லையென்று சொல்வேன். ஒரு நாள் அவர் கேட்டார், 'என்ன காரணமாயிருக்கும்?'

நான் 'வேறு என்ன? சந்திரன்தான் குற்றவாளி' என்றேன்.

❖

ரயில் போய்விடும்

நான் ஆப்பிரிக்காவில் வசித்த காலத்தில் அங்கேயிருந்த கிழவர் ஒருவரிடம் என்னை அழைத்துப்போனார்கள். சுருட்டை யான வெள்ளைத் தலைமுடி. கண்களும் உள்ளங்கைகளும் மஞ் சள் நிறம். அவர்தான் அந்தக் கிராமத்துக் கணக்காளர். கிராமத்தில் என்ன கணக்கு பிணக்கு வந்தாலும் அவர்தான் தீர்த்து வைப்பார். நான் போனபோது வாயில் ஏதோ முணுமுணுத்துக்கொண்டு இருந்தார். வயல் கணக்குகள், ஆடு மாடு கணக்குகள், குழந்தைகள் கணக்குகள் எல்லாம் அவரிடம்தான் இருந்தன. முக்கியமாக பெண் சாதிக் கணக்குகள். ஒருவருக்கு நாலு பெண்சாதிகள் அனுமதிக்கப் பட்டிருந்தது. அவர்கள் ஒருத்தியை விலக்கிவிட்டு இன்னொரு பெண்ணை மணமுடிப்பார்கள். அந்தப் பெண் வேறு ஒருவரை மணந்துகொள்வாள். மறுபடியும் விலக்கு ஆகலாம். ஆகவே அந்தக் கணக்குகள் முக்கியம். உண்மையில் அவர்தான் கிராமத்துப் புள்ளி விவர திணைக்களம். அப்பொழுதே கல்குலேட்டரும் கணினிகளும் வந்துவிட்டன. இருந்தும் கிழவரிடம்தான் அதிகாரம் இருந்தது. அவரிடம் 'என்ன முணுமுணுக்கிறீர்கள்?' என்று கேட்டேன். அவர் இருபது வருடங்களாக வாய்பாடுகள் பாடமாக்குவதாகக் கூறினார். அப்பொழுது 67ஆம் வாய்பாட்டில் நின்றார். 'எதற்காக 67ஆம் வாய்பாடு?' என்று கேட்டேன். 'ஒரு காலத்தில் அது உதவலாம் அல்லவா?' என்றுவிட்டு மறுபடியும் முணுமுணுப்பை விட்ட இடத்திலிருந்து தொடர்ந்தார்.

உலகம் எவ்வளவுதான் முன்னேறினாலும் பழமையை விடமுடியாதவர்கள் நிறைய பேர் இருக்கிறார்கள். பழமை உயர்ந்தது என்று வாதிடுபவர்களும் உண்டு. இலக்கியத்தில் நிறைய உதாரணங்கள் கிடைக்கின்றன. உலகின் ஆகப் பழைய இலக்கியம் என்றால் 4000 வருடங்களுக்கு முன்னர் வாழ்ந்த கில்காமேஷ் அரசன் பற்றிய காவியம் என்று சொல்வார்கள். 12 களிமண் ஓடுகளில் சுமேரிய மொழியில் எழுதப்பட்ட அந்தக் காவியம் அருங்காட்சியகத்தில் பாதுகாக்கப்படுகிறது. இன்றுவரை அதை மிஞ்சிய ஒரு காவியம் படைக்கப்படவில்லை என்கிறார்கள். சேக்ஸ்பியர் 400 வருடங்களுக்கு முன்னர் 38 நாடகங்களை எழுதினார். இன்றைக்கும் அந்த இலக்கியத்தைத் தாண்டி வேறு ஒரு படைப்பும் ஆங்கிலத்தில் வரவில்லை என்று சொல்கிறார்கள்.

2000 வருடம் பழமையான சங்க இலக்கியத்தின் உயர்வை நாங்கள் அறிவோம். ஏ.கே ராமானுஜன் சங்க இலக்கியம் பற்றி இப்படிச் சொல்கிறார். 'These poems are not just the earliest evidence of the Tamil genius. The Tamils, in all their 2000 years of literary effort, wrote nothing better.' (இந்தப் பாடல்கள் தமிழரின் மேதமையைச் சொல்லும் சாட்சியம் மட்டுமல்ல. கடந்த 2000 ஆண்டுகளில் தமிழர்கள் அவர்கள் முயற்சியில் இவற்றிலும் மேலான ஒன்றைப் படைத்த தில்லை.) விஞ்ஞானிகள் ஒருவர் தோளுக்குமேல் இன்னொருவர் ஏறி நிற்பார்கள். விஞ்ஞானம் வளர்ந்தது அப்படித்தான். ஜொஹனெஸ் கெப்ளருடைய புவியீர்ப்புத் தேற்றத்தை நியூட்டன் விரிவாக்கினார். நியூட்டனுடைய கண்டுபிடிப்பை ஐன்ஸ்டைன் மேம்படுத்தினார். இப்பொழுது ஐன்ஸ்டைனின் தேற்றத்தை சீன விஞ்ஞானி ஒருவர் மேலும் கூர்மைப்படுத்தியிருப்பதாகச் சொல்கிறார்கள். இது ஏன் இலக்கியத்தில் நிகழ்வதில்லை. களிமண் ஓடுகளிலிருந்து பேப்பருக்கு மாறினாலும், இறகுப் பேனாவில் தொடங்கி கம்ப்யூட்டருக்கு முன்னேறியிருந்தாலும், பழைய இலக்கியங்களை நவீன இலக்கியங்களால் முந்த முடியவில்லை.

எழுதுவது இன்று முந்திய காலத்தைப்போல சிரமமான காரியம் அல்ல. நிறைய வசதிகள் வந்துவிட்டன. தகவல்கள் இணையத்தில் குவிந்து கிடக்கின்றன. வேகமாக எழுதலாம், அழிக்கலாம், வெட்டலாம், ஒட்டலாம், திருத்தலாம். வெளியிடலாம். அகராதிகூடக் கம்ப்யூட்டரிலேயே கிடைக்கிறது. ஆனாலும் இலக்கியம் இந்த வசதிகளால் உயர்வது கிடையாது. சமீபத்தில் ஒரு பெண்ணைச் சந்தித்தேன். அவர் கண் மருத்துவரைப் பார்ப் பதற்காக வந்திருந்தார். நான் படிக்கவென்று கையிலே கொண்டு போயிருந்த புத்தகத்தைப் பார்த்துவிட்டு ஆர்வத்துடன் அது என்ன புத்தகம் என்று கேட்டார். நான் பதில் பேசாமல் புத்தகத்தைத் தூக்கி முன் அட்டையைக் காட்டினேன். அவர் தன்னால் எழுத்தைப் படிக்க முடியவில்லை, கண் பார்வை மங்கி வருவதாகக் கூறினார். நான் புத்தகத்தின் தலைப்பைச் சொன்னதும் அதன் ஆசிரியரின் பெயரையும், அவர் எழுதிய நூல்களின் தலைப்புகளையும் வரிசையாகக் கூறினார். சிறிது நேரம் அந்த நாவலாசிரியர் பற்றிப் பேசியபோது அந்தப் பெண் முக்கியமான ஒரு பதிப்பகத்தில் எடிட்டராகப் பணியாற்றியிருப்பது தெரிந்தது. இப்பொழுது அவருக்கு வேலை போய்விட்டது. அவரால் வாசிக்க முடியாது.

'எடிட்டர் வேலை மிகவும் சிரமமானது அல்லவா? ஒரு வாரத்தில் எத்தனை பிரதிகளைப் படித்து முடிப்பீர்கள்?' என்று

கேட்டேன். அவர் வாரத்தில் 20 பிரதிகள் படிப்பதாகச் சொன்னார். எனக்குத் தலை சுற்றியது. 'வாரத்தில் 20 புத்தகங்களா? என்னால் ஒரு புத்தகம்கூட படித்து முடிக்க முடியாதே' என்றேன். அவர் சொன்னார், 'முதல் 20 பக்கம்தான் படிப்பேன். அதற்குள் ஓரளவுக்கு புத்தகத்தின் தரத்தைத் தீர்மானிக்க முடியும். நிராகரிப்புக் கடிதத்தை எழுதி அனுப்பிவிடுவோம். சுவாரஸ்யமாக இருந்தால் முழுவதையும் படித்து பிரசுரத்துக்கு ஏற்றுக்கொள்வோம்.'

சில நாட்களாக எனக்குள் தோன்றியிருந்த ஒரு கேள்வியைக் கேட்க அவர் பொருத்தமானவராகப் பட்டது. கேட்டேன். 'சமீபத்தில் Karl Marlantes வியட்நாம் போரைப் பின்னணியாக வைத்து எழுதிய Matterhorn என்ற நாவல் வெளியாகி பெரும் பரபரப்பை ஏற்படுத்தியது. பல பரிசுகளை வென்றது. நியூயோர்க் டைம்ஸின் அதிவிற்பனை புத்தகப் பட்டியலில் இடம் பிடித்தது. ஆசிரியர் இந்த நாவலை 30 வருடங்களாகத் திருத்தித் திருத்தி எழுதினார். 15 பதிப்பகங்கள் நாவலை நிராகரித்தன. 16ஆவது பதிப்பகம் அந்த நாவலை வெளியிட்டபோது அது இத்தனை வெற்றி பெற்றது. இதன் அர்த்தம் என்ன? 15 எடிட்டர்கள் ஒரு புத்தகத்தின் உண்மையான தரத்தைக் கணிக்கத் தவறிவிட்டார்கள் என்பதுதானே! இது எப்படி நடந்தது?'

அவர் சொன்ன பதில் நான் எதிர்பார்க்காதது. 'இதற்கெல்லாம் காரணம் கம்ப்யூட்டர்கள்தான். நிறைய பேர் எழுதுகிறார்கள். நிறைய பிரதிகள் வருகின்றன. எடிட்டர்கள் படித்துப் படித்துக் களைத்துப்போகிறார்கள். முதல் இருபது பக்கத்தில் புத்தகம் வாசகரை உள்ளே இழுக்கவேண்டும். நாவலாசிரியர் அதில் தவறி விடுகிறார். சும்மா எழுதிக்கொண்டே போகிறார்கள். இலக்கியம் இல்லை, வெறும் எழுத்துதான். இப்படியான சூழலில் சிலவேளை களில் எடிட்டர்கள் நல்ல புத்தகங்களை அடையாளம் காண தவறிவிடுகிறார்கள்.' இதில் வேடிக்கை என்னவென்றால் புத்தகப் பிரதியைப் படித்து நிராகரித்த எடிட்டர் ஒருவர் நாவலாசிரியருக்குச் சொன்ன அறிவுரை. 'இப்பொழுது யார் வியட்நாம் போரைப் பற்றிப் படிக்கப்போகிறார்கள். இதே கதையை வைத்துக்கொண்டு போர் நடக்கும் இடத்தை ஆப்கானிஸ்தானுக்கு மாற்றிவிடுங்கள்' என்றாராம்.

சமீபத்தில் பத்திரிகையில் ஒரு செய்தி வந்திருந்தது. 18ஆம் நூற்றாண்டின் பிற்பகுதியில் வாழ்ந்த ஜேன் ஒஸ்டின் என்ற ஆங்கில எழுத்தாளரின் பிரசுரிக்கப்படாத நாவலின் கையெழுத்துப் பிரதியின் ஒரு பக்கம் மட்டும் அகப்பட்டு அது ஏலத்துக்கு வந்திருந்தது. அது ஏறக்குறைய ஒரு மில்லியன் பவுண்டுகளுக்கு

விலைக்குப் போனது. நாவலின் அந்தப் பக்க புகைப்படத்தை பத்திரிகை பிரசுரித்திருந்தது. அந்தக் கையெழுத்துப் பிரதியைப் பார்த்து நான் திகைத்துப்போனேன். ஒருவருக்குமே புரியாத மாதிரி பல இடங்களில் வெட்டியும் திருத்தியும் அடித்தும் மீண்டும் எழுதியும் காணப்பட்டது. ஒரு வசனத்தை அடித்துவிட்டு அதற்குமேல் புது வசனம் இருக்கும். அந்தப் புது வசனத்தில் நாலு வார்த்தைகள் மாற்றப்பட்டிருக்கும். ஒரு நாவலை நேர்த்தியாக எழுதி முடிக்கும் போது மூன்று நான்கு தடவை கையெழுத்துப் பிரதி திருத்தப் பட்டிருக்கும். சு.ரா பதினைந்து பக்கக் கதையைத் திரும்பத் திரும்பத் திருத்துவதால் நூறு பக்கங்கள் எழுதிவிடுவார் என்று அவர் மனைவி கமலா 'நெஞ்சில் ஒளிரும் சுடர்' நூலில் கூறியிருக்கிறார். பேராசிரியர் கைலாசபதி திருத்தி எழுத எழுத கட்டுரை வளர்ந்துகொண்டே போகும். மூன்று நான்கு தடவை திருத்தி எழுதியதாக அவர் மனைவி கூறியிருக்கிறார். இந்தப் பிரச்சினைகள் எல்லாம் கம்ப்யூட்டர் வந்தபோது தீர்ந்துபோனது. தமிழில் மாத்திரமில்லை. உலகில் எந்த மொழியில் எழுதினாலும் கம்ப்யூட்டர் அதை இலகுவாக்கியது. எத்தனை பெரிய அறிவாளியாக, கற்பனைவாதியாக ஒருவர் இருந்தாலும் உடலுழைப்பு இல்லாமல் ஒருவரால் நூல் எழுத முடியாது. கம்ப்யூட்டர், எழுதுவதையும் திருத்துவதையும் மேம்படுத்துவதையும் இலகுவாக்கிவிட்டது. முன்பெல்லாம் ஓர் எழுத்தாளர் நாலு வருடத்திற்கு ஒரு புத்தகம் எழுதினார்கள். இப்பொழுது ஒரு வருடத்தில் நாலு புத்தகங்கள் எழுதக்கூடியதாக இருக்கிறது.

உ.வே. சாமிநாதையர் அவருடைய 'என் கதை' நூலில் ஒரு சம்பவம் சொல்கிறார். பல வருடங்களாக, பல ஏடுகளைச் சோதித்து 'சிந்தாமணி' நூலை அச்சிடுவதற்குத் தயாரித்துவிட்டார். ஆனால் எப்படி பணம் இல்லாமல் பதிப்பு வேலையைச் செய்து முடிப்பது என்பது தெரியாமல் குழம்பிப்போய் நின்றார். பின்னர் அவர் சில நண்பர்களின் ஆலோசனைப்படி தமிழன்புள்ள கனவான்கள் 70 பேரை அணுகி அவர்களிடம் கையொப்பமும் முன்பணமும் பெற்று நூலை வெளியிட்டார். ஒருகாலத்தில் நூல் வெளியிடுவதற்கு இதுதான் ஒரே வழிமுறையாக இருந்தது. இது நடந்தது 19ஆம் நூற்றாண்டின் முற்பகுதியில்; கம்ப்யூட்டர்கள் பிரபலமாக வருவதற்கு 100 வருடங்களுக்கு முன்னர். இப்பொழுது கம்ப்யூட்டர்கள் பதிப்புத்துறைக்கு வந்த பின்னரும் இதே முறை பின்பற்றப்படுவது தமிழில் மட்டுமாகத்தான் இருக்கும். 'முன்வெளியீட்டுத் திட்டம்' என்று இதற்குப் பெயர். இணையத்தின் மூலம் அறிவிப்பு செய்யப்படுகிறது. உலகளாவிய ரீதியில் வாசகர்கள் முன்கூட்டியே பதிவுசெய்து சலுகை விலையில் பணம் செலுத்து

கிறார்கள். இந்த ஏற்பாட்டினால் வாசகரும் பதிப்பாளரும் எழுத்தாளரும் ஒருசேர லாபம் பெற முடிகிறது.

கம்ப்யூட்டர்களின் வருகையால் தமிழ்ப் பதிப்புத்துறை இருபது வருடங்களில் பெரிய மாற்றம் பெற்றுவிட்டது. நான் ஒருமுறை இந்தியாவுக்குப் போனபோது என் நண்பர் ஒருவர் தான் வெளியிட்ட புத்தகம் எப்படி விலைபோகிறது என்பதைப் பார்த்துவரச் சொன்னார். பதிப்பாளர் மகிழ்ச்சியுடன் என்னை இருட்டான கீழ் அறைக்குள் அழைத்துச் சென்றார். அங்கே நண்பரின் புத்தகங்கள் வரிசையாக, கட்டுக் கட்டாக ஒன்றன்மேல் ஒன்றாக அடுக்கி வைக்கப்பட்டிருந்தன. நண்பர் இரண்டாம் பதிப்பு பற்றி தீவிரமாகச் சிந்தித்துக் கொண்டிருந்தார். ஒரு வருடமாகியும் புத்தகங்கள் விற்பனை நிலையங்களுக்கோ, நூலகங்களுக்கோ அனுப்பப்படவில்லை. வெளிநாடுகளுக்கு அனுப்புவதற்குத் தபால் செலவு கட்டுப்படியாகாது என்றார். யாராவது வாசகர் தேடிவந்து வாங்கிப்போவார் என்ற நிலையில் அவை பாதுகாக்கப்பட்டன. கம்ப்யூட்டர் பதிப்பு முறை வந்த பின்னர் இந்தச் சங்கடம் நீங்கியது. புத்தக வடிவம் குறுந்தகட்டில் சேமிக்கப்பட்டிருக்கும். அவ்வப்போது வேண்டிய புத்தகங்களை அச்சடித்து பைண்டிங் செய்து விற்பனைக்கு அனுப்புவார்கள். தேவைக்கு அதிகமான புத்தகங்கள் அச்சடிப்பது தவிர்க்கப்படுகிறது. பேப்பர் செலவில்லை. மை செலவில்லை. புத்தகம் அடுக்கிவைக்கும் இடம் மிச்சப்படுகிறது. முக்கியமாக சுற்றுச்சூழல் கேடு இல்லை.

மாற்றங்களில் முக்கியமான இன்னொன்று எழுத்தாளர்களுக்கும் பதிப்பாளர்களுக்கும் இடையேயான உறவு. எழுத்தாளர் கையெழுத்துப் பிரதியைப் பதிப்பாளருக்கு அனுப்புவார். அவர் சில மாதங்கள் காத்திருக்க வைத்து பின்னர் பிரதியை நிராகரிப்பார். எழுத்தாளர் இன்னொரு பதிப்பாளருக்கு அதை அனுப்பிவைப்பார். அவரும் நிராகரிப்பார். இப்படி ஒரு புத்தகத்தைப் பதிப்பிப்பதற்கு 4, 5 வருடங்கள்கூட ஆகலாம். இதனால் வாசகருக்கு நட்டம்; எழுத்தாளருக்கு இன்னும் கூடிய நட்டம். 90களில் ஒரு புதுமுறை வந்தது. எழுத்தாளருக்கு அனுகூலமான முறை. இந்த ஏற்பாட்டில் எழுத்தாளர் ஒரு புத்தகத்தை முழுவதுமாக எழுதி முடிக்கக்கூடத் தேவையில்லை. முதல் இரண்டு அத்தியாயங்களை எழுத்தாளர் தன் கம்ப்யூட்டரில் இருந்து நேரடியாகப் பத்து தெரிவுசெய்யப்பட்ட பதிப்பாளர்களுக்கு அனுப்பிவைப்பார். அந்தப் பத்துப் பதிப்பாளர்களும் ஏல முறையில் ஒருவருடன் ஒருவர் புத்தகத்தைப் பதிப்பிக்கும் உரிமைக்குப் போட்டியிடுவார்கள். ஆகக் கூடிய விலை கொடுக்க முன்வரும் பதிப்பகம் எழுத்தாளருடன் ஒப்பந்தம் செய்துகொள்ளும்.

அதன்பிறகுதான் எழுத்தாளர் நூலை எழுதி முடிப்பார். இங்கிலாந்தில் சில வருடங்களுக்கு முன்னர் Zadie Smith என்ற பெண்மணி எழுதிய முதல் நாவல் இப்படித்தான் அச்சேறி, பெரும் வெற்றியீட்டியது. அந்தப் பெண்மணி புத்தகத்தை ஏலத்துக்கு விட்டபோது அவருடைய வயது 22. முன்பணமாக அவருக்குக் கிடைத்த தொகை 2,50,000 பவுண்டுகள். இம்முறை சமீப காலங்களில் தமிழிலும் அறிமுகப்படுத்தப்பட்டிருக்கிறது. இதில் வெற்றி கிட்டினால் அதனால் எல்லோரும் பயன்பெறுவார்கள்.

வாசகர்களுக்கும் எழுத்தாளர்களுக்கும், பதிப்பாளர்களுக்கும் மகிழ்ச்சி தரக்கூடிய இன்னொரு விடயம் 'கிண்டில்' (Kindle) என அறியப்பட்ட புதிய சாதனம். இது புத்தக அளவுதான் இருக்கும். எடையும் கிட்டத்தட்ட அப்படித்தான். நீங்கள் உங்களுக்கு என்ன புத்தகம் தேவை என்று தீர்மானித்து முடித்த ஒரு நிமிட நேரத் துக்குள் அந்தப் புத்தகத்தை உங்களுடைய கிண்டிலில் தரவிறக்கம் செய்து, கடன் அட்டை மூலம் அதற்கான கட்டணத்தையும் கட்டிவிடலாம். ஒரு புத்தகம் படிப்பது போலவே மடியில் வைத்துப் படிக்கலாம். இருட்டில் படிப்பதற்கு வசதியாக விளக்கும் இருக்கிறது. எழுத்துருவைப் பெரிதாக்கலாம்; சிறிதாக்கலாம். 1000 புத்தகங்களைத் தரவிறக்கம் செய்துவைத்து உங்களுடனேயே எடுத்துச் செல்லலாம். புத்தகங்களை அடுக்குவதற்கு வீட்டிலே புத்தகத் தட்டு தேவைப் படாது. ஒரு சொல் அர்த்தம் புரியவில்லை என்றால் அதைத் தேடுவதற்கு அகராதியும் உண்டு. அச்சடித்தப் புத்தகத்திலும் பார்க்க மலிவு. பயணம் செய்யும்போது 1000 புத்தகங்களை உங்களுடன் காவிச் செல்வது என்பது எத்தனை பெரிய வசதி.

சமீபத்தில் நான் பொஸ்டனில் இருந்து ரொறொன்ரோவுக்குத் திரும்பி வரும் வழியில் நண்பர் ஒருவர் தொலைபேசியில் ஒரு புத்தகத்தைப் பற்றி மெச்சிப் பேசினார். உடனேயே அதை கிண்டிலில் இறக்கிக்கொண்டேன். விலையும் மலிவு. ஜோசப் கொன்றாட் என்ற எழுத்தாளர் எழுதிய Typhoon நாவல். ரொறொன்ரோ வந்து இறங்கியபோது புத்தகத்தில் பாதி முடித்துவிட்டேன். இந்த வசதி இன்னும் தமிழில் வரவில்லை. ஆனால் விரைவில் அந்த வசதிகள் வந்து சேர்ந்துவிடும் என்றுதான் நம்புகிறேன். பதிப்பாளர், வாசகர், எழுத்தாளர் மட்டும்தான் மின்புத்தகங்கள் மூலம் பயன் அடைவார்கள் என்றில்லை. அச்சிடும் தாள் மிச்சப்படுவதால் சுற்றுச்சூழலுக்கும் நன்மை கிடைக்கிறது.

கணினியும் இணையதளங்களும் முகப்புத்தகங்களும் துரிதர் களும் தமிழ் இலக்கிய வளர்ச்சிக்குக் கேடு விளைவிப்பதாகச் சொல்

பவர்களும் இருக்கிறார்கள். எழுதுவதும் பிரசுரிப்பதும் இலகுவாக்கப் பட்டுவிட்டதால் மோசமான புத்தகங்கள் நிறைய வெளிவருகின்றன. அதனால் தரமான புத்தகங்களை வாசகர்கள் அடையாளம் காணமுடியாமல் சிரமப்படுகிறார்கள் என்பது ஒரு குற்றச்சாட்டு. முன்பெல்லாம் பத்துப் புத்தகங்கள் வெளிவந்தால் அதில் இரண்டு நல்லது இருக்கும். இப்பொழுது 100 புத்தகங்கள் வெளிவருகின்றன. அதிலே 20 நல்ல புத்தகங்கள் கிடைக்க வாய்ப்புண்டு. வலியது வாழும். நல்ல புத்தகங்கள் எப்படியும் அடையாளம் காணப்பட்டு வாசகர்களைச் சென்றடையும். அதில் சந்தேகமே இல்லை.

கணினியின் வரவால் கிடைத்த முக்கியமான அனுகூலம் பழைய நூல்களையும் ஏட்டுச் சுவடிகளையும் பேணிப் பாதுகாத்து அவற்றை இணையத்தில் இலவசமாக எல்லோருக்கும் கிடைக்கச் செய்வது. விலை மதிக்கமுடியாத பழைய ஏட்டுச் சுவடிகளை முன்பெல்லாம் கையினால் பிரதியெடுத்து பின்னர் அச்சேற்று வார்கள். இப்பொழுது அப்படியில்லை. நேரடியாக அவற்றை ஒளிப்படங்களாக மாற்றி இணையத்தில் இட்டுவிடுகிறார்கள். உலகம் முழுவதும் அவை கிடைக்கும். வேண்டியவர்கள் தனி யாகவோ கூட்டாகவோ ஆராய்ச்சி செய்யமுடியும். அவை தொலைந்துவிடும் என்றோ, உதிர்ந்துவிடும் என்றோ, எரிந்துவிடும் என்றோ கவலைப்படத் தேவையில்லை.

சில நாட்களுக்கு முன்னர் அமெரிக்க எழுத்தாளர் ஒரு வருடன் பேசிக்கொண்டிருந்தபோது நான் சொன்ன ஒரு விசயம் அவருக்குப் பெரும் ஆச்சரியத்தை ஏற்படுத்தியது. தமிழில் இணைய தளத்தில் கட்டுரைகள், கவிதைகள், சிறுகதைகள், நாவல்கள் என்று முதலில் எழுதுகிறார்கள். பின்னர் அவை புத்தகங்களாக வெளி வருகின்றன என்றேன். அவரால் நம்பமுடியவில்லை. அவருக்குத் தெரிந்து எந்த மொழியிலும் அப்படி நடப்பது தெரியாது என்றார். வசதி உள்ளவர்களிடம் கம்ப்யூட்டர் இருக்கிறது. அவர்கள் இலவசமாகப் படிக்கிறார்கள். வசதி இல்லாதவர்கள் காசு கொடுத்து புத்தகமாக வாங்குகிறார்கள். இது சரியாகப் படவில்லை என்றார். இது தற்காலிகமான பிரச்சினையாகவே பட்டது. நாளடைவில் எல்லோருக்கும் இணைய வசதி கிடைக்கும். அச்சில் புத்தகம் வாங்கும் பழக்கம் குறைந்துகொண்டு வரும். மின் புத்தகங்களைக் காசு கொடுத்துத் தரவிறக்கம் செய்வார்கள். வாச கர்கள் எழுத்தாளர்கள் பதிப்பாளர்கள் எல்லோருமே பயன்பெறும் காலம் வெகு தூரத்தில் இல்லை.

ஒரு காலத்தில் ஓலையில் எழுத்தாணியால் எழுதினார்கள். பேப்பர் கண்டுபிடிக்கப்பட்டபோது பேப்பரில் பேனாவினால்

எழுத நேர்ந்தது. அச்சு யந்திரம் வந்தபோது தமிழ் அச்சுக்கு மாறியது. பின்னர் வந்த தட்டச்சில் தமிழ் ஏறியது. இன்று கம்ப் யூட்டரில் முன்னேறுகிறது. தமிழில் பிரதியைக் குரலாக்கும் வேலையும், குரலைப் பிரதியாக்கும் வேலையும் நடந்துகொண்டிருக் கிறது. கணினி மூலம் மொழிபெயர்ப்பு முயற்சிகளும் தொடர்கின்றன. உலகத் தொழில் நுட்பம் பாய்ந்து செல்லும் வேகத்தில் தமிழும் விரையவேண்டும். புறநானூற்றுப் பாடலில் ஒரு வரி 'எல்லார் புறனும் தான் கண்டு' என வரும். நவீனத் தொழில் நுட்பத்தை உடனுக்குடன் பயன்படுத்தத் தவறினால் தமிழ் எல்லா மொழிகளின் புறனையும் காண நேரிடும். தமிழ், ரயிலைத் தவறவிட்ட பயணி போல தனித்து நிற்கும்; ரயில் போய்க்கொண்டே இருக்கும்.

கம்ப்யூட்டர் அறிவோ, தேடு பொறியோ, இணையதளமோ, முகப்புத்தகமோ, துரிதரோ தமிழ் இலக்கியத் தரத்தை அதிகரிக்கப் போவதில்லை. அவை செய்வது தமிழை உலகெங்கும் பரப்புவது, இலக்கியங்களைப் பாதுகாப்பது, தகவல்களை உடனுக்குடன் கிடைக்கச் செய்வது. திருத்தமாக எழுதும் நூலை விரைவாக வாசகர்களிடம் குறைந்த செலவில் கொண்டு சேர்ப்பது. இலக்கியம் படைப்பது நிகண்டைப் பாடமாக்குவது போலவோ, 67ஆம் வாய்பாட்டை மனனம் செய்வதுபோலவோ அவ்வளவு எளிதான தல்ல. எத்தனை உயர்தரக் கம்ப்யூட்டராக இருந்தாலும் அது உங்களுக்காகச் சிந்தித்து இலக்கியம் படைக்க முடியாது. நீங்கள் தான் சிந்திக்கவேண்டும்.

❖

அபாயத்தைத் தேடுவோர்

நான் சிறுவனாயிருந்தபோது எங்கள் கிராமத்தில் ஒருவர் தட்டச்சு மெசினில் வேலை செய்வதைப் பார்த்திருக்கிறேன். அவருடைய விரல்கள் பரபரப்பாக இயங்கும். ஓங்கி உயர்ந்து விசைகளைத் தட்டும். அதிலே செருகியிருக்கும் பேப்பர் ஒவ்வொரு வரியாக உயரும். உருளை இடது பக்க எல்லையை அடைந்ததும் மறுபடியும் வலது பக்கம் தள்ளிவிட்டு வேகமாக அடிப்பார். ஒவ்வொரு எழுத்தும் பேப்பரில் விழுந்து வார்த்தையாக மாறும். சிலசமயம் எழுத்துகள் தப்பாக விழுந்து வேறு வார்த்தையாகிவிடும். அப்பொழுது அந்த எழுத்துகளுக்கு மேலே xxxxx என்று அடித்து அந்த வார்த்தையை இல்லாமலாக்கிவிடுவார். எந்தக் காரியமானாலும் ஏதாவது தப்பு ஏற்பட்டால் அதைத் திருத்துவதற்கு ஒரு வழி இருக்கும்.

ஆனால் சில ஆபத்தான பொழுதுபோக்கு விளையாட்டுகள் இருக்கின்றன. அவற்றிலே ஏதாவது தப்பு ஏற்பட்டால் அவற்றைத் திருத்துவதற்கு வாய்ப்பே கிடைக்காது. பாரசூட்டில் இருந்து குதிப்பவர் ஒரேயொரு சின்னப் பிழைவிட்டாலும் அவர் உயிர் போய்விடும். மலை ஏறுபவர் ஒரு கல்லிலே கையைப் பிடித்துத் தொங்கிக்கொண்டு அடுத்த கல்லுக்குத் தாவுவார். அதிலே ஏற்படும் ஒரு சின்னத் தவறு அவர் உயிருக்கு ஆபத்தானதாக முடிந்துவிடும். பனிச்சறுக்கு விளையாட்டில் எட்டும் வேகம் நம்பமுடியாதது. உலக சாதனை மணிக்கு 151 மைல் வேகம். கனடாவில் இந்த வேகத்தில் கார்கூட ஓட்ட முடியாது. சட்டவிரோதம். இந்த வேகத்தில் சறுக்கும் ஒருவர் சிறு தவறிழைத்தால் அதை அடுத்த சறுக்கலில் திருத்துவதற்கு வாய்ப்பே இல்லை. அவர் உயிரோடு இருக்கமாட்டார். இப்படியான பொழுதுபோக்கு விளையாட்டுகளில் மிகவும் ஆபத்தானது என்று கருதப்படுவது கயாக் படகு ஓட்டம்.

உலகத்தில் வெவ்வேறு துறைகளில் மிக ஆபத்தான சாதனைகள் செய்த உச்சமான பத்துப் பேரின் பெயர்களை சமீபத்தில் ஓர் அமெரிக்கப் பத்திரிகை வெளியிட்டிருந்தது. அந்தப் பட்டியலில் காணப்பட்ட சில பெயர்கள்:

பாரசூட்டிலிருந்து குதிப்பது – லோயிக் ஜீன் அல்பெர்ட். இவர் 11,000 தடவை குதித்திருக்கிறார்.

அ. முத்துலிங்கம் ● 131

பாறைகளில் ஏறுவது – லின் ஹில் என்ற பெண். இவர் பாறை ஏறுவதில் ஆண்களையும் தோற்கடித்தவர். முப்பதுக்கு மேற்பட்ட சர்வதேச விருதுகள் பெற்றவர். கயிற்றிலே தொங்கியபடி திருமணம் செய்து சாதனை படைத்தவர்.

மலை ஏறுவது – ரெயின்ஹோல்ட் மெஸ்னர். இவர் உலகத்தில் உள்ள 26,000 அடி உயரத்துக்கும் மேலான 14 மலைகளையும் ஏறி வெற்றி கண்டவர்.

தென்துருவத்தை அடைவது – ரொனால்ட் அமண்ட்ஸன். நாய்கள் இழுக்கும் பனிச்சறுக்கு வண்டிகளைப் பயன்படுத்தி தென் துருவத்தை முதலில் கைப்பற்றியவர்.

கயாக் படகு ஓட்டம் – டக் அம்மன்ஸ்

உலகத்திலே கயாக் படகு ஓட்டுவதில் அதி திறமை பெற்று முதலாம் இடத்தில் இருக்கும் (Doug Ammons) டக் அம்மன்ஸ் என்பவரைச் சில மாதங்களுக்கு முன்பு எனக்கு அறிமுகப்படுத்தினார்கள். நான் கைகொடுத்தேன். நோபல் பரிசு பெற்றவர், ஒஸ்கார் பரிசு பெற்றவர், ஒலிம்பிக் தங்கம் வென்றவர் இவர்களோடு கைகுலுக்குவதற்கு எனக்குள்ள விருப்பம் சொல்ல முடியாதது. சிலருடன் கைகுலுக்கியிருக்கிறேன். சிலருடன் பேசியிருக்கிறேன். ஏழு பில்லியன் மக்கள் வாழும் இந்தப் பூமியில் ஒருவர் ஒரு துறையில் முதல் இடத்தில் இருக்கிறார் என்றால் அது எத்தனை பெரிய சாதனை.

டக் அம்மன்ஸ் பார்ப்பதற்கு 50 வயதுக்காரர்போலத் தோற்றமளித்தார். ஆனால் அவருடைய வயது அதற்கும் மேலே இருக்கலாம். அகலமான நெஞ்சுதான் முதலில் கண்ணில் படும். கைகளும் கால்களும் உறுதியாக சதை உருண்டு வலிமை மிக்கவையாகத் தெரிந்தன. கயாக் படகு ஓட்டக்காரருக்குப் படகு ஓட்டத் தெரிந்தால் மட்டும் போதாது. மலை ஏறவும், நீந்தவும் தெரியவேண்டும். இரண்டு பக்கமும் செங்குத்தான மலைகளுக்கு நடுவில் ஓடும் ஆற்றில் படகில்போய் விபத்தில் மாட்டிவிட்டால் நீந்தி அல்லது மலை ஏறித்தான் தப்பமுடியும். 25 வருடங்களாக கயாக் படகு ஓட்டுகிறார். எண்ணற்ற விபத்துகளில் உடம்பில் பல எலும்புகள் முறிந்திருக்கின்றன. ஆனாலும் அவருக்கு ஆர்வம் குறைவதாயில்லை. கராத்தேயில் கறுப்பு பெல்ட் வென்றவர். கித்தார் வாசிப்பார். முனைவர் பட்டம் பெற்ற இவர் ஒரு பத்திரிகை நடத்தி நிறைய எழுதவும் செய்கிறார். இவருடைய சாதனைகளைக் கேட்கக் கேட்க ஆச்சரியம்தான் அதிகமாகும்.

'உங்களுக்கு என்னுடன் கயாக் படகுச் சவாரி செய்ய விருப்பமா? நான் கூட்டிப்போகிறேன்' என்றார் டக் அம்மன்ஸ். இப்படித்தான் என் வாழ்க்கையில் ஆக அதிர்ச்சி தந்த அந்த மாலை ஆரம்பமானது. நான் என் மனைவியின் முகத்தைப் பார்த்தேன். பின்னர் மகளின் முகம். மகனின் முகம். அப்ஸராவின் முகம். ஒன்றிலும் பதில் எழுதியிருக்கவில்லை. நானாகத்தான் எதையாவது கண்டுபிடித்துச் சொல்லவேண்டும். 'எந்த ஆறு?' என்று கேட்டேன். இதைவிட மொக்குத்தனமான ஒரு பதில் கேள்வியை ஒருவர் உருவாக்க முடியாது. ஆற்றின் பெயரை வைத்து நான் என்ன செய்யப்போகிறேன். அதில் எத்தனை எழுத்துகள் என்று எண்ணிக் கூட்டிப்பார்த்து எண்கணித சோதிடப் பிரகாரம் முடிவு எடுக்கப் போகிறேனா?

நல்ல காலமாக அவர் Clark Fork river என்றார். அந்த ஆற்றைக் கண்ணால் கண்டது கிடையாது. ஆனால் கேள்விப் பட்டிருக்கிறேன். அமெரிக்காவின் மூன்றாவது ஜனாதிபதி தோமஸ் ஜெஃபர்ஸன் 200 வருடங்களுக்கு முன்னர் அட்லாண்டிக் சமுத்திரத்திலிருந்து பசுபிக் சமுத்திரம் வரைக்கும் தரைவழிப்பாதை உண்டாக்குவதற்காக இரண்டு அனுபவப்பட்ட ஆராய்ச்சியாளர் களிடம் அந்தப் பொறுப்பை ஒப்படைத்தார். அவர்களுடைய பெயர்கள் லூயிஸ் மற்றும் கிளார்க். அவர் ஞாபகமாகத்தான் ஆற்றுக்கு இந்தப் பெயர். அதில் கொஞ்சம் உற்சாகமாகி 'ஆபத் தானதா?' என்று கேட்டேன்.

ஆறுகளின் ஆபத்து நிலையை 5 பிரிவுகளாகப் பிரித்து வைத்திருக்கிறார்கள். 5ஆம் நிலை மிக மிக ஆபத்தானது. திடீரென்று செங்குத்தாகத் தண்ணீர் விழும். நுரை எழும்பி மூடும். போகும் திசை தெரியாமல் அடுக்கடுக்காக ஆபத்துகள் வந்த படி இருக்கும். அதற்கு அடுத்த கீழ் நிலை 4; பின்னர் 3. அப்படிக் கடைசி நிலைதான் ஒன்று. கிளார்க்ஃபோர்க் ஆற்றின் நிலை ஒன்று. அதாவது ஆபத்து மிகமிகக் குறைவானது.

'அப்படியா? நிலை ஒன்றுக்குக் கீழே வேறு ஆறு ஏதாவது உண்டா?' என்றேன்.

'இருக்கிறதே. உங்கள் வீட்டுக் குளியல் தொட்டியில் தண்ணீரை நிறைத்து அதற்குள் ஏறி உட்கார்ந்தால் அது முதல் நிலைக்குக் கீழாக இருக்கும்.'

சனிக்கிழமை மதியம் இரண்டு மணிக்கு அவர் வருவதாகச் சொல்லியிருந்தார். என்னை மூன்று பேர் தயார் செய்தார்கள். தண்ணீரில் நனையாத சப்பாத்துகள், உடைகள், கையுறை, தொப்பி

எல்லாம் அணிந்து பார்க்க நான் ஆரோ மாதிரி தோற்றமளித்தேன். படகிலே உட்காருவதற்கு இரண்டு பள்ளங்கள் முன் பின்னாக இருந்தன. சவாரிக்கு நான் அணிந்திருந்த உடை போதுமானது என்று நினைத்தேன். போதவில்லை. ஆற்றின் கரையிலே என்னை நிற்கவைத்து மாப்பிள்ளையைச் சோடிப்பதுபோல டக் என்னை அலங்கரித்தார். மஞ்சள் நிற மிதவைகளை என் நெஞ்சிலே கட்டினார். பின்னர் ரப்பரினால் செய்த அரைப்பாவாடை போன்ற ஒன்றை என் இடையிலே கட்டி என்னை கயாக்கின் பள்ளத்திலே உட்காரவைத்தார். நான் படகுக்குள் கால்களை நீட்டி அமர்ந்ததும் என்னுடைய பாவாடை விளிம்புகளைப் பள்ளத்தின் ஓரங்களில் சுற்றிவர இணைத்துவிட்டார். அலை அடித்தாலும் மழை பெய்தாலும் எவ்வளவுதான் நாங்கள் நனைந்தாலும் படகுக்குள் ஒரு சொட்டு நீரும் புகாது. நான் படகின் ஓர் அங்கமாக மாறியிருந்தேன். எனக்குப் பின்னால் டக் அமர்ந்து தன்னுடைய ரப்பர்ப் பாவாடையைப் பள்ளத்தின் விளிம்புகளில் பொருத்திக்கொண்டார். இப்பொழுது எங்கள் உடல்கள் படகுடன் பொருத்தப்பட்டுவிட்டதால் ஓர் ஆபத்து இருந்தது. விபத்தில் படகு கவிழ்ந்தால் நாங்கள் தலைகீழாகத் தண்ணீருக்குள் அமிழ்ந்து மூச்சுவிட முடியாமல் போகும். அப்படியான சமயம் ஒரு கைப்பிடியைப் பிடித்து இழுத்தால் பாவாடை கழன்று விடுதலையாகி மேலே வந்து மிதப்போம். நான் கைப்பிடி இருக்கும் இடத்தை மனனம்செய்து மனதில் நிறுத்திக்கொண்டேன்.

இரண்டு துடுப்புகளில் ஒன்றை என்னிடம் தந்தார். டக் பின்னுக்கு இருந்ததால் நான் அவரைத் திரும்பிப் பார்க்க முடியாது. ஆனால் அவர் சொல்வதைக் காதால் கேட்டு நிறைவேற்றலாம். ஆறு என்னை நோக்கி வரத்தொடங்கியது. அவர் இடது பக்கம் என்றால் நான் இடது பக்கம் வலிப்பேன்; வலது பக்கம் என்றால் நானும் வலது பக்கம் வலிப்பேன். இரண்டு மணிநேரப் பயணம் என்று முன்பே சொல்லியிருந்தார். பாறைகள் வரும் இடங்களில் தண்ணீர் நுரைத்துப் பொங்கி எழும். சில இடங்களில் தண்ணீர் வேகமாகக் கீழே இறங்கும். வேறு இடங்களில் பழுதுபட்ட திசைகாட்டி முள்போலச் சுழலும். டக் முன்கூட்டியே எச்சரிக்கை செய்வார். ஆனால் நான் துடுப்பு போட்டது முதல் ஐந்து நிமிடம் மட்டுமே. ஆறாவது நிமிடம் ஆறு துடுப்பைப் பறித்துக்கொண்டு போனது. நாங்கள் அதைத் தேடிப் போகவில்லை. மீட்கவும் முயற்சி செய்யவில்லை. என் ஞாபகமாக இன்றைக்கும் அது எங்கேயோ சுற்றிக்கொண்டிருக்கும் அல்லது ஆற்றின் அடியில் கிடக்கும். மீதி நேரம் நான் ஒரு பயணிதான்.

டக் ஒரு திறமையான பயிற்சியாளர் என்று சொல்லலாம். கயாக் ஓட்டும் நுட்பங்களை ஒவ்வொன்றாகச் சொல்லிக்கொண்டு வந்தார். எல்லா தகவல்களையும் ஒரே மூச்சில் சொல்லி என்னைத் திணறடிக்கவில்லை. நியூசிலாந்தில் ஒரு பறவை இருக்கிறது. அதன் பெயர் ரூயி. அது கீக் ஆ இக் என்று கத்தும். தன்குஞ்சுக்கு எப்படிக் கத்துவது என்பதைக் கற்றுக்கொடுக்கும். முதலில் கீக் கீக் என்று கத்தும். குஞ்சு அதைக்கற்றதும் அடுத்ததாக ஆ ஆ என்பதைக் கற்றுக்கொடுக்கும். இறுதியாக இக் இக் என்பதைச் சொல்லிக் கொடுக்கும். அதுபோலத்தான் டக்கும். படிப்படியாக கற்றுத் தந்தார். சில இடங்களில் பாறைகள் தண்ணீருக்கு மேலாகத் தெரியும். அவற்றை லாகவமாகத் தவிர்த்து ஓட்டுவார். சில தண்ணீருக்கு அடியில் கண்ணுக்குத் தெரியாமல் இருக்கும். அவற்றுடன் படகு மோதினால் கவிழ்ந்துபோகும் அபாயம். எனவே கண நேரமும் கவனம் குறையாமல் ஓட்டினார்.

இவருடைய உச்சபட்ச சாதனை என்றால் அது கனடாவில் பிரிட்டிஷ் கொலம்பியாவில் ஓடும் 5ஆம் நிலை ஸ்டிக்கீன் ஆற்றை கயாக்கில் கடந்ததுதான். இந்த ஓட்டம் எவரெஸ்ட் சாதனைக்கு சமன் என்று கூறுவார்கள். ஆற்றின் அகலம் 600 அடியாக இருப்பது சில இடங்களில் ஏழு அடியாகச் சுருங்கிவிடும். இருபக்கமும் செங்குத்தான மலைகள் 900 அடி உயரத்துக்கு எழும்பி நிற்கும். இந்த ஆற்றில் மிகக்கடினமான 60 மைல் தூரப் பகுதியைக் கடக்க முயன்று தோற்றவர்கள் பலர். இறந்தவர்கள் அதிகம். 1990ஆம் ஆண்டு டக் இந்தச் சாதனையைச் செய்கிறார். இரண்டுவருடம் கழித்து இன்னொருமுறை தனியாளாகக் கடக்கிறார். 'மனித மனம் கற்பனை செய்யமுடியாத வேகத்தில் தண்ணீர் நுரைத்து எழும்பி மூடும். இந்தப் பூமியில் மனிதனுடைய திறமைக்கு சவாலாகப் படைக்கப்பட்டது இந்த ஆறு' என்கிறார் டக் அம்மன்ஸ். இன்று வரை அந்த ஆற்றில் கயாக் ஓட்டி வெற்றிபெற்றவர்கள் 15 பேர்தான்.

தண்ணீர் சுழிப்பதும் சுழலுவதும் திடீரென்று கீழே விழுவதுமாக ஆறு ஓடியது. அவருடைய திறன் உச்சத்துக்கு இந்தப் பயணத்தில் வேலையே இல்லை. ஆனாலும் பொறுமையாக ஓட்டினார். ஒவ்வொரு தடையையும் கடக்கும்போது ஆரம்பத்தில் பயமாகவிருந்தது. பின்னர் பழகிவிட்டது. ஒரு கட்டத்தில் ஆனந்த மாகக்கூட இருந்தது. இவர் கயாக் படகை ஓட்டுவதைப் பார்க்க அழகாக இருக்கும். ஒரு மூன்று வயதுக் குழந்தையை அணைத்துப் போவதுபோல. அந்தப் படகுக்கு அவர் ஒரு பெயர் வைத்திருந்தார். யாராவது இழிவாகப் பேசினால் அவருக்குக் கோபம் வந்துவிடும். அர்ச்சுனனுக்குக் காண்டீபத்தைப் பழி சொன்னால் அடக்கமுடியாத

சினம் பொங்கிவிடும் என்று படித்திருக்கிறேன். அதுபோலத்தான் இதுவும்.

நாங்கள் எங்கே திரும்பவும் கரை சேருவோம் என்பதை ஏற்கனவே சொல்லிவைத்துவிட்டுத்தான் புறப்பட்டிருந்தோம். என் மனைவி காத்துக்கொண்டு நின்றார். மூன்று மாதம் பிரிந்து போனதுபோல என்னை முற்றிலும் சோதித்து மறுபடியும் ஏற்றுக் கொண்டார். முகத்திலும் பெரிய சிரிப்புடன் அவர் நின்றபோது எனக்குத் தோன்றிய முதல் எண்ணம் 'இந்தப் பெரிய சிரிப்பைத் தாங்கிக்கொள்ள இந்த முகம் காணாது. இன்னும் பெரிய முகம் ஒன்றுக்கு ஓடர் பண்ணவேணும்' என்பதுதான். நான் நெஞ்சிலே அணிந்திருந்த மிதவைகளையும் மற்றும் ரப்பர் பாவாடையையும் கழற்றி டக்கிடம் ஒப்படைத்தேன். ஒற்றைக் கையால் படகைத் தூக்கித் தோளிலே சுமந்துகொண்டு யேசு சிலுவையைக் காவியது போல, தரையைப் பார்த்தவாறு தன் வாகனத்தை நோக்கி அவர் நடந்து போனார். எனக்கு என்னவோ செய்தது. ஒரு பிரயோசனமும் இல்லாத என்னுடன் நாலுமணி நேரம் செலவழித்திருந்தார். 'இந்த அன்பை எப்படி அவருக்குத் திருப்பிக் கொடுப்பேன்' என்று நினைத்தேன்.

டக் அம்மன்ஸ் அபூர்வமான மனிதர் என்பதில் சந்தேகமே இல்லை. கடவுள் இத்தனை அற்புதங்களைப் படைத்திருப்பது மனிதன் அனுபவிக்க வேண்டும் என்பதற்காகத்தான் என்று சொல் கிறார். 'ஒவ்வொரு கணமும் உயிர்போய்விடும் என்ற நிலையில் மனதின் குவிப்பு சக்தி அபாரமானது. நாள் முடியும்போது என்னை அது ஒருபடி மேலே நல்ல மனிதனாக மாற்றுகிறது. வாழ்க்கையின் பொருள் பற்றி நீண்ட நேரம் சிந்திக்க வைக்கிறது. வெளியே பயணம் செய்யும் அதே சமயம் ஆத்மாவுக்குள்ளும் ஒரு பயணம் நிகழ்கிறது. உங்கள் சிந்தனை கூராகிறது. அதற்காகத்தான் என் மனம் மறுபடி மறுபடி கயாக் பயணத்துக்காக ஏங்குகிறது' என்றார்.

ஒரு பத்திரிகையாளர் அவரிடம் கேட்டார். 'ஐயா, உங்கள் சாதனை பிரமிக்க வைக்கிறது. உலகத்தில் முன்பு ஒருவரும் செய்ய முடியாத சாதனையைச் செய்திருக்கிறீர்கள். உங்கள் உணர்வு அப்போ எப்படியிருந்தது?' இதுதான் கேள்வி. டக் அம்மன்ஸ் கூறிய பதிலில் அவருடைய தன்னடக்கமும் எளிமையும் வாழ்க்கைத் தத்துவமும் அடங்கியிருக்கின்றன. 'என்னிலும் சாதனை படைத்த வர்கள் உலகில் எத்தனையோ பேர் உள்ளனர். என்னுடைய சாதனை உலகத்து வறுமையை நீக்காது. கான்சர் நோயை குணப் படுத்தாது. உலக மக்களுக்கு நல்ல குடிநீர் கிடைக்க வழி செய்யுமோ என்றால் அதுவும் இல்லை.'

நான் ரொறொன்ரோ வந்து சேர்ந்ததும் முதலில் ஒரு நண்பர் விசயத்தை எப்படியோ கேள்விப்பட்டு கயாக் படகு ஓட்டம் பற்றி விசாரித்தார். அதன் பின்னர்தான் மற்றவர்களிடமிருந்து தொலைபேசி அழைப்புகள் வரத்தொடங்கின.

'நண்பர் சொன்னார், நான் நம்பவில்லை. நீங்கள் கயாக் படகில் போனீர்களாமே?'

'எந்த ஆற்றில் போனீர்கள்? உண்மையாகவே கயாக் சவாரி ஆபத்தானதா?'

'Doug Ammonsஆ? கயாக் ஓட்டத்தில் அவர் உலகின் number one அல்லவா? அவருடனா போனீர்கள்?'

இவர்கள் எல்லோருக்கும் என்னிடம் பதில் இருந்தது. ஒரே பதில்.

'ஆமாம், டக் அம்மன்ஸ் என்னுடன்தான் வந்தார்.'

கொக்குவில்

பல வருடங்களுக்கு முன்னர் ஒரு ஞாயிறு அதிகாலையில் நான் பிறந்தேன். ஒரு முழுநாள் அம்மாவை வலியில் துடிக்கவைத்து, கால்களை முதலில் வெளியே தள்ளி, இப்பூமியில் உதித்தேன். ஆனால் மூச்சு விடமுடியாமல் கிடந்தேன். மருத்துவச்சி என்னைத் தலைகீழாகத்தூக்கிக் குலுக்கி, நெற்றியிலே பழுக்கக் காய்ச்சிய ஊசியால் சூடு வைத்தபோது என்னிடமிருந்து முதல் அழுகை வெளிப்பட்டது. ஆண்பிள்ளை பிறந்தால் எங்கள் ஊரில் உலக்கையைத் தூக்கிக் கூரைக்கு மேலால் எறிவது வழக்கம். ஐயா அப்படியே செய்துவிட்டு என்னை இரண்டு கைகளாலும் தூக்கி அவர் தலைக்கு மேலே பிடித்தார். ஆண்பிள்ளை என்ற பிரகடனம் அது. என்னுடைய முதல் காட்சி புளியமரம். அதற்கும்மேலே ஆகாயம். கீழே கொக்குவில். அதுதான் நான் பிறந்த ஊர்.

நான் சிறுவனாயிருந்தபோது அம்மா நிறைய கதைகள் சொல்லியிருக்கிறார். ஒருமுறை அம்மாவிடம் கேட்டேன் எங்கள் ஊருக்கு எப்படி கொக்குவில் என்று பெயர் வந்தது என்று. ஏற்கனவே அந்தக் கேள்விக்குக் காத்திருந்தவர்போல அம்மா சொல்லத் தொடங்கினார். ராமர் இலங்கைக்கு வந்து ராவணனைக் கொன்றுவிட்டு சீதையை மீட்டுக்கொண்டு அயோத்திக்குத் திரும்பமுன்னர் நடந்தது. ஒரு ரம்மியமான காலை நேரத்தில் சோலை ஒன்றை ராமர் கண்டார். உடனேயே அந்த இடத்தில் வில்லை ஊன்றிவிட்டு அமர்ந்து தியானம் செய்தார். தியானம் முடிந்து கண்விழித்தபோது அவர் முன்னே ஒற்றைக்காலில் ஒரு வெள்ளைக் கொக்கு நின்று தவம் செய்தது. ராமர் மனமுருகி கொக்கின் முதுகில் தடவிக் கொடுத்தார். 'கொக்கையுமா? அதற்கு மூன்று குறி இல்லையே?' என்றேன். அப்படியல்ல. அணிலுக்குத் தடவியதோடு குறிகொடுக்கும் திறன் ராமர் விரல்களுக்கு முடிந்துபோனது. ஆனால் நிறைய கருணை இருந்தது. அன்றிலிருந்து அந்த இடம் 'கொக்குவில்' என்று அறியப்பட்டது என்றார். அம்மாவிடம் வேறு குறுக்குக் கேள்வி கேட்காமல் அவர் சொன்னதை நம்புவது என்று தீர்மானித்தேன்.

ராமர் தியானிப்பதற்குத் தேர்ந்த இடம் பச்சை நிறமாக இருந்தது. மழை பார்த்திருக்கும் பூமியென்றாலும் பனை, தென்னை,

வாழை, கமுகு என்று மரங்கள் சூழ்ந்திருக்கும். நெல்வயல்களில் தண்ணீர் இறைப்பார்கள். இரண்டுபேர் துலா மிதிக்க ஒருவர் இறைக்க இன்னொருவர் பாத்தி கட்டுவார். புழுதி நிறைந்த ஒழுங்கைகள் வளைந்தும் நெளிந்தும் சுழன்றும் போகும். இரண்டு பக்கமும் உயரமான வேலிகள் அடைத்திருக்கும். மாட்டு வண்டிகளையும் ஒன்றிரண்டு குதிரை வண்டிகளையும் காணலாம். அபூர்வமாக ஒரு கார் தென்படும். இரண்டு கரைகளையும் தொட்டு உருளும் காரின் ஃபுட்போர்ட்டில் நின்று ஒருவர் ஹோர்ன் அடித்தபடியே வருவார். தலையிலே சுமையைத் தூக்கி ஓடுபவர்கள் ஒதுங்கி நிற்பார்கள்.

பார்க்க கண்ணுக்கு அழகாயிருப்பது புகையிலைத் தோட்டம். ஒரு குழந்தை கைகால் நீட்டிப் படுக்கக்கூடிய அளவு பெரிய இலைகள். அவற்றை வெட்டிப் புகைபோட்டு உலர்த்துவார்கள். கொக்குவில்லின் மணம் என்றால் அது நெல் அவிக்கும் மணம், அல்லது புகைக் குடில்களில் புகைபோடும் மணம். மாமரம், பலாமரம், பப்பாளி மரம் எனப் பலவகை மரங்கள். எங்கள் வீட்டில் 17 மாமரங்களில் 20 வகை மாம்பழங்கள் கிடைத்தன. கொக்குவில்லுக்கு ஒரு நிறம் இருப்பதுபோல, மணம் இருப்பதுபோல ஒலியும் உண்டு. நாய்கள் குரைக்கும் ஒலி. ஒவ்வொரு தெருவுக்கும் ஒரு நாய் உண்டு. 24 மணிநேரமும் ஏதாவது ஒரு தெருவில் ஏதாவது ஒரு நாய் குரைத்துக்கொண்டே இருக்கும். என்னை மூன்று நாய்கள் மூன்று வெவ்வேறு வருடங்களில் மூன்று தெருக்களில் மூன்று இடங்களில் கடித்திருக்கின்றன. காற்றை மணந்து பார்த்து மழை வரும் என்று சொல்லும் ஒருவர் மந்திரிப்பார். வயிற்றினால் சிரிப்பவர் பச்சிலை அரைப்பார். நிழலை அளந்து மணி சொல்பவர் எனக்குப் பச்சிலை வைத்துக் கட்டுவார்.

கொக்குவில் பெருமைப்படும் முதல் அடையாளம் அதன் ரயில் நிலையம்தான். கொழும்பிலிருந்து காங்கேசன்துறைக்கு ரயில்பாதை போடுவதற்கு எங்களை ஆண்ட வெள்ளைக்காரர்கள் ஆலோசித்தபோது கொக்குவில்லுக்கு ஊடாகப் போடவேண்டும் என்று தீர்மானித்தார்கள். அதை ஊர்க்காரர்கள் பெரிதாகக் கொண்டாடினார்கள் என ஐயா சொல்வார். அவருக்கு அப்போது இளவயது. தண்டவாளங்களை ரயில் வேலை செய்பவர்கள் ஓரங்களில் குவித்து வைத்திருப்பார்கள். இரவிலே ஐயாவும் இன்னும் சில இளைஞர்களும் சேர்ந்து அவற்றைத் தூக்கி விளையாட்டுக்காக வேறு இடத்துக்கு மாற்றிவைத்ததை எனக்குச் சொல்லியிருக்கிறார். ராமர் தங்கிய இடம் என்பதால் ரயிலும் தங்கிப் போகலாம் என வெள்ளைக்காரர்கள் நினைத்திருக்கக்கூடும்.

அ. முத்துலிங்கம்

என்னுடைய சிறுவயதில் ரயில்தான் எங்களுக்கு எல்லாம். அதன் 'கூ' சத்தம் கேட்டதும் வீட்டிலிருந்து மூச்சைப் பிடித்துக் கொண்டு ஓடினால் ஸ்டேசன் வந்துவிடும். கொக்குவில் எங்கே தொடங்குதோ அங்கே ரயில் ஊருக்குள் நுழையும். அதன் அழகை வர்ணிக்கமுடியாது. கைகாட்டி சிவப்பிலிருந்து பச்சை விளக்குக்கு மாறும். ஸ்டேசன் மாஸ்டர் கொடியை ஆட்டுவார். அவசரமாக ரயிலில் இருந்து சிலர் இறங்குவார்கள், சிலர் ஏறுவார்கள். ஏறுபவர்களிலும் பார்க்க ஏற்ற வந்தவர்களின் தொகை பத்து மடங்காக இருக்கும். கொக்குவில்லுக்கு மணிக்கூடு இல்லை, ரயில்தான் மணிக்கூடு. காலை கொழும்பு ரயில் வரும்போது ஆறு மணி. இரவு திரும்பும்போது 7 மணி. மத்தியானம் சாமான் ரயில் 11 மணிக்குப் புறப்படும். இடையில் நேரம் பார்க்க வேண்டுமென்றால் வாசலில் நிற்கும் நாலுமணிப் பூக்கன்று அதைச் சொல்லும். இப்படித்தான் அந்தக் காலத்தில் கொக்குவில் இயங்கியது.

ஐயா வியாபார விசயமாகக் கொழும்புக்கு ஒருமுறை ரயில் ஏறினார். திரும்பிவரும் தேதியைச் சொல்லிவிட்டுத்தான் பயணம் புறப்படுவார். சொன்ன தேதியில் ஐயா திரும்பவில்லை. மதியநேரம் ஒரு தந்திக்காரன் வந்தான். எங்கள் ஊரில் வீதிகளுக்கு பெயர்கள் கிடையாது. வீடுகளுக்கு நம்பர் கிடையாது. பெயர் ஒன்றை வைத்துக்கொண்டு தந்திக்காரன் விசாரித்து விசாரித்து வந்து சேர்ந்துவிடுவான். தந்திக்காரனைக் கண்டதும் அம்மா உரத்து ஓலமிட்டு அழத் தொடங்கினார். அதுதான் மரபு. ஆங்கிலம் தெரிந்த ஒருவர் தந்தியைப் படித்துவிட்டுச் சொன்னார் 'ஐயா வந்த ரயில் கவிழ்ந்து பலர் இறந்துவிட்டார்கள். ஐயா சிறுகாயத்துடன் தப்பினார். விரைவில் ரோட்டு வழியா வருவார்.' இதைக் கேட்ட அம்மா ஆறுதல் அடைவதற்கு பதில் இன்னும் கூட அழத் தொடங்கினார்.

ஒருநாள் பின்னேரம் ரயில் பிந்திவிட்டது. 7 மணிக்கு வர வேண்டிய ரயில் ஒன்பது மணிக்கு வந்தது. நான் ரயில் ஸ்டேசனில் ரயிலைப் பார்ப்பதற்காக நின்றேன். ரயில் வந்து உஸ்ஸென்று சத்தம் போட்டு நின்றது. ஆனால் ஒருவரும் இறங்கவில்லை. ஒருவரும் ஏறவில்லை. ஏதோ அபசகுனம் என்று தோன்றியது. சிறிதுநேரம் நின்று பார்த்துவிட்டு ரயில் புறப்பட்டது. எத்தனை பரபரப்பாக ஒருகாலத்தில் ரயில் ஸ்டேசன் இருந்தது. அன்று சூசகமாக எதையோ உணர்ந்தேன். சீக்கிரத்தில் ஐயா தூக்கி விளையாடிய தண்டவாளம் மறைந்துவிடும். ரயில் ஸ்டேசன் ஒழிந்துபோகும். ரயில் போய்விடும். ஆனால் திரும்பி வராது. ஒரு சிறிய கிராமத்து மக்களின் வாழ்க்கை முறையே சீக்கிரத்தில் மறைந்துவிடும் என்பது எனக்கு அப்போது தெரியவில்லை.

கொக்குவில்லுக்கு இன்னொரு அடையாளம் இருந்தது. கிணறுகள். கொக்குவில் கிராமத்தில் ஆறுகள் கிடையாது. குளம் இல்லை. கேணி இல்லை. ஆனால் விவசாயக் கிராமம். ஒவ்வொரு வீட்டிலும் கிணறு இருந்தது. 60 – 70 அடி ஆழமான கிணறுகள். துலாவைப் பிடித்து இழுத்துத் தண்ணீர் அள்ளுவதுதான் வழக்கம். சில தனிக்கிணறுகள். சில பங்குக் கிணறுகள். வீதியின் நடுவிலே திடீரென்று ஒரு கிணறு இருக்கும். அது பொதுக் கிணறு. நாய்கள், மாடுகள் மனிதர்கள் தவறி விழுவதற்காகக் கண்டுபிடிக்கப்பட்ட சங்கதி. ஒரு முறை மாடு ஒன்று வண்டில், வண்டில்காரருடன் உள்ளே விழுந்துவிட்டது. ஒரு தடுப்புச் சுவரோ எச்சரிக்கைப் பலகையோ வைக்கவேண்டும் என ஊர் விவாதிக்கும், ஆனால் நடக்காது.

நேற்றைக்கு மாதிரி இன்றைக்கும் இன்றைக்கு மாதிரி நாளைக்கும் என கிராமங்கள் இயங்கும். கிணற்றில் யாராவது விழுந்தால் காப்பாற்றுவது என்பது கிடையாது. ஆறு, குளம் இல்லாத ஒரு கிராமத்தில் நீச்சல்காரரை எப்படிக் கண்டுபிடிப்பது. என்றாலும் மழைக்காலங்களில் கிணறுகள் நிறையும்போது சில துணிச்சல்காரர்கள். நீச்சல் பழகுவதுண்டு. இரண்டு ஒல்லித் தேங்காய்களை இடையில் இறுக்கிக் கட்டிக்கொண்டு கிணற்றில் குதித்து, தோன்றியபடி கைகளையும் கால்களையும் அடித்துப் பழகுவதுதான். அப்படிப் பழகி முதல்தர நீச்சல்காரராக வெற்றி பெற்றவர் ஒருவர் இருந்தார். பெயர் ஒல்லித்தேங்காய் சண்முகம். ஒரு முறை அவரைக் கொழும்பில் இந்து சமுத்திரத்தில் நீந்தச் சொன்னபோது அவர் வட்டம் வட்டமாகச் சுற்றினார். வேறுமாதிரி நீந்த அவருக்கு வரவில்லை.

கொக்குவில்லுக்குக் கோயில்கள் இன்னொரு அடையாளம். காசை சில்லறையாக மாற்றி பொக்கட்டுக்குள் போட்டு கிலுங் கிலுங் எனச் சத்தம் வர கோயிலைச் சுற்றிக்கொண்டு இருப்பதில் ஒரு மகிழ்ச்சி. இரண்டு கோயில்கள் பக்கத்துப் பக்கத்தில் நின்று போட்டிபோட்டன. திருவிழா நடக்கும்போது பள்ளிகளுக்கு விடுதலை. சூரன் போர் ஒரு கோயிலில் முடிந்த பிறகு அடுத்த கோயிலில் ஆரம்பமாகி அங்கேயும் மீசை வைத்து சிரித்த சூரன், தலை துண்டாகிய பிறகும் சிரிப்பான். மேளக்கச்சேரி முடிந்து சதிர்க் கச்சேரி நடுச்சாமத்தில் ஆரம்பமாகும். இந்தியாவில் இருந்து வரவழைத்த சதிர் ஆட்டக்காரிகளை முன்வரிசையிலிருந்து அண்ணாந்து பார்க்க பெரும் போட்டி நடைபெறும். சிறுவர்களான எங்களுக்கு அதில் பிரச்சினை கிடையாது. அவர்கள் சுழன்று ஆடும்போது அவர்களுடைய வெள்ளைக் கால்கள் மேலே சந்திக்கும் இடம் தெரியும் அளவுக்குக் கிட்டவாக இருப்போம்.

கொக்குவில்லில் நான் படித்த பள்ளிக்கூடம் சிறிய கட்டட மாகத்தான் ஆரம்பித்தது. மேலே கூரை, கீழே மணல். ஆனால் அந்த ஊரில் யாருக்காவது அங்கே படிப்பிக்கும் ஆசிரியர் ஒருவரின் மேல் கோபம் வந்தால் பள்ளிக்கூடத்துக்குத் தீ வைத்துவிடுவார். இப்படி மூன்றுதரம் நடந்தது. அதன் பின்னர் பணம் சேகரித்து பள்ளிக்கூடம் ஓட்டுக் கூரையாகவும் சிமெந்துத் தரையாகவும் மாறியது. எங்கள் பள்ளியில் ஆசிரியர் கல்கி வந்து பேசியிருக்கிறார். கிருஷ்ணன், மதுரம் நாடகம் போட்டிருக்கிறார்கள். காந்தியின் அஸ்தி கீரிமலை தீர்த்தத்தில் கரைக்கப்பட முன்னர் எங்கள் பள்ளிக்கூடத்துக்கு வந்திருக்கிறது. ஆசிரியர்களும் மாணவர்களும் ரோட்டிலே படுத்து சத்தியாக்கிரகம் செய்து இந்தக் காரியத்தைச் சாதித்தார்கள்.

என் வகுப்புப் பையன் ஒருவன் தினமும் லேட்டாக வருவான். அவனை வகுப்புக்கு வெளியே நிறுத்திவிடுவார்கள். ஏழை விவசாயக் குடும்பம். 2000 புகையிலைக் கன்றுக்குத் தண்ணீர் இறைத்துவிட்டுத்தான் அவன் தினம் வரவேண்டும். படிப்பில் அளவற்ற ஆர்வம் இருந்ததால் தொடர்ந்து வகுப்புக்கு வந்தான். ஒருநாள் வகுப்பில் மயங்கி விழுந்துவிட்டான். ஆசிரியர் காலை உணவு சாப்பிட்டாயா என்று கேட்டபோது, நேற்று இரவு உணவும் சாப்பிடவில்லை என்றான். அன்றுதான் வறுமை என்றால் என்னவென்று கொஞ்சம் அதிகமாகத் தெரிந்துகொண்ட நாள். சிலநாட்கள் சென்று அவன் படிக்க வருவதை நிறுத்திவிட்டான். பிற்காலத்தில் அவன் வியாபாரம் செய்து பெரும் பணக்காரன் ஆனபோது கல்விக்கு நிறைய நன்கொடை வழங்கினான். அவன் சொன்னான், 'மூடச் சனங்களால் நிரம்பியது எங்கள் ஊர். எங்களுடையது விவசாயக் கிராமம். அரை மணி நேரம் பிந்தி பள்ளிக்கூடத்தைத் தொடங்கினால் என்ன? நான் படித்து பயன் அடைந்திருப்பேன் அல்லவா? நான் படிக்கவில்லை என்ற துயரம் எனக்கு இன்றுமிருக்கிறது.'

ஒரு கொலைகாரனிடம் எப்படிப் பழகவேண்டும் என்ற பயிற்சி எங்களுக்குச் சிறு வயதிலேயே கிடைத்தது. எங்கள் ஊரில் சண்டைகளும் கொலைகளும் வெகு சாதாரணம். ஒருமுறை இங்கிலீஸ் பேப்பர் ஒன்றில் ஒரு செய்தி வந்தது. 'கொக்குவில் கிராமம் கொலைகளுக்குப் பேர்போனது.' எங்கள் அண்ணர் அந்தச் செய்தித் துணுக்கை வெட்டி எல்லோருக்கும் பெருமையாக வாசித்து மொழிபெயர்த்துக் காட்டியதுடன் கதவிலும் ஒட்டி வைத்தார்.

எங்கள் கிராமத்துக் கொலைகாரர்களில் முதல் இடத்தில் புக்கையனும் இரண்டாம் இடத்தில் செல்லனும் இருந்தார்கள்.

எங்கள் வீட்டில் மரணம் நிகழ்ந்தபோது புக்கையன் வருகிறான் என்ற பேச்சு அடிபட்டது. ஏற்கனவே செல்லன் வந்து கிறிஸ்கத்தியை இடையில் செருகி வெளியே தெரிய உலாத்திக்கொண்டிருந்தான். அன்று சாவீட்டுக்கு வந்தவர்கள் அழுவதற்கு பயப்பட்டார்கள். காசுக்கு ஒப்பாரி வைக்கும் பெண்கள் அவசரமாக ஓலம் வைத்து விட்டு ஓடிவிட்டார்கள். பிணத்தை சீக்கிரத்தில் எடுக்கச் சொல்லி அவசரப்படுத்தினார்கள். அன்று ஊர்க்காரர்கள் செல்லனுக்கு ஒரு போத்தல் சாராயம் வாங்கிக் கொடுத்ததில் அவன் குடித்துவிழுந்து தூங்கிவிட்டான். அப்பொழுதும் அவன் வாய் கொஞ்சம் திறந்து கிடந்தது. புக்கையன் வெள்ளத்தில் இறங்குவதுபோல வேட்டியை இரண்டு கைகளாலும் தூக்கிப்பிடித்தபடி சாவீட்டுக்குள் நுழைந்தான். மாமாவின் கைகள் என் தோள்மேல் இருந்தன. அவை நடுங்குவதை நான் உணர்ந்தேன். புக்கையன் செல்லனின் நிலையைப் பார்த்துச் சிரித்தான். ஒரு கொலைகாரனிடமும் வசீகரமான சிரிப்பு உண்டு.

ஒருநாள் கொக்குவில்லுக்கு மின்சாரம் வந்தது. எங்கள் ஊர் பாராளுமன்ற உறுப்பினர் திறந்து வைக்கத் தயாராக வந்திருந்தார். அப்படித் திறந்த பின்னர் எல்லோருக்கும் பலகாரம் வழங்குவார்கள். ஆடல் பாடலும் இடம்பெறும். ஆனால் எம்.பி லீவரைப் பிடித்து இழுத்தபோது ஒன்றுமே நடக்கவில்லை. ஆயிரம் விளக்குகள் ஒரே நேரத்தில் உயிர்பெற்றுப் பிரகாசமாக ஜொலிக்கவேண்டும். ஆனால் அதே இருள்தான் தொடர்ந்தது. எல்லோரும் ஒரு நிமிடம் திகைத்துப்போனார்கள். பிரதான எஞ்சினியர், அவருக்கு மேலானவர், அவருக்கும் மேலானவர் எல்லோரும் நின்றார்கள். ஒருவரை ஒருவர் பார்த்தார்களே ஒழிய ஒன்றும் நடக்கவில்லை. ஆகக் கடைசி வேலையாள் ஒருத்தன் இருபதடி உயரமான ரான்ஸ்ஃபோர்மரில் விறுவிறென்று ஏறி என்னத்தையோ செருகினான். மின்சாரம் வந்தது, ஆனால் அவன் விழுந்துவிட்டான். கைதட்டி பலத்த ஆரவாரம் செய்து, பலகாரம் சாப்பிட்ட பின்னர் அவனை ஆஸ்பத்திரிக்கு எடுத்துச் சென்றார்கள்.

புதிரான புறநானூற்றுப் பாடல் ஒன்று உண்டு. கபிலர் பாடியது. பாரி ஆண்ட பறம்பு மலை வீழ்ந்துவிட்டது. மூவேந்தர்கள் ஒன்றுகூடிப் படைதிரட்டி அவனைத் தோற்கடித்திருந்தார்கள். போரில் சிதைந்துபோன மலையைக் கபிலர் பாடுகிறார். 'கிட்ட நின்று பார்த்தாலும் தெரியும். தூர நின்று பார்த்தாலும் தெரியும். கரும்பைப் பிழிந்து எறிந்த சக்கைபோல கொடைவள்ளல் பாரியின் குன்று கிடக்கிறது' என்கிறார். எல்லாம் சரிதான். அது என்ன தூர நின்று பார்த்தாலும் தெரியும், கிட்ட நின்று பார்த்தாலும்

தெரியும். தூரத்தில் தெரியும் மலை கிட்டவும் தெரியும்தானே. அத்தனை உயரமானதா பறம்பு மலை? அதன் உயரம் வெறும் 2000 அடிதான். கபிலர் தூரம் என்று சொல்வது காலத்தை. அந்த மலையும் அதன் அழிவும் அன்று மனதில் நின்றதுபோல ஆயிரம் வருடங்கள் கழித்தும் நிற்கும்.

ராமர் வில்லூன்றித் தங்கிய பசுமைப் பிரதேசம் பாரியின் பறம்பு மலைபோல யானை சப்பிய கவளமாய்ச் சிதறிவிட்டது. நான் பிறந்து வளர்ந்து தூங்கி விளையாடிய வீடு அதே வீதியில் அதே இடத்தில் நின்றது. இன்றைக்கும் வீதிக்குப் பெயர் இல்லை. வீட்டுக்கு எண் கிடையாது. ஆனால் அதற்கு ஒரு வரலாறு உண்டு. போரின்போது எங்கள் வீட்டில் பல போராளிகள் தங்கியிருக்கி றார்கள். கேர்ணல் கிட்டு சிலகாலம் இருந்தார். கிட்டுவின் குரங்கு எங்கள் வீட்டுக் கிணற்று நீரில் குளித்தது. பிரபாகரன் சில நாட்கள் அங்கே ஒளிந்து வாழ்ந்திருக்கிறார். நான் குடித்த அதே கிணற்று நீரைக் குடித்திருக்கிறார். நான் நடந்த அதே நிலத்தில் நடந்திருக்கிறார். நான் சாப்பிட்ட அதே மரத்துப் பலாப்பழத்தைச் சாப்பிட்டிருக்கிறார்.

நாற்பது வருடமாக நான் என் வீட்டுப்பக்கம் திரும்பவில்லை. வெளிநாட்டிலேயே வாசம். இதுவெல்லாம் மற்றவர்கள் சொல்லித் தெரிந்துகொண்டது. என் எஞ்சிய வாழ்நாளில் ஒருமுறையாவது என்னுடைய கிராமத்துக்குப் போகவேண்டும் என ஆசைப்படுகிறேன். முக்கியமாக அவர்கள் எங்கள் ஊர்ப் பெயரை 'கொக்கிறாவ' என்று மாற்றுவதற்கு முன்னர். புளியமரம் குண்டு விழுந்து பாதியாகிவிட்டது என்கிறார்கள். கிணறு அப்படியே இருக்கிறது. தண்ணீர் அதே ருசிதான். நான் அண்ணாந்து பார்க்கும்போது பாதிப் புளியமரம் தெரியலாம். அதற்கும் மேலே அதே ஆகாயம். கீழே கொக்குவில். அதுதான் என் ஊர்.

என்ன ஊர் இது?

நாட்குறிப்பு எழுதும் பழக்கம் என்னிடம் இல்லை. என்றாலும் ஒவ்வொரு வருடம் பிறந்ததும் முதலில் வாங்குவது நாட்குறிப்பு புத்தகம்தான். அதில் முதல் மூன்று நாட்களும் தவறாமல் ஏதாவது எழுதிவைப்பேன். அத்துடன் அந்த வருடத்திற்கு எழுதியவை போதும் என்ற நினைப்பு வந்துவிடும். மீதிப் பக்கங்கள் எழுதாமல் வெறுமையாக இருக்கும்.

ஒருநாள் பழைய டயரிகளை எடுத்துப் புரட்டிக்கொண்டு வந்தபோது ஒரு கவிதை கண்ணில் பட்டது. நான் எழுதியது அல்ல. வேறு யாரோவுடைய கவிதை ஒன்றை மொழிபெயர்த்து வைத்திருந்தேன். ஆப்பிரிக்கக் கவிதையாக இருக்க வேண்டும். ஆனால் அந்தக் கவிதையை எழுதியவரின் பெயரைக் குறித்து வைக்க மறந்துவிட்டேன். கவிதை இதுதான்.

என்ன ஊர்?
ஓ, என் அம்மாவே!
உன் மருமகன் இங்கே இல்லை
மழை வருகிறது.
பிய்ந்துபோன இந்த ஊரில்
தன் கணவனை
ஓர் இரவுக்குக் கடன் தர
ஒரு பெண்ணுக்கும்
சம்மதமில்லை.
என்ன இழவெடுத்த ஊர்?

இதைப் படித்தபோது எனக்குச் சிரிப்பு வந்ததோடு குறுந் தொகைப் பாடல் ஒன்றும் நினைவுக்கு வந்தது. இந்த உலகத்தில் எந்த மூலையில் ஒரு காதல் கவிதை கண்ணில் தென்பட்டாலும் அதில் ஒரு கூறு பல நூறு ஆண்டுகளுக்கு முன் குறுந் தொகையில் ஏற்கனவே சொல்லப்பட்டிருப்பதைக் கண்டு வியப்பேற்படும்.

அ. முத்துலிங்கம்

குறுந்தொகை – *28*

பாடியவர் – ஔவையார்

முட்டுவேன்கொல் தாக்குவேன்கொல்
ஓரேன், யானும் ஓர் பெற்றி மேலிட்டு
'ஆஅ! ஒல்' எனக் கூவுவேன்கொல்
அலமரல் அசைவளி அலைப்ப, என்
உயவு நோய் அறியாது துஞ்சும் ஊர்க்கே.

முட்டுவேனா அல்லது
என்னை நானே தாக்குவேனா
ஆ ஊ என்று கூவுவேனா
காற்று அலைக்கழிக்கும்
என் நோயைப் பற்றிய கவலை
சிறிதும் இல்லாமல்
அயர்ந்து தூங்கிக்கொண்டிருக்கும்
இந்த ஊர்
என்ன ஊர்?

இரண்டு பாடலிலும் தன் காதல் நோயைப் பற்றிக் கவலைப் படாமல் தூங்கும் ஊரின் மீது பெண்ணுக்கு எரிச்சல் வருகிறது. இதுவென்ன இழவெடுத்த ஊர் என்று திட்டுகிறாள்.

பெண்களின் இயல்பு, எங்கேயும், எந்தக் காலத்திலேயும் ஒரே மாதிரித்தான் இருந்திருக்கிறது போலும்.

❖

தாய்மொழி நாள்

சரியாக இரண்டு வருடங்களுக்கு முன்னர் (பிப்ரவரி 2010) 85 வயது மூதாட்டி ஒருவர் அந்தமான் தீவில் இறந்துபோனார். அவர் இறந்தபோது அவர் பேசிய மொழியும் இறந்துபோனது. இன்று அதைப் பேச ஒருவரும் இல்லை. அந்த மொழியில் அப்படி என்ன சிறப்பு என்றால் அது 65,000 வருடம் தொன்மையானது. அந்தப் பெண் இறந்தபோது அத்தனை வருடங்கள் வாழ்ந்த மொழி ஒரேயடியாக அழிந்துவிட்டது.

இன்று உலகத் தாய்மொழி நாள். தமிழ் உலக மொழிகளில் 18ஆவது இடத்தில் இருக்கிறது. ஒருநாள் எங்கள் மொழியும் அழிந்துபோகுமா என்ற பயம் எல்லோரிடமும் தொற்றிக் கொண்டுள்ளது. ஆனால் இன்றைய தகவல் தொழில் நுட்ப உலகில் ஒரு மொழியை அழிப்பது அவ்வளவு சுலபமல்ல. தமிழ் தொடர்ந்து வாழ தமிழ் மொழி பேசுபவர்கள் கொஞ்சம் உதவி செய்யவேண்டும். வேறு ஒன்றுமே இல்லை.

நான் சமீபத்தில் ஒரு சிறுகதையில் 'சப்பாத்து' என்று எழுதிவிட்டேன். தமிழ்நாட்டில் இருந்து ஒருவர் எழுதிக் கேட்டார். 'அது என்ன சப்பாத்து?' நான் பதில் எழுதினேன். அவர் விடவில்லை. தொடர்ந்து 'ஷூ என்று எழுதியிருக்கலாமே' என அறிவுரை வழங்கினார். சப்பாத்து என்ற வார்த்தை தமிழ் அகராதியில் இருக்கிறது. இணையத்தில் இலவசமாகக் கிடைக்கும் ஆங்கில – தமிழ் – ஆங்கில அகராதியில் 'சப்பாத்து' என்று பதிந்தால் பதில் 'shoe' என்று வருகிறது. ஆனாலும் அந்த வாசகருக்குத் தெரியவில்லை. அறியும் ஆவலும் இல்லை.

ஒருமுறை சென்னையில் நான் 'உப்பு' என்று கடைக்காரரிடம் கேட்டேன். அவருக்குப் புரியவில்லை. அவருக்குப் பக்கத்தில் இருந்தவர்களுக்கும் தெரியவில்லை. பலதடவை சொல்லியும் அவருக்குத் தெரியாததால் அதைச் சுட்டிக் காட்டினேன். அவர் 'ஓ, சால்ட்டா? தமிழில் கேட்டிருக்கலாமே?' என்றார். சங்க இலக்கியங்களில் உப்பு என்ற வார்த்தை பாடலுக்குப் பாடல் வருகிறது. உப்பு வண்டிகள் வீதிகளில் உப்பு கொட்டிக்கொண்டு போவதைப் பற்றி வர்ணனைகள் இருக்கின்றன. உப்பு வியாபாரிகளுக்கு உமணன் உமட்டியர் என்ற பெயர்களும் உண்டு. இன்று அந்த

அ. முத்துலிங்கம் • 147

வார்த்தையே அழிந்துகொண்டு வருகிறது. முதலில் ஒவ்வொரு வார்த்தையாக மறையும். பின்னர் மொழி அழியும். செங்கல் செங்கல்லாக அகற்றி ஒரு கட்டடத்தை உடைப்பதுபோல.

இன்றைய இணைய உலகத்தில் நாங்கள் பெரிதாக ஒன்றுமே செய்யத் தேவை இல்லை. உங்கள் இணைய தளத்திலோ, வலைப் பூவிலோ, நீங்கள் எழுதும் மின்னஞ்சலிலோ, குறுஞ்செய்தியிலோ, முகப்புத்தகத்திலோ, துரிதரிலோ ஒரு நாளைக்குச் சில தமிழ் வார்த்தைகளை எழுதி விடுங்கள். இன்னும் மேலாக தமிழ் வார்த்தைகளைக் குரலாகப் பதிவுசெய்து காணொளியாக உலவ விடுங்கள். இது இணைய வெளியில் உயிர்வாழும். உங்கள் காலத் துக்குப் பின்னரும் கிரகங்கள்போல என்றும் சுற்றிக்கொண்டிருக்கும்.

அந்தமான் மூதாட்டியின் மொழிக்கு நேர்ந்த கதி தமிழுக்கு ஏற்படக்கூடாது. நாங்கள்தான் அதைச் செய்யவேண்டும். இன் னொரு மொழிக்காரர் வந்து எங்களுக்காக அதைச் செய்யப் போவதில்லை.

மறதி

கதவு பூட்டியிருந்தது. வீட்டுக்குள் செல்லவேண்டும் என்றால் கதவைத் திறக்க வேண்டும். கதவைத் திறக்கவேண்டும் என்றால் திறப்பை துவாரத்தினுள் நுழைக்கவேண்டும். அதற்கு முதலில் திறப்பைக் கண்டுபிடிக்கவேண்டும். அது மனைவியின் கைப்பையில் கிடந்தது. மனைவியின் அதே கைப்பையில் வேறு 256 பொருட்களும் வசித்தன. மனைவி கைப்பையை வாசலில் கவிழ்த்துக் கொட்டி திறப்பைத் தேடத் தொடங்கினார். அதற்குக் குறைந்தபட்சம் பத்து நிமிடம் பிடிக்கும். தானாகவே பூட்டிக்கொள்ளும் அந்தக் கதவுக்கு முன்னே நாங்கள் நின்றோம். திறப்பை எடுத்துப் பையிலே வைக்கவில்லை என்பது பின்னர் ஞாபகத்தில் வந்தது.

என்னுடைய நண்பர் ஒருவர் சான் பிரான்சிஸ்கோ விமான நிலையத்தில் தன்னுடைய விமானத்துக்காகக் காத்திருந்தார். மறுபடியும் விமானம் மூன்று மணி நேரம் தாமதமாகும் என அறிவிப்பு வந்தது. அவருடைய மடிக்கணினி மின்கலன் கடைசி நிலையை எட்டியிருந்தது. விமான நிலைய மின்வாயில் வயரைப் பொருத்திக் கணினிக்கு மின்னேற்றினார். திடீரென்று அறிவிப்பு வர, தன் கைப்பையைத் தூக்கிக்கொண்டு அவசரமாகப் புறப்பட்டு விமானத்தில் ஏறிவிட்டார். விமானம் பறக்கத் தொடங்கிய பின்னர்தான் அவருக்கு கம்ப்யூட்டரை விமான நிலையத்தில் விட்டுவிட்டுப் புறப்பட்டது ஞாபகத்துக்கு வந்தது.

வீடு திரும்பியதும் விமான நிலைய அதிகாரிகளுடன் தொடர்புகொண்டார். அவர்களால் தொலைந்த கணினியைப் பற்றி நிச்சயமாக ஒன்றும் சொல்லமுடியவில்லை. தொலைந்த பொருட்களைப் பாதுகாக்கும் அறைக்கு வந்து அவரையே பொருளை அடையாளம் காணச் சொன்னார்கள். நண்பர் ஒருமாதம் கழித்து மறுபடியும் சான் பிரான்சிஸ்கோவுக்குப் பணி நிமித்தம் சென்றபோது விமான நிலைய அதிகாரிகளைச் சந்தித்தார். தொலைந்த பொருட்கள் கூடத்துக்கு ஒருவர் அவரை அழைத்துச் சென்றார். பொருட்கள் எல்லாம் பட்டியலிடப்பட்டு அடுக்கி வைக்கப்பட்டிருந்தன. கம்ப்யூட்டர்களுக்குத் தனிப் பகுதி. நூற்றுக் கணக்கான கம்ப்யூட்டர்கள் உரிமையாளர்களால் மீட்கப்படாமல் கிடந்தன. ஒவ்வொன்றாகத் தேடி நண்பர் அவருக்குச் சொந்தமான

கணினியை அடையாளம் கண்டார். கடவுச் சொல்லைப் பாவித்து அதைத் திறந்து தன்னுடையதுதான் என்பதையும் உறுதிசெய்து கொண்டார்.

ஊழியர் ஒரு நாளைக்கு 3 – 4 கம்ப்யூட்டர்கள் வருவதாகச் சொன்னார். நூற்றுக்கு மேல் கம்ப்யூட்டர்கள் மீட்கப்படாமல் கிடந்தன. ஒரு வருடம் தாண்டியும் அவற்றைத் தேடிச் சில சொந்தக்காரர்கள் வரவில்லை. நண்பர் தன்னுடைய கம்ப்யூட்டரைப் பெற்றுக்கொண்டு திரும்பினார். உலகத்தில் இத்தனை மறதிப் பேர்வழிகள் இருப்பது அவருக்கு அளித்த ஆச்சரியத்திலும் பார்க்க ஆறுதலே கூடுதலாக இருந்தது. பலருக்கு எந்த விமான நிலையத்தில் தொலைந்தது என்பதுகூடத் தெரியவில்லை. தன்னுடைய மறதி அப்படி ஒன்றும் மோசமானதில்லை என்று நினைத்தபோது அவருக்குப் பேருவகையாகியது.

கதை இத்துடன் முடியவில்லை. சில நாட்களுக்கு முன்னர் இந்த நண்பர் ரொறொன்ரோவில் என் வீட்டுக்கு வந்திருந்தார். அவருடைய மடிக்கணினியைப் பார்த்தேன். 'இதுதானா தொலைந்தது?' என்றேன். 'இதுதான். ஆனால் இனிமேல் தொலையாது. இதை யாரும் திருடவும் முடியாது' என்றார். சம்பவத்துக்குப் பிறகு ஒரு நிரலியை கம்ப்யூட்டரில் ஏற்றியிருக்கிறார். அது கம்ப்யூட்டர் இருக்கும் இடத்தை வரைபட சிக்னல்களாக அனுப்பும். கம்ப்யூட்டரை வேறு யாராவது இயக்கினால் அவரையும் ரகஸ்யமாகப் படம் பிடித்து அனுப்பும். கம்ப்யூட்டரை மீட்டுவிடலாம்.

'இது மறதிக்கு நல்ல மருந்து அல்லவா?' என்றேன். 'இல்லை, இல்லை. இனிமேல் கவலையே இல்லாமல் மறக்கலாம்' என்றார்.

❖

வாழ்வும் வலியும்

சில வருடங்களுக்கு முன்னர் நான் புலம்பெயர்ந்த தமிழ் இளைஞர் ஒருவரைச் சந்தித்தேன். முப்பது வயதிருக்கும், உற்சாகமாக இருந்தார். இவருடையது வித்தியாசமான கதை. இலங்கையிலும் பாங்காக்கிலும் சிறையில் இருந்திருக்கிறார். ரஸ்யாவில் பனிப்புதைவில் மயிரிழையில் உயிர் தப்பியவர். சிங்கப்பூரில் இவரைக் குப்புறக் கிடக்க வைத்து ஒன்பது பிரம்படிகள் கொடுத்திருக்கிறார்கள், ஒன்பது நாள் விசா கெடுவை மீறித் தங்கியதற்காக. கழுத்திலே மரப்பூட்டைப் போட்டுவிட்டு ஒரு தடியான மனிதன் பிரம்பினால் அடித்தான். அடித்து முடிந்த பிறகு அதே இடத்தில் ஒரு சீனக் கிழவி மயிலிறகால் முதுகில் எண்ணெய் பூசிவிட்டாள். இருவருக்கும் சிங்கப்பூர் அரசு சம்பளம் கொடுத்தது.

அமெரிக்கா போய்ச் சேர்ந்தபோது அவருடைய கள்ள பாஸ்போர்ட்டைக் கண்டுபிடித்துவிட்டார்கள். கையிலும் காலிலும் சங்கிலி மாட்டி 8 றாத்தல் கனமான இரும்புக் குண்டைக் கையிலே கொடுத்து, சிறைக்கு நடத்திச் சென்றார்கள். சிறைவாசம் முடிந்து, மூன்று வருடப் பயணத்துக்குப் பின்னர் கனடாவுக்கு வந்து சேர்ந்தார். அகதியாக இருந்தபோது வேலை தேடி 17 கம்பனிகளில் நேர்முகத் தேர்விற்குப் போனார். எல்லோரும் அவரிடம், ‘உங்கள் கனடிய அனுபவம் என்ன? உங்கள் திறமை என்ன?’ என்றே கேள்வி கேட்டார்கள். 18ஆவது இடத்தில் அவர் இப்படி பதில் சொன்னார். ‘ஐயா, எனக்குக் கனடா அனுபவம் கிடையாது; ஆனால், என்னிடம் நிறைய திறமை உள்ளது. என் திறமை நான் உயிர் வாழ்வது. இன்றுவரைக்கும் உயிர் தப்பி நான் வாழ்கிறேன் என்றால் அது என்னுடைய திறமை.’ இப்பொழுது அவர் கனரக வாகனம் ஓட்டுகிறார். அவருடைய வருமானம் சராசரி கனடியரின் வருமானத்திலும் பார்க்க இரண்டு மடங்கு. இது ஓர் உதாரணம்தான். ஒரு புது நாடு கிடைத்துவிட்ட சந்தோசம் அவருடைய முகத்தில் இருக்கிறது. அகதியாக வந்த ஒருவரின் வாழ்வும் வலியும்.

புலம் பெயர்வது ஒன்றும் புதிதல்ல. ஆயிரம் ஆயிரம் ஆண்டுகளாக மனிதன் புலம்பெயர்ந்தபடியே இருக்கிறான். சங்க இலக்கியம் ஐந்து நிலங்கள் பற்றிப் பேசும். குறிஞ்சி, முல்லை, மருதம்,

நெய்தல், பாலை. பல பாடல்கள் தலைவன் தலைவியைப் பிரிந்து போவதைச் சொல்லும். பொருள்வயின் பிரிவு என்று சொல்வார்கள். பொருள் தேடிப்போவதால் புலம்பெயர நேரிடுகிறது. நற்றிணை 153இல் தனிமகனார் பாடிய பாடல் 'வெஞ்சின வேந்தன் பகை அலைக் கலங்கி, வாழ்வோர் போகிய பேர் ஊர்ப் பாழ்' என்கிறது. சினம் கொண்ட அரசனின் கொடுமை தாங்கமுடியாமல் துயருற்று, சொந்த ஊரைவிட்டு ஓடியவர்களின் கதை. 2000 வருடங்களுக்கு முன்னர் அரசனின் கொலைச் சீற்றத்துக்கு பயந்து வெளியேறியவர்கள் போலத்தான் சமீப காலங்களில் புகலிடம் தேடி அலைந்து கரை சேர்ந்தவர்களையும் சொல்லலாம்.

கனடாவுக்கும் தமிழ் இலக்கியத்துக்கும் ஏதோ ஒரு தொடர்பு உண்டு. திருக்குறளையும் திருவாசகத்தையும் ஆங்கிலத்தில் மொழிபெயர்த்த ஜி.யூ. போப் பாதிரியார் கனடாவில் பிறந்தவர். தமிழ் அகதிகள் கனடாவுக்குக் குடிபெயரத் தொடங்கியது 1983ஆம் ஆண்டு இலங்கை இனக்கலவரத்துக்குப் பின்னர்தான். அவர்கள் குடியேறிச் சில வருடங்களிலேயே பத்திரிகைகள் ஆரம்பித்து விட்டார்கள். அகதிக் கோரிக்கை வெற்றி பெறவில்லை. நிரந்தர வேலை கிடையாது. அடுத்தவேளை உணவு பற்றி நிச்சயமில்லை. ஆனால் பத்திரிகைகளும் இலக்கிய சஞ்சிகைகளும் தொடங்க அவர்கள் தயங்கவில்லை. புதுநாட்டுக்கு வந்தவுடன் அவர்கள் செய்தது புது வாழ்க்கையைப் பதிவு செய்ததுதான். ஈழத்துக் கவிஞரான வ.ஐ.ச. ஜெயபாலன் எழுதுகிறார்:

"யாழ்நகரில் என் பையன்
கொழும்பில் என் பெண்டாட்டி
வன்னியில் என் தந்தை
தள்ளாத வயதினிலே
தமிழ் நாட்டில் என் அம்மா
சுற்றம் பிராங்போட்டில்
ஒரு சகோதரியோ ப்ரான்ஸ் நாட்டில்
நானோ
வழிதவறி அலாஸ்கா
வந்துவிட்ட ஒட்டகம்போல்
ஒஸ்லோவில்"

கவிதைகள் எழுத முடியாதவர்கள் அவர்கள் சேர்த்து வைத்த நூல்களைச் சுமந்துகொண்டுவர மறக்கவில்லை. ஒருவர்

சாண்டில்யனின் கடல் புறாவை 10 வருடகாலமாகத் தூக்கிக்கொண்டு நாடு நாடாக அலைந்ததாகச் சொன்னார். இதற்கெல்லாம் காரணம் இருந்தது. 1991ஆம் ஆண்டு மே 31ஆம் தேதியை ஒரு தமிழராலும் மறக்க முடியாது. அன்றுதான் யாழ்நூலகம் ஒரு லட்சம் நூல்களுடன் சேர்த்து எரிக்கப்பட்டது. ஓர் இனத்தை அழிப்பதற்கு அவர்கள் நூல்களை எரித்தால் போதும். அவர்கள் அறிவு மேலும் வளர்வதற்கு முடியாமல் நின்றுவிடும். Farenheit 451 நூல் அதைத்தான் சொல்கிறது. அறிவைச் சாகடித்துவிட்டால் மனிதன் செத்துவிடுவான்.

சமீபத்தில் கனடா வந்திருந்த தமிழ்நாட்டு எழுத்தாளர் ஒருவர் கனடிய தமிழர் வீட்டு நூல்தட்டுகளில் சேகரமாயிருந்த நூல்களைப் பார்த்து அதிசயித்தார். அத்தனையும் காசுகொடுத்து வாங்கிச் சேர்த்துவைத்தவை. கனடாவில் வாரத்தில் ஒன்றிரண்டு புத்தக விழாக்கள் நடைபெறும். தீவிர இலக்கிய வாசகர்கள் கலந்துகொண்டு நூல்களை வாங்கிச் செல்வார்கள். அத்துடன் Noolaham.net இணையதளம் இப்படியான வாசகர்களின் பசியைத் தீர்ப்பதற்காக ஆரம்பிக்கப்பட்டது. ஆயிரக் கணக்கான நூல்கள் உலகத்தில் எந்த பாகத்திலிருந்தும் படிக்க இலவசமாகக் கிடைக்கின்றன. இந்தப் புத்தகங்கள் கிழியாது, மங்காது, திருடனால் இவற்றை அபகரிக்க முடியாது. முக்கியமாக தீ மூட்ட முடியாது.

தமிழில் மின்புத்தகங்கள் வெற்றிகண்டு வருகின்றன. திருமூர்த்தி ரங்கநாதன் என்பவர் Digital Maxim எனும் நிறுவனம் மூலம் இந்தச் சேவையைச் செய்துவருகிறார். ஆங்கில, தமிழ் மின்புத்தகங்களை உடனுக்குடன் தரவிறக்கம் செய்யும் வசதியைக் கொண்டுவர ஆப்பிள் மற்றும் அமேஸன் நிறுவனங்களுடன் இணைந்து பணியாற்றிக்கொண்டிருக்கிறார். உலகத்தின் எந்தப் பகுதியில் இருந்தும் கடன் அட்டை மூலம் நிமிடத்தில் உங்கள் கையில் இருக்கும் ஐபாட்டில் அல்லது கிண்டிலில் புத்தகத்தை இறக்கிவிடலாம். அதே சமயம் ஆணை கொடுத்தால் அச்சுப் புத்தகமாகவும் அது வீடு வந்துசேரும். புலம்பெயர்ந்தவர்களுக்கு இது எத்தனை பெரும் வரப்பிரசாதம்.

புலம்பெயர் தமிழர்களின் இரண்டாம் தலைமுறை தமிழைக் கைவிட்டுவிடும் என்ற பொதுவான குற்றச்சாட்டு இருக்கிறது. இன்றைய கணினி யுகத்தில் தமிழ் கற்பது இலகுவாகிவிட்டது. 15 வயது மாணவர் ஒருவர் இரண்டு வாரப் பயிற்சியில் 500 வார்த்தைகளைக் கற்றுத் தேறிவிடலாம். வருடாவருடம் ரொறொன்ரோவில் தமிழியல் மாநாடு நடக்கிறது. கடந்த மாநாட்டில் ஐம்பதுக்கு மேற்பட்ட படைப்பாளிகளும் கல்வியாளர்களும், 50–60 மாணவர்களும்

கலந்துகொண்டார்கள். நுழைவுக் கட்டணம் கட்டியாகவேண்டும். அப்படியிருந்தும் தானாக விரும்பித் தமிழ் கற்க முனையும் மாணவர்களின் எண்ணிக்கை அதிகரித்து வருகிறது. இதுதான் உண்மை நிலை. எதிர்காலத்தில் தமிழில் முனைவர் பட்டம் வரை படிக்கும் வாய்ப்பு புலம்பெயர் தமிழர்களுக்கு உள்ளது. இவர்களில் சிலராவது உயர்ந்த இலக்கியங்கள் படைத்துத் தமிழை உலக அரங்கில் முன்னிறுத்துவார்கள்.

கனடாவில் அறிவகம் என்ற அமைப்பு தமிழ்ச் சிறார்கள் தாய் மொழியைக் கற்க பல வருடங்களாக உதவிவருகிறது. தற்சமயம் ஒருங்கிணைக்கப்பட்ட ஒரு பாடத்திட்டத்தை 20 நாடுகள் பின்பற்றி வருகின்றன. கருத்தரங்குகள், பயிற்சிப் பட்டறைகள் ஆகியவை கிரமமாக நடைபெறுகின்றன. ஆண்டுதோறும் 3000 அனைத்துலக மாணவர்கள் தமிழில் இறுதித்தேர்வு எழுதுகிறார்கள். இந்தச் சிறார்களுக்குத் தமிழ் படிப்பதால் ஒருவிதப் பொருள் லாபமோ வேலைக்கான வாய்ப்புகளோ இல்லை. எனினும் ஓர் ஆர்வம் காரணமாகப் படிக்கிறார்கள். தமிழ்நாட்டிலே தமிழ் கற்கவேண்டிய அவசியம் இல்லாமலே ஒருவர் ஆங்கிலத்தில் படித்துப் பட்டம் பெற்று வேலை தேடிக்கொள்ளலாம். ஆங்கிலமும் பிரெஞ்சும் அரசகரும மொழிகளாக இருக்கும் ஒரு நாட்டில் தமிழைக் கற்கும் சிறார்களின் ஆர்வத்தை மெச்சாமல் இருக்கமுடியாது.

பன்முகத் தமிழறிஞர் ஈழத்துப் பூராடனார் கனடாவுக்குப் புலம்பெயர்ந்த பின்னரும் தொடர்ந்து எழுதினார். ஹோமருடைய இலியட், ஒடிஸி காவியங்களைத் தமிழில் முதன்முதலாக மொழிபெயர்த்தார். இவர் 250 நூல்களுக்குமேல் எழுதினார். ரொறொன்ரோவின் மொழிபெயர்ப்புக் குழு பலவருட முயற்சியில் 14 துறைகளில் 5000 வார்த்தைகள்கொண்ட ஆங்கில – தமிழ் சொற்கோவை நூலை வெளியிட்டிருக்கிறது. இன்னும் தொடர்ந்து பல தொகுதிகள் வெளிவரும். ஈழத்தின் பிரபல எழுத்தாளர் எஸ்.பொ 39 புலம்பெயர்ந்த தமிழ் எழுத்தாளர்களின் சிறுகதைகள் அடங்கிய ‘பனியும் பனையும்’ தொகுப்பினை 1994இல் வெளியிட்டார். இதைத் தொடர்ந்து ரொறொன்ரோ பல்கலைக் கழகப் பேராசிரியர் செல்வா கனகநாயகம் ‘Lutesong and Lamnet: Tamil writing from Sri Lanka’ என்னும் தமிழ் – ஆங்கில மொழிபெயர்ப்பு நூலினைத் தொகுத்து வெளியிட்டார். ஈழத்துப் படைப்பாளிகள் பலரின் ஆக்கங்கள் ஆங்கிலத்தில் முதல் தடவையாக கனடாவில் வெளிவந்தன. சமீபத்தில் குவர்னிகா என்ற தொகுப்பு வெளியாகியிருக்கிறது. 12 நாடுகளைச் சேர்ந்த 75க்கு மேற்பட்ட எழுத்தாளர்கள் இதில் எழுதியிருக்கிறார்கள்.

வ.ந. கிரிதரனின் பதிவுகள் இணையதளம் கடந்த 14 வருடங்களாக கனடாவில் தொடர்ந்து செயல்படுகிறது. உலகெங்குமிருந்து பல எழுத்தாளர்கள் எழுதுகிறார்கள். 'தேடல்', 'தாயகம்', 'நுட்பம்', 'பூகரம்', 'மறுமொழி', 'நான்காவது பரிமாணம்', 'பொதிகை' போன்ற இலக்கியப் பத்திரிகைகள் தீவிரமாகச் செயல்பட்டு இன்று நின்றுவிட்டன. செல்வம் அருளானந்தம் நடத்தும் காலம் சஞ்சிகை தொடர்ந்து பல வருடங்களாக வருகிறது. இன்னொரு முக்கியமான மாத இதழ் திரு திருச்செல்வம் கடந்த 24 வருடங்களாகத் தொடர்ந்து வெளிக்கொணரும் தமிழர் தகவல். கனடிய தமிழர் வாழ்க்கையின் சிறந்த ஆவணம் என்று இந்த சஞ்சிகையைச் சொல்லலாம். இன்று 14க்கு மேற்பட்ட தமிழ்ப் பத்திரிகைகள் இயங்குகின்றன.

'மனவெளி' அமைப்பு, ஜயகரனின் 'நாளை' நாடகப் பட்டறை, உயிர்ப்பு நாடகப் பட்டறை, கருமையம் பெண்கள் அமைப்பு ஆகியன கனடாத் தமிழ் நாடகத் துறையினை நவீனமயப்படுத்துவதில் முக்கியப் பங்காற்றியுள்ளன. நாட்டுக்கூத்துகளும் கனடாவில் புத்துயிர்பெற்றுப் பல தடவை மேடையேறியிருக்கின்றன. ராதிகா சிற்சபை ஈசன் கனடா நாடாளுமன்றம் சென்ற முதல் தமிழர் மாத்திரம் அல்ல முதல் பெண்ணும் ஆவார். யாழ்ப்பாணத் தமிழரின் பாரம்பரியமான நாட்டுக்கூத்தில் இவர் அடிக்கடி ஆர்வமாகப் பங்குபற்றி அந்தக் கலையை கனடாவில் வளர்ப்பதிலிருந்து இந்தக் கலை புலம்பெயர்ந்தவர்களால் எத்தனை தூரம் நேசிக்கப்படுகிறது என்பதை ஓரளவுக்கு ஊகித்துக்கொள்ளலாம்.

கனடிய தமிழர்கள் சினிமாவிலும் கால் பதித்திருக்கிறார்கள். சமீபத்தில் வெளிவந்த 'ஒரு துப்பாக்கியும் ஒரு மோதிரமும்' திரைப்படம் 16ஆவது ஷங்காய் சர்வதேசத் திரைப்பட விழாவில் “Golden Goblet Award” இதற்காகப் பரிந்துரைக்கப்பட்ட ஒரே தமிழ்ப் படம் இதுதான். விருதுகளைத் தேர்வு செய்யும் நடுவர் குழுவின் தலைவராக ஒஸ்கார் விருது பெற்ற பிரித்தானிய இயக்குநர் Tom Hooper கடமையாற்றினார். இவர்தான் The King's Speech திரைப் படத்தை இயக்கியவர். மிகச் சிறந்த தகுதி நிர்ணயங்களையும், கடுமையான அளவுகோல்களையும் தேர்வு முறையில் கையாளுபவர். அத்துடன் கலிஃபோர்னியா மாநிலத்தில் சிறந்த முழுநீளத் திரைப்படத்துக்கான Saphire Award இந்தப் படத்துக்குக் கிடைத்திருக்கிறது. சிறந்த நடிகருக்கான விருதை படத்தில் நடித்த கந்தசாமி கங்காதரன் பெற்றார்.

உலகத்தில் இரண்டாவது பெரிய தேசமான கனடாவில் முதல் முறையாக ஒரு புது ரோட்டுக்கு 'வன்னி வீதி' என்று பெயர்

சூட்டப்பட்டிருக்கிறது. இது சரித்திர முக்கியத்துவம் வாய்ந்த நிகழ்வு. அத்துடன் 2012 ஆண்டு தொடங்கி வரும் எல்லா வருடங் களிலும் 14 ஜனவரி தமிழர் பாரம்பரிய நாள் எனப் பிரகடனப் படுத்தப்பட்டிருக்கிறது. வன்னி வீதி தமிழர்களுக்குச் சொந்தமான வீதி. இதன் பெயரை 'வலகம்பாகு ஹந்தியா' என மாற்ற முடியாது. 'இறந்த வீரனின் நடுகல் ஒன்றுதான் தெய்வம். வேறில்லை' என்று புறநானூறு சொல்லும். அப்படியான மாவீரர் துயிலும் இல்லத்தைச் சிதைத்ததுபோல இந்த வீதியை ஒன்றும் இலகுவாகச் சிதைக்க முடியாது. நூலகத்தை எரித்தது போல இதை அழிக்க முடியாது. என்றென்றைக்குமாக கனடாவில் ஈழத் தமிழரின் புலம் பெயர் வரலாற்றை நினைவுபடுத்தியபடியே இந்த வீதி நிற்கும்.

தமிழர்கள் எட்டுக் கோடி பேர் உலகம் முழுவதிலும் இருக் கிறார்கள். நியூசிலாந்தில் இருந்து அலாஸ்கா வரை பரந்துபோய் புலம்பெயர் தமிழர்கள் பத்து லட்சம் மக்கள் வாழ்கிறார்கள். கனடாவில் மட்டும் மூன்று லட்சம் தமிழர்கள் என்று கணக்கெடுப்பு சொல்கிறது. ஒரு காலத்தில் பிரிட்டிஷ் ராச்சியத்தை சூரியன் மறையாத ராச்சியம் என்று அழைத்தார்கள். இப்போதோ சூரியன் மறையாத தமிழ்ப் புலம் என்று சொல்கிறார்கள். உலகத்துத் தமிழர் களுக்குப் பொதுவானதாக கனடிய தமிழ் இலக்கியத் தோட்டம் இயங்குகிறது. சர்வதேச நடுவர்கள் படைப்புகளின் தரத்தைத் தீர்மானிக்கிறார்கள். இலக்கியத் தோட்டம் வருடா வருடம் விருதுகள் வழங்கி படைப்பாளிகளை கௌரவிக்கிறது. அத்துடன் சிறந்த வாழ்நாள் தமிழ் இலக்கியச் சாதனையாளருக்கு இயல் விருதும் வழங்கப்படுகிறது. கனடிய அரசு இதற்கு அறக்கட்டளைத் தகுதி வழங்கியிருக்கிறது. ரொறொன்ரோ பல்கலைக்கழகத்துடன் இணைந்து விரிவுரைகளும் ஏற்பாடு செய்யப்படுகின்றன.

ஓர்ஹான் பாமுக் என்பவர் துருக்கிய எழுத்தாளர். அவர் தான் 2006இல் இலக்கியத்துக்கு நோபல் பரிசு பெற்றவர். அவர் ஆங்கிலத்தில் எழுதுவதில்லை, எழுபது வருடமே வயதான துருக்கிய மொழியில் எழுதினார். அதை ஒருவர் ஆங்கிலத்தில் மொழிபெயர்த்தபோது நோபல் பரிசு கிடைத்தது. ஆனால், நம் மொழி இரண்டாயிரம் வருடம் பழமை வாய்ந்தது. மிகச் சிறந்த இலக்கியங்கள் உள்ளன. சமீபத்தில் வைதேகி ஹேர்பர்ட் எட்டுத் தொகை, பத்துப்பாட்டு ஆகிய 18 சங்க நூல்களையும் தனியொருவ ராக ஆங்கிலத்தில் மொழிபெயர்த்து முதன்முதலாக இணையத்தில் இலவசமாக வெளியிட்டிருக்கிறார். அச்சுப்பிரதிகள் ரொறொன்ரோ பொது நூலகத்தில் கிடைக்கின்றன.

ஐங்குறுநூறு: ஐந்து நூறு பாடல்கள் கொண்டது. குறிஞ்சி நிலத்துக்கு நூறு பாடலும், நெய்தல் நிலத்துக்கு நூறு பாடலும், மருதம் நிலத்துக்கு நூறு பாடலும், முல்லை நிலத்துக்கு நூறு பாடலும் பாலை நிலத்துக்கு நூறு பாடலுமாக ஐநூறு பாடல்கள். பனியும் பனிசார்ந்த நிலத்துக்குப் பாடல்கள் இல்லை. புலம்பெயர்ந்த பத்து லட்சம் மக்கள் சென்றடைந்தது பனிப்பிரதேசங்களுக்குத்தான். அந்த நிலத்தைப் பிரதிபலிக்கும் நவீனத் தமிழ்க் கவிதைகள் ஒரு தொகுப்பாக மொழிபெயர்க்கப்பட்டு ஆங்கிலத்தில் In Our Translated World என்ற தலைப்பில் தமிழ் இலக்கியத் தோட்டத்தின் வெளியீடாக வந்திருக்கிறது. கனடிய அரசாங்கம் இந்த முயற்சிக்கு நிதியுதவி அளித்திருக்கிறது.

என்னுடைய கிராமம் கொக்குவில். அங்கே காகம் இருக்கிறது. அதற்கு இரண்டு செட்டை. ஆறுமணிக்குருவியும் (Indian Pitta) இருக்கிறது. அதற்கும் இரண்டு செட்டை. சரியாக காலை ஆறுமணிக்கு இந்தக் குருவி 'கீஈஈஈய்க், கீஈஈஈய்க்' என்று சத்தமிடும். காகத்துக்குப் பறக்கும் எல்லை இரண்டு மைல் தூரம். ஆறுமணிக் குருவிக்கு எல்லையே கிடையாது. இமயமலைக்குப் பறந்துபோய் மீண்டும் திரும்பும். ஈழத்திலிருந்து புலம்பெயர்ந்தவர்கள் இந்த ஆறுமணிக்குருவிபோல. அவர்களுக்கு எல்லையே கிடையாது. அவர்கள் உலகம் பனியும் பனி சார்ந்த நிலமும். ஆறாம் திணை.

❖

பெயர்கள்

இப்பொழுது சில காலமாக புதுவிதமான கடிதங்கள் வரத் தொடங்கியிருக்கின்றன. ஒரு மின்னஞ்சல் நண்பர் தனக்கு ஆண் குழந்தை பிறந்திருக்கிறதென்று எழுதிவிட்டு நல்ல பெயர் ஒன்று சூட்டச் சொன்னார். நான் அவருக்கு மூன்று நான்கு பெயர்களை எழுதி அனுப்பினேன். அவர் என்ன பெயர் வைத்தார் என்பது தெரியாது.

இன்னொருவர் பெண் குழந்தைக்குப் பெயர் வைக்கவேண்டும் என்று எழுதினார். சுத்தத் தமிழ்ப் பெயராக இருக்கவேண்டும். ஆனால் 'குந்தவி, குழலி, குணவதி' போன்ற பெயர்கள் வேண்டாம் என்று நிபந்தனை போட்டுவிட்டார். நான் பெயர் சூட்டும் மண்டபம் ஒன்று வைத்து நடத்துகிறேன் என்று அவர் நினைக்கிறார்.

ஒரு காலத்தில் எங்கள் ஊரில் விதம் விதமான பெயர்களை வைத்தார்கள். இப்பொழுது அப்படியான பெயர்களைக் காண முடியாது. சடங்கு, குருத்து, பழந்தின்னி, படைக்கலம் போன்ற பெயர்கள் ஞாபகத்துக்கு வருகின்றன. கூந்தலழகி, கண்ணழகி போன்ற பெயர்களும் இருந்தன. ஆனால் மூக்கழகி, இமையழகி, புருவஅழகி, கழுத்தழகி, நாக்கழகி போன்ற பெயர்கள் இல்லை. கூந்தலுக்கும் கண்ணுக்கும்தான் இடமிருந்தது. மற்ற அவயவங்கள் பெயர்களுக்கு உசிதமாகப் படவில்லை. 'முழங்கை அழகி' எத்தனை முக்கியம். ரஸ்ய எழுத்தாளர் ரோல்ஸ்ரோய் ஒருநாள் கனவில் அழகான முழங்கை ஒன்றைக் கண்டார் . அதிலிருந்து பிறந்ததுதான் அவருடைய புகழ்பெற்ற நாவல் அன்னா கரீனினா என்று சொல்வார்கள். முழங்கை, முழங்கால் கணுக்கால் முதுகெலும்பு ஒன்றும் பெயர் வைக்க உதவாத அங்கங்கள்.

நான் சிறுவனாயிருந்தபோது எங்கள் ஊர் ஓர் அரசியல் வாதியின் பிடியில் இருந்தது. அவர்தான் குழந்தைகளுக்குப் பெயர் வைத்தார். ஆரம்பத்தில் நல்லாகத்தான் இருந்தது. கபிலர், பரணர், ஔவை, நற்கீரன், வளவன் என்றெல்லாம் தொடங்கி பெயர்களின் இருப்பு குறையக் குறைய தாழ்வாரம், உசாத்துணை, முறிமருந்து,

ஆரத்தழுவி என்றெல்லாம் பெயர் சூட்டத் தொடங்கிவிட்டார். கிராமம் அவர் கட்டுப்பாட்டில் இருந்தது. பேய்க்கு சாப்பாடு போட்டால் நீண்ட அகப்பை வேண்டும் என்று சொல்வார்கள். ஆனால் அந்தப் புத்திமதியை அங்கே ஒருவரும் கேட்கவில்லை. ஒரு பெண் குழந்தைக்கு 'மாருதப்புரவீகவல்லி' என்று பெயர் சூட்டினார். அதுவே கடைசி என்று நினைக்கிறேன். அந்தப் பெண் ஏழு வயதுக்குப் பின்னர் பள்ளிக்கூடத்துக்குப் போக மறுத்து விட்டாள். பிள்ளைகளின் கேலி தாங்க முடியாமல் படிப்பையே விட்டுவிட்டாள் என்று கேள்விப்பட்டேன்.

என்னிடமும் நல்ல பழங்காலத் தமிழ்ப் பெயர்கள் உள்ளன. அந்தக்காலத்துப் புலவர் பெயர்கள் அவருடைய ஊரைச் சொல்லும் அல்லது அவருடைய உருவத்தைச் சொல்லும். கோவூர் கிழார், மாங்குடி மருதனார் என்பன ஊரைச் சொல்லும். இரும்பிடர்த் தலையனார், கழாத்தலையர், ஓர் ஏர் உழவனார் போன்றவை புலவரை வர்ணிக்கும். மற்றவர்களிடம் ஐந்தாறு ஏர்கள் இருந்திருக்கும். இவரிடம் மாத்திரம் பாவம் ஏழை, ஓர் ஏர்தான் இருந்திருக்கவேண்டும். இப்பொழுது ஒருவருக்கு 'நரிவெரூஉத்தலையார்' என்று பெயர் சூட்டினால் எப்படியிருக்கும். பா என்ற எழுத்தில் தொடங்கும் பெயர் கேட்டு என்னிடம் யாராவது வந்தால் 'பாண்டியன் தலையாலங்கானத்துச் செரு வென்ற நெடுஞ்செழியன்' என்ற பெயரைச் சூட்டுவதற்காக நெடுங் காலமாகக் காத்திருக்கிறேன்.

சில நாட்களுக்கு முன்னர் ரொறொன்ரோவில் ஓர் இளைஞரைச் சந்தித்தேன். அவருடைய பெயர் என்னவென்று கேட்டேன். அவர் 'அஷ்' என்றார். மீதி எங்கே என்று வினவினேன். (கமலஹாசனின் அபூர்வசகோதரர்கள் படத்தில் குள்ளக் கமலைப் பார்த்து நாகேஷ் 'பாக்கி எங்கே ஐயா?' என்று கேட்பார்.) இந்தப் பையன் இதுதான் முழுப்பெயரும் என்றான். என்ன பொருள் என்றேன். அம்மாவிடம் கேட்டேன் அவருக்குத் தெரியவில்லை. 'நான் நினைக்கிறேன் சிறு குழந்தையின் தும்மலாகவிருக்கும்' என்று பதில் கூறினான்.

இப்பொழுது இரண்டெழுத்து, மூன்றெழுத்துப் பெயர்கள்தான் பிரபலம். எமி என்றால் தனிமை. ஐது என்றால் அழகு. சிதர் என்றால் மழைத்துளி. இவை எல்லாம் பழங்காலத் தமிழ்ச் சொற்கள். வைதேகி ஹேர்பர்ட் (Vaidehi Herbert) தன்னுடைய வலைத்தளத்தில் நிறைய குழந்தைகள் பெயர்களை இட்டிருக்கிறார். எல்லாமே 2000 வருடம் பழமையான தமிழ்ப் பெயர்கள்.

தமிழிலிருந்து சமஸ்கிருதத்திற்குப் போன சொற்களும் உள்ளன. கீழே வருவதுதான் அவருடைய வலைத்தளம். அந்தப் பக்கம் போகும்போது அவருடைய சங்கப்பாடல்கள் ஆங்கில மொழி பெயர்ப்பையும் படித்துப் பாருங்கள். அங்கேயே அசந்துபோய் நின்றுவிடுவீர்கள்.

<http://puretamilbabynames.wordpress.com/pure-tamil-baby-names-for-girls/>

நான் இன்றுடன் பெயர் சூட்டும் கடையை மூடிவிட்டேன்.

❖

புது வருடம்

'2013 புதுவருடம் பிறக்கிறது, என்ன செய்யலாம்?' என்றார் நண்பர். 'அது நல்ல காரியம். அதைத் தடுக்கக்கூடாது' என்றேன் நான். 'கொண்டாடப்போவதில்லையா?' என்றார். 'வேறு என்ன, இரவு விருந்துதான்' என்றேன். அப்படித்தான் தீர்மானமானது. விருந்துக்கு எட்டுப் பேர் வருவதாக சம்மதம் தெரிவித்தார்கள். 200 பேர் ஒரே சமயத்தில் இருந்து உண்ணக்கூடிய பிரமாண்டமான பொஸ்டன் உணவகம். அங்கே இடம் கிடைப்பது அரிது. ஆகவே முன்கூட்டியே ஒரு மேசையைப் பதிந்து விருந்தை உறுதி செய்து கொண்டோம்.

நண்பர்கள் ஒவ்வொருவராக குறித்த நேரத்துக்கு வந்தனர். எங்களுக்குப் பரிமாறிய பெண் இளம் வயதுக்காரி. நூலகத்துப் பழைய புத்தகம்போல மஞ்சள் முகம். பனிச்சறுக்குக்காரிபோல எங்களுக்கு மேசையைக் காட்டிவிட்டு ஓடியபடியே இருந்தார். முதலில் வைன் ஓடர் பண்ணினோம். பின்னர் மேசையிலேயே நெருப்பு மூட்டி நெடுகலும் சூடாகவே இருக்கும் சூப்பைக் குடித்தோம். இப்பொழுது பிரதான உணவு. ஒவ்வொருவரும் அவரவருக்கு வேண்டிய உணவுக்கு ஆணை கொடுத்தோம்.

உணவகம் நிரம்பியிருந்தது. பிளேட் சத்தம், கரண்டி சத்தம், மனிதச் சத்தம் எல்லாம் சேர்ந்தாலும் கூட்டுச்சத்தம் 'ஓ' என்றுதான் எழுந்தது. பரிசாரகர்கள் ஓடிக்கொண்டிருந்தார்கள். சிலர் கைகளில் மூன்று, நான்கு பிளேட்டுகளை லாகவமாகக் காவினார்கள். வேறு சிலர் வண்டில்களில் வைத்துத் தள்ளினார்கள். எங்கள் பரிசாரகி வண்டிலில் உணவைத் தள்ளிவந்து எல்லோருக்கும் பரிமாறினார். பசி இல்லாதவர்களுக்கும் பசியைக் கிளப்பும் நல்ல மணம். சாப்பிடத் தொடங்கினோம்.

நான் ஒரு கரண்டியை வாயினுள் வைத்தேன். என்ன ருசி. என் வாழ்நாளில் அப்படியான ஒன்றைச் சுவைத்ததில்லை. இன்னொரு வாய் கரண்டியை அள்ளி உண்டேன். மூன்றாவது கரண்டி உணவை வாய்க்குக் கிட்ட பிடித்தபடி மேசையைப் பார்த்தேன். என்னுடைய பிளேட்டைக் காணவில்லை. மேசைதான் இருந்தது. திரும்பிப் பார்த்தேன், மஞ்சள் முகப் பரிசாரகி என் பிளேட்டை

எனக்குத் தெரியாமல் பின்னுக்கு இருந்து தூக்கிவிட்டது தெரிந்தது. ஒரு மன்னிப்பு இல்லை. விளக்கம் இல்லை. நான் பார்த்தபோது தூரத்தில் புள்ளியாக ஓடிக்கொண்டிருந்தார். அவர் காவிக் கொண்டுபோன அதே பிளேட்டை இன்னொருவருக்குப் பரிமாறி விட்டு சமையல்கூடத்துக்குள் நுழைந்தார்.

உடனே என் மேசையிலிருந்த மீதி ஏழுபேரும் அறிவுரை வழங்க ஆரம்பித்தார்கள்.

'நீங்கள் பிளேட்டை எடுக்க விட்டிருக்கக்கூடாது.'

'பிளேட்டிலேயே கண்ணாயிருப்பது முக்கியம்.'

'முறைப்பாடு செய்வதுதான் சரி.'

'அவர் மார்பிலே குத்தியிருக்கும் பெயரை நினைவில் வையுங்கள்.'

மூன்றாவது கரண்டி உணவு இன்னும் என் கையிலேயே இருந்தது. அதை வாய்க்குள் வைத்தபடி யோசித்தேன். 'இத்தனை அறிவு எனக்கு இருந்தால் நான் கார் பின் கண்ணாடி துடைப் பானை எப்படி இயக்குவது என்பதை ஒருவருடம் முன்பாகவே கண்டுபிடித்திருப்பேன்.'

மற்றவர்கள் சாப்பிட்டுக்கொண்டிருந்தார்கள். நான் அவர் களையே பார்த்துக்கொண்டிருந்தேன். ஐந்து நிமிடம் கழிந்து பரிசாரகி ஆவி பறக்கும் உணவை ஒரு பிளேட்டில் கொண்டுவந்து என் முன் வைத்தார். நான் திரும்பிப் பார்க்குமுன்னர் மறைந்து விட்டார். அப்பொழுதுகூட ஒரு விளக்கம் இல்லை. ஆனால் என்னால் ஊகிக்கக்கூடியதாக இருந்தது. இதுதான் நான் ஆணை கொடுத்த உணவு. வேறு யாரோ ஓடர் பண்ணிய உணவை எனக்குத் தவறுதலாகத் தந்துவிட்டார். என்னுடைய உணவும் சுவையாகத்தான் இருந்தது. ஆனால் என்னுடைய எச்சிலை உண்ணும் மனிதரின் பிளேட்டில் இருக்கும் உணவின் சுவைக்குக் கிட்டவும் நிற்கமுடியாது.

அதற்குப் பின்னர் அந்தப் பெண் பலதடவை எங்கள் மேசைக்கு வந்து பரிமாறினார். ஒவ்வொரு முறையும் அவர் அணுகும்போது என் பிளேட்டை இரண்டு கைகளாலும் இறுக்கிப் பிடித்துக்கொள்வேன். அப்பொழுதும் அந்தப் பெண் பேசவில்லை. இறுதியில் பில் கொண்டு வந்தார். அதையும் கட்டிவிட்டு எங்கள் எங்கள் மேலங்கிகளைத் தேடி அணிந்துகொண்டு புறப்பட்டோம். பாதி வழியிலே இந்தப் பெண்ணை மறுபடியும் சந்தித்தோம். அவர் ஓட்டத்தை மறித்து அவர் எந்த நாட்டிலிருந்து வந்திருக்கிறார்

என்று வினவினோம். 'இந்தோனேசியா' என்றார். 'எவ்வளவு காலமாக வேலை பார்க்கிறீர்கள்?' என்றேன். 'ஒரு வாரம்' என்றார். 'படிக்கிறீர்களா?' அவர் பொஸ்டன் பல்கலைக் கழகத்தில் கம்ப்யூட்டர் மென்பொருளில் முதுகலை படிப்பதாகச் சொன்னார். பகுதிநேரமாக இங்கே வேலை பார்க்கிறார். இந்த வருமானத்தில்தான் அவர் படிப்புக்குப் பணம் கட்டுகிறார். கேள்விகள் முடிந்துவிட்டதால் நாங்கள் புறப்பட்டோம். அவர் எங்களைக் கலைத்துக்கொண்டு வந்து 'முறைப்பாடு கொடுக்கப்போகிறீர்களா?' என்றார். இல்லை என்று சொல்லிவிட்டு நகர்ந்தோம். அப்படியான ஒரு பிரபல உணவகத்தில் அன்று அந்தப் பெண் செய்த காரியத்தை மேலிடத்துக்குச் சொன்னால் அவருடைய வேலை உடனே போவது நிச்சயம்.

வெளியிலே பனி கொட்டிக்கொண்டு இருந்தது. அவரவர் கார்களில் ஏறியபடி புதுவருட வாழ்த்தை உரக்கச் சொல்லிக்கொண்டு புறப்பட்டோம். ஒரு பழைய கவிதை நினைவுக்கு வந்தது.

சிறுவர்கள் விளையாட்டு முடிந்து
இரவு வந்தது.
ஒவ்வொருவரும் சந்திரனோடு
வீட்டுக்குப் போனார்கள்.

அன்று நாங்கள் அவரவர் வீடுகளுக்குப் போய்ச் சேர்ந்தோம். எங்களோடு அந்தப் பெண்ணின் நினைப்பும் போனது. வீட்டிலே புதுவருடம் ஏற்கனவே வந்து காத்துக்கொண்டிருந்தது.

❖

வரலாறு கவனிக்கவேண்டிய சந்திப்பு

சில நாட்கள் ஆரம்பத்தில் இருந்தே எல்லாம் பிழைக்கும். என்ன செய்தாலும் பிழையான ஒன்றுதான் நடக்கும். தேவிபாரதியுடனான சந்திப்பு அந்த வகையைச் சேரும். சந்திப்புக்கு நாலு பேர் சேர்ந்து போவதாகத் தீர்மானித்தோம். செல்வம், வரன், டானியல் ஜீவா மற்றும் நான். இந்த நால்வரில் தேவிபாரதியுடன் முகப் பழக்கம் கொண்டவர் செல்வம்தான். என்னுடைய பழக்கம் மின்னஞ்சலோடு நின்றது. மற்ற இருவருக்கும் அதுவும் இல்லை.

தேவிபாரதி நியூயோர்க்கில் நடைபெறும் ஓர் எழுத்தாளர் பட்டறையில் கலந்துகொள்வதற்காக சென்னையில் இருந்து வந்திருந்தார். அவர் ஒரு மாதம் நிற்பார் என்றார்கள், ஆனால் அவரைச் சந்திப்பதென்றால் நாங்கள் பத்து மணி நேரம் பயணம் செய்து நியூயோர்க்குக்குப் போகவேண்டும். அல்லது அவர் கனடிய விசா எடுத்து எங்களைக் காண ரொறொன்ரோ வரவேண்டும். தேவிபாரதி இந்தியா திரும்புவதற்கு முன்னர் நயாகரா அருவியைப் பார்ப்பதற்குத் திட்டமிட்டிருந்தார். கனடாவையும் அமெரிக்காவையும் பிரிக்கும் எல்லையில் நீர்வீழ்ச்சி இருந்தது. அதை அமெரிக்காப் பக்கத்தில் இருந்து பார்க்கலாம். கனடாவிலிருந்தும் பார்க்கலாம். அவர் அமெரிக்க நீர்வீழ்ச்சியைக் காண அமெரிக்க எல்லைக்கு ஓர் இரவு வருவார். நாங்கள் அந்த நேரம் சந்தித்தால் வசதியாக இருக்கும்.

கனடா எல்லையைக் கடந்து அமெரிக்கா சென்று அவரைப் பார்ப்பது என்பது முடிவு. எடுத்தவுடன் அப்படி மனைவியிடம் உண்மையை உடைக்கக் கூடாது என்பது உலகத்தில் உள்ள எல்லாக் கணவர்களுக்கும் தெரியும். 'எங்கே புறப்படுகிறீர்கள்?' என்றார் மனைவி. 'சும்மா ஒரு நண்பரைப் பார்க்க?' 'சரி, நேரம் கடத்தாமல் வாருங்கள். யார் அந்த நண்பர்?' 'இந்தியாவிலிருந்து வந்திருக்கும் புகழ்பெற்ற எழுத்தாளர். நீரும் வாரும்' என்றேன். ஓர் எழுத்தாளரைப் பார்ப்பதற்கு 1000 டொலர் கையிலே கொடுத்தாலும் வரமாட்டார் என்பது எனக்குத் தெரியும். 'அப்படியா? எப்ப திரும்புவீர்கள்?' 'எப்படியும் 10 மணிக்குத் திரும்பிவிடுவேன். எனக்குக் காத்திருக்கவேண்டாம். நீர் சாப்பிடும்.' நாங்கள் இப்படிப் பேசிய

போது பகல் இரண்டு மணி. 'பத்து மணியா? எங்கே சந்திக்கிறீர்கள்?' 'நயாகரா நீர்வீழ்ச்சியைப் பார்க்க அவர் வருவார். அங்கே சந்திக் கிறோம்.' எந்த நீர்வீழ்ச்சி என்பதை அவர் கேட்கவில்லை, நானும் சொல்லவில்லை.

நான் ஞாபகமாகக் கொண்டு போகவேண்டிய சாமான்களை அடுக்கினேன். மனைவி சிற்றுண்டி வகைகளும், போத்தல் தண்ணீரும் எடுத்து வைத்தார். ஆனால் நான் பாஸ்போர்ட் எடுத்து வைத்ததை எப்படியோ கண்டுபிடித்துவிட்டார். 'எதற்கு பாஸ்போர்ட்?' என்றார். 'இல்லை, சிலவேளை அவர் கனடாப் பக்க நயாகராவுக்கு வரமுடியாவிட்டால் நாங்கள் அமெரிக்காவுக்குள் நுழைந்து அவரைப் பார்ப்போம்' என்றேன். முகத்தை ஆமையின் முகம்போல வைத்துக்கொண்டேன். அதிலே ஒன்றையும் கண்டுபிடிக்க முடியாது. என்னை ஊடுருவிப் பார்த்தார். 'சரி, வீட்டுத் திறப்பை ஞாபகமாக எடுத்து வையுங்கள். நான் தூங்கிவிடுவேன். மறக்க வேண்டாம்' என்றார். நான் கண்மூடித் திறப்பதற்குள் சாவியை எடுத்துப் பையில் போட்டுக்கொண்டேன்.

வாகனத்தை ஓட்டுவதற்கு வரன் தேர்வு செய்யப்பட்டார். எங்கள் வேலை வாகனத்தின் எடையைக் கூட்டுவது ஒன்றுதான். இந்தப் பயணத்தில் ஒரேயொரு பிரச்சினை. தேவிபாரதிதான் எங்களை அழைக்கலாம்; நாங்கள் அவரை அழைக்கமுடியாது. காரணம் அவரிடம் செல்போன் இல்லை. நயாகரா வந்த பிறகு பொதுத் தொலைபேசியிலோ, வேறு யாருடையவோ இரவல் தொலைபேசியிலோ எங்களை அழைத்து தான் இருக்கும் இடத்தைச் சொல்வார். நாங்கள் அங்கு போய் அவரைச் சந்திப்போம். அதன் பிரகாரம் நாங்கள் கனடா எல்லையில் வந்து காத்து நின்றோம். ஐந்து மணிக்கு அவர் அழைப்பதாக ஏற்பாடு. ஆனால் ஐந்து மணி வந்து போய்விட்டது. அழைப்பு வரவில்லை. அமெரிக்காவுக்குள் நுழைந்து அவரை நயாகராவில் தேடுவோம் என முடிவு செய்தோம்.

அமெரிக்கக் குடிவரவு அதிகாரியிடம் கடவுச்சீட்டுகளைக் கொடுத்தோம். அவர் கூண்டு மிருகங்களைப் பார்ப்பதுபோல எங்களைக் கூர்ந்து பார்த்தார். 'எத்தனை நாள் தங்கப் போகிறீர்கள்?' நாங்கள் 'இரண்டு மணி நேரம்தான். அமெரிக்க நயாகராவைப் பார்த்துவிட்டு உடனேயே திரும்பிவிடுவோம்' என்றோம். வாகனத்தின் கதவைத் திறந்து ஒவ்வொருவர் முகத்தையும் கடவுச்சீட்டு முகத்துடன் ஒப்பிட்டு ஆராய்ந்தார். பின்னர் நாங்கள் ஆயுத வியாபாரிகள் இல்லை, பயங்கரவாதிகள் இல்லை, போதைப் பொருள் கடத்தல்காரர்கள் இல்லை, கொலைக்குத் தேடப்படுபவர்கள் இல்லை என்பதை உறுதிசெய்த பின்னர் அனுமதி தந்தார். நாங்கள்

நாலுபேரும் எழுத்தாளர்கள் என்பது தெரிந்திருந்தால் அவருடைய முடிவு என்னவாகியிருக்குமோ தெரியாது.

தேவிபாரதியைக் காணவில்லை, ஆனால் நயாகரா நீர்வீழ்ச்சி சும்மாயிருந்தது. எனவே அதைப் பார்த்தோம். கனடா நீர்வீழ்ச்சியுடன் ஒப்பிட்டபோது சின்னதாயிருந்தது; சரிபாதிகூட இல்லை. ஆகக் கிட்டத்தில் இருந்து பார்க்கக்கூடியதாக இருந்ததால் தடுப்புக் கம்பியைத் தாண்டிக் குதித்தால் தண்ணீரைத் தொட்டுவிடலாம். கனடா நீர்வீழ்ச்சியை 'குதிரை லாடம்' என வர்ணிப்பார்கள். அமெரிக்க நீர்வீழ்ச்சி பார்ப்பதற்கு வெண்கூந்தல் பெண் முடியைச் சீவி விரித்ததுபோல இருந்தது. தண்ணீர் எழும்பி வெண்நுரையாக மாறி விழும் அழகு மறக்கக்கூடிய காட்சி இல்லை. அதை வர்ணிப்பது தாஜ்மஹாலைத் தபால்தலையில் பார்த்துவிட்டு இந்தியாவைக் கற்பனை செய்வதுபோலத்தான். இன்னொன்று, கனடா நயாகரா நீர்வீழ்ச்சியின் சத்தம் ஓவென்று இரைச்சலாகக் கேட்கும். அதன் பக்கத்தில் நின்று ஒருவரோடு ஒருவர் பேசமுடியாது. பெரிய கிரிக்கட் மைதானத்தில் சச்சின் டெண்டுல்கர் சிக்ஸர் அடித்தால் எப்படி சத்தம் எழுமோ அப்படித் தொடர்ந்து கேட்கும். ஆனால் அமெரிக்கப் பகுதி சுதா ரகுநாதன், நித்தியசிறீ, அருணா சாய்ராம் எல்லோரும் சேர்ந்து 'ப' ஸ்வரத்தைத் தொடர்ந்து பாடுவதுபோல அமைதியைத் தருவதுடன் மனதுக்கு இனம் விளங்காத மகிழ்ச்சியைக் கொடுத்தது. தற்காலிகமாக தேவிபாரதியை மறக்கவும் செய்தது. அந்தச் சூழ்நிலையும் அழகும் போதாது என்பதுபோல பாதியாக வெட்டிய சந்திரன் மேலே தொங்கியது.

தேவிபாரதியும் அங்கேதான் எங்கேயோ நின்றார். இரண்டு குழுவாகப் பிரிந்து அவரைத் தேடத் தொடங்கினோம். எப்படி அடையாளம் காண்பது என்றார் வரன். தொலைத்ததைத் தேடுவது போல ஒருவர் தோன்றுவார், அவர்தான் என்றார் இன்னொருவர். தேவிபாரதிக்குத் தெரிந்தது செல்வத்தின் செல்பேசி எண் மட்டுமே. கனடா செல்பேசிகளுக்கு ஒரு திறமை உண்டு. அமெரிக்க எல்லைக்குள் நுழைந்ததை எப்படியோ கண்டுபிடித்து சிலசமயம் வேலைசெய்ய மறுத்துவிடும். ஒருவேளை தேவிபாரதி அழைத்து செல்பேசி மணி அடிக்காமல் அவர் திரும்பிவிட்டாரோ எனவும் நினைத்தோம். அவர் நியூயோர்க் மாநிலத்தில் கெண்ட் என்ற இடத்திலிருந்து ரயில் ஏறி பஃவலோ ஸ்டேசனில் இறங்கி நயாகராவுக்கு வருவதுதான் திட்டம். ஸ்டேசனிலேயே எங்களை எதிர்பார்த்துத் தங்கிவிட்டாரோ என்றும் தெரியவில்லை. இரண்டு மணிநேரம் இப்படி ஓடிவிட்டது. நாலு தடவை மைதானத்தைச் சுற்றிவிட்டோம். இனி முடியாது என்ற நிலை. குறுந்தொகையில் ஒரு

பாடல் உண்டு, வெள்ளிவீதியார் எங்களுக்கென்று பாடியதுபோல. 'கால்கள் அலுத்தன, கண்கள் தேடித்தேடி மங்கின. வானத்து நட்சத்திரங்களையும்விட அதிகமாக இருந்தனர், மற்றவர்கள்.' ஐந்தாவது தடவை சுற்றுவதா திரும்பி கனடாவுக்குப் போவதா என்று முடிவெடுக்க முடியாமல் திணறியபோது செல்வத்தின் ஃபோன் கிணுங் கிணுங் என்று இனிமையாக ஒலித்தது. அழைத்தது தேவிபாரதிதான்.

நானும் செல்வமும் தேவிபாரதி குறிப்பிட்ட இடத்துக்குப் புறப்பட்டோம். மற்ற இருவரும் வேறு பக்கத்தில் இன்னும் தேடிக் கொண்டிருந்தார்கள். ஏழு மணி தாண்டிவிட்டதால் நிழல் மறையும் நேரம். வெள்ளைக்கார உருவங்கள்கூட அன்று தேவிபாரதியாகவே தெரிந்தன. ஒரு பத்து நிமிடநேரம் அலைந்திருப்போம். பொத்தான் பூட்டாத சாம்பல் நிறக் கோட்டு இரண்டு பக்கமும் விசிற, நீள்சதுரக் கண்ணாடி அணிந்த மெலிந்த உருவம் ஒன்று வேகமாக நடந்தது. தொலைந்ததைத் தேடும் நடை இல்லை. விட்டதைப் பிடிக்க ஓடும் நடை. கையிலே டென்னிஸ் விளையாட்டுக்காரர்கள் காவுவதுபோல நீளமான பை. அது தேவிபாரதியாக இருக்கலாம். நான் அவரைப் படத்தில் பார்த்தது மட்டுமே. கைகளைத் தூக்கி ஆட்டினேன். அவரும் ஆட்டினார். 'Dr.Livingstone, I presume' என்று 140 வருடங் களுக்கு முன்னர் ஸ்டான்லி ஆப்பிரிக்கக் காட்டில் சொன்னதுபோல நானும் 'தேவிபாரதி, அப்படித்தானே?' என்று கேட்டேன். சரித்திரப் பிரசித்திபெற்ற அந்தச் சந்திப்பு 50 மைல் கூட்டுத்தொகை வேகத்தில் நிகழ்ந்தது. நயாகரா ஓசை பஞ்சமத்தில் சூழ, காற்று வீச, அமெரிக்க சந்திரன் ஒளி தர கட்டிப்பிடித்துக்கொண்டோம்.

முதலில் தேநீர் அருந்தினோம். இரண்டு மணிநேரமாக அவரும் அங்கேதான் சுழன்றுகொண்டிருந்தார். பலமுறை எங்கள் பாதைகள் ஒன்றை ஒன்று வெட்டிச் சென்றிருக்கலாம். அவரிடம் செல்பேசி இல்லை. அவர் பொதுத்தொலைபேசிக் கூண்டு ஒன்றைத் தேடி அலைந்திருக்கிறார். செல்பேசிகள் வந்த பிறகு பொதுத் தொலை பேசிகளுக்கு என்ன வேலை என்று அவை அகற்றப்பட்டுவிட்டன. சிலரிடம் செல்பேசியைக் கடன் கேட்டிருக்கிறார். கேட்டவர்கள் எல்லோருமே இந்திய முகம் கொண்டவர்கள். அவர்கள் உதவவில்லை. இறுதியில் ஒரு ஹொட்டலில் நுழைந்து அங்கேயிருந்து எங்களை அழைத்திருக்கிறார். தேவிபாரதி ஒரு தொலைபேசியைத் தேடிப்பிடிக்க இரண்டு மணிநேரம் எடுத்திருந்தாலும் அவர் அமெரிக்க வாழ்க்கைக்கு முற்றிலும் பழகிவிட்டார். இன்னும் ஒரு மாதம் தங்கியிருந்தாரானால் எங்களுக்கு கனடா திரும்பிப் போவதற்குக் குறுக்குப் பாதை ஒன்று சொல்லித் தந்திருப்பார்.

இன்னும் பிரச்சினை முடிந்தபாடில்லை. தொலைந்துபோன இரண்டு நண்பர்களையும் தேடத் தொடங்கினோம். இருவரிடமும் செல்பேசி இருந்தது. ஆகவே பிரச்சினை இருக்க முடியாது. ஆனால் வரன் தன் செல்பேசியை காருக்குள் வைத்துப் பூட்டிவிட்டு வந்திருந் தார். புத்திஜீவிகள் அப்படித்தான் செய்வார்கள் என்று நல்ல புத்தகம் சொன்னது. டானியல் ஜீவா ஒரு கடுமையான கொள்கை வைத்திருந்தார். நான் நாலுதடவை செல்பேசியில் அழைத்தேன். செல்வம் ஐந்து தடவை அழைத்தார். பதில் இல்லை. பத்துக்கு மேல்தரம் டெலிபோனில் ஒருவர் அழைத்தால்தான் டானியல் ஜீவா செல்பேசியை வெளியே எடுப்பார். இது பின்னர்தான் எங்களுக்குத் தெரிய வந்தது. நாங்கள் ஐந்துபேரும் ஒன்று சேர்ந்தபோது இரவு மணி பத்தாகிவிட்டது. நான் வீட்டுக்குத் திரும்பி வந்துவிடுவேன் என்று மனைவிக்குச் சொன்ன நேரம்.

ஆறுதலாக அமர்ந்து பேசுவதற்கு வசதியாக உணவகம் ஒன்றைத் தேடினோம். தேவிபாரதியும் நாங்களும் கூட்டாக 800 மைல் தூரம் பயணம்செய்து வந்து சந்தித்திருக்கிறோம். வீட்டுக்கு எடுத்துப் போவதற்கு ஏதாவது பேசவேண்டும் அல்லவா? தேவிபாரதி மிகவும் உற்சாகமாக இருந்தார். நீண்டநாட்களுக்குப் பிறகு அவருக்கு தமிழ் பேச வாய்ப்புக் கிடைத்திருந்தது. தேவிபாரதி இரவு உணவைச் சாப்பிட்டபடி பேசத்தொடங்கினார். எழுத்தாளர் பட்டறைக்குப் பல நாடுகளில் இருந்து எழுத்தாளர்கள் வந்திருந்தார்கள். மிகவும் பயனுள்ள பட்டறை. அதைப்பற்றி விரிவான ஒரு கட்டுரை எழுதப் போவதாகச் சொன்னார். அத்துடன் இந்த இடைப்பட்ட காலத்தில் தான் ஒரு நாவல் எழுதி முடித்துவிட்டதாகக் கூறி எங்களைத் திகைக்க வைத்தார்.

'அவர் எப்படி எழுத்துத் துறைக்கு வந்தார்?' என்று கேட்டேன். அவருக்கு ஆதர்சம் என ஒருவரும் இல்லை. தானாகவே பயிற்சி எடுத்து முன்னுக்கு வந்தவர். அவருடைய சிறுகதைகள் சில என்னை வியப்பில் ஆழ்த்தியிருக்கின்றன. தேவிபாரதி ஆரம்பத்தில் இருந்து ஆரம்பித்தார். அவர் வாழ்நாளில் நடந்த சம்பவங்களை சுவாரஸ்யமாக வர்ணித்தார். இவற்றையெல்லாம் அவர் தன் சுயசரிதை நூலில் ஏற்கனவே எழுதிவிட்டதால் ஒன்றிரண்டை மாத்திரம் இங்கே பதிவு செய்கின்றேன். மீதியை அவருடைய புத்தகம் வெளியாகும்போது படித்துத் தெரிந்துகொள்ளலாம்.

'என்னுடைய தாத்தா பெயர் குமரப்ப பண்டிதர். எங்கள் வம்சாவளியில் முதன்முதல் எழுதப் படிக்கத் தெரிந்தவர் அவர்தான். தாத்தாவின் அப்பா பெயர் வீரப்பன். அவர் பழையக்கோட்டை ஜமீன்தார் அரண்மனை நாவிதராகப் பணியாற்றினார். ஜமீன்தாரின்

மகளை சங்கரண்டாம்பாளையம் ஜமீனுக்குக் கட்டிக் கொடுத்திருந் தார்கள். மகளுக்குப் பொங்கல் சீர் தந்தை வீட்டிலிருந்து கொடுத்து அனுப்பவேண்டியது அந்தக் கால வழக்கம். அப்பொழுதெல்லாம் ரோடுகள் இல்லை; தூரம் 50 மைல் இருக்கும். நாவிதர்கள்தான் தலையில் சீர் காவவேண்டும். தாத்தாவின் தலையில் ஈர நாரினால் கட்டப்பட்ட விறகுச்சுமை இருந்தது. பாதி வழியில் நார் வெய்யிலுக்கு முறுகி அறுந்து விறகுக் கட்டைகள் சிதறிவிட்டன. அதைத் திருப்பிக் கட்டவேண்டுமென்றால் முறுகி அறுந்த நாரை மறுபடியும் தண்ணீரில் நனைக்கவேண்டும். அந்த வறண்ட பிரதேசத்தில் தண்ணீருக்கு எங்கே போவது. விறகு கட்டைகளை அப்படியே போட்டுவிட்டு காட்டுக்குள் ஓடித் தப்பி சித்தர்களுடன் சேர்ந்து எழுதப் படிக்கவும் ஜோதிடம் கணிக்கவும் கற்றுக்கொண்டார். என்னுடைய தாத்தா பின்னர் பள்ளி ஆசிரியர் ஆனார். அவருடைய முன்னுதாரணமும் ஊக்குவிப்பும்தான் என்னை எழுத்துத் துறைக்கு இட்டு வந்தன.'

இவரிடம் சொந்தமாகப் பல காதல் கதைகள் இருந்தன. அவற்றையெல்லாம் சொன்னார். ஒரு கதை சுவாரஸ்யமானது. இவர் ஒரு பெண்ணைக் காதலித்தார். ஆனால் அந்தப் பெண் அவரைக் காதலித்தாரா என்பதைக் கடைசிவரை அறியமுடியவில்லை. இவருக்கு மணமான பின்னர் ஒருநாள் மனைவியுடன் முன்னாள் காதலியின் வீட்டுக்குச் சென்றார். காதலிக்கு இவருக்கு மணமானது தெரியாது. உள்ளே போய் யாரோ இவர் வந்திருப்பதாகக் கூறினார்கள். இவருடைய காதலி 'ஐக்' என்று சத்தமிட்டபடி ஓடி வந்து வெளியே பார்த்தபோது இவர் மனைவியுடன் நின்றார். காதலியின் முகம் வாடிவிட்டது. அந்தப் பெண் தன்னைக் காதலித் தாள் என்ற விசயம் அவருக்கு மணமுடித்த பின்னர்தான் தெரிய வருகிறது. இப்படிப் பல கதைகள் பேசினோம். இன்னும் நிறைய கதைப்பதற்கு இருந்தது, ஆனால் நேரம் ஓடியது. அவர் மறுபடியும் நயாகராவைச் சுற்றிப் பார்த்துவிட்டு ரயில் ஏறப்போவதாகச் சொன்னார். நாங்கள் விடை பெற்றுக்கொண்டு திரும்பினோம்.

மைக்கேல் ஒண்டாச்சி தன் புத்தகத்தில் சொல்கிறார், டத்தூரா என்று ஒரு வெள்ளைப்பூ இருக்கிறதாம். அதைப் பறிக்கும்போது சிரித்தால் அன்று முழுக்க சிரிப்பார்களாம். அழுதால் நாள் முழுவதும் அழுகைதானாம். நாங்கள் அப்படி ஒரு பூவை பிரச்சினை இருக்கும்போது பறித்தோமோ, என்னவோ. பிரச்சினை முடியாத நாளாக அது இருந்தது. கனடா தொடங்கும் இடத்தை வந்து அடைந்தபோது பிரச்சினை மறுபடியும் முளைத்தது. கனடா எங்கள் நாடு; படுத்திருந்த வீட்டு நாய் தலைதூக்கிப் பார்ப்பது போல அந்த

வெள்ளைக்கார மாது, குடிவரவு அதிகாரி, மேசையிலிருந்த தலையை உயர்த்திப் பார்த்தார். எங்களை இன்முகத்துடன் வரவேற்பார் என்று நினைத்தோம். நடு இரவில் ஒரு வாகனத்தில் நாலு ஆண்கள் திரும்பியது அவருக்குப் பிடிக்கவில்லை. 'எதற்காக அமெரிக்கா போனீர்கள்?' என்று கேட்டார். நாங்கள் அமெரிக்கப் பக்க நீர்வீழ்ச்சியைப் பார்ப்பதற்குப் போன உண்மையைச் சொன்னோம். அது பாதி உண்மைதான். நாங்கள் போனது ஒரு முக்கியமான தமிழ் எழுத்தாளரைச் சந்திப்பதற்கு. 'எத்தனை மணி நேரம் பார்த்தீர்கள்?' இது என்ன கேள்வி. நாங்கள் எத்தனை மணி நேரமும் நீர்வீழ்ச்சியைப் பார்க்கலாம். நீர் கொட்டுவது நிற்கும்வரைகூட பார்க்கலாம். அப்படிச் சொல்லவில்லை. முகத்தை ஆட்டுக்குட்டியின் முகம்போல வைத்துக்கொண்டு 'நாலுமணி நேரம்' என்றோம். 'ஒரு நீர்வீழ்ச்சியைப் பார்க்க நாலுமணி நேரமா?' 'ஆளுக்கு ஒவ்வொரு மணித்தியாலமாகப் பார்த்தோம்.' அந்தப் பெண் கோபத்தைப் பல்லினால் கடித்துக்கொண்டு இடது கையை நீட்டி அந்தப் பக்கம் போகச் சொல்லிச் சைகையில் காட்டினார். பின்னர் வேலைக் களைப்பில் தூங்கப் போய்விட்டார்.

இரண்டு திடகாத்திரமான ஆண்கள் சீருடையில் வந்தார்கள். வாகனத்தை விட்டு இறங்கச் சொன்னார்கள். ஒருவர் எங்களைத் தனித்தனியாக விசாரிக்க ஆரம்பித்தார். மற்றவர் வாகனத்தை உதிரிப்பாகமாக விற்கப் புறப்பட்டவர் போல ஒவ்வொரு பகுதியாகப் பிரிக்கத் தொடங்கினார். ஆசனங்களைக் கழற்றித் திருப்பிப் போட்டார். என்ஜின் மூடியைத் தூக்கி ஆராய்ந்தார். வாகனத்தின் கீழே குனிந்து பார்த்தார். பின்பகுதியைத் திறந்து சோதித்தார். வாகனத்தின் உள்புறத்துக்குள் பிரகாசமான ஒளியைப் பாய்ச்சி எதையோ தேடினார். மறுபடியும் அதே கேள்விகள். எதற்காகப் போனீர்கள். மறுபடியும் அதே பதில். கனடா நீர்வீழ்ச்சியைப் பார்த்தீர்களா? இல்லை. (அதை ஏற்கனவே நூறுதடவை பார்த்துவிட்டோம். அன்று பார்க்கவில்லை.) அதிகாரிக்குப் புரிபடாத விசயம் என்னவென்றால் நாலு ஆண்கள், நடுச்சாமம் கனடா நீர்வீழ்ச்சியைப் பார்க்காமல் அமெரிக்காவுள் நுழைந்து அங்கே நீர்வீழ்ச்சியைப் பார்த்துவிட்டுத் திரும்புவது. ஏதாவது ஆயுதம் இருக்கிறதா? இல்லை. போதைப்பொருள். இல்லை. எவ்வளவு பணம் கொண்டு வருகிறீர்கள்? பத்தாயிரம் டொலர்களுக்குமேல் காசாக எடுத்துக்கொண்டு வரமுடியாது. சட்ட விரோதம். நாங்கள் எங்களிடமிருந்த கூட்டுத்தொகைப் பணத்தைச் சொன்னபோது எங்களுக்கு வெட்கம் வந்துவிட்டது. கேட்ட அதிகாரிக்கு இன்னும் கூடுதலான வெட்கம். வேண்டா வெறுப்பாக எங்களுக்கு விடை கொடுத்தார். நாங்கள் நாலு தலைசிறந்த எழுத்தாளர்கள் கனடா வுக்குள் நுழைந்தோம். இத்தனை அவலத்திலும் ஓர் ஆதாயம்

170 • நாடற்றவன்

இருந்தது. இரண்டு வருடத்துக்கு முன்னர் செல்வம் தொலைத்துவிட்ட ஒரு புத்தகத்தை அதிகாரிகள் வாகனத்தின் ஆசனத்துக்குக் கீழ் கண்டுபிடித்துக் கொடுத்தார்கள்.

நான் வீடு வந்து சேர்ந்தபோது இரவு இரண்டு மணி. எத்தனை பேர் தங்கள் வீடுகளை இரவு இரண்டு மணிக்குப் பார்த்திருக்கிறார்கள்? எங்கள் வீட்டு வீதி இவ்வளவு அழகாகவும் அமைதியாகவும் இருந்து நான் கண்டதில்லை. வீதியிலே யாரோ பால் ஊற்றிவிட்டதுபோல வெள்ளையாக பளிச்சென்று இருந்தது. வீட்டுக்கு முன் இருந்த பூங்காவில் மரங்களின் இலைகள் பொன்னிறமாக மாறிவிட்டன. நயாகராவில் பார்த்த அதே சந்திரன் இங்கேயும் வந்து ஒளிவீசினான். வேட்டைக்குப் போய்த் திரும்பும் பழங்காலத்து அரசனின் மனம்போல என் மனமும் வெற்றியிலும் மகிழ்ச்சியிலும் ததும்பியது.

கால்சட்டைப் பையில் இருந்து திறப்பை எடுத்து வீட்டுக் கதவைத் திறக்க முயன்றேன். முடியவில்லை. என் வீட்டுத் திறப்பு. என் வீட்டுக் கதவு. எவ்வளவு முயன்றும் இயலவில்லை. துவாரத்துக்குள் சாவி நுழைவதற்கே மறுத்தது. டத்தூராப் பூ தன் வேலையை இன்னும் தொடர்ந்ததால் பிரச்சினை முடியவில்லை. எந்த ஒரு வீட்டுக் கதவையும் கார்த் திறப்பு திறக்காது. புறப்படும் அவசரத்தில் தவறான சாவியைப் பையிலே எடுத்துப் போயிருக்கிறேன். என்வீட்டுக் கதவுக்கு முன் நின்றேன். அங்கே பஃவலோ ஸ்டேசனில் இந்தநேரம் தேவிபாரதியும் தனியாக நின்றுகொண்டிருப்பார். அல்லது டென்னிஸ்காரர்களின் நீளப் பையைத் தூக்கியபடி நயாகராவில் சுழன்றுகொண்டிருப்பார். அவருடைய ரயில் மூன்று மணிக்கு வரும். அவர் கெண்ட் ஸ்டேசனுக்குப் போய்ச் சேர காலை பத்து மணியாகும்.

வீட்டு அழைப்பு மணியை அடித்தேன். உள்ளே ஒரு சத்தமும் இல்லை. மறுபடி மறுபடி அழைத்தேன். எவ்வளவு விரல் அழுத் தத்தைக் கூட்டினாலும் மணியின் சத்த அளவு கூடவில்லை. கைகளி னால் கதவை ஓங்கி ஓங்கித் தட்டத் தொடங்கினேன். நம்பிக்கை தளர்ந்த நேரம் உள்ளே காலடியோசை கேட்டது. அமெரிக்க நயாகராவின் ‘ப’ ஸ்வர ஓசைகூட அவ்வளவு மகிழ்ச்சியை எனக்குள் எழுப்பவில்லை.

❖

பழைய நண்பர்

ஒரு பழைய நண்பரை ரிம் ஹோர்ட்டன் கோப்பிக்கடையில் யதேச்சையாகச் சந்தித்தேன். என்னுடைய கையில் அன்று காலை பழைய புத்தகக் கடையில் மலிவு விலைக்கு வாங்கிய புத்தகம் இருந்தது. ரே பிராட்பெரி என்பவர் எழுதிய Farenheit *451* புத்தகம். பலகாலமாகப் படிக்கவேண்டும் என்று நினைத்தது. கதையின் கதாநாயகன் ஒரு தீயணைப்புப் படைவீரன். வழக்கமாக தீயணைப்புப் படையின் வேலை தீயை அணைப்பது. ஆனால் இந்தக் கதையில் வீரர்களுக்கு இடப்பட்ட கட்டளை புத்தகங்களுக்குத் தீ மூட்டுவது.

விலை உயர்ந்த மதுவை மிடறு மிடறாக அருந்துவதுபோல நண்பர் கோப்பியை சுவைத்துப் பருகினார். பழைய கதைகள் பல பேசினோம்.

'முன்பு மாதிரி புகைப்படம் எடுப்பதில்லையா?' என்று கேட்டேன். 'இலக்கக் காமிரா வந்து எல்லாத்தையும் கெடுத்து விட்டது. சின்னப்பிள்ளைகள்கூட காமிரா வைத்து கண்டபடிக்கு எடுக்கிறார்கள். புத்திக்கு வேலை இல்லை' என்று அங்கலாய்த்தார். 'அது எப்படி? இலக்கக் காமிரா வந்து எளிமையாக்கிவிட்டது அல்லவா?' 'என்னுடைய குரு சொல்வார் 'சூரியன் வெளியே வந்தால் காமிராவை உள்ளே வை' என்று. புகைப்படம் என்றால் அது சூரியனை ஏமாற்றுவதுதான். நிழலையும் வெளிச்சத்தையும் வைத்து விளையாடுவது. சூரியனுடைய ஒளியை எம் வசப் படுத்துவது. ஓடிவிடும் ஒரு தருணத்தைப் பிடித்து நிறுத்தி வைப்பது. அது இப்போது இல்லை.'

நண்பரில் பெரிய மாற்றம் தெரியவில்லை. அவருக்கு *55* வயது இருக்கலாம். நெஞ்சுக்குக் கிட்டவாக பெல்ட்டைக் கட்டி யிருந்தார். தலையின் நடுப்பகுதியில் மயிர் முளைப்பது நின்று விட்டது. முப்பது வருடமாக ஒரே இடத்தில் ஒரே தொழிற்சாலையில் ஒரே வேலையைப் பார்க்கிறார். நான் கேட்டேன். 'ஒரே வேலையைப் பார்ப்பது அலுப்பு தரவில்லையா?' அவர் சொன்னார் 'சரியாக அளவெடுத்துத் தைத்த பழைய உடுப்பைப் போடும்போது ஒரு சௌகரியமும் மகிழ்ச்சியும் கிடைக்கும். அப்படித்தான் இந்த

வேலையும்' என்றார். மணமுடிக்காமல் அவருடைய சகோதரியின் வீட்டில் தங்கியிருந்தார். 'ஏன் நீங்கள் மணமுடிக்கவில்லை?'

'நீங்கள் கனடா புள்ளிவிவரப் புத்தகத்தைப் படித்திருக்கிறீர் களா?' என்றார். நான் இல்லையே என்றேன்.

'இதைக் கேளுங்கள். கனடா புள்ளிவிவரத்தின்படி 1000 பேரில் இங்கே 495 ஆண்கள், 505 பெண்கள். உங்களால் நம்பமுடிகிறதா?'

'முடிகிறது.'

'பிரச்சினை இதுதான். 495 ஆண்களுக்கு 505 பெண்கள். அதாவது உபரியாக 10 பெண்கள்.'

'இருந்துவிட்டுப் போகட்டும்.'

'இந்த 10 பெண்கள் எங்கே? அவர்களைத்தான் 30 வருட காலமாகத் தேடிக்கொண்டிருக்கிறேன். அதிலே ஒரு பெண் அகப் பட்டாலும் மணமுடிக்கலாம் என்று இருக்கிறேன். நான் மண முடிக்காததற்கு இதுதான் காரணம். இது மோசமான நாடு' என்றார்.

சிறிது நேரம் கழித்துக் கேட்டார், 'நீங்கள் எழுதுகிறீர்களாமே. அது நல்ல பொழுதுபோக்கு.'

'சீட்டாடுவது பொழுதுபோக்கு. கேரம் விளையாடுவது பொழுதுபோக்கு. தபால்தலை சேகரிப்பது பொழுதுபோக்கு. எழுதுவது அப்படியல்ல.'

'அதுவும் சரிதான்.'

'நீங்கள் என்ன எழுதுவீர்கள்?' நான் சொன்னேன்.

'உங்கள் மனைவி நீங்கள் எழுதுவதைப் படிப்பாரா?'

'எழுத்தாளர்களுக்குப் பலவிதமான மனைவிகள் அமைவ துண்டு. ரோல்ஸ்ரோய் என்ற எழுத்தாளருக்கு சோஃபியா என்று மனைவி இருந்தார். ரோல்ஸ்ரோய் எழுதுவதை முதலில் படிப்பது அவர்தான். திருப்பித் திருப்பி அவர் எழுதும் நாவல்களை நகல் எடுப்பார். சந்திரன் ஆகாயத்தில் அவ்வப்போதுதானே தோன்றும். தினமும் தோன்றுவதில்லை. என் மனைவி படிப்பதும் அப்படித் தான்.'

'உங்கள் எழுத்தை எங்கே படிக்கலாம்?' என்று கேட்டார். அந்த வாரம் வெளியான என்னுடைய கட்டுரை ஒன்று என் செல்பேசியில் கிடந்தது. அதைத் திறந்து கட்டுரையைக் காட்டினேன்.

செல்பேசியை வாங்கிப் பார்த்தவர் முதல்வரி முதல் வார்த்தையைப் படித்ததும் உரத்துச் சிரிக்கத் தொடங்கினார்.

பக்கத்து மேசைகளில் இருந்து கோப்பி குடித்தவர்கள் எங்களைத் திரும்பிப் பார்த்தார்கள். இவர் சட்டை செய்யவில்லை.

'என்ன நகைச்சுவை என்று சொல்லுங்கள். நானும் சிரிக்கிறேன்' என்றேன்.

'ஆப்பிரிக்கா' என்றுவிட்டு மறுபடியும் சிரித்தார். அவருடைய முகம் உணர்ச்சியைக் காட்டாத முகம். வாய்விட்டுச் சிரித்தாலும் முகம் சிரிக்காமல் சாதாரணமாகத்தான் இருக்கும். சிரிப்புச் சத்தம் மட்டும்தான் வெளியே வந்தது. 'ஆங்கிலத்தில் Africa என்று சொல்வார்கள். அதை நீங்கள் எப்படி ஆப்பிரிக்கா என்று எழுதமுடியும்? இதுதான் பிரச்சினை. தமிழில் F எழுத்து கிடையாது. இப்படிப் பட்ட ஒரு மொழியை நாம் எப்படி சிறந்த மொழி என்று சொல்ல முடியும்?'

'ஆங்கிலத்தில் ழ எழுத்து கிடையாது. ஆனால் தமிழில் இருக்கிறது. ஆகவே ஆங்கிலம் குறைந்த மொழியா? தமிழ் உயர்ந்த மொழியா? தமிழ் வார்த்தைகளை எழுதுவதற்குத்தான் தமிழ் எழுத்துரு கண்டுபிடிக்கப்பட்டது. ஆங்கில வார்த்தைகளை எழுதுவதற்கு அல்ல. England என்பதைத் தமிழாக்கி இங்கிலாந்து என்றுதான் எழுதுகிறோம். ஆங்கிலேயரும் அப்படித்தான் யாழ்ப்பாணத்தை Jaffna என்றும் தூத்துக்குடியை Tuticorin என்றும் எழுதுகிறார்கள்.'

'ஆனாலும் தமிழில் F இல்லாதது ஒரு குறைதான்.'

'F தேவைப்படும் ஒரு தமிழ் வார்த்தைகூட இல்லையே. எதற்காக அப்படி ஓர் எழுத்து எங்களுக்குத் தேவை. உலகத்தில் எல்லா மொழியினரும் பிறமொழி வார்த்தைகளைத் தங்கள் வார்த்தைகளாக மாற்றிவிடுகிறார்கள். உதாரணமாக போர்த்துக்கீய மொழியில் 'அல்மாரி' என்று சொல்வார்கள். தமிழில் நாங்கள் அலுமாரி என்று எழுதுவோம். ஆங்கிலேயர்கள் தங்கள் வசதிக்காக almirah என்று மாற்றிவிட்டார்கள்.'

'ஒன்றிரண்டு அப்படி இருக்கலாம்.'

'ஒன்றிரண்டு அல்ல, நிறைய உதாரணங்கள் உள்ளன. தமிழில் மிளகுத் தண்ணீர் என்று சொல்வோம். ஆங்கிலேயர்கள் அதை mulligatawny என மாற்றிவிட்டார்கள். கட்டுமரத்தை catamaran என எழுதுகிறார்கள். ஆப்பிரிக்க மொழியில் சிபோ என்று ஒரு மிருகத்தை அழைப்பார்கள். ஆங்கிலத்தில் அது zebra ஆகியது. தமிழில் நாங்கள் சீபிரா என்று எழுதியிருக்கலாம், ஆனால் வசதியாக வரிக்குதிரை என்றாகிவிட்டது.

'தமிழ் எழுத்துகளைக்கூட மாற்றிவிட்டார்களே?'

'2000 வருடங்களாக தமிழ் எழுத்துருக்கள் மாற்றம் பெற்ற படியேதான் இருக்கின்றன. இனிமேலும் மாறும். மொழி வளர வளர எழுத்து மாறுவது இயற்கைதானே. எட்டு வயதில் போட்ட உடுப்பை 20 வயதில் போடமுடியாது அல்லவா? ஆ, ஊ, ஏ போன்ற எழுத்துருக்கள் 250 வருடங்களுக்கு முன்னேதான் உண்டாக்கப்பட்டன. அவற்றைச் செய்தவர் பெஸ்கி என்ற இத்தாலிய பாதிரியார்.'

'இதெல்லாம் எனக்குத் தெரியாது. ஒரு புத்தகம் சொல்லுங்கள். படித்துப் பார்ப்போம்' என்றார். நான் புத்தகத்தின் பெயரைச் சொன்னதும் 'இல்லை. இல்லை. ஆங்கிலப் புத்தகம் வேண்டாம். தமிழ்ப் புத்தகம்' என்றார். நான் சொன்னேன் 'தமிழிலே பெரிய பெரிய மாற்றங்கள் எல்லாம் ஏற்பட்டுவிட்டன. படித்துப் புரிந்து கொள்வது கடினம். எழுத்துகள் மாறிவிட்டன. புது வார்த்தைகள் வந்துவிட்டன. உலங்கு வானூர்தி, ஒவ்வாமை, மின்னேற்றம், மரபணு, தகவமைத்தல், முகநூல் இப்படி பயமுறுத்தும். ஆங்கிலம்தான் உங்களுக்கு சரி.' 'அப்படியானால் ஆங்கிலத்தில் ஒரு புத்தகம் சொல்லுங்கள்' என்றார். 'இன்றைக்கு நான் வாங்கிய புத்தகத்தை நீங்களும் படிக்கவேண்டும். உங்களுக்குப் பிடிக்கும்' என்றேன். 'படிக்க சுவாரஸ்யமாக இருக்குமா?'

'புத்தகம் சுவாரஸ்யமோ என்னவோ, அதை எழுதியவர் கதை சுவாரஸ்யமானது. இதை எழுதியபோது அவருக்கு 33 வயது. 1953ஆம் ஆண்டு என நினைக்கிறேன். அந்தக் காலத்தில் அமெரிக்கா வில் சில நூலகங்களில் தட்டச்சு மெசின் வாடகைக்குக் கிடைக்கும். அதாவது பொது டெலிபோனில் காசு போட்டுவிட்டுப் பேசுவது போல தட்டச்சு மெசின் துளையில் காசு போட்டவுடன் அது வேலை செய்யத்தொடங்கும். காசு முடிந்தவுடன் அது வேலையை நிறுத்திவிடும். ரே பிராட்பெரி பத்து சதக் காசைப் போட்டுவிட்டு அதிவேகமாக அடிப்பார். ஒரு மணித்தியாலம் அது வேலை செய்யும். காசு முடிவதற்குள் அவர் மனதிலே கவனம் செய்து வந்ததை அடித்து முடிக்கவேண்டும். இப்படியாக தினமும் காசு போட்டுவிட்டு அடிப்பார். இந்தப் புத்தகத்தை எழுதி முடிப்பதற்கு அவர் மொத்தமாக 10 டொலர் செலவழித்தார். அந்தக் காலத்திலே ஓர் இளைஞனுக்கு அது பெரிய காசு. இன்றைக்கு அந்தப் புத்தகம் உலகம் முழுக்க பரவிவிட்டது. 10 மில்லியன் பிரதிகள் விற்றுவிட்டன. 33 மொழிகளில் மொழிபெயர்க்கப்பட்டுவிட்டது.'

'புத்தகத்தில் எத்தனை பக்கங்கள்?'

158 பக்கங்கள்.

அ. முத்துலிங்கம்

'இதை எழுதிய ஆசிரியரின் பெயர் என்ன?'

மறுபடியும் சொன்னேன். ரே பிராட்பெரி.

எங்கே விற்கிறது. அதையும் சொன்னேன்.

'ஆசிரியர் இன்னும் இருக்கிறாரா?'

'சமீபத்தில்தான் அவருடைய 92ஆவது வயதில் இறந்து போனார்.'

யார் பதிப்பித்தது, என்ன தாள், என்ன அளவு, அட்டைப்பட விவரம் போன்றவற்றை அவர் கேட்கவில்லை. கோப்பை விளிம்பில் கைவிரலைச் சுற்றிச் சுற்றி கீ சத்தம் எழுப்பியபடி அடுத்த கேள்வியை யோசித்தார்.

அவர் கேட்பார் கேட்பார் என்று நான் காத்திருந்த கடைசிக் கேள்விக்கு வந்தார்.

'என்ன விலை?'

'ஒரு டொலர்' என்றேன்.

'என்ன? ஒரு டொலரா?' என்று கத்தினார். மறுபடியும் எல்லோரும் திரும்பிப் பார்த்தார்கள்.

ஆக மலிவு என ஏளனப்படுத்துகிறாரா அல்லது விலை கூடிவிட்டது என்று ஆச்சரியப்படுகிறாரா என்பதை அவர் முகத்திலிருந்து என்னால் கண்டுபிடிக்க முடியவில்லை.

நாடற்றவன்

ஜூலை 27ஆம் தேதி ஒலிம்பிக் விளையாட்டுகள் ஆரம்பமாகும். வீரர்கள் அணிவகுப்பில் 204 நாடுகள் கலந்துகொள்ளும். அவர்கள் பெருமையுடன் அந்தந்த நாட்டுக் கொடிகளைத் தாங்கிச் செல்வார்கள். அந்த அணிவகுப்பில் நாடற்ற ஒருவனும் இருப்பான். அவனுக்கு நாடில்லாதபடியால் அவன் கையில் ஒலிம்பிக் கொடியைப் பிடித்திருப்பான். அவனுக்கு பின்னால் அணிவகுத்துச் செல்ல வேறு வீரர்கள் இல்லை. 9 ஜூலை 2011இல் தனி நாடாக சுதந்திரம் அடைந்த தெற்கு சூடான் மக்கள் அத்தனை பேரும் அவன் பின்னே மானசீகமாகச் செல்வார்கள். உலகத்து நாடற்றவர்கள் கண்கள் அனைத்தும் அவன் மேலேயே இருக்கும். அவன் பெயர் குவோர் மாரியல்.

குவோர் மாரியலுக்கு 28 வயது. தெற்கு சூடானிலிருந்து அமெரிக்காவுக்கு அகதியாக 12 வருடங்களுக்கு முன்னர் குடிபெயர்ந்தான். அவனுக்கு வசிப்பிட உரிமை கிடைத்தது, ஆனால் குடியுரிமை கிடைக்கவில்லை. அவன் தீவிரமான மரதன் ஓட்டக்காரன். ஆனாலும் 2012 லண்டன் ஒலிம்பிக்கில் அவன் ஓடமுடியாது என்று கூறிவிட்டார்கள். அப்படி ஓடுவதென்றால் அவனுக்கு ஒரு நாடு வேண்டும். சூடான் அதிபர் அவன் சூடான் நாட்டுக் கொடியின் கீழ் ஓடலாம் என அழைப்பு விடுத்தார். அவனுடைய எட்டுச் சகோதரர்களைக் கொன்றது சூடான் அரச படை. அவர்களின் அட்டூழியம் தாங்கமுடியாமல்தான் அவன் 12 வருடங்களுக்கு முன்னர் அமெரிக்காவில் அகதியானான். சூடான் நாட்டுக் கொடியின் கீழ் அவன் எப்படி ஓடமுடியும்? தெற்கு சூடான் சுதந்திரம் அடைந்திருந்தாலும் அதனிடம் ஒலிம்பிக் குழு இல்லை. அதனால்தான் இப்பொழுது இந்த நாடற்ற மனிதனுக்கு ஒலிம்பிக் கொடியின் கீழ் ஓட அனுமதி கிடைத்திருக்கிறது.

குவோர் மாரியலுக்கு ஓட்டம் இயற்கையாக வந்தது. சமீபத்தில் மரதன் ஓட்டத்தை 2 மணி 14 நிமிடம் 32 செக்கண்டில் ஓடி முடித்து ஒலிம்பிக் மரதனுக்குத் தகுதி பெற்றிருந்தான். ஆனால் நாடில்லாத அவனை அமெரிக்கா கவனித்ததாகத் தெரியவில்லை. எனவே 3500 கையெழுத்தாளர்கள் குவோர் மாரியலுக்கு ஒலிம்பிக் போட்டியில் பங்குபெற அனுமதி கொடுக்கவேண்டும் என

ஒலிம்பிக் குழுவுக்கு மனு அனுப்பினார்கள். ஒலிம்பிக் போட்டிகளுக்கு ஒருவாரம் இருந்தபோது அனுமதி கிடைத்திருக்கிறது. இதைப் பெரிய வெற்றியாக பத்திரிகைகள் கொண்டாடின. ஒரு பத்திரிகை 'தெற்கு சூடானின் குரல் ஒலிம்பிக் வரை கேட்டது' என்று எழுதியது. இன்னொரு பத்திரிகை 'இந்தத் தனிமனிதனின் வெற்றியை பூமி மகனின் வெற்றி எனக் கருதலாம்' என எழுதியது. மாரியல் 'தெற்கு சூடான் கொடியை நான் ஏந்தவில்லை. ஆனால் என்னுள்ளத்தில் அந்தக் கொடியை ஏந்தியபடியே ஓடுவேன்' என்று கூறுகிறான்.

சூடான் உள்நாட்டுப் போர் எனக்குப் பரிச்சயமானது. நான் சூடான் நாட்டில் சில வருடங்கள் வேலை பார்த்திருக்கிறேன். என்னுடைய அலுவலகத்தில் வேலை செய்த அத்தனை பேருமே அரபு மொழி பேசுபவர்கள், வடக்கு சூடானைச் சேர்ந்தவர்கள். ஆனால் தெற்கு சூடானில் இருந்து வந்த ஒருத்தனும் அங்கே வேலை பார்த்தான். அவன் பெயர் மாலோங். கறுப்பாக உயர்ந்து, வளைந்துபோய் இருப்பான். வேலையில் கெட்டிக்காரனான இவனிடம் நான் மிகுந்த அன்பு பாராட்டினேன். ஆனால் இவனுக்கு இரண்டு பிரச்சினைகள் இருந்தன. ஒன்று, இவனுக்கு அரபு மொழி தெரியாது. இரண்டு, இவனும் இவனுடைய குடும்பத்தவரும் அடிமை வாழ்க்கை வாழ்ந்தவர்கள். இவனுக்குக் குரலை உயர்த்தவோ எதிர்த்துப் பேசவோ தெரியாது. உத்தரவுகளுக்கு அடிபணிந்து மட்டுமே பழகியவன்.

இவனை, தெற்கிலிருந்து வந்த ஒரே காரணத்துக்காக அலுவலகத்திலிருந்த அத்தனை பேரும் வெறுத்தார்கள், ஒதுக்கினார்கள், கொடுமைப்படுத்தினார்கள். சூடானுக்கும், விடுதலை கோரும் தெற்கு சூடானுக்கும் இடையில் உள்நாட்டுப் போர் மூண்டிருந்த காலம் அது. அதனால் அவனுடன் ஒருவரும் பேசுவதில்லை. அலுவலகப் பணியாளர்கள் வரும் பஸ்ஸில் அவன் ஏற முடியாது. அலுவலக உணவு மேசையில் அமர முடியாது. மற்றவர்கள் மேசையில் அமர்ந்து உணவு உண்ணும்போது அவன் பாத்ரூம் அருகே, சுவர்ப் பக்கமாகத் திரும்பி நின்றபடி தன் மதிய உணவைச் சாப்பிடுவான். ஒருநாள் காரியதரிசி என்னிடம் சொன்னாள்: 'தெற்கிலேயிருந்து இங்கே வந்து வேலை செய்பவன் மாலோங். அவனிடம் நீங்கள் எச்சரிக்கையாக இருக்கவேண்டும். இவன் விலங்கு வணங்கிகள் இனத்தைச் சேர்ந்தவன். இவனும் ஒரு விலங்குதான்.'

ஒருநாள் காலையில் அலுவலகத்துக்கு வந்த மாலோங் மாலை அங்கே இல்லை. மறைந்துவிட்டான். பின்னர்

அலுவலகத்துக்கு அவன் வரவே இல்லை. அவன் மேசையில் ஒரு கடிதம் பாதி எழுதப்பட்ட நிலையில், பாதி வசனத்தில் நின்றது. எங்கே ஓடினான். யார் துரத்தினார்கள் என்பது என்றுமே அவிழ்க்க முடியாத புதிராகிவிட்டது. சூடான் அதிபர் பதவியில் இன்றைக்கும் தொடரும் அல் பஷீரை சர்வதேசக் குற்றவியல் நீதிமன்றம் போர்க்குற்றவாளி என்றும், இனப்படுகொலைக் குற்றவாளி என்றும் அறிவித்திருக்கிறது. அதிபர் பதவி வகிக்கும் ஒருவரின் மேல் இப்படி குற்றம் அறிவிக்கப்பட்டது இதுவே முதல் தடவை. இனப்படுகொலையும், இன அடக்குமுறையும் அனுபவித்த, அனுபவிக்கும் அத்தனை மக்களின் பிரதிநிதியாக குவோர் மாரியல் ஒலிம்பிக்கில் ஓடுவான்.

12 ஆகஸ்டு 2012 லண்டனில் ஆண்களுக்கான மரதன் ஓட்டப் போட்டி நடைபெறும். பல்வேறு நாடுகளிலுமிருந்து நூற்றுக்கு மேற்பட்டோர் இந்த 42.195 கி.மீட்டர் ஓட்டப் போட்டியில் கலந்துகொள்வர். அந்தக் கூட்டத்தில், ஒரு பெண்ணால் 'விலங்கு வணங்கிகள்' என்று வர்ணிக்கப்பட்ட இனத்திலிருந்து வந்த குவோர் மாரியல் இருப்பான். இந்த மரதன் ஓட்டக்காரன் ஓடுவதைப் பார்க்கும்போது சுதந்திரமடைந்த தெற்கு சூடான் மக்களை நினைந்துகொள்வேன். சூடான் உள்நாட்டுப் போரிலே மடிந்த 1.5 மில்லியன் மக்களை நினைந்துகொள்வேன். போரிலே அநியாயமாகக் கொல்லப்பட்ட மாரியலின் சகோதரர்கள் எட்டுப் பேரையும் நினைந்துகொள்வேன். என் கண்கள் மாரியலின் ஓட்டத்தை மட்டுமே பார்க்கும். அவன் முதலாவதாக வந்தாலும் சரி, கடைசியாக வந்தாலும் சரி, 2012 ஒலிம்பிக் மரதன் ஓட்டவீரன் அவன்தான். நாடற்றவன்.

❖

பச்சை விளக்கு

ஒரு நாள் இரவு இரண்டு மணிக்கு நான் தனியாக காரை ஓட்டிக்கொண்டு போனேன். ரொறொன்ரோ நகரத்தின் ஆறு வீதிகளிலும் ஒரு கார் கிடையாது; பஸ் கிடையாது; பாதசாரி கிடையாது. முழு ரோடும் எனக்காகவே போட்டிருந்தது. ஒரு சந்தி வந்து அங்கே சிவப்பு விளக்கு எரிந்தது. குறுக்கே போன அகலமான சாலையும் நிசப்தமாக இருந்தது. கார், பாதசாரிகள் என ஒன்றுமே கிடையாது. சும்மா ஒரு நிமிட நேரம் விளக்கைப் பார்த்தபடி காரில் அமர்ந்திருந்தேன். பச்சை விளக்கு விழுந்ததும் காரை எடுத்தேன்.

அப்பொழுது நான் யோசித்தேன். சிக்னல் விளக்கைக் கண்டு பிடித்தது முதலில் லண்டனில்தான். இப்பொழுது, ஏறக்குறைய 140 வருடங்கள் கழிந்த பின்னரும் ரோட்டு விளக்குகளில் பெரிய மாற்றம் ஒன்றுமில்லை. விஞ்ஞானம் எத்தனை தூரம் வளர்ந்துவிட்டது. சந்திரனில் கால்வைத்த பிறகு இன்று விண்கலம் செவ்வாயைத் தாண்டி வியாழனைத் தாண்டி சனிக்கிரகம் வரைக்கும்போய் ஆராய்ச்சி செய்கின்றது. ஒரு விமானம் பறந்துகொண்டிருக்க இன் னொரு விமானம் பறந்தபடி ஆகாயத்திலேயே அதற்கு எரிபொருள் நிரப்புகிறது. ஹபிள் தூரக்கண்ணாடி 350 மைல் உயரத்தில் 96 நிமிடத்துக்கு ஒருமுறை பூமியைச் சுற்றிக்கொண்டு கிரகங்களையும் விண்வெளி அதிசயங்களையும் ஓயாமல் படம் பிடித்துக்கொண்டிருக் கிறது. இத்தனை முன்னேற்றம் இருந்தும் சிக்னல் விளக்குகளில் வாகனங்கள் சும்மா நின்றுகொண்டிருப்பதை நிறுத்த முடியவில்லை.

சாலை விளக்குகளில் மந்திரக் கண்களைப் பொருத்திவிட்டாலே போதுமானது. எத்தனை வாகனங்கள் எந்தத் திசையில் என்ன வேகத்துடன் எவ்வளவு தூரத்தில் வருகின்றன என்பது சிக்னல் விளக்குக் கணினியில் பதிவானால் விளக்குகள் அதற்கேற்ற மாதிரி செயலாற்ற முடியும். என்னுடைய கார் 100 அடி தூரத்தில் வரும் போதே ரோட்டில் வேறு வாகனங்கள் இல்லாத காரணத்தினால் பச்சை விழுந்திருக்க வேண்டும். ஆனால் விழவில்லை. இத்தனை பெரிய விஞ்ஞான வளர்ச்சி இருந்தும் இந்தச் சின்ன விசயம் இன்னும் கவனிக்கப்படாதது ஆச்சரியம்தான்.

என் நண்பர் கனடாவில் புகழ்பெற்ற வழக்கறிஞர். அவருக்கு ஒரு விநோதமான வழக்கு வந்தது. அவருடைய வழக்கில்

வாய்பேசமுடியாத ஒருத்தர் சாட்சி சொல்லவேண்டும். சைகை மொழி தெரிந்த ஒருத்தரை மொழிபெயர்ப்பாளராக நியமித்தார்கள். நண்பர் கேள்வி கேட்க அதைச் சைகைக்காரர் சைகையில் சொன்னார். ஆனால் சாட்சி ஒன்றும் புரியாமல் திருதிருவென்று விழித்தார். பின்னர் தெரிய வந்தது என்னவென்றால் சாட்சிக்கு பிரிட்டிஷ் சைகை மொழிதான் தெரியும், அமெரிக்க சைகை மொழி தெரியாது. வழக்கு ஒத்திவைக்கப்பட்டது. அவர்கள் இப்பொழுது பிரிட்டிஷ் சைகை மொழி விற்பன்னர் ஒருவரைத் தேடுகிறார்கள். நண்பருக்கு இரண்டு சைகை மொழிகள் இருப்பது அன்றைக்குத்தான் தெரிந்தது.

வாகனங்கள் ஓட்டுவதை எடுத்துக்கொள்ளலாம். உலகத்தில் 66 வீதம் மக்கள் வாகனங்களை வலது பக்கத்தில் ஓட்டுகிறார்கள். மீதி 34 வீதம் மக்கள், இந்தியா, இங்கிலாந்து, இலங்கை, ஆப்பிரிக்கா போன்ற நாடுகளில் இடது பக்கத்தில் ஓட்டுகிறார்கள். இது எப்படி நிகழ்ந்தது? முந்திய காலத்தில் குதிரைகளில் செல்லும்போது போர் வீரர்கள் இடதுபக்கமாகவே பயணிப்பார்கள். அப்பொழுதுதான் எதிரிலே வரும் பகை நாட்டுக் குதிரை வீரனுடன் வலது கையால் வாளை உருவிப் போர் செய்யமுடியும். அந்தப் பழக்கத்தில்தான் இந்த நாட்டு மக்கள் இன்றும் இடது பக்கத்தில் வாகனத்தை ஓட்டுகிறார்கள். வேற்றுக்கிரக வாசி ஒருவர் உலகத்தைச் சுற்றிப் பார்க்க வந்தால் அவர் என்ன வாகனம் கொண்டு வருவார்?

1991ஆம் வருடம் இத்தாலியின் அல்ப்ஸ் மலைப் பிரதேசத்தின் எல்லையில் பலவருடங்களாகப் பனியில் உறைந்து கிடந்த ஒரு மனித உடலை மலை ஏறிகள் கண்டுபிடித்தது ஞாபகத்துக்கு வரலாம். ஐரோப்பாவில் கண்டுபிடிக்கப்பட்ட ஆகப் பழமையான சடலம் இதுதான். இந்தப் பனிமனிதனுக்கு விஞ்ஞானிகள் ஒட்ஸி என்று பெயர் சூட்டினார்கள். இவன் 5300 வருடங்களுக்கு முன்னர் வாழ்ந்து அவனுடைய 40 வயதளவில் இறந்துபோயிருக்கலாம் என விஞ்ஞானிகள் கணித்தனர். கடந்த 20 வருடங்களாக பல ஆய்வாளர்கள் இந்தப் பனிமனிதன் பற்றிய மர்மத்தை விடுவிக்கப் பாடுபடுகின்றனர்.

அவன் குளிரைத் தாங்குவதற்கு மூன்று அடுக்கு உடை அணிந்திருந்தான். கரடித்தோல் காலணியைப் புற்கள் நிரப்பி, காலில் தரித்திருந்தான். மான்தோலில் செய்த அம்பறாத்தூணி, நாண் பூட்டாத வில், நெருப்பு உண்டாக்கும் குச்சிகள், கல்நுனி பதித்த ஈட்டி மற்றும் செம்பு முனைக் கோடரி ஆகியவை அவனிடம் காணப்பட்ட பொருட்கள். அவன் கடைசியாகச் சாப்பிட்ட உணவு மான் இறைச்சியும், கோதுமையும். 6500 அடி உயரத்தில் பாறையின் மறைவு ஒன்றில் வசந்த காலத் தொடக்கத்தில் அவன் இறந்திருக்கிறான். இருபது வருடங்களாக பல விஞ்ஞானிகள் ஏன், எதற்காக,

அ. முத்துலிங்கம்

எப்படி இறந்தான் என்பதைத் துலக்குவதற்கு ஆராய்ச்சிகள் செய் தார்கள். ஆனால் தீர்மானமாக ஒரு முடிவுக்கும் வர முடியவில்லை.

சிலர், அவன் ஆடு மேய்ப்பவன், வழிதவறிப்போய் குளிரில் மாட்டி இறந்துபோனான் என்றார்கள். இன்னும் சிலர், வழிப்பறிக் கொள்ளைக்காரர்கள் அவனைக் கொன்றிருக்கலாம் என ஊகித்தனர். அப்படியிருக்க வாய்ப்பில்லை. அந்தக் காலத்தில் மிகவும் பெறுமதி வாய்ந்த செம்புக் கோடரியை அவர்கள் எடுத்துப்போகவில்லை. வேறு சிலர் போரில் எதிரிக்குழுவினரிடம் மாட்டியிருக்கலாம் என்றனர். நரபலி என்ற கருத்துக்கூட இருந்தது. ஆனால் அதற்கான சாத்தியக்கூறுகள் இல்லை.

சமீபத்தில் National Geographic இதழ் இந்த மர்மத்தை விடுவித்திருக்கிறது. ஒட்ஸியின் உடலை எடுத்துப்போய் ஆராய்ச்சி யாளர்கள் ஸ்கேன் செய்து பார்த்தார்கள். அவனுடைய இடது தோளில் முக்கியமான ரத்த நாளம் ஒன்று கல்முனை அம்பினால் துண்டாக்கப்பட்டிருப்பது தெரிந்தது. அவனை யாரோ அம்பு எய்தித் தாக்கியதால் ரத்தம் இழந்து இறந்துபோயிருக்கிறான். நரபலியும் இல்லை, பட்டினிச் சாவும் இல்லை, கொள்ளையும் இல்லை. கொலை என்பது நிச்சயமாகியிருக்கிறது. இப்படித்தான் விஞ்ஞானம் முன்னால் முன்னால் வளர அந்த அறிவை பின்னால் பின்னால் தள்ளிச் சென்று ஆராய முடிகிறது. ஆராய்ச்சி இத்துடன் முடியப்போவதில்லை. ஒட்ஸி மனிதனைப்பற்றித் தொடர்ந்து ஆராய்ச்சிகள் நடந்து கொண்டேயிருக்கும். இன்னும் 100 வருடங்கள் கழித்து அவர்கள் மேலும் சில புது விசயங்களைக் கண்டுபிடிக்கலாம்.

ஒட்ஸி மனிதன் ஒரு பெண்ணை நேசித்தான். சில நாட்களில் தனக்குச் சொந்தமாக்கிவிட்டான். அது இன்னொருவனுக்குப் பொறாமையைக் கிளப்ப அவன் ஒட்ஸியைக் கொல்லத் திட்டமிட்டு, அம்பெய்து கொன்றான். இந்த ஒட்ஸிக்கு அந்தப் பெண்ணிடம் இரண்டு பிள்ளைகள் பிறந்தார்கள். அவர்களின் சந்ததி 140 தலைமுறையாகப் பல்கிப் பெருகிப் பரவி இன்றைக்கும் வாழ்கிறது. இந்தச் சந்ததியில் வந்த ஒருத்தன் இன்று நியூஸிலாந்திலும், பெண் ஒருத்தி ஆந்திராவிலும் வாழ்கிறார்கள். இப்படியெல்லாம் வருங்கால விஞ்ஞானிகள் கண்டுபிடிக்கக்கூடும்.

விஞ்ஞானம் ஒருவருக்காகவும் நிற்பதில்லை. அது தன் பாட்டுக்கு வளர்ந்துகொண்டே போகிறது. புதுப்புதுக் கண்டுபிடிப்பு களும் புது விளக்கங்களும் வருவது இயற்கை. எப்பவும் பச்சை விளக்கு எரியும் என்று சொல்வதற்கில்லை. இடைக்கிடை சிவப்பும் விழும்.

❖

ஆகச் சிறந்த பிழை

என்னுடைய பிரச்சினைகளுக்கெல்லாம் தொடக்கம் ஒரு பழமொழிதான். என்னுடைய ஐயாதான் இந்தப் பழமொழியைக் கண்டுபிடித்திருக்கவேண்டும். 'நாங்கள் காலையில் எழுவதை சூரியன் பார்க்கக் கூடாது. சூரியன் எழுவதை நாங்கள் பார்க்கவேண்டும்.' ஆகவே அதிகாலையிலேயே உருட்டி உருட்டி நாங்கள் எழுப்பிவிடப் படுவோம். சாதாரண நாளிலேயே இப்படி என்றால் பொங்கல் நாள் பற்றி நினைத்தும் பார்க்க முடியாது. சூரியன் பூமியின் மற்ற பக்கத்தில் நிற்கும்போதே நாங்கள் எழும்பியாகவேண்டும். புதுப்பானை, புது அடுப்பு, புதுநெல் என எல்லாமே முறைப்படி செய்யப்படும். சூரியன் உதயமாகும்போது கிழக்குப் பக்கமாக பால் பொங்கி வழிந்து பொங்கல் தயாராகும். இப்படி சிறுவயதில் ஆரம்பித்த பொங்கல் என்னுடன் பல நாடுகளுக்கும் பயணித்தது.

ஆப்பிரிக்கா என்னைப் பெரிய அளவுக்கு அலுப்பூட்டவில்லை. அங்கே வாழ்ந்த அத்தனை வருடங்களும் பொங்கல் கொண்டாடி னோம். அதிகாலையில் வீட்டின் வெளியே மூன்று கல்வைத்து புதுப்பானையில் கிழக்குப் பக்கமாகப் பால் பொங்கி வழிய பொங்கல் செய்தோம். ஆப்பிரிக்கச் சிறுவர் சிறுமியர் பள்ளிக்கு ஊத்தை கலர் சீருடை அணிந்து செல்லும்போது வழியில் தங்கள் வேலையை மறந்து எங்களைச் சூழ்ந்துகொள்வார்கள். இவர்களுக்காகவே நிறைய சர்க்கரைபோட்டு சமைத்த பொங்கலைக் கையிலே வாங்கிச் சுவைத்தபடி மறுகையில் புத்தகப்பையைச் சுழற்றிக்கொண்டு இருபது நிமிடம் லேட்டாகப் புறப்படுவார்கள். கூரான தோள்மூட்டுச் சிறுமி இரண்டு கைகளிலும் பொங்கல் வாங்கிக்கொண்டு வீட்டுக்கு ஓடுவாள். பொங்கல் முக்கியமா, பாடம் முக்கியமா என்பதில் அவளுக்கு ஒருவித சந்தேகமும் கிடையாது.

இந்தப் பத்து வருட காலமும் தவறாமல் ஒரு கிழவரும் வந்தார். பிளாஸ்டிக் போத்தலை நீளவாக்கில் பாதியாக வெட்டித் தயாரித்த செருப்பை அணிந்திருப்பார். ஆப்ரஹாம் லிங்கன் அணிவது போன்ற உயரமான தொப்பி. துக்கம் அனுட்டிப்பவர்போல கால் வரைக்கும் நீண்ட சாம்பல் நிற அங்கி. கல் உருளுவதுபோல நிறுத்தாமல் பேசுவார். என்னுடைய ஒரு வார்த்தைக்கு அவரிடமிருந்து பத்து வார்த்தைகள் விழும். பொங்கலைச் சுடச்சுட வாங்கி அப்படியே

வாயில் திணிப்பார். நீச்சல் துள்ளு பலகையில் துள்ளுவதுபோல நாலு தரம் துள்ளுவார். பின்பு மறைந்துவிடுவார். அடுத்த பொங்கலுக்குத்தான் மறுபடியும் அவரைக் காணமுடியும்.

பாகிஸ்தானில் பொங்கல் கொண்டாடியது வேறு அனுபவம். அங்கே பச்சை அரிசி, சர்க்கரை, கல்கண்டு, பயறு எல்லாம் தாராளமாகக் கிடைக்கும். கரும்பு அந்த நாட்டில் நிறைய விளைந்தது, எங்கே வாங்குவது என்பதுதான் தெரியாது. சந்தையில் போய் நின்று 'அப்துல்லா' என்று கத்தினால் போதும் நாலு பேர் ஓடிவருவார்கள். அவர்களிடம் சொன்னால் கரும்பு வீட்டுக்கு வந்துவிடும். ஆனால் பொங்கலை வெளிவாசலில் கொண்டாட முடியாது. கோலம்போட முடியாது. ஆகவே மொட்டைமாடி ஒன்றுதான் உங்கள் தேர்வு. அங்கே நேரே வரும் சூரியன் உங்களுக்கு மட்டும்தான். ஒரேயொரு சங்கடம்தான். துப்பாக்கிக் குண்டுகள் வழிதவறி மாடியில் வந்து விழுந்து ஒன்றிரண்டு பேர் இறக்கலாம். இதையெல்லாம் பார்த்தால் வருடத்துக்கு ஒருமுறை வரும் இனிப்புப் பொங்கல் கிடைக்குமா?

சூடானில் பொங்கல் இன்னும் சுவாரஸ்யமாக இருக்கும். பால் எங்கேயும் கிடைக்கும். ஆனால் நைல் நதி நீர் கிடைக்குமா? சூடானில் வெள்ளை நதியும் நீல நதியும் சந்தித்த பின்னர் முழு நைல் நதியாக உருவாகி எகிப்துக்குப் பயணம் செய்யும். சீசர் மயங்கிய பேரழகி கிளியோபட்ரா குளித்திருக்கக்கூடிய நைல் நீரில், உலகத்தின் அதிசயமான மிகப்பெரிய கீஸா பிரமிட்டைக் கட்டி எழுப்பிய சியோப்ஸ் மன்னர் கால் நனைத்திருக்கக்கூடிய அந்த நீரில் பொங்கியிருக்கிறோம். நைரோபியில் எழுத்தாளர் ஐஸக் டெனிஸன் வர்ணித்த ங்கொங் மலைக்கு முன்னாலும், ஒட்டகம் உலவும் சோமாலியாவின் பாலை நிலத்திலும்கூட பொங்கியிருக்கிறோம். சோமாலியாவில் மாட்டுப் பாலுக்குப் பதிலாக ஒட்டகப் பாலைச் சேர்க்கலாம் என்று மனைவியிடம் கெஞ்சியும் அது வாய்க்காதது பெரும் நட்டம் என்று இப்போது தோன்றுகிறது.

நான் பல வருடங்களுக்கு முன்னர் கனடா வந்து இறங்கிய போது எல்லாமே இங்கே வித்தியாசமாக இருக்கும் என எதிர்பார்த்தாலும் பொங்கல் பண்டிகை மாறக்கூடும் என நினைக்கவில்லை. கனடா பத்து மாகாணங்களும் 3 பிரதேசங்களும் கொண்டது. ஒரு மாகாணத்திலும் மூன்று பிரதேசங்களிலும் வாழும் மக்களின் சனத்தொகை 2,50,000. கனடாவில் வசிக்கும் தமிழர்களின் எண்ணிக்கை 3,00,000. அதாவது, தமிழர்களின் பலம் கனடாவில் ஒரு மாகாணத்துக்கும் மூன்று பிரதேசங்களுக்கும் சமமானது. தமிழ் ஈழம் கிடைக்கும்போது கிடைக்கட்டும். அதுவரைக்கும் இதுதான் என் நாடு. தமிழர்கள் சுதந்திரமாக உலவவும், மூச்சுவிடவும்,

இறக்கவும், இறந்தபின் அவர்கள் சமாதிகள் அழிக்கப்படாமல் பாதுகாக்கவும் உத்தரவாதமான நாடு.

நான் வாழ்வது கனடாவின் ஒன்ராறியோ மாகாணத்தில் மார்க்கம் என்ற நகரில். எங்கள் நகரசபையில் முதலாவது தமிழ் அங்கத்தவர் திரு லோகன் கணபதி. இவர் முயற்சியால் இனி வரும் எல்லா வருடங்களிலும் ஜனவரி 14ஆம் தேதி தமிழர் பாரம்பரிய நாள்/ புதுவருடம்/ தைப்பொங்கல் என நகரசபையால் பிரகடனப் படுத்தப்பட்டிருக்கிறது. பாராளுமன்ற உறுப்பினராகத் தெரிவு செய்யப்பட்டவர் செல்வி ராதிகா சிற்சபைஈசன். இவர்கள் இருவரும் கனடா தமிழர்கள் சார்பில் முதன்முதலாக தமிழர் பாரம்பரிய நாளை/ பொங்கலை/ புதுவருடத்தை 14 ஜனவரி 2012 அன்று ஆரம்பித்து வைத்தார்கள். இது இனிமேல் வருடாவருடம் தொடரும்.

ஆனால் நான் வந்து இறங்கிய வருடம் பொங்கலைக் கொண் டாடுவது அத்தனை சுலபமானதாக இருக்கவில்லை. பொங்கலுக்கு மனைவி பட்டியல் போட்டுத் தந்தால் அதை நான் எப்படியும் வாங்கிவரவேண்டும். ஒவ்வொரு சாமானும் ஒவ்வொரு திசையில் கிடைக்கும். பச்சையரிசி, பால், சர்க்கரை, பயறு, கரும்பு, முந்திரிப் பருப்பு, வாழை இலை என்று நீண்ட பட்டியல். வாழை இலைக்கு மாத்திரம் 15 மைல் தூரம் போகவேண்டி வந்தது. எப்படி எப்படியெல்லாம் போகக்கூடாது என்று நினைப்பேனோ அப்படி அப்படியெல்லாம் பிய்த்துக்கொண்டு காரை ஓட்டினால்தான் சமாளிக்கலாம். இருபது வருடம் வயதான சமையல் குறிப்பைப் பிரித்து வைத்து, படித்து சமையல் நடந்தது. முகத்தல், நிறுத்தல், பெய்தல், எண்ணல் என்ற நாலு வகை அளவுகளையும் அதிநுட்பமாகப் பயன்படுத்திய தயாரிப்பு. புதுப்பானை விளிம்பில் பால் மெள்ள அசைந்தது. மனைவி பானையைப் பார்த்து ஒரு சிரிப்புச் சிரித்தார்.

விறகு அடுப்பில் சமைக்கும்போது ஆசுவாசமாக முடிவுகள் எடுக்கலாம். ஆனால் கனடியன் டயரில் வாங்கிய சிறிய சமையல் எரிவாயு அடுப்பு வேகமாக வேலை செய்தது. எதிர்பாராத சமயத்தில் பால் பொங்கியது. கிழக்குப் பக்கமாக வழிந்தால்தான் சுபிட்சம். நிறைய பணம் சேரும். நாலு புது வங்கிக் கணக்குகள் திறக்கலாம். நான் வங்கிபற்றிச் சிந்தித்துக் கொண்டிருந்தபோது என் மனைவி 'எங்கே கிழக்கு? எங்கே கிழக்கு?' என்று கத்தினார். நான் அமைதியாக 'சூரியன் உதிக்கும் பக்கம் கிழக்கு' என்று கூறினேன். இப்பொழுது 'எங்கே சூரியன்? எங்கே சூரியன்?' என்று கூக்குரல் எழுப்பினார். கனடா போன்ற ஒரு தேசத்தில் கேட்கவேண்டிய ஒரு கேள்வியா? இங்கே சூரியன் எப்பொழுது வேண்டுமென்றாலும் வரும். எப்பொழுது வேண்டுமென்றாலும் போகும். சில சமயம் நீண்ட

நாட்கள் விடுப்பு எடுத்து மறைந்துவிடுவதும் உண்டு. வரும்போது கண்டுகொள்வதுதான்.

மனைவி அப்படிக் கத்தியபோது வெளியே இருண்டு பனிப் பொழிந்தவாறு இருந்தது. மழை பெய்வதுபோல, காற்று அடிப்பது போல பனிப் பொழியும்போது சத்தம் கிடையாது. ஒரே அமைதி. ஒரு பனித்துகள் போல இன்னொன்று இல்லை. ஆகாயத்திலிருந்து எல்லோருக்கும் மேல் வித்தியாசமில்லாமல் விழுந்தது. பனித்தரை இரண்டு அங்குலம், மூன்று அங்குலம் என வளர்ந்து பூமியை மேடு பள்ளம் இல்லாமல் மூடி சமதரை ஆக்கியது. நாடு இருப்பவர்கள், நாடு இல்லாதவர்கள், குடியுரிமை கிடைத்தவர்கள், கிடைக்காதவர்கள், செல்வந்தர்கள், ஏழைகள், படித்தவர்கள், படிக்காதவர்கள் எல்லோர் மேலும் சமமாக விழுந்தது. வெளியே பார்த்தபோது கனடா மறைந்துவிட்டது. ஒரே வெள்ளைப் பாலைவனம்.

மதியம் நெருங்கியபோது பொங்கல் உண்பதற்குத் தயாரானது. முந்திரிப்பருப்பு, ஏலக்காய், கிரான்பெர்ரி வற்றல் சேர்த்த பொங்கல் நல்ல வாசனையைப் பரப்பியது. அகப்பை பொங்கலோடு ஒட்டிக் கொண்டுவிட்டபடியினால் அதை லேசாகக் கிளப்ப முடியவில்லை. மனைவி அகப்பையைப் பார்த்தார். பிறகு பானையைப் பார்த்தார். பின்னர் நிலத்தைப் பார்த்தார். உரைசால் பத்தினி தரைமேல் செலுத்திய கண்களை நிமிர்த்தி என்னை உற்றுப் பார்த்தார். 'பெரிய புத்தகம் எல்லாம் எழுதிய உங்களுக்கு கிழக்குப் பக்கம் எங்கே என்று தெரியாதா?' அதற்கும் இதற்கும் என்ன சம்பந்தம்? நான் குற்றம் செய்த வீட்டு நாய்போலக் குனிந்து தரையைப் பார்த்து அமர்ந்திருந் தேன். அப்போதெல்லாம் ஐபோன் கிடையாது திசை பார்ப்பதற்கு. 15 மைல் தூரம் பயணம் செய்து வாங்கிவந்த தலை வாழையிலை சும்மா கிடந்தது. நான் அதில் பொங்கல் விழும் சத்தத்திற்காகக் காத்திருந்தேன். யாரோ ஈரத்துணியில் சூடான இஸ்திரிப்பெட்டியை அழுத்தியதுபோல 'உஸ்ஸ்ஸ்' என்ற பெரும் சத்தம் எழுந்தது. நிமிர்ந்து பார்த்தேன். அது மனைவியின் பெருமூச்சு. ஒருவாறு பலத்தைப் பிரயோகித்து பொங்கலைக் கிளப்பி தோள்மூட்டுகள் குலுங்கப் பரிமாறினார். பொங்கலைச் சுற்றி இலை கறுப்பாகி வந்தது. இருவரும் ஒருவர் முன் ஒருவர் உட்கார்ந்து கொண்டோம். நடுவில் பொங்கல் பானை. சிலந்தி வலையைத் தொடுவதுபோல மெதுவாக ஓரத்தில் தொட்டு உண்ண ஆரம்பித்தேன்.

அன்றைய நாள் முடியுமட்டும் கிழக்குப் பக்கம் வரவே இல்லை. வராது. நாங்கள் பொங்கியது மேற்குப் பக்கம் என்பதை, சில மாதங்கள் சென்று கண்டுபிடித்தோம்.

❖

சன்மானம்

கடந்த வாரம் ஒருநாள் நான் வழக்கம்போல கீழ் அறையில் அமர்ந்து படித்துக்கொண்டிருந்தேன். மனைவி மேலே தொலைக் காட்சி பார்த்துக்கொண்டிருந்தார். திடீரென்று மேலேயிருந்து சத்தம் வந்தது. அப்படிக் கத்தினால் இரண்டு காரணம்தான் இருக்கும். ஒன்று, சுடுதண்ணீர்ப் பானையைக் காலிலே போட்டு விட்டார். இரண்டு, 649 லொத்தரில் 10 மில்லியன் டொலர் விழுந்துவிட்டது. இரண்டையும் சமாளிக்கும் தைரியத்தை மனதில் உண்டாக்கிக்கொண்டே மேலே ஓடினேன். தொலைக்காட்சியில் பிரபல எழுத்தாளர் திரு வெங்கட் சாமிநாதனின் உருவம் தெரிந்தது. ஒரு நிகழ்ச்சியில் இவர் நிபுணராக அழைக்கப்பட்டு கருத்து சொல்லிக்கொண்டிருந்தார்.

என்னுடைய மனைவிக்கு வெங்கட் சாமிநாதன் என்றால் மிகப் பெரிய ஆதர்சம். அவருடைய ஒரு புத்தகத்தையும் படித்தது கிடையாது. இது வேறுவிதமான மரியாதை. ரொறொன்ரோவில் எங்கள் வீட்டுக்கு அவர் மூன்று தடவை வந்து மனைவி சமைத்த உணவை உண்டிருக்கிறார். புத்தகங்களை எப்படி வெ.சா கறாராக விமர்சிப்பாரோ அப்படியே கறாராக சாப்பிடும் உணவையும் விமர்சிப்பார். மூன்றாவது நாள் சாப்பிட்டபிறகு என் மனைவியின் ரசத்தைப் புகழ்ந்து தள்ளிவிட்டார். நான் அது சொதி என்று நினைத்திருந்தேன். அன்றிலிருந்து மனைவிக்கு அவரிடம் பெரு மதிப்பு ஏற்பட்டிருந்தது. தொலைக்காட்சியில் அவரைப் பார்த்து அப்படி அலறியதற்கு அதுதான் காரணம்.

நானும் தொலைக்காட்சியில் மீதி நிகழ்ச்சியையும் பார்த்து விட்டு வெ.சாவுக்கு அவரைப் பாராட்டி ஒரு கடிதம் எழுதினேன். அவருடைய பதில் மின்னஞ்சலில் மறுநாளே வந்தது. 'அவர்களாகவே அழைத்தார்கள். காரிலே வந்து கூட்டிப் போனார்கள். திரும்பவும் காரிலே வீட்டுக்கு அனுப்பிவைத்தார்கள். ஆனால் சன்மானம் ஒன்றுமே தரவில்லை.' நான் அவருக்கு ஆறுதல் சொல்லி பதில் எழுதினாலும் என் மனம் இதையே சிந்தித்தபடி இருந்தது. நான் 19ஆவது வயதில் எழுதத் தொடங்கினேன். 'எப்படியானாலும் பிரசுரமானால் போதும். சன்மானமே தேவையில்லை' என்றுதான் அந்தக் காலத்தில் நினைப்பு இருந்தது. தினகரனில் வெளிவந்த

அ. முத்துலிங்கம் ● 187

என்னுடைய சிறுகதைக்கு சன்மானமாகப் பத்து ரூபாவுக்குக் காசோலை வந்ததும் திகைத்துப்போய் நின்றது நினைவுக்கு வருகிறது. எத்தனை பெரிய காசு அது. அன்றிலிருந்து இன்றுவரை சிறுகதைகள், கட்டுரைகள், நாடகங்கள், நேர்காணல்கள், மொழிபெயர்ப்புகள், நாவல் என்று எழுதியாகிவிட்டது. சன்மானம் என்று பார்த்தால் ஒரு பத்து வீதம் எழுத்துக்குக்கூட அது கிடைத்தது என்று சொல்ல முடியாது. சமீபத்தில் என்னுடைய மகன் எழுதிய கட்டுரை ஆங்கிலப் பத்திரிகை ஒன்றில் பிரசுரமாகி அவனுக்கு சன்மானமாக ஒரு தொகை கிடைத்தது. எவ்வளவு என்று கேட்டேன். சொன்னான். நான் 19 வயதில் இருந்து இன்றுவரை எழுதி எனக்குக் கிடைத்த சன்மானத்தின் கூட்டுத்தொகையிலும் பார்க்க மகனுக்கு ஒரு கட்டுரையில் கிடைத்த பணம் அதிகமாக இருந்தது.

நியூ யோர்க்கர் பத்திரிகையில் சிறுகதை எழுதுபவருக்கு 5000 டொலர் கிடைக்கும். ஓர் எழுத்தாளருக்கு அது எத்தனை பெரிய சன்மானம். அதே சமயம் ஆங்கில சிறுபத்திரிகைகள் ஒவ்வொரு எழுத்தாளருக்கும் சன்மானம் வழங்குகிறது. ஆனால் அது நியூ யோர்க்கர் போலப் பெரிதாக இருக்காது. பத்திரிகையின் நிதி நிலைமைக்குத் தக்கமாதிரி சன்மானம் அமைந்திருக்கும். ஆனால் இலவசமாக ஒரு படைப்பை எழுத்தாளரிடம் இருந்து பெறும் முறை கிடையாது. தமிழில் இது எப்படியோ வழக்கமாகிவிட்டது. மரவேலை செய்பவருக்குக் கூலி கிடைக்கிறது; வண்ணம் பூசுபவருக்குப் பணம் கிடைக்கிறது, ரோட்டு வேலைக்காரருக்குக்கூட சம்பளம் என்று ஒன்று கொடுக்கிறார்கள். ஆனால் எழுத்தாளர் மட்டும் இலவசமாக எழுதித் தரவேண்டும் என்று எதிர்பார்ப்பது தொடர்கிறது.

சில காலத்துக்கு முன்னர் ஓர் ஓவியர் எனக்கு அறிமுகமானார். என்னுடைய சிறுகதைகளை தான் படித்திருப்பதாகக் கூறினார். எப்படி, எங்கே படித்தீர்கள் என்று ஆவலோடு கேட்டு மகிழ்ச்சிப் படுவதற்குத் தயாரானேன். அவர் பதில் சொல்லாமல் 'ஏன் உங்களுக்குத் தெரியாதா? உங்கள் சிறுகதைகளுக்கு ஓவியம் வரைந்திருக்கிறேன்.' என்றார். 'அப்படியா? உங்கள் படங்களுக்கு சன்மானம் கிடைத்ததா?' என்று கேட்டேன். அவர் இல்லை என்று சொல்வார், அவருடன் சேர்ந்து துக்கம் கொண்டாடலாம் என நினைத்தேன். அவர் கிடைக்கிறதே என்று சொன்னதுடன் எவ்வளவு என்றும் சொன்னார். என்னுடைய எந்தச் சிறுகதைக்கும் அப்படியொரு தொகை கிடைத்ததில்லை. எனக்குப் பெரும் அதிர்ச்சியாகிவிட்டது. எழுதுவதை விட்டுவிட்டு இனிமேல் படம் வரைய ஆரம்பித்தால் என்னவென்று என்னைத் தீவிரமாக யோசிக்க வைத்தது.

இங்கிலாந்தில் 1812ஆம் வருடம் சார்ல்ஸ் டிக்கின்ஸ் பிறந்த போது ஆங்கிலத்தில் 66 நாவல்களே இருந்தன. அந்தக் காலத்தில் நாவல்கள் எழுதுவது மரியாதையான தொழிலாகப் பார்க்கப்பட வில்லை. சார்ல்ஸ் டிக்கின்ஸ் 1870இல் இறந்தபோது நாவல் இலக்கியத்தைப் பற்றிய உலகப் பார்வை மாறிவிட்டது. நாவலைத் தொடராக எழுதிப் பிரபலமாக்கியது சார்ல்ஸ் டிக்கின்ஸ்தான். அவருடைய மூளையில்தான் அவர் எழுதும் கதைகளுக்கு சித்திரம் வரைந்து பிரசுரித்தால் வாசகர்களிடம் நல்ல வரவேற்பு கிடைக்கும் என்று தோன்றியது. அந்தக் காலத்தில் நல்ல சித்திரங்கள் வரைபவர் என்று பெயரெடுத்த Samuel Luke Fildes என்பவரை அணுகி தன்னுடைய கதைகளுக்கு சித்திரம் வரையக் கேட்டுக் கொண்டார். இருவரும் கலந்தாலோசித்து எப்படி சித்திரங்கள் அமையவேண்டும் என்பதை முடிவு செய்வார்கள். அப்படியே கதையுடன் சித்திரமும் வெளிவரும். ஒலிவர் ட்விஸ்ட் நாவலுக்குச் சித்திரம் வரைந்தது George Cruikshank என்பவர். சார்ல்ஸ் டிக்கின்ஸ் இறந்தபிறகு தான்தான் ஒலிவர் ட்விஸ்ட் நாவலுக்குக் கரு கொடுத்து எழுதவைத்தவர் என்று அவர் அதற்கு உரிமை கோரினார் என்பது வேறு விசயம்.

இப்படி ஆரம்பித்துத்தான் சிறுகதைகளுக்குப் படம் வரையும் மரபு ஏற்பட்டது. அந்த மரபு இன்றும் தமிழ்ப் பத்திரிகைகளில் தொடர்கிறது. ஒருமுறை பத்திரிகாசிரியரிடம் பேசியபோது 'ஏன் சிறுகதைகளுக்குப் படம் போடுகிறீர்கள்?' என்று கேட்டேன். அவர் கையிலிருந்த செல்பேசியால் பல்லைத் தட்டிக்கொண்டு சொன்னார் 'படங்களைப் பார்த்து வாசகர்கள் ஈர்க்கப்பட்டு சிறுகதைகளைப் படிக்கிறார்கள்' என்று. ஒரு படத்தைப் பார்த்து வாசகர்களைக் கவரும் விதமாகத்தான் தற்போதைய சிறுகதைகள் இருக்கின்றன போலும் என்று நினைத்துக்கொண்டேன். இதனிலும் கீழாக சிறுகதை ஆசிரியர்களைச் சிறுமைப்படுத்த முடியாது.

நான் ஒரு சிறுகதை எழுதி அது பத்திரிகையில் பிரசுரமானால் அதன் தலைப்பைப் பார்த்துவிட்டு என் சிறுகதையைப் படிக்க ஆரம்பிக்கலாம். அல்லது என்னுடைய பெயரைத் தெரிந்துகொண்டு சிறுகதைக்குள் நுழையலாம். அல்லது சிறுகதையின் முதல் பத்து வசனங்களைப் படித்துவிட்டு அந்தச் சிறுகதையைப் படிப்பதா விடுவதா என்பதைத் தீர்மானிக்கலாம். ஒரு படத்தைப் பார்த்துச் சிறுகதையை வாசிக்க முடிவெடுப்பது என்பது ஓர் எழுத்தாளருக்கு எத்தனை அவமானம். அதிலும் பார்க்கக்கூடிய அவமானம் சித்திரம் வரைந்தவருக்கு சன்மானம் கொடுத்து எழுத்தாளரைக் கவனிக்காமல் இருப்பது.

ஒருமுறை என்னுடைய கதை ஒன்றுக்குச் சித்திரம் வரைந் திருந்தார்கள். அதிலே ஒரு பெண் உட்கார்ந்து தலையிலே சீப்பை வைத்து சீவிக்கொண்டிருந்தார். அந்தக் கதையில் எந்த இடத்திலும் ஒரு பெண் தலை முடி சீவவில்லை. ஒருவேளை கதை ஆரம்பிக்க முன்னர் சீவியிருப்பார் அல்லது முடிந்த பின்னர் சீவியிருப்பார். இந்தப் பெண்ணுக்கும் சிறுகதைக்கும் என்ன சம்பந்தம்? வேறு ஏதோ சிறுகதைக்குக் கீறிய படம் என்னுடைய சிறுகதைக்குத் தவறாக வந்திருக்கலாம். அல்லது பொதுவான சில சித்திரங்களை வரைந்து வைத்து அவ்வப்போது அவற்றைப் பயன்படுத்துகிறார்களோ தெரியவில்லை. ஒரு வாசகர் படத்தைப் பார்த்துவிட்டுச் சிறுகதையைப் படிக்காமல் போவதையும் நான் கவனித்திருக்கிறேன். இந்த நிலையில் ஒரு சிறுகதைக்குப் படம் போடுவதில் பெரிய பயன் எதுவும் இருப்பதாக எனக்குப் படவில்லை.

சங்க நூல்களில் என்னை மிகவும் ஆச்சரியப்படுத்தியது ஆற்றுப்படை இலக்கியம்தான். உலகத்தில் வேறு எந்த இலக்கியத் திலாவது இப்படியான படைப்புகள் இருக்கின்றனவா என்று விசாரித்ததில் இல்லையென்றே சொல்கிறார்கள். ஒரு பாணன் அரசனைத் தேடி வருகிறான். பாடிப் பரிசு பெற்றுத் திரும்பும்போது இன்னொரு பாணனைப் பார்க்கிறான். அவனை அவன் ஆற்றுப்படுத்துகிறான். இன்னமாதிரி ஓர் ஊரில் இன்னமாதிரி ஓர் அரசன் இருக்கிறான். அவனிடம் பாடிப் பரிசு பெற்றுக்கொண்டு நான் திரும்புகிறேன். நீயும் அவ்வாறே போய் பாடிப் பரிசு பெறலாம் என்று அவனுக்கு எப்படி அந்த ஊருக்குப் போவது என்று வழி சொல்கிறான். அந்தக் காலத்தில் வரைபடமோ, திசைப்பலகைகளோ, GPS-ஓ கிடையாது. இப்படி யாராவது வழி சொன்னால்தான் உண்டு. இந்தப் புலவர் போய்ப் பாடிப் பரிசு பெறுவார். பின்னர் அவர் திரும்பும்போது இன்னொரு புலவருக்குச் சொல்வார். அவர் போய்ப் பாடிப் பரிசு பெறுவார். எறும்புகள் உணவு கண்டதும் ஒன்றுக்கு ஒன்று செய்தி பரிமாறி எல்லா எறும்புகளும் அந்தத் திசையில் படை எடுப்பதுபோல புலவர்களும் புறப்படுவர்.

இதிலே ஒரு ரகஸ்யம் இருக்கிறது. அனைத்து அரசர்களும் தேரும் யானையும் பொன்னும் மணியும் கொடுத்து, புலவர்களை வழியனுப்புவதில்லை. புறநானூற்றில் ஓர் அருமையான பாடல் உள்ளது. பெருங்குன்றூர் கிழார் வயிறு எரிந்து பாடியது. ஒன்றும் இல்லை என்று அரசன் சொன்னால் புலவர் திரும்பியிருப்பார். அப்படிச் சொல்லவில்லை. பரிசு வருகிறது வருகிறது என்று நம்பிக்கையூட்டியதில், புலவர் பல நாள் வாசலில் நின்று களைத்து

வெறுங்கையோடு வீடு திரும்புகிறார். 'நீ பெரிய வள்ளல் என்று நினைத்து உன்னிடம் வந்தேன். தருவாய் தருவாய் என நினைத்துக் காத்திருந்தேன். வீட்டிலே ஒன்றுமில்லை. பசியோடு மனைவியும் என் குழந்தையும் காத்திருக்கிறார்கள். நான் திரும்புகிறேன். நீ வாழ்க.' ஈயாத பல அரசர்கள் இருந்ததால் ஓர் அரசன் தந்தவுடன் புலவர்கள் அவனை ஒருவருக்கொருவர் அடையாளம் காட்டுவது அவசியமாகிறது. அவர்களும் போய்ப் பாடிப் பரிசு பெறுகிறார்கள். இந்தக் காலத்தைப் போல அந்தக் காலத்திலும் சன்மானம் கொடுக்காமல் அலைக்கழித்த அரசர்கள் பலர் இருந்தார்கள்.

ஆங்கிலத்தில், சார்ல்ஸ் டிக்கின்ஸ் காலத்தில், ஒரு புத்தகத் துக்கு இவ்வளவு என்று பதிப்பாளர் முன்கூட்டியே பணம் கொடுத்துவிடுவார். புத்தகங்கள் வெளியிட்டுக் காசு பார்ப்பது சிரமமான காரியம். ஆனால் சார்ல்ஸ் டிக்கின்ஸ் ஆரம்பத்தில் இருந்தே எழுத்துக்கு சன்மானம் வாங்கும் விசயத்தில் எச்சரிக்கையாக நடந்துகொண்டார். அவரிடம் அப்போதெல்லாம் பணம் இல்லை. அவர் Pickwick நாவலை பத்திரிகையில் தொடராக ஒவ்வொரு மாதமும் ஒன்றரைப் பக்கம் எழுதினார். அதற்கு 15 கினிக்கள் சன்மானம் என்பது ஒப்பந்தம். தொடக்கத்தில் திருமணம் செய்துகொள்வதற்குப் பணம் தேவைப்பட்டதால் இரண்டு மாத சன்மானத்தை முன்பணமாகப் பெற்றுக்கொண்டார். இப்படி பணக்கஷ்டத்தில் ஆரம்பித்த அவர் வாழ்க்கையில் போகப்போக செல்வம் கொட்ட ஆரம்பித்தது. ஒவ்வொரு எழுத்துக்கும் கறாராக பணம் அறவிடத் தயங்கவில்லை. ஓர் ஆங்கில எழுத்தாளர் வாழும்போதே அத்தனை பணக்காரர் ஆனதில்லை. இறந்தபோது அவரது சொத்து மதிப்பு 93,000 பவுண்டுகள். இன்றைய மதிப்பில் 10 மில்லியன் டொலர்கள்.

இப்படித் தமிழில் எழுதிப் பணம் சம்பாதித்தவர்கள் யாருமில்லை. பாரதியும் புதுமைப்பித்தனும் அனுபவித்த வறுமை எல்லோருக்கும் தெரியும். கடந்த 50 வருடங்களில் ஒருசிலர் தமிழில் எழுத்துக்கு நல்ல ஊதியம் பெறும் நிலை வந்திருக்கிறது. ஆனால் அது விதிவிலக்கு. அவர்கள் அடுத்தவரை ஆற்றுப்படுத்தவில்லை. பெரும்பாலான எழுத்தாளர்கள் மதிக்கப்படவில்லை என்பதுதான் உண்மை. அவர்களுக்குத் தகுந்த சன்மானமும் கிடைக்கவில்லை. சங்ககாலப் புலவர் போல பலருக்கு வாசலில் நின்று வெறுங்கை யோடு திரும்பிப் போகும் அவலம்தான் இன்றைக்கும்.

எழுத்தாளர் வெ.சா ஒரு நிபுணராக தொலைக்காட்சியில் பங்கேற்று ஐந்து நிமிடம் பேசியிருக்கிறார். இந்தத் தொலைக்காட்சி நிறுவனம் 10 செக்கண்ட் விளம்பரத்துக்கு 30,000 ரூபாய்

அறவிடுகிறது என்று சொல்கிறார்கள். அப்படியானால் வெ.சாவின் 5 நிமிடத்துக்கு அவர்கள் ஊதியமாகத் தரவேண்டிய தொகை ரூபாய் 9,00,000. இதை அவர்கள் தரப்போகிறார்களா?

'உங்களால் எங்களுக்கு 5 நிமிடம் வீணாகிவிட்டது. அந்த நேரத்துக்கு நாங்கள் விளம்பரமாக ரூபாய் 9,00,000 சம்பாதித்திருப் போம், அது நட்டமாகிவிட்டது. அதை நீங்கள் தரவேண்டும்' என்று நிறுவனத்தினர் பெருந்தன்மையுடன் வெ.சாவிடம் கேட் காமல் இருப்பதற்கு மகிழவேண்டும்.

இரண்டு நாள் நண்பர்

இன்று காலை ஒரு மின்னஞ்சல் வந்தது. நண்பர் ரிஸ்டோ ஸெலேகெவிக் இறந்துவிட்டார். இரண்டு தடவை மட்டுமே சந்தித்த ஒருவர், ஆனால் அவரை மறக்க முடியவில்லை. குவைத்தில் லாரி அடித்து அந்த இடத்திலேயே மரணமாகிவிட்டார் என்று செய்தி சொன்னது.

முதல் தரம் ஒரு மதிய உணவின்போது ரொறொன்ரோவில் அவரைச் சந்தித்தேன். ஐ.நா சபையின் ஒரு பிரிவில் நீண்ட காலம் வேலை செய்து ஓய்வு பெற்றவர். வயது எண்பதுக்கு மேலே இருக்கும். அழகான வெள்ளை மடிப்புக் கலையாத கோட்சூட்டில் அலங்காரமாக, இரண்டு கைகளையும் முழங்கால்களில் வைத்து நாற்காலியில் அமர்ந்திருந்தார். அவருடைய சப்பாத்தும் வெள்ளை நிறம். தன்னுடைய முழுப்பெயரையும் சொல்லி அறிமுகப்படுத்தினார். திருப்பிச் சொல்லமுடியாத சங்கடமான பெயர். என்னுடைய பெயரைச் சொன்னேன். என்னுடைய நாடு என்னவென்று கேட்ட போது அதையும் சொன்னேன். அவருடைய நாடு என்ன என்று கேட்பதாக நினைத்து உங்கள் தாய்மொழி என்னவென்று கேட்டேன். அப்பொழுதுதான் அதிர்ச்சி ஏற்பட்டது. மாசிடோனியன் என்றார். நீங்கள்தான் நான் சந்திக்கும் முதல் மாசிடோனியன் என்று உணர்ச்சிவசப்பட்டு மறுபடியும் கைகுலுக்கினேன். என்னுடைய பரபரப்பைப் பார்த்த அவர் முகத்தில் பயக்களை தோன்றியது. தன்னைச் சுருக்கிக்கொண்டார். பின்னுக்கு ஒருமுறை திரும்பிப் பார்த்து ரகஸ்யமான குரலில் சொன்னார் 'பலர் நினைக்கிறார்கள், மாசிடோனியன் மொழி அழிந்துவிட்டது என்று. கிரேக்கர்கள் எவ்வளவு முயன்றும் அதை அழிக்க முடியவில்லை. இன்னமும் இயங்குகிறது' என்றார்.

சிறிய நாடான மாசிடோனியா அரசனுக்கும் கிரேக்க அழகி ஒலிம்பியாவுக்கும் பிறந்தவன் அலெக்சாந்தர். கிரேக்கரான அரிஸ்டோட்டல் அவனுடைய குரு. இளவயதில் ஆட்சிக்கு வந்து 33 வயதிலேயே இறந்துபோனாலும் உலகத்தில் பாதியைப் பிடித்துத் தன் அதிகாரத்தின் கீழ் கொண்டுவந்திருந்தான். இதுவெல்லாம் நான் ஏற்கனவே படித்தது. நான் படிக்காத ஒன்றை ரிஸ்டோவிடம் கேட்டேன். 'அலெக்சாந்தர் என்ன மொழி பேசினான்?' அவர்

அ. முத்துலிங்கம் ● 193

சொன்னார் 'அப்பொழுதெல்லாம் கிரேக்கம் உலக மொழி. மாசிடோனியன் சிறிய மொழி. தன் நாட்டுப் படைவீரர்களுடன் மட்டும் அலெக்சாந்தர் மாசிடோனியன் பேசினான். உலகத்தோடு பரிமாறிய மொழி கிரேக்கம்' என்றார்.

மாசிடோனியா மிகச் சிறிய நாடு. யூகொஸ்லேவியா உடைந்தபோது 1991இல் சுதந்திரம் பெற்றுத் தனிநாடாக ஆகியது. அங்கே ஒன்றரை மில்லியன் மக்கள் மாசிடோனியன் பேசுகிறார்கள். 'அலெக்சாந்தர் பேசியது உங்களுடைய மொழி. இப்பொழுது நாடும் கிடைத்துவிட்டது. நீங்கள் அதிர்ஷ்டக்காரர்கள்' என்றேன். அவருடைய வெள்ளை முகம் சூரிய வெளிச்சத்தில் சிவப்பாக மாறிக்கொண்டு வந்தது. 'ஆனால் பகை உண்டு. எங்கள் மொழி வளர்வது கிரேக்கர்களுக்குப் பிடிக்கவில்லை' என்றார். அலெக்சாந்தர் இருபது வயதில் அரசனானதும் முதலில் படையெடுத்தது கிரேக்க நாட்டின்மீதுதான். அந்தப் போரில் 6000 கிரேக்க வீரர்கள் கொல்லப்பட்டார்கள். 30,000 பேர் அடிமைகளாக்கப்பட்டார்கள். இது நடந்தது 2300 வருடங்களுக்கு முன்னர், ஆனால் கிரேக்கர்கள் அதை இன்றுவரை மறக்கவில்லை. மாசிடோனியன் பெயர்களை எல்லாம் ஒரு காலத்தில் கிரேக்கப் பெயர்களாக மாற்றினார்கள். மாசிடோனிய மொழி பேசுவதைக்கூட சட்ட விரோதமான காரியமாகப் பார்த்தார்கள்.

'மாசிடோனியன் எழுத்தை வாசிப்பீர்களா?' என்று கேட்டேன். அவர் ஒன்றுமே பேசவில்லை. வெள்ளையான அவர் முகம் கறுப்பானது. என்னுடைய முகவரியைக் கேட்டு ஒரு துண்டுப் பேப்பரில் எழுதிவைத்துக்கொண்டு விடைபெற்றார். சிலநாட்கள் கழித்து எனக்கு ரிஸ்டோவிடமிருந்து ஒரு கடிதம் வந்தது. ரொறொன்ரோவில் வெளிவரும் மாசிடோனியன் வார இதழை எனக்கு அனுப்பியிருந்தார். ஒரு சின்னக் குறிப்பும் இருந்தது. 'இதுதான் மாசிடோனியன் மொழி. இதை வாசிப்பவர்களும் இதில் எழுதுபவர்களும் இங்கே இருக்கிறார்கள்.'

இரண்டாவது சந்திப்பின்போதும் அதே மாதிரி அழகான வெள்ளை கோட்சூட்டில், முழங்கால்களில் கைகளை வைத்துக் கொண்டு உட்கார்ந்திருந்தார். அவருடைய நண்பர் சொன்னார், அவர் எப்போதுமே அப்படித்தான் உடை உடுப்பார் என்று. பரவசத்தோடு என் கைகளைப் பிடித்துக் குலுக்கினார். அளவற்ற சந்தோசத்தில் இருந்தார். தன்னுடைய மகன் தன்னை அழைத்திருப்ப தாகவும் அவரைப் பார்க்க குவைத்துக்குப் போகத் திட்டமிடுவதாகவும் சொன்னார். 'உங்களுக்கு யாரும் மாசிடோனியாவில் இல்லையா?' என்றேன். உடனேயே அவர் முகத்தில் இறுக்கம் தெரிந்தது.

எதையோ கண்டு மிரண்டதுபோல ஒருமுறை பின்னால் திரும்பிப் பார்த்தார். 'நான் குவைத்தில் என்னுடைய மகனைப் பார்த்துவிட்டு கனடாவுக்குத் திரும்பும் வழியில் மாசிடோனியாவுக்கு முதல்முறையாகப் போகப்போகிறேன். அங்கே மாசிடோனியன் மொழியில் உரையாடுவேன். இறப்பதற்கு முன்னர் என் சொந்த நாட்டை ஒருமுறையாவது பார்த்துவிடுவேன்' என்றார்.

இப்பொழுது மின் கடிதம் வந்திருக்கிறது. குவைத்தில் மகனுடன் சில நாட்களைக் கழிக்கப் போயிருந்தார். வழக்கம்போல காலை நடைபயில வெளியே புறப்பட்டுப் போனபோது ஒரு லாரி வந்து அடித்து அந்த இடத்திலேயே குப்புற விழுந்து மரணமானார்.

நண்பா, ஒரு முறை திரும்பிப் பார்த்திருக்கலாமே!

❖

ஆற்றுக்குச் சொந்தக்காரர்

ஆற்றின் சொந்தக்காரரை ஒருமுறை சந்தித்தேன். சில வாரங்களுக்கு முன்னர் அமெரிக்கா சென்றபோது அது நடந்தது. ‘என்னிடம் ஓர் ஆறு உள்ளது. நான் காட்டுகிறேன்’ என்றார். ‘என்னிடம் ஒரு புகழ்பெற்ற ஓவியம் இருக்கிறது. அதை நான் காட்டுகிறேன். பெஞ்சமின் ஃபிராங்க்ளின் காலத்து ஒருசதம் அமெரிக்கத் தபால் தலை இருக்கிறது. உங்களுக்குக் காட்டுகிறேன்’ என்று சொல்வதுபோல ஆற்றைக் காட்டுவதாகச் சொன்னார். அது ஒரு சாதனை என்றே என்னை நினைக்கச் செய்தார். ஆனால் முக்கியமான சங்கதி என்னவென்றால் அதைச் சொன்னவர் ஒரு பிரபல எழுத்தாளர்.

எழுத்தாளர்களைத் தேடிச் சென்று சந்திப்பது எனக்குப் பிடிக்கும். அதுவும் அவர்கள் வீட்டில், எழுத்துச் சூழலில் சந்திக்கும் வாய்ப்பு என்றால் நான் தவறவிடவே மாட்டேன். என் வாழ்நாளில் இப்படி நான் ஒரு தமிழ் எழுத்தாளரைக்கூடச் சந்தித்தது கிடையாது. அவர்களை வீட்டுக்கு வெளியிலோ அல்லது கூட்டத்திலோ சந்தித்ததுண்டு. அப்படியிருக்க இந்தச் சந்தர்ப்பம் என்னைத் தேடி வந்திருந்தது. ஆற்றைப் பார்க்கலாம். அவர் வீட்டைப் பார்க்கலாம். எழுத்து அறையைப் பார்க்கலாம். ஆர்வமாகத்தானிருந்தது.

பல எழுத்தாளர்களுக்கு வாசகர்களுடைய தொந்தரவு பிடிப்பதில்லை. புதுமைப்பித்தன். அருங்காட்சியகத்தில் இருக்கும் ஒரு பொருள்போல விநோதமாகத் தன்னைப் பார்க்கவேண்டாம் என்றிருக்கிறார். அசோகமித்திரன் சமீபத்தில் ஒரு நேர்காணலில் சும்மா வந்து பார்க்கும் வாசகர்களைத் தனக்குப் பிடிக்காது என்று சொல்லியிருக்கிறார். படைப்பாளி வாசகரை நேரில் சந்திப்பது பல சமயங்களில் படைப்பைத் தெரிந்துகொள்ளத் தடையாக இருப்பதுண்டு என சுராவே ஓர் இடத்தில் கூறியிருக்கிறார். ஐரிஷ் நாவலாசிரியர் ஜான் பான்வில்லின் The Sea நாவலை ஜி.குப்புசாமி தமிழில் மொழிபெயர்த்தார். அவர் டப்ளினுக்குப் போயிருந்தபோது ஜான் பான்வில்லைச் சந்திக்க எவ்வளவோ முயன்றும் முடியவில்லை. தன் அந்தரங்கத்திற்குள் மற்றவர்கள் நுழைவதை ஜான் பான்வில் அனுமதிப்பதில்லை என்பது ஜி.குப்புசாமிக்குப் பின்னர்தான் தெரியவந்தது.

ஆற்றின் சொந்தக்காரரான எழுத்தாளருக்கும் அவரை யாராவது தேடிப்போனால் பிடிக்காது. அதைப் பல நேர்காணல்களில் அவரே சொல்லியிருக்கிறார். நான் அவர் வீட்டுக்குப் போன சமயம் இலையுதிர் காலத்தின் ஆரம்பம். சாம்பல் நிற ஜீன்சும், முற்றிலும் சாம்பல் நிறத்துக்கு மாறாத சேர்ட்டும் அணிந்திருந்தார். முகத்திலே வெளிச்சத்தில் கறுப்பாக மாறும் கண்ணாடி. வாசலிலே இரண்டு குதிரைகள் நின்றன. சிலைகள் அல்ல, மூச்சுவிடும் நிஜக் குதிரைகள். முதலில் எனக்கு ஆற்றைக் காட்டினார். நகரத்தில் இருந்து 100 மைல் தூரத்தில் அவருடைய வீடு 2-3 ஏக்கர் நிலப்பரப்பில் இருந்தது. ஒரு பண்ணை வீடு அப்படித்தான் இருக்கும் என நினைக்கிறேன். அவருக்குச் சொந்தமான நிலப்பகுதிக்குள் ஆறு நுழைந்து மறுபடியும் வெளியேறியது. அந்த ஆற்றைத்தான் அவருக்குச் சொந்தமானது என்று கூறினார்.

'எப்படி உங்களுக்கு ஆறு சொந்தமாகமுடியும்?' என்று கேட்டேன். ஆற்றிலே ஒருவர் படகிலே போவதை இவர் தடுக்க முடியாது. ஆனால் அதன் கரையில் நின்று ஒருவர் மீன் பிடிக்க முடியாது. இவர் மட்டும்தான் அதைச் செய்யலாம். ஆகவே ஆறு இவருக்குச் சொந்தம். ஆறு ஓர் இடத்தில் உருண்டைக் கற்களுக்கு மேல் ஓடியபோது ஆற்றின் சத்தம் சங்கீதம் போல இனிமையாக மாறியது சும்மா ஆற்றோடு நீந்திக்கொண்டு போன மீன்கள் திடீரென்று குதித்து எழுந்து விழுந்தன. எதற்காக அப்படிச் செய்கின்றன? அளவு கடந்த மகிழ்ச்சியா? விளையாட்டா? அல்லது உயிரியலாளர்கள் சொல்வதுபோல நீர்ப் பேன்களை உதறிவிடவா? மீன்கள் துள்ளி விழுந்தபோது 'கிளக் கிளக்' என்ற சத்தம் எழுந்துகொண்டே இருந்தது. 'நீங்கள் ஆற்றிலே மீன் பிடிப்பதுண்டா?' என்று கேட்டேன். 'சமைப்பதற்கு ஆயத்தப்படுத்திவிட்டு ஐந்து நிமிடம் உட்கார்ந்து தூண்டிலைப் போட்டால் ஒரு மீன் பிடித்துவிட முடியும். அன்று அதுதான் உணவு. ஆனால் நான் அடிக்கடி அப்படிச் செய்வதில்லை. சமைத்து உண்ணும் மீனின் ருசியைவிட அது துள்ளி விழும் காட்சியைப் பார்ப்பதில் கிடைக்கும் மகிழ்ச்சி அதிகம். அத்துடன் என் வீட்டில் ஓடும் ஆற்றில் மீன் பிடிப்பது வீட்டுக்கு வந்த விருந்தாளியைப் பிடிப்பதுபோல, மனதுக்கு என்னவோ போல இருக்கும்.' 'பனிக்காலம் எப்படியிருக்கும்?' 'ஆறு உறைந்துவிடும். இந்தக் கரையில் இருந்து மற்ற கரைக்கு நடந்துபோகலாம். அந்தப் பக்கம் காடு இருக்கிறது. ஆறு உறைந்தாலும் அடியிலே தண்ணீர் ஓடிக்கொண்டுதான் இருக்கும். மீன்கள் எப்படியோ அடியிலே வாழும். என்ன ஒன்று, இப்பொழுது செய்வதுபோல அவைகளினால் துள்ளி விளையாட முடியாது.'

அவர் வீட்டுக் குதிரைகளுக்கு ஒரு லாயமும் இருந்தது. ஒரு குதிரை கறுப்பு, மற்றது கபில நிறம். அவருடைய மனைவி தினம் சவாரி போவது கபில நிறக் குதிரையில்தான். குதிரையைப் பராமரிப்பது மனைவிதான். அவர்தானே அதில் சவாரி போகிறார். 'குதிரைப் பராமரிப்பு நிறைய நேரத்தை எடுக்குமே? எப்படிச் சமாளிக்கிறீர்கள்?' என்று அவர் மனைவியிடமே கேட்டேன். அவர் ஒரு சிறப்புக் கலைஞர். நாளுக்குக் குதிரைகளுடன் இரண்டு மணி நேரம் செலவிடுகிறார். அவர் குதிரைமேல் தினம் சவாரி செய்வது 45 நிமிடம்தான். அவருக்குக் குதிரைச் சவாரியில் அத்தனை விருப்பம். நான் நினைத்துப் பார்த்தேன். ஒரு காரை தினம் இரண்டு மணி நேரம் பராமரிக்க வேண்டும். ஆனால் நீங்கள் அதில் நாளுக்கு 45 நிமிடம் மட்டுமே பயணிக்கலாம். இப்படிச் சொன்னால் இன்று யாராவது கார் வைத்திருப்பார்களா?

எழுத்தாளர் 'ஒருநாள் எங்கள் வீட்டுக்கு மிங்க் மிருகம் வந்திருந்தது' என்றார். மிங்க் என்பது அமெரிக்காவில் அழிந்து வரும் மிருகம். அதன் தோலுக்காக அந்த மிருகம் மனிதர்களால் நிறைய வேட்டையாடப்படுகிறது. மிங்கின் தோல் ஆடைகள் விலை உயர்ந்தவை. 100 மிங்கைக் கொன்றால் ஒரு நல்ல தோல் ஆடை செய்யலாம். அதன் மதிப்பு 20,000 டொலர்கள். 'நீங்கள் மிங்கை நேரில் பார்த்தீர்களா?' என்றேன். 'இல்லை, அது பனிக்காலத்தில் வந்து போகும். மற்ற மிருகங்கள்போல நீள்தூக்கத்தில் ஆழ்வதில்லை. ஆனால் மூளை குறைந்த மிருகம். அது விட்டுப்போன பாதச் சுவடுகளில் இருந்து அது மிங்க் மிருகம் என்று புலப்பட்டது. வேலியில் இருந்த சின்ன துவாரம் அதற்குப் போதும். முதல் ஒரு கோழியைக் கொன்றது. ஓட்டை வழியாக அதை இழுத்துச் செல்ல முயன்று முடியாமல் கீழே போட்டது. மறுபடியும் இன்னொரு கோழியைக் கொன்றது. அதையும் இழுத்துச் செல்லமுடியவில்லை. அடுத்த நாள் காலை மூன்று கோழிகள் செத்துப்போய்க் கிடந்தன.'

விடைபெறும் நேரம் நெருங்கியது. 'நீங்கள் எழுதிய நாவலுக்கு என்ன நடந்தது? ஏற்றுக்கொண்டார்களா?' என்றேன். ஒரு வருடத்திற்கு முன்பு இந்த எழுத்தாளர் தன்னுடைய நாவலை முடித்து லிட்டில் பிரவுன் பதிப்பகத்துக்கு அனுப்பியிருந்தார். இந்தப் பதிப்பகத்தைப் பற்றிச் சொல்லத் தேவையில்லை. 150 வருடங்களுக்கு மேலாக இயங்கும் புகழ் பெற்ற பதிப்பகம். ஜே.கே. ரோலிங்ஸ் பெரியவர்களுக்காக எழுதிய The Casual Vacancy நாவலை வெளி யிட்டவர்கள். ஒரு மாதத்தில் பத்து லட்சம் பிரதிகள் விற்றுத் தள்ளின. அது வேறு கதை. இவருடைய நாவலைப் பற்றி ஆறு மாதமாக பதிப்பகம் ஒன்றுமே எழுதாமல் மௌனம் சாதித்தது. அவர் சொன்னார். 'நான் கோபமாக ஒரு கடிதம் எழுதிப் போட்டேன்.

பதிப்பகம் மௌனமாக இருந்தால் ஓர் எழுத்தாளர் என்ன நினைப்பது? ஒன்று நாவலைத் திருப்பி அனுப்பவேண்டும் அல்லது ஏதாவது திருத்தம் கூறவேண்டும். 1000 பக்கங்கள் கொண்ட நாவல் அது. ஓர் எழுத்தாளன் நாவல் எழுதுவதென்றால் அதில் எழும் பிரச்சினைகள் பற்றி உங்களுக்குத் தெரியும்.'

'என்ன பிரச்சினை?' என்றேன். 'பல எழுத்தாளர்கள் நாவல் எழுத விரும்புவதில்லை. ஒரு நல்ல நாவல் எழுதி அது பிரசுரமாக சராசரி ஐந்து வருடம் எடுக்கும். இந்த ஐந்து வருடமும் எழுத்தாளருக்கு என்ன வருமானம்? அவர் எப்படிக் காலத்தை ஓட்டுவது? அதனாலேயே சில எழுத்தாளர்கள் நாவல் பக்கம் போவதில்லை. கட்டுரை, கவிதை, சிறுகதை என்று எழுதுவார்கள். அவர்களுக்கு மாத வருமம்படி கிடைக்கும். ஐந்து வருடம் தொடர்ந்து நாவல் எழுதினால் எந்தப் பணக்கார எழுத்தாளருக்கும் பெரும் பொருளாதார நெருக்கடி ஏற்பட்டுவிடும். சில பதிப்பகம் முன்பணம் தருவதுண்டு. அது எத்தனை நாளைக்குப் போதும்?'

'பதிப்பகம் உங்கள் கடிதத்திற்கு பதில் போட்டதா?' மழையை முகத்தில் ஏந்துவதுபோல மேலே பார்த்துக்கொண்டு சிறிது நேரம் நின்று, பின்னர் சொன்னார். 'பதில் போட்டார்கள். ஆனால் நீங்கள் நம்பமாட்டீர்கள். முதல் 500 பக்கம் சரியாக இருக்கிறதாம். பின் 500 பக்கத்தைத் திருப்பி எழுதச் சொல்லியிருக்கிறார்கள். அவர்கள் சில குறிப்புகள் தந்தார்கள். நான் யோசித்துப் பார்த்தபோது அவர்கள் சொல்வதிலும் நியாயம் இருப்பதாகப் பட்டது. எப்படி மீண்டும் 500 பக்கம் எழுதுவது என்பதைத் திட்டமிட்டு முடித்து இப்போதுதான் ஓர் உருவம் கிடைத்திருக்கிறது. இன்று இரவே எழுத ஆரம்பிக்கலாம் என்று இருக்கிறேன்.'

எனக்கு ஓர் எழுத்தாளருடைய எழுத்து அறையைப் பார்க்க வேண்டும் என்ற ஆசை இருந்தது. அவர் எப்படி எழுதுகிறார்? எழுதுவதற்கு என்ன உவப்பான நேரம்? அடுத்து என்ன எழுத வேண்டும் என்பதை எப்படித் தீர்மானிக்கிறார்? எழுதத் தொடங்கியதும் ஒரேயடியாக எழுதுவாரா அல்லது விட்டுவிட்டு எழுதுவாரா? இப்படிப் பல கேள்விகள். காதலி வீட்டு யன்னலின் கீழ் மணித்தியாலக் கணக்காக நிற்கும் காதலன்போல ஓர் எழுத்தாளர் எழுதும் முறைபற்றி அறிவதற்கு நான் எத்தனை மணிநேரமும் காத்திருக்கத் தயார். அவருடைய எழுத்து அறையைப் பார்க்க முடியுமா எனத் தயக்கத்துடன் கேட்டேன். அவர் வாருங்கள் என்று அழைத்துச் சென்றார். குதிரை லாயத்தின் மேல் அவருடைய அறை இருந்தது. ஒடுக்கமான மரப்படிகளில் அவர் ஏறிப்போக நான் பின் தொடர்ந்தேன்.

முதலில் அறை தெரியவில்லை. ஒரே புத்தகங்கள்தான். மூன்று சுவர்களிலும் கூரையைத் தொடும் புத்தகத் தட்டுகளில் புத்தகங்கள். பிறகு மரத் தரையில் கட்டுக் கட்டாகவும் உதிரியாகவும், பிரித்தபடியும் பிரிக்காமலும், அடையாளம் வைத்தபடியும் வைக் காமலும் புத்தகங்கள். வெகுநேர தேடுதலுக்குப் பின் மேசையொன்று தெரிந்தது. அதிலும் புத்தகங்கள். காலை ஒன்றுக்கு முன் ஒன்றுவைத்து நடந்து சென்று சுழல் நாற்காலியைக் கண்டுபிடித்து அதிலிருந்த புத்தகங்களை அப்புறப்படுத்திவிட்டு அமர்ந்தார். எனக்கும் அவருக்கும் இடையில் மேசை இருந்தது. யன்னலுக்கு வெளியே இருந்து சந்திரன் தன் கிரணங்களை உள்ளே வீசிக் கொண்டு இருந்தான். என்ன அருமையான சூழல் ஓர் எழுத்தாள னுக்கு. கண்களை மேலும் கூர்மையாக்கிக்கொண்டு மேசையைப் பார்த்தால், கோபுரம் போலக் கட்டியிருக்கும் புத்தகக் குவியலின் மேல் ஒரு மஞ்சள் நிற நோட்டுப் புத்தகம் இருந்தது. பக்கவாட்டில் இருந்த இன்னொரு சின்ன மேசையில் பழைய காலத்துத் தட்டச்சுக் கருவி. பல வருடங்களுக்குப் பிறகு நான் ஒரு தட்டச்சுக் கருவியை நேருக்கு நேர் பார்க்கிறேன். முழு உலோகத்தில் செய்த ஒடுக்கமான உயரமான டைப்ரைட்டர். மார்க் ட்வைன் போன்ற ஓர் எழுத்தாளர் இப்படியான ஒன்றைத்தான் உபயோகப்படுத்தியிருப்பார்.

'நீங்கள் எழுதும் முறை என்ன?' 'காலையில் காப்பிக் குவளையுடன் நான் என் அறைக்குப் படியேறும்போது என் மனைவி யும் காப்பிக் குவளையுடன் தன் அறைக்குள் நுழைவார். அவருக்குச் சிற்ப வேலை. எனக்கு எழுத்து வேலை. பின்னர் நாங்கள் சந்திப்பது மதிய உணவுக்காக ஒரு மணிக்குத்தான். உணவுக்குப் பின்னர் மனைவி குதிரைகளைப் பார்க்கப் போய்விடுவார். நான் மறுபடியும் எழுத்து அறைக்குத்தான். நேராகக் கணினியில் அன்றைக்கு எழுதவேண்டும் எனத் தீர்மானித்த பொருளைத் தட்டச்சு செய்வேன். கம்ப்யூட்டரில் எழுதும்போது ஓர் அவசரம் இருக்கும். அது அடுத்த வார்த்தைக்காகக் காத்துக்கொண்டு இருப்பதுபோல ஒரு பதை பதைப்பு. அப்படியான சமயங்களில் நிதானமாகத் தட்டச்சு மெசினில் தட்டச்சு செய்வேன். இன்னும் சில நேரங்களில் மிகவும் சிக்கலான ஒரு விசயத்தைத் தெளிவாகச் சொல்லவேண்டிய அவசியம் ஏற்படும். மஞ்சள் நோட்டுப் புத்தகத்தில் அப்போது எழுதுவேன். வெட்டி, திருத்தி, அழித்து அழித்து சரியான வசனம் அமையும் வரை திருப்பி எழுதுவேன். பின்னர் கம்ப்யூட்டரில் பதிவேன்.'

'நிறைய திருத்துவீர்களா?' 'இலக்கியம் பிறப்பது திருத்தும் போதுதான். அதற்கு முன்னர் அவை வெறும் ஆங்கில வசனங்கள் தான். இன்றிரவு 500 பக்கத் திருத்த வேலையை ஆரம்பிக்கப் போகிறேன்.'

இவருக்கு ஓர் ஆதர்ச எழுத்தாளர் இருந்தார். அவர் பெயர் அண்ட்ரூ லிட்டில். அவருடைய நாவல் ஒன்றைத்தான் இவர் தன்னுடைய முதுகலை ஆய்வுக்கு எடுத்துக்கொண்டார். ஆய்வை முடித்தபின்னர் அதை எடுத்துக்கொண்டு அந்த எழுத்தாளரைப் பார்க்கப் போய் ஆய்வேட்டை அவருக்கு சமர்ப்பித்திருக்கிறார். இவர் சந்தித்த முதல் எழுத்தாளர் அவர். கடைசியும். ஆய்வேட்டைப் பற்றி ஒன்றுமே பேசாமல் அமெரிக்க உள்நாட்டு யுத்தம் பற்றி அவர் பேசினார். இந்த யுத்தத்தினால் 6,00,000 பேர் இறந்தார்கள். 4,00,000 பேர் காயம் பட்டார்கள். ஆப்பிரஹாம் லிங்கன் அவசரப் பட்டுவிட்டார். அவர் கொஞ்சம் பொறுமையாக இருந்திருந்தால் அடிமை ஒழிப்பு தானாகவே நிகழ்ந்திருக்கும். இப்படியெல்லாம் சொன்னார். வீட்டுக்குத் திரும்பிய பின்னர்தான் ஆய்வேட்டில் தன்னிடம் ஒரு நகல்கூட இல்லை என்பது அவருக்கு நினைவுக்கு வந்தது. இரண்டு வருடத்து ஆய்வேடு தொலைந்தது அப்படித்தான்.

இரவு முந்திக்கொண்டு வந்தது. அவர் வீட்டுக்கு நான் வந்தபோது முதலில் கண்டது இரண்டு குதிரைகள். விடைபெற்றபோது கடைசியில் பார்த்ததும் அந்த இரண்டு குதிரைகளைத்தான். நான் வீடு வந்து சேர்ந்த பின்னரும் அவரைச் சந்தித்த நினைப்பு என்னை விட்டு நீங்கவில்லை. அந்த எழுத்தாளரும் ஒரு சந்தோஷமான மன நிலையில்தான் காணப்பட்டார். அன்றிரவே தான் நாவலைத் திருத்தி எழுதப்போவதாகக் கூறியிருந்தார். அந்த நாவலின் பெயர் SUN HOUSE. அதன் முதல் அத்தியாயம் ஒரு வித்தியாசமான தலைப்பு கொண்டது. 'செத்துப்போன தாயின் மகன்.' 500 பக்கங்களை அவர் திருத்த வேண்டும். பல இடங்களில் புதிதாக எழுதிச் சேர்க்கவேண்டும். குதிரை லாயத்தின் மேலுள்ள அவருடைய சிறிய அறைக்குள் நுழைந்து சுழல் ஆசனத்தில் அமர்வார். வெளிச்சத்தில் கறுப்பாகும் கண்ணாடியை அணிந்திருப்பார். அவரைப் புத்தகங்கள் சூழ்ந்திருக்கும். சந்திரனின் கிரணங்கள் கீழே கீழே இறங்கிக்கொண்டிருக்க அவர் பரபரப்பாவார்.

எத்தனைதான் கற்பனை பொங்கி வழிந்தாலும், தேர்ந்த எழுத்தாற்றல் இருந்தாலும், உடலுழைப்பு இன்றி இலக்கியம் படைக்க முடியாது. மஞ்சள் நிற நோட்டுப் புத்தகத்தில் கடினமான வசன அமைப்புகளைக் கையினால் எழுதுவார். மூளை யோசித்த பின் வரும் வார்த்தைகளைத் தட்டச்சு மெசினில் தட்டச்சு செய்வார். தண்ணீர் போலத் தடங்கல் இன்றிப் பாய்ந்து வரும் வார்த்தைக் கோர்வைகளை நேரே கணினியில் தட்டச்சு செய்வார். அவர் எழுத்து 500 பக்கங்களின் முடிவை நோக்கி எழுத்து எழுத்தாக, வார்த்தை வார்த்தையாக நகரும். சோர்வு வரும் வரைக்கும் 102 விசைகளில் அவருடைய கைவிரல்கள் ஓடும். நான் அப்பொழுது தூங்கிவிட்டிருப்பேன்.

❖

அ. முத்துலிங்கம்

வெள்ளிக்கிழமை

பசிபிக் சமுத்திரத்தில் சமோவா என்ற மிகச் சின்னத் தீவு ஒன்று இருக்கிறது. சர்வதேச தேதிக் கோடு இதற்கு மிகச் சமீபமாகச் செல்கிறது. கிழக்கையும் மேற்கையும் பிரிக்கும் கோட்டில் இது அமெரிக்கா பக்கம் இருக்கிறது. இந்தக் கோட்டைத் தாண்டும்போது ஒரு நாள் கூடுகிறது; அல்லது குறைகிறது. அமெரிக்காவிலிருந்து அவுஸ்திரேலியாவுக்குப் பயணிக்கும் ஒருவர் இந்தக் கோட்டைத் தாண்டியதும் ஒரு முழு நாளைக் கடந்துவிடுவார்.

இந்த ஆண்டு, 2011 டிசெம்பர் 29 வியாழக்கிழமை சர்வதேச தேதிக்கோட்டை மாற்றி வரைகிறார்கள். சமோவா அவுஸ்திரேலியாப் பக்கம் போய்விடும். டிசெம்பர் 29, வியாழக்கிழமை சமோவாவில் நடு இரவு வந்து அது விடியும்போது டிசெம்பர் 31, சனிக்கிழமையாக இருக்கும். ஒரு முழு நாள் மறைந்துபோகும்.

1,80,000 பேர் சனத்தொகை கொண்ட சமோவாவில் அன்று ஒருவரும் பிறக்க மாட்டார்கள். இறக்க மாட்டார்கள். பள்ளிக்கூடம் இல்லை. அலுவலகம் இல்லை. சினிமா இல்லை. விளையாட்டு இல்லை. தூக்கம் இல்லை. சமையல் இல்லை. சாப்பாடு இல்லை. வெள்ளிக்கிழமையே இல்லை. உலகத்து நாடுகள் எல்லாம் 365 நாட்களைக் கொண்டாட இந்த வருடம் சமோவாவில் மட்டும் 364 நாட்கள்தான்.

❖

காலத்தை முந்தியவர்

நான் படித்த அவருடைய சிறுகதையின் பெயர் 'மைசூர் ராசா.' அதுதான் அவர் எழுதிய முதல் சிறுகதையோ தெரியாது. ஆனால் நான் முதலில் படித்தது அதைத்தான். பத்து வருடத்திற்கு முன்னர் என்று நினைக்கிறேன். அசிரத்தையாகத்தான் படிக்கத் தொடங்கினேன். அதை எழுதியவரின் பெயரை நான் வேறு எங்கேயும் கண்டதில்லை. ஒரு காலத்தில் இலங்கையில் பருப்புத் தட்டுப்பாடு இருந்தது. செல்வந்தர் வீட்டில் மட்டுமே அது அகப்படும். பள்ளிக்கூடத்திலே ஒரு பையன் தான் முதல்நாள் இரவு வீட்டிலே மைசூர்ப் பருப்பு சாப்பிட்டதை வர்ணித்தான். அதைத் திறந்த வாய் மூடாமல் கேட்டுக்கொண்டிருந்த இன்னொரு மாணவன் மெதுவாகக் கேட்டான் 'அது பாணைவிட அபூர்வமானதா?' என்று. இந்த வரி வந்ததும் மீண்டும் எழுதியவரின் பெயரைப் பார்த்தேன். ஷோபா சக்தி. ஈழத்து எழுத்தாளர். உடனேயே காலத்தை முந்திய எழுத்தாளர் இவர் என்று எனக்குப் பட்டது.

அதன் பின்னர் அவருடைய பெயரில் வந்த கதைகளை அவ்வப்போது படித்து வந்தேன். ஒரு கதையில் எழுதுவார் 'அம்பதுசேம் மாட்டுத்தாள்' என்று. இன்னொரு கதையில் 'பத்து ரூபாய் கதிரவேலு' என்று. தலைப்பு மறந்துவிட்ட வேறொரு கதை, கள்ள பாஸ்போட் தயாரிப்பது பற்றி. அதில் இப்படி வரும். 'வலு பக்குவமாய் அயன் பொக்ஸ் தேய்ச்சு புகைப்படத்துக்கு மேல் இருக்கும் மின்னிப் பேப்பரைக் கழற்ற வேணும். வாய்ச்சாலும் வாய்க்கும். தேய்ச்சாலும் தேய்க்கும்.' இதைப் படித்து நான் அசந்துவிட்டேன். எப்படியாவது இவரைச் சந்திக்கவேணும் என்று தீர்மானித்தேன். ஆனால் நான் தீர்மானித்தால் போதுமா? அவர் பாரிஸில் இருந்தார். நான் ரொறொன்ரோவில் இருந்தேன்.

2003ஆம் வருடம் நான் நடிகை பத்மினியைச் சந்தித்தது பற்றி எழுதிய ஒரு கட்டுரை ஆனந்த விகடனில் வந்திருந்தது. அதைப் படித்துவிட்டு பாரிஸிலிருந்து தொலைபேசி எடுத்து ஷோபா சக்தி என்னுடன் பேசினார். அப்பொழுது அவருக்குத் தமிழ் சினிமாவின்மேல் இருந்த மோகம் தெரிந்தது. எம்.ஜி.ஆர் ரசிகர் அவர். சினிமா பற்றிய விவரங்கள் அவர் கைவிரல் நுனியில்

இருந்தன. 'நீங்கள் அபூர்வமாக எங்களுக்குக் கிடைத்த எழுத்தாளர். தொடர்ந்து எழுதுங்கள்' என்றேன். உடனேயே குரல் மாறியது. அவர் சொன்னது எனக்கு அதிர்ச்சி தந்தது. 'நான் மீண்டும் உங்களுடன் பேசுவேனோ தெரியாது. என்னைக் கொல்வதற்கு ஒரு கும்பல் காத்திருக்கிறது' என்று சொல்லிவிட்டு போனை வைத்துவிட்டார். பின்னர் நீண்ட காலம் தொடர்பு விட்டுப் போயிற்று. மறுபடியும் சில வருடங்களுக்கு முன்னர் மின்னஞ்சல் முகவரி கிடைத்து, வருடத்திற்கு இரண்டு மூன்று தடவையாவது தொடர்பில் இருந்தோம்.

இப்படி அறிமுகமான ஷோபா சக்தி சமீபத்தில் மொன்றியல் திரைப்பட விழாவிற்கு 'செங்கடல்' படத்தைத் திரையிடுவதற்காக அதை இயக்கியவரும் கதாசிரியருமான லீனா மணிமேகலையுடன் கனடா வந்திருந்தார். ஷோபா சக்தி இந்தப் படத்தின் வசனங்களை எழுதி அதில் நடித்துமிருந்தார். இவர்களை ரொறொன்ரோவில் ஓர் உணவகத்தில் சந்தித்தேன். சூரியன் அவசரப்பட்டு உதித்த அருமையான காலை. ஷோபா சக்தி புகைப்படத்தில் நான் பார்த்ததைவிடவும் இளமையாகக் காட்சியளித்தார். சாயம்போன நீலநிற நீளக்கை சேர்ட்டை முழங்கை மட்டும் மடித்து விட்டிருந் தார். நெஞ்சுமயிர் தெரிகிறமாதிரி மூன்று பொத்தான்கள் திறந்து விடப்பட்டிருந்தன. வாராமல் கவனமாகக் கலைக்கப்பட்ட அடர்த்தியான முடி. நடிகர் தனுஷ்போல வில்லாக வளையும் உடல்வாகு, அத்துடன் அழகாகக் கத்தரிக்கப்பட்ட தாடி, மீசை. காதிலே தோடு, கழுத்திலே தட்டையான சங்கிலி, முகத்திலே புன்னகையுடன் காட்சியளித்தார். அவர் எழுத்தைப் போலதான் பேச்சும் நகைச்சுவையுடன் இருக்கும். பேச ஆரம்பித்ததும் இன்னும் வசீகரமாகத் தெரிந்தார்.

உடல்நல விசாரிப்புகளுக்குப் பின்னர் 'செங்கடல்' திரைப் படம் பற்றிக் கேட்டேன். அவர் சொன்னார். ' ஒரு ஷோபா சக்தி வசனம் எழுதி அதைத் திரைப்படத் தணிக்கைக் குழு அப்படியே ஏற்றுக்கொண்டால் எனக்கு என்ன மரியாதை. ஒவ்வொரு வசனமும் தணிக்கைக் குழுவின் ஆட்சேபனையைக் கிளப்பும் விதமாகவே எழுதப்பட்டிருக்கிறது. லீனாவின் உச்சமான இயக்கத்தைப் படத்தில் பார்ப்பீர்கள். நடிகர்களைத் தயாரிக்கவில்லை. மேக்கப் இல்லை. அகதி அகதியாகவே நடித்தார். மீனவர் மீனவராகவே நடித்தார். படம் எடுக்கப்பட்டபோது பதிவுசெய்த ஒலிதான், டப்பிங் இல்லை. ஒரே பிரச்சினை என்னவென்றால் இலங்கை அகதிகள் காமிரா முன்னுக்கு நின்றவுடன் இந்தியத் தமிழ் பேச ஆரம்பித்துவிட்டார்கள். அதை மாத்திரம் திருப்பித்

திருப்பி எடுக்கவேண்டி வந்தது. ஆனால் இப்படியான ஒரு படத்தை நீங்கள் ஆயுளில் பார்த்திருக்கமாட்டீர்கள். இரண்டு வருடமாக இழுத்தடித்த பின்னர் தணிக்கைக் குழு படத்தை ஒருவித மாற்றமும் இல்லாமல் அப்படியே அங்கீகரித்திருக்கிறது. தமிழ் சினிமா வரலாற்றில் இப்படி முன்னர் நடந்தது கிடையாது.'

'புதிரானவராக இருக்கிறீர்களே. எப்படி எழுத்துத் துறைக்கு வந்தீர்கள்?' என்றேன். 'நான் பத்து வயதிலேயே எழுதத் தொடங்கிவிட்டேன். சுவரிலே வாசகங்கள் எழுதியதுதான் என் முதல் எழுத்து. எல்லாம் அரசியல் சுலோகங்கள். இரண்டாவதாக எழுதியது அரசியல் துண்டறிக்கைகள். கு. அழகிரிசாமி என் னுடைய முதல் ஆதர்சம். என்னுடைய 13, 14 வயதிலேயே நான் அவரால் முற்றாகக் கவரப்பட்டுவிட்டேன். மொழிபெயர்ப்பில் பிடித்தது மாக்சிம் கார்க்கி. ஏன் என்றால் இவர்கள் தங்கள் எழுத்து களால் சமுதாயப் புரட்சி கொண்டுவர முயன்றார்கள். இலக்கியம் கட்சிக் கோட்பாட்டுக்குள் இருக்கவேண்டும் என்பது எனக்கு முக்கியம். நான் 19 வயதில் இலங்கையைவிட்டுப் புறப்பட்டு தாய் லாந்தில் நாலு வருடம் முடங்கிக் கிடந்தேன். நான் கையில் எடுத்துக் கொண்டுபோனது பாரதியின் கவிதைகளும் பைபிளும் தான். இவை இரண்டையுமே திருப்பித் திருப்பிப் படித்தேன். என் தமிழ் நடை அப்படித்தான் உருவானது. அரசியல்தான் என் மூச்சு. புனைகதை இரண்டாம் பட்சம்தான். என் மூளை நிறைய எழுது வதற்கு விசயங்கள் இருக்கின்றன. ஆனால் எழுதாமல் தள்ளிப் போட்டபடியே இருந்து, இனி ஏலாதென்ற கடைசி நிமிடத்தில் எழுதுவேன்.'

'நீங்கள் முழுநேர எழுத்தாளரா அல்லது வேறு வேலை பார்க்கிறீர்களா?' 'என்னைப்போல ஓர் அதிர்ஷ்டக்காரன் இருக்க முடியாது. நான் என் சகோதரியுடன் பாரிஸில் வசிக்கிறேன். இருப்பிடமும் உணவும் இலவசம். எனக்கு ஆகக் குறைந்தது பத்துத் தொழில்கள் தெரியும்; கோப்பை கழுவுவது, ஹொட்டல் பராமரிப்பு, சுப்பர்மார்க்கட் வேலை, வர்ணம் அடிப்பது, தச்சுத் தொழில் இப்படிப் பழகிவைத்திருக்கிறேன். எந்த நேரமும் என்னால் ஒரு வேலை எடுக்கமுடியும். எந்த நேரமும் அதை விடலாம். போதிய காசு சேர்ந்தவுடன் பயணம் புறப்படுவேன். எனக்கு தேசம் சுற்றுவதில் ஆர்வம் அதிகம். காசு முடிந்ததும் பழையபடி ஏதாவது வேலை செய்வேன். அல்லது எழுதுவேன்.'

மறுபடியும் அவரை இரவு உணவுக்குச் சந்தித்தபோது நேரம் பிந்தி வந்தார். 'ஏன் லேட்டாக வந்தீர்கள்?' என்று கேட்டேன். இந்தக் கேள்வி அவரிடம் இருந்த உற்சாகமான கதை சொல்லியை

அ. முத்துலிங்கம் ● 205

வெளியே கொண்டுவந்தது. 'எங்கள் ஊரில் இரண்டு சண்டைக் குழுக்கள் இருந்தன. அதிலே ஒரு குழுவின் தலைவர் உயரமாக வாட்டசாட்டமாக இருப்பார். அவர் என்னுடைய சொந்தக்காரர். இங்கே ரொறொன்ரோவில் அவர் பெந்தகொஸ்தே மதகுருவாக இருக்கிறார். என்னிடம் உள்ள கெட்ட ஆவிகளைப் போக்கி நல்வழிப்படுத்துவதற்காக இரண்டு மணி நேரம் பிரார்த்தித்தார். அது இரண்டு நாள் தொடர்ந்தாலும் நடக்கக்கூடிய காரியம் அல்ல. நான் தவறிப்போன ஆட்டுக்குட்டி என்று சொன்னார். நாங்கள் பரலோகம் செல்லும்போது இரண்டு கையிலும் புண்ணியத்தைச் சுமந்துகொண்டு செல்லவேண்டும். பாவத்தைச் சுமந்துகொண்டு எப்படிப் போவது என்று புத்திமதிகளால் என்னை நிரப்பினார். எனக்கு பயமாயிருந்தது. எப்படியோ தப்பி ஓடிவந்துவிட்டேன்' என்றார்.

கனடா உணவு அவருக்கு நல்லாய் பிடித்துக்கொண்டது. பிரான்சிலும் இந்தியாவிலும் கிடைக்கும் உணவிலும் பார்க்க ருசியில் மேலானது என்றார். பிரியாணிக்கு ஆணை கொடுத்தோம். மேலும் இரண்டு நண்பர்கள் சேர்ந்துகொண்டார்கள். விஸ்கிக்கும் ஆணை கொடுத்தோம். ஒவ்வொரு 15 நிமிடமும் வெளியேபோய் சிகரெட் பிடித்தார். உணவு வந்தது. ஆளுக்கு நாலு கிளாஸ் விஸ்கி அருந்திவிட்டோம். இரவு பத்து மணிக்குக் கடையில் பியர் இருக்கோ என்று விசாரித்தார். அவர்கள் முடிந்துவிட்டது என்று சொன்னார்கள். சாப்பாடு மிகக் குறைவாகவே சாப்பிட்டார். ஏன் என்று கேட்டதற்கு உடம்பைக் கட்டுக்கோப்பாக வைக்க வேண்டும் என்று சொல்லிவிட்டு மறுபடியும் வெளியே சிகரெட் புகைக்கப் போனார்.

'புதிதாக ஏதாவது எழுதுவதற்குத் திட்டம் இருக்கிறதா?' என்று கேட்டேன். 'ஒரு நாவல் எழுத வேணும். யாழ்ப்பாணம் சென்று மூன்று மாதம் என் மண்மேல் தங்கி எழுதுவதாகத் திட்டம். நாவலின் உட்பொருள் உருவம் எல்லாம் தீர்மானமாகி விட்டது. எஞ்சி இருப்பது உடல் உழைப்புத்தான். கம்ப்யூட்டரில் பதிவுசெய்ய வேணும்' என்றார். 'நீங்கள் என்ன செய்கிறீர்கள்?' என்று என்னைக் கேட்டார். சில வருடங்களுக்கு முன்னர் ஷோபா சக்தி என்னை வைத்து 'மூடுலிங்க' என்று ஒரு சிறுகதை புனைந்திருந்தார். அவர் அப்படி எழுதியது எனக்குத் தெரியாது. நண்பர்கள் சொல்லிய பின்னர்தான் படித்தேன். நான் அவரை வைத்து 'ஷோபு' என்று ஒரு சிறுகதை எழுதுவதை அவருக்குச் சொல்லவில்லை. ஒரு பாதைக்கு இரண்டு திசைகள் இருக்கின்றன அல்லவா? வரும்போது படித்து ஆச்சரியப்பட்டுக்கொள்ளட்டும் என்று பேசாமல் விட்டுவிட்டேன்.

விடை பெறும் நேரம் வந்தது. எனக்கு ஒரு தம்பி இருந்தார். அவர் இப்பொழுது இல்லை. அவரை நினைத்தேன். கட்டிப் பிடித்து விடை கொடுத்தேன். 'ஈழத்து இலக்கியத்தின் எதிர்காலம் நீங்கள். உடம்பைப் பார்த்துக்கொள்ளுங்கள்' என்றேன். 'சரி, நீங்களும் அப்படியே' என்று சொன்னார். அவர் சென்ற பிறகு அவர் கையெழுத்திட்டுத் தந்த புத்தகத்தைத் திறந்து பார்த்தேன். உருண்டையான அழகான கையெழுத்து. நாங்கள் சந்தித்த தேதி 30 ஆகஸ்ட் மாதம் 2011. 'மிக்க அன்புடன் – ஷோபா' என்று எழுதி 30 செப்டம்பர் 2011 தேதியைப் போட்டிருந்தார். வரலாற்றாசிரியர்கள் இந்தத் தேதியைத்தான் நாங்கள் சந்தித்த தேதி என்று குறிப்பிடப்போகிறார்கள். காலத்தை முந்திய எழுத்தாளர்தான். அதிலென்ன சந்தேகம்.

❖

சிவாஜியின் கையெழுத்து

'சிவாஜி வருகிறார், சிவாஜி வருகிறார்' என்று கத்திக் கொண்டே என் நண்பன் பரஞ்சோதி ஓடிவந்தான். அவனுக்கு மேல்மூச்சு கீழ்மூச்சு வாங்கியது. முதல் முறையாக நடிகர் சிவாஜி கொழும்புக்கு வரப்போகிறார். வருடம் 1959. தினகரன் பத்திரிகை நடத்திய முத்தமிழ் விழாவுக்கு அவரை அழைத்திருந்தார்கள். அவர் சம்மதம் சொல்லிவிட்டார். மகிழ்ச்சி இருக்காதா, என்ன? அப்பொழுது தினகரன் ஆசிரியராக க. கைலாசபதி (பின்னாளில் பேராசிரியர்) இருந்தார். அவருடைய பெருமுயற்சியில்தான் சிவாஜி வருகிறார் என்ற மேலதிக தகவலையும் பரஞ்சோதி தந்தான். நான் திட்டமிடத் தொடங்கினேன்.

சிவாஜியுடனான என்னுடைய பரிச்சயம் பல வருடங்களுக்கு முன்னரே ஆரம்பித்துவிட்டது. எங்களுடைய வீட்டில் அண்ணர் சர்வாதிகாரி. அவர் சொல்வதை மற்றவர்கள் செய்யவேண்டும். பேப்பர் பறக்காமல் இருக்க ஒரு கல் வைப்பதுபோல ஆணை இடும்போதே அதை மறக்காமல் இருக்க ஓர் அடியும் வைப்பார். அந்தக் காலங்களில் என்னுடைய உடம்பில் நிறைய பயம் சேர்ந்திருந்தது. பராசக்தி படம் வெளியானதும் அதை அண்ணர் பல தடவை பார்த்தார். அவருக்குக் கீழே நாங்கள் நாலு தம்பிமார்களும், இரண்டு தங்கைகளும் இருப்பது அவருக்கு அடிக்கடி மறந்துபோகும். அவர்களுக்கும் பராசக்தி படம் பார்க்க ஆசை யிருக்கலாம் என்ற விசயம் அவர் புத்திக்கு எட்டாது. அவர் என்ன செய்தார் என்றால் ஐந்து சதத்துக்கு விற்ற பராசக்தி வசனப் புத்தகத்தை வாங்கி வந்து முழுவதையும் பாடமாக்கச் சொல்லி எனக்குக் கட்டளை போட்டுவிட்டார். கட்டளையிடுவதுதானே அவர் வேலை. அதை நிறைவேற்றுவது ஏவலர்களின் வேலை. இந்தச் சோதனையில் நான் வெற்றிபெற்றால் ஒருவேளை பராசக்தி படம் பார்க்க அவர் என்னை அழைத்துப் போகக்கூடும். ஆனால் அதுவரைக்கும் தியேட்டரில் படத்தை மாற்றாமல் இருக்க வேண்டுமே.

நான் நாலு நாட்களில் பராசக்தி வசனங்கள் முழுவதையும் பாடமாக்கிவிட்டேன். நீதிமன்றம் விசித்திரம் நிறைந்த பல வழக்குகளைச் சந்தித்திருக்கிறது என்று ஆரம்பித்து போகப் போக

சூடு பறக்கப் பேச்சு உயரும். சரியான இடங்களில் ஏற்ற இறக்கங் களைக் கொடுத்தேன். குரலிலும் கண்களிலும் உணர்ச்சி பொங்கி வழிந்தது. 'பகட்டு என் தங்கையை மிரட்டியது. பயந்து ஓடினாள். பணம் என் தங்கையைத் துரத்தியது. மீண்டும் ஓடினாள். பக்தி என் தங்கையை பயமுறுத்தியது. ஓடினாள் ஓடினாள் வாழ்க்கையின் ஓரத்திற்கே ஓடினாள். அந்த ஓட்டத்தைத் தடுத்திருக்கவேண்டும். வாட்டத்தைப் போக்கியிருக்கவேண்டும். இன்று சட்டத்தை நீட்டுவோர். செய்தார்களா? வாழ விட்டார்களா என் கல்யாணியை?' என்ற இடத்தில் கையை ஆட்டி உரத்து சத்தமிட்டு நாடகத்தனத்தைக் கூட்டுவதற்காக ஒரு பத்து விநாடி மௌனமாக நிற்பேன்.

அதுவெல்லாம் தனிமையான பயிற்சியின்போதுதான். அண்ணர் முன்னே நின்றபோது நாக்குழற ஆரம்பித்தது. மண்டைக்குள் இருந்த சொற்கள் வாய்க்குள் வராத சொற்களிலும் பார்க்க அதிகமாகிவிட்டன. அண்ணர் 'அவதானம், அவதானம்' என்றார். எனக்கு நடுக்கம் பிடித்தது. அவர் சமிக்ஞை விளக்குப்போல, அடிக்கடி மனம் மாறுகிறவர். எங்கே 'உனக்கு இது சரிவராது' என்று சொல்லிவிடுவாரோ என்ற பயம் பிடித்தது. சிறிது நாட்கள் சென்றபின் எல்லாம் சரியாகிவிட்டது. வார்த்தைகள் ரயில் பெட்டிகள்போல ஒன்றன்பின் ஒன்றாக வந்தன. அண்ணருக்குப் பேச்சு பிடித்துக்கொண்டது. அவருடைய நண்பர்களை அழைத்து வரத் தொடங்கினார். அவர்களுக்கும் நான் பேசிக்காட்டவேண்டும். இது ஒப்பந்தத்தில் இல்லாதது. இதையெல்லாம் அண்ணரிடம் சொல்ல முடியுமா? பேசினேன். பேச்சு முடிவில் நண்பர்கள் வயிறு குலுங்கச் சிரித்தார்கள். அது ஏன் என்றுமட்டும் எனக்குப் புரிய வில்லை.

இறுதியில் தியேட்டரில் படத்தை மாற்றப்போகிறார்கள் என்ற செய்தி வேகமாகப் பரவியது. ஒருநாள் அண்ணர் எங்கள் எல்லோரையும் படம் பார்க்க அழைத்துச் சென்றார். எப்பொழுது கோர்ட் சீன் வரும் என்று காத்திருந்தேன். அங்கே சிவாஜி பேசப் பேச நானும் அவருடன் சேர்ந்து வசனத்தைச் சொன்னேன். பேச்சு முடிந்ததும் தியேட்டரில் கைதட்டல் கூரையைத் தொட்டுத் திரும்பியது. பலர் சால்வையை உதறித் தோளில் போட்டுக்கொண்டு வீட்டுக்குப் புறப்பட்டார்கள். அந்த வசன சீனுக்கு மாத்திரமே அவர்கள் படம் பார்க்க வந்திருந்தார்கள். அதுதான் வசனத்துக்காக ஓடிய முதல் படம் என்று நினைக்கிறேன். எனக்கென்னவோ தியேட்டரைவிட்டு வெளியே வரும்போது சிவாஜி இன்னும் கொஞ்சம் முயன்றிருந்தால் ஏறக்குறைய என்னைப்போலவே உணர்ச்சிகரமாகப் பேசியிருக்கக்கூடும் என்று பட்டது.

இப்படிப் பலவருடங்களுக்கு முன்னரே அறிமுகமான சிவாஜி கணேசன் வருகிறார். பரஞ்சோதியின் உடம்பில் புதுத் துள்ளல் சேர்ந்திருந்தது. நிறைய தகவல்களை அவன் சேகரித்து விட்டான். ஆனால் எல்லாத்தையும் உடனே சொல்லமாட்டான். கார் முகப்பு வெளிச்சம் கொஞ்சம் கொஞ்சமாக ரோட்டைக் காட்டுவதுபோல அவ்வப்போது புதிய செய்திகளைக் கொண்டு வருவான். சிவாஜிக்கு விழாவிலே பட்டம் வழங்கப்போகிறார்கள் என்றான். அவன் கையெழுத்து சேகரிப்பவன். சிவாஜியின் கையெழுத்தை எப்படியும் வாங்கி, கண்ணாடிச் சட்டத்தில் மாட்டிக் கூடத்தில் தொங்கவிடவேண்டும் என்பது அவன் பேரவா.

என் மகிழ்ச்சியை வர்ணிக்கவே முடியாது. அதற்கு இரண்டு காரணங்கள் இருந்தன. ஒன்று சிவாஜியை நேரிலே காணலாம். இன்னொன்று அவர் கையால் பரிசு பெறும் வாய்ப்பு இருந்தது. தினகரன் பத்திரிகை ஒரு சிறுகதைப் போட்டி வைத்திருந்தது. இதையும் பரஞ்சோதியே சொன்னான். அதிலே முதல் பரிசு பெறுபவருக்கு சிவாஜி கணேசன் அவர் கையால் தங்கப் பதக்கம் அணிவிப்பாராம். எத்தனை பெரிய சந்தர்ப்பம் என்னை நோக்கி வந்தது. ஒரேயொரு சின்னப் பிரச்சினைதான். தினகரன் பத்திரிகை சிறுகதைப் போட்டி விவரங்களை ஏற்கனவே அறிவித்திருந்தது. போட்டி முடிவு தேதிக்கு மூன்று நாட்கள் இருந்தன. அதற்கிடையில் ஒரு சிறுகதை எழுதி அனுப்பி முதல் பரிசு பெற்றுவிடவேண்டும்.

சிறுகதைப் போட்டியில் எனக்கு முதல் பரிசு அறிவிக்கப் பட்டதால் நான் சிவாஜியிடமிருந்து தங்கப் பதக்கம் பெறுவது உறுதியாகிவிட்டது. முத்தமிழ் விழாவுக்கு சிவாஜி மாத்திரமல்ல வேறு புகழ்பெற்ற எழுத்தாளர்களும் தமிழ் அறிஞர்களும் அழைக்கப்பட்டிருந்தார்கள். பன்மொழிப்புலவரும் தமிழியல் வரலாற்றில் சிறப்பிடம் பெற்றவருமான தெ.பொ. மீனாட்சிசுந்தரனார் இந்தியாவிலிருந்து வந்திருந்தார். அவருடன் எழுத்தாளர் அகிலனும் வந்திருப்பதாக பரஞ்சோதி சொன்னான். எப்பவோ அவனுக்குத் தெரிந்திருந்த சங்கதியை இப்பொழுதுதான் வெளியே விட்டான். சிவாஜி கணேசனுக்குக் கலைக்குரிசில் பட்டம் அளித்தது இந்த விழாவில்தான். அந்தப் பட்டத்தை அளித்தவுடனேயே அதை எல்லோரும் மறந்துவிட்டார்கள். தினகரன் பத்திரிகை மட்டும் 'கலைக்குரிசில் சிவாஜி கணேசன்', 'கலைக்குரிசில் சிவாஜி கணேசன்' என்று விடாமல் எழுதித் தள்ளியது.

சிவாஜி மேடைக்கு வந்தது ஞாபகத்தில் வருகிறது. வெள்ளை ஆடை அணிந்து சற்று தோள்கள் முன்னே வளைய அவருடைய கவர்ச்சியான சினிமா நடையில் நடந்து வந்து மேடையில்

ஏறினார். சிவாஜி அப்போது புகழின் உச்சியில் இருந்தார். முந்திப் பிந்தி இப்படியான பிரபல நடிகர் ஒருவர் கொழும்புக்கு வந்தது கிடையாது. நான் என்னுடைய பதக்கத்தைப் பெறுவதற்காக மேடையின் ஓரத்தில் காத்திருந்தேன். சிவாஜி மேடையில் தோன்றி யதும் எதிர்பாராத காரியம் ஒன்று நடந்தது. கீழே சபையில் இருந்தவர்கள் பாய்ந்து பாய்ந்து மேடையில் ஏறிவிட்டார்கள். பாதுகாப்புக்காக இரண்டு பயில்வான் போன்ற பொலீஸ்காரர்கள் மேடையில் நின்றார்கள். அவர்கள் தடிக் கம்புகளால் மேடையை ஆக்கிரமித்தவர்களை அடித்து அடித்து விரட்டினார்கள். சிலரை மேடையிலிருந்து தூக்கி வீசினார்கள். எனக்கு நடுக்கம் பிடித்தது. சிவாஜியை ஒருமுறை தொட்டுப் பார்த்தவருக்குக் கிடைத்த அடி அவர் வாழ்நாள் முழுவதும் மறக்கமுடியாத ஒன்றாக இருந்தது. ஓர் இளைஞன். வயது 25 இருக்கலாம். அவனுடைய சேர்ட் சுக்கு நூறாகக் கிழிந்துவிட்டது. அப்போதும் அவன் மேடையில் முன்னேறினான். ஏதோ விட்ட பஸ்ஸைப் பிடிக்கப்போவதுபோல சிவாஜிக்குப் பின்னாலே பாய்ந்தான். அவன் முதுகில் 'பளார் பளார்' என்று அறைகள் விழுந்தபடியே இருந்தன. பின்னர் அவனைக் காணவில்லை.

திடீரென ஓர் எண்ணம் எழுந்தது. என் துடைகள் இப் பொழுது பக்கவாட்டில் நடுங்கின. தங்கப் பதக்கம் அப்படி ஒன்றும் உலகத்துக்கு அவசியமானதாக எனக்குத் தோன்றவில்லை. என்னைப் பிடித்து பொலீஸ்காரர்கள் உதைத்தால் நான் அவர் களுக்கு என்ன பதில் சொல்வது. யமதூதர்கள்போல என் கண் முன்னே நிற்பவர்களை அடிப்பவர்களிடம் 'நான் சிவாஜி கணேசனிடம் தங்கப் பதக்கம் பெறுவதற்காக நிற்கிறேன். நான்தான் சிறுகதை முதல் பரிசுக்காரன்' என்கிற நீண்ட வசனத்தைச் சொல்லி முடிப்பதற்கு முன்னர் நாலு அடிகள் விழுந்துவிடுமே.

ஒருவழியாகக் கூட்டம் அமைதியடைந்தது. சிவாஜி அவருடைய வாழ்நாளில் இப்படியான ஓர் ஆக்கிரமிப்பைச் சந்தித் திருக்கமாட்டார். தன் பேச்சைச் சுருக்கமாக முடித்தார். மாலை அணிவித்தார்கள். படம் பிடித்தார்கள். ஆனால் எனக்கு அவர் தங்கப் பதக்கம் தரவேண்டும் என்பதை மறந்துவிட்டார்கள். இது யார் குற்றம்? விதியின் குற்றமா? அல்லது விதியின் பெயரைச் சொல்லி வயிறு வளர்க்கும் வீணர்களின் குற்றமா? பணம் பறிக்கும் கொள்ளைக் கூட்டத்தை வளரவிட்டது யார் குற்றம்? பஞ்சத்தின் குற்றமா? அல்லது பஞ்சத்தை மஞ்சத்திற்கு வரவழைக்கும் வஞ் சகர்களின் குற்றமா? இப்படி வசனங்கள் தாறுமாறாக என் மனதில் ஓடும்போதே சிவாஜி மேடையிலிருந்த திரைக்குப் பின்னால் ஓடி மறைந்துவிட்டார்.

மேடையின் கீழ் இருந்தபடியே நூற்றுக்கணக்கான பார்வை யாளர்கள் தங்கள் ஆட்டோகிராஃப் புத்தகங்களை நீட்டினார்கள். சிவாஜி மறைவிடத்தில் இருந்தவாறே சிலவற்றில் கையெழுத்துப் போட்டார். மீதியை எல்லாம் சேகரித்து கையெழுத்துப் பெற்ற பிறகு அவை திருப்பிக் கொடுக்கப்படும் என அறிவித்து சபை யோரைக் கொஞ்சம் ஆறுதல் படுத்தினார்கள். எனக்கு வாழ்க்கை யில் பிறகு கிடைக்க முடியாத ஓர் ஐந்து நிமிடம் ஆரம்பித்தது. சிவாஜி நாற்காலியில் அமர்ந்திருந்தார். எனக்கும் அவருக்கும் இடையில் பத்து அடி தூரம்தான். ஒரு நத்தையைத் தொடருவது போல கீழே பார்த்தபடி மெல்ல மெல்ல அவரை நோக்கி நகர்ந்தேன். தொட்டுவிடலாம் என்று நினைத்தபோது சிவாஜி சட்டென்று எழுந்து நின்றார். யாரோ அவரை அழைத்துப் போனார்கள். எழுத்தாளர் அகிலன் மேடையில் இரண்டு கைகளையும் அகலவிரித்து ஆட்டியபடி பேசிக்கொண்டிருந்தார். திடீரென அகிலன் பரிசு வழங்குவார் என அறிவித்தார்கள். நான் மேடையில் சென்று பதுமைபோல நிற்க தங்கப் பதக்கத்தை அகிலன் என்னுடைய புது டெரிலின் சட்டையிலே குத்திவிட்டார். பரிசு பெறும்போது சபையோரை உற்றுப் பார்த்தேன். அத்தனை திட்டம்போட்ட பரஞ்சோதியை நான் காணவே இல்லை.

சேர்ட்டிலே குத்திய தங்கப் பதக்கம் எழுந்து எழுந்து ஆட நான் மேடையின் பின்பக்கம் சென்றேன். அங்கே இன்னொரு எதிர்பாராத காட்சி நடந்துகொண்டிருந்தது. பின்னாளில் பி.பி.சி தமிழோசை ஒலிபரப்புத் துறையில் பிரபலம் பெற்ற சுந்தா என அழைக்கப்பட்ட சுந்தரலிங்கம் அன்றைய நாடக வேடத்தைக் கலைக்காமல், எப்பவோ செத்துப்போன ஒரு புலியின் தோலால் உடம்பை மூடிக்கொண்டு, துரியோதனன் அமர்ந்திருந்த அதே சிங்காதனத்தில் காலுக்குமேல் கால்போட்டு ஓர் அரசனின் தோரணையில் வீற்றிருந்தார். சபையோரிடம் சேகரித்த அத்தனை ஆட்டோகிராஃப் புத்தகங்களும் அவர் முன் கிடந்தன, பிரமிட் கட்டிடம் போல மாபெரும் குவியலாக. அவர் ஆறுதலாக ஒவ்வொரு புத்தகமாக எடுத்து ஒரு வெள்ளைப் பக்கத்தைத் திறந்துவைத்து அதில் 'சிவாஜி கணேசன்' என்று கையெழுத்துப் போட்டுக்கொண்டிருந்தார். பின்னர் அந்தப் புத்தகங்கள் அந்தந்தச் சொந்தக்காரர்களுக்கு விநியோகிக்கப்பட்டன.

இன்று 50 வருடங்கள் கழித்து அந்தச் சம்பவத்தை நினைவு கூர்ந்து பார்க்கிறேன். சிவாஜி அத்தனை சமீபமாக இருந்தபோதும் அவருடன் ஒரு வார்த்தை பேச எனக்குக் கிடைக்கவில்லை. தொட்டுப் பார்க்கவும் முடியவில்லை. அவரிடமிருந்து தங்கப்

பதக்கம் பெறும் சந்தர்ப்பமும் அநியாயமாகப் பறிபோனது. இன்று கலைக்குரிசில் சிவாஜி கணேசன் இல்லை. முத்தமிழ் விழாவை வெற்றிகரமாக நடத்திமுடித்த க. கைலாசபதி இல்லை. 16 சைஸ் ஒட்டியாணத்தை 48 சைஸ் இடுப்பிலே கட்டி பீமனாக நாடகத்தில் நடித்த கா. சிவத்தம்பி இல்லை. நூற்றுக்கணக்கான கையெழுத்துக் களை அயராமல் போட்டுமுடித்த பி.பி.சி. சுந்தரலிங்கம் இல்லை. ஆனால் அவர் 'சிவாஜி கணேசன்' என்று மணிமணியாகப் போட்டுத்தள்ளிய கையெழுத்துகளில் பல இன்றைக்கும் வாழலாம். ஒன்றிரண்டு கண்ணாடிச் சட்டத்தில் மாட்டப்பட்டு எங்கோ ஒரு வீட்டுக் கூடத்தை அலங்கரித்தாலும் ஆச்சரியப்படுவதற்கில்லை.

ஆறு கோப்பைகள்

நண்பர் ஒருவரிடமிருந்து புத்தகம் பரிசாகக் கிடைத்தது. நான் அச்சுப் புத்தகம் இப்போது படிப்பதில்லை. கிண்டில் அல்லது ஐப்பாட் மூலம் தரவிறக்கம் செய்துகொள்கிறேன். அது உடனுக்குடன் வாங்கவும் படிக்கவும் பாதுகாக்கவும் வசதியாக இருக்கிறது. புத்தகத்தை எழுதிய ஆசிரியரின் பெயர் ரொம் ஸ்டாண்டேஜ். புத்தகத்தின் தலைப்பு இன்னும் விநோதமானது. ‘ஆறு கோப்பைகளில் உலக சரித்திரம்.’ மனித வரலாற்றில் ஆறுவிதக் குடிபானங்கள் அவன் வளர்ச்சியில் எப்படி பின்னிப் பிணைந்திருக்கின்றன என்பதைச் சொல்லும் புத்தகம். அதைக் கையிலே எடுத்துப் படித்து முடித்த பின்னர்தான் கீழே வைக்க முடிந்தது. எத்தனை ஆராய்ச்சி. எத்தனை தகவல்கள். எத்தனை சம்பவங்கள் என ஆச்சரியப்பட வைத்தது.

‘நாகரிகமும் புளிக்கவைப்பதும் ஒன்றோடொன்று பிரிக்க முடியாதது’ என்றார் ஓர் அறிஞர். கற்காலத்தில், ஏறக்குறைய 12,000 ஆண்டுகளுக்கு முன்னர் வேட்டையாடி அலைந்த ஆதிமனிதன் முதன்முதலாக நிலையாக ஓர் இடத்தில் தங்கி விவசாய வாழ்க்கையை மேற்கொண்டான். காட்டிலே இயற்கையாகக் கிடைத்த தானியங்களை அறுவடை செய்தான். நாளடைவில் அவன் அவற்றைத் தானாகப் பயிரிடவும் கற்றுக்கொண்டான். தண்ணீரிலே தானியத்தை ஊறவிட்டபோது அது புளித்தது தற்செயலாக நடந்த ஒன்று. அதுதான் வெறித்தன்மையைக் கொடுத்த முதல் பானம். பீர். முளைவிட்ட தானியத்தில் தண்ணீரை ஊற்றி, சுடவைத்துப் புளிக்கவைத்தபோது பீரின் சுவை இன்னும் கூடி வெறித்தன்மையும் அதிகமாகியது.

மொசபட்டோமியாவில் (தற்போதைய ஈராக்) கண்டுபிடித்த 6000 வருடம் பழமையான சித்திரத்திலே ஒரு பெரிய மண் ஜாடியில் இருவர் நீண்ட வைக்கோலை நுழைத்து பீரை உறிஞ்சிக் குடிக்கிறார்கள். பீரிலே மிதக்கும் கழிவுப் பொருள்களை உறிஞ்சிக் குடிப்பதன் மூலம் தவிர்க்கலாம். பீர் செய்யவும், பத்திரப்படுத்தி வைக்கவும் பாத்திரங்கள் தேவைப்பட்டன. ஆரம்பத்தில் தோல் பைகள், புல்லிலே செய்த கூடைகள், குடைந்த மரக்குத்திகள் போன்றவை பயன்பட்டன. மரக்குத்திகளைக் கழுவுவதே இல்லை.

திருப்பித் திருப்பி பாவிக்கும்போது அவை புளிப்புத்தன்மையை அதிகப்படுத்தின. இன்றைக்கும் பீர் தயாரிப்பவர்கள் பின்லாந்தில் மரப் பீப்பாக்களையே பயன்படுத்துகிறார்கள்.

பீர் ஒருகாலத்தில் நாகரிகத்தின் அடையாளம். எகிப்தில் கிடைத்த பழைய குறிப்புகளின்படி அங்கே 17 விதமான பீர்கள் தயாரிக்கப்பட்டன. உலகத்தின் ஆதி காவியமான கில்காமேஷில் இதைப்பற்றிய குறிப்பு வருகிறது. இந்தக் காவியம் 4700 வருடங்களுக்கு முன்னர் வாழ்ந்த சுமேரிய மன்னன் கில்காமேஷைப் பற்றியது. அவனுடைய நண்பன் எங்கிடு ஒரு காட்டு மனிதன். அவனை ஒரு பெண் நாகரிக மனிதனாக மாற்றுகிறாள்.

'உணவை உட்கொள் எங்கிடு
அப்படித்தான் உயிர் வாழலாம்.
பீரைப் பருகு எங்கிடு
இதுவே நாட்டு வழமை.'

பீர் கண்டுபிடித்தது எழுத்து தோன்றுவதற்கு முன்னர். எழுத்து பிறப்பதற்கும், கணிதம் கண்டுபிடிப்பதற்கும் பீர் காரணமாக இருந்தது. ஒரு ஜாடி வரைந்து அதன்மேல் கோடு கீறினால் அதன் பொருள் பீர். அது பணமாகவும் பயன்பட்டது. அரசன் சேவகர்களுக்கும், கூலிகளுக்கும் இத்தனை ரொட்டி, இத்தனை ஜாடி பீர் என்று சம்பளம் வழங்கினான். பெண்ணெடுக்கும் போது பெண்ணின் விலையாக பீர் கொடுக்கப்பட்டது. பீர் பானம் என்றபடியால் அதை இலகுவாகப் பங்கு போடலாம். கணக்கர்கள் பீர் கணக்கு வழக்குகளை எழுதிவைத்தார்கள். இன்று குடித்து வெறித்துக் கொண்டாடப்படும் பீர் ஒரு காலத்தில் எழுத்தும், எண்ணும் பிறக்கக் காரணமாக இருந்தது என்பது ஆச்சரியமான தகவல்.

பீருக்கு அடுத்தபடியாக மனிதனை உய்விக்க வந்தது வைன். இதைப்பற்றிய முதல் செய்தி கி.மு 870இல் வருகிறது. வடக்கு மெசபட்டோமியாவின் புதிய தலைநகரத்தை நிர்மாணித்த அரசனான இரண்டாவது அசுர்னசிர்பால் பத்து நாள் விருந்து கொடுத்தான். அதில் 69,574 விருந்தினர் கலந்துகொண்டனர். அத்தனை பிரமாண்டமானது. ஆயிரக்கணக்கான ஆடுகள் மாடுகள் விருந்துக்குக் கொல்லப்பட்டன. பீருடைய செல்வாக்கு குறைந்துவிட்டதால் மன்னன் 10,000 ஜாடி வைன் பரிமாறினான் என்ற தகவல் கிடைக்கிறது. அரசன் வலது கையில் ஏந்தி வைன் குடிக்கும் சித்திரம் ஒன்று கல்லிலே பதிக்கப்பட்டு இன்றுவரை பாதுகாக்கப்படுகிறது.

பழச்சாற்றைப் புளிக்கவைத்துக் கிடைப்பது வைன். எகிப்திய பார்வோன்களுக்கு வைனின் ருசி பிடித்துப்போனதினால் பெரிய பெரிய திராட்சைத் தோட்டங்களை உண்டாக்கி வைன் தயாரித்தார்கள். அரசசபை பிரபுக்கள், மேல்தட்டு மக்களின் பானமாக வைன் இருந்தது. கிரேக்கர்களும் வைன் சுவைப்பதில் பின்தங்கி இல்லை. கி.மு 500இல் கிரேக்க எழுத்தாளர் தூசிடைட்ஸ் சொல்கிறார். 'மத்தியதரை மக்கள் காட்டுமிராண்டி வாழ்க்கையிலிருந்து விடுபடத் தொடங்கியது திராட்சை, ஒலிவ் போன்றவற்றைப் பயிரிட்டு வளர்க்கக் கற்றுக்கொண்ட பின்னர்தான்.' புகழ்பெற்ற நாடகாசிரியர் யூரிப்பிடீஸ் சொல்கிறார். 'பணக்காரர்களும் ஏழைகளும் ஒன்றாக அனுபவிப்பதற்காகப் படைக்கப்பட்டது வைன். அது மன வலியைப் போக்க வல்லது.'

தத்துவ ஞானி சாக்கிரட்டீஸ் பற்றி பிளேட்டோ எழுதுகிறார். 'ஒருநாள் இரவு வைன் பருகியபடி சாக்கிரட்டீஸ் பிரசங்கிக்க மற்றவர்கள் அவருடன் விவாதிக்கிறார்கள். இரவு நீடிக்கவே ஒவ்வொருவரும் வெறி முற்றித் தூங்கிவிட்டார்கள். சாக்கிரட்டீஸ் தூங்கவும் இல்லை, வெறிக்கவும் இல்லை. காலையானதும் வழக்கம்போல தன் கடமையைச் செய்யத் தொடங்கினார்.' பிளேட்டோ சொல்கிறார் 'சாக்கிரட்டீஸ் உத்தமமான குடிகாரர். உண்மையின் தேடலுக்கு வைன் அவருக்கு உதவுகிறது; ஆனால் மூளை அவர் வசத்திலிருந்து விலகுவதே இல்லை.'

கி.மு 200 அளவில் ரோமன் ராச்சியம் கிரேக்கர்களை முந்திவிட்டது. 'உலகத்தில் உற்பத்தியாகும் அத்தனை வைனும் ரோம் நகரத்தில் முடிந்தது' என்று சொன்னார்கள். அரசர்களும் பிரபுக்களும் உயர்ரக வைன் அருந்தினார்கள். மார்க்கஸ் அன்ரோனியஸ் ரோமின் மதிப்புமிக்க அரசியல்வாதி. வசீகரமான பிரசங்கி. உள்நாட்டுப் போரில் அவர் போர்வீரர்களால் தேடப்பட்டபோது ஒரு சாதாரண குடியானவன் வீட்டில் ஒளிந்துகொண்டார். அன்றிரவு உணவுக்குக் குடியானவன் வைன் வாங்குவதற்காகக் கடைக்குச் சென்றான். அவன் சக்திக்கு மீறிய உயர்தர வைனை வாங்கியபோது கடைக்காரன் சந்தேகப்பட்டுத் தகவல் கொடுத்தான். போர்வீரர்கள் மார்க்கஸ் அன்ரோனியஸைப் பிடித்துக் கொன்றார்கள்.

இன்றைக்கும் குடிவகையின் அரசன் வைன்தான். பிரான்ஸ், இத்தாலி, ஸ்பெயின் போன்ற நாடுகள் வைன் உற்பத்தியில் முன்னிடம் வகிக்கின்றன. விருந்தாளியை உபசரிக்கும்போது பரிமாறும் வைனின் தரத்தை வைத்து விருந்தாளியின் தகுதியை யூகிக்கலாம். இன்று மார்க்கஸ் அன்ரோனியஸ் திடீரென்று உயிர் பெற்று வருவாராகில் விருந்தோம்புனர் அதிசிறந்த வைனைத் தேடி

விற்பனை நிலையங்களில் அலைந்துகொண்டிருப்பார் என்பது நிச்சயம்.

1386ஆம் ஆண்டு. ஸ்பெயின் நாட்டில் ஒரு சிறிய ராச்சியத்தின் அரசன் இரண்டாவது சார்ல்ஸ். மிகக் கொடியவன் என்று பேரெடுத்தவன். அப்போது பிரான்ஸின் அரசராக இருந்தவர் அவனுடைய மாமனார்தான். அவரைக் கவிழ்க்கச் சதி செய்வதுதான் சார்ல்ஸின் வேலை. ஆனால் அதைச் செய்துமுடிக்க முன்னரே அவன் கொடிய நோயில் வீழ்ந்தான். அவனைச் சுற்றி நின்று அரச மருத்துவர்கள் ஆலோசனை செய்தார்கள். அப்பொழுது புதிதாகக் கண்டுபிடிக்கப்பட்ட மருந்து ஒன்றை பிரயோகிக்கத் தீர்மானித்தார்கள்.

காய்ச்சி வடிகட்டும் நுட்பத்தை ஏற்கனவே அரேபியர்கள் கண்டுபிடித்துவிட்டார்கள். பழச்சாற்றில் இருந்து பிறப்பது வைன். அதைக் காய்ச்சி வடிகட்டினால் கிடைப்பது பிராந்தி. ஆனால் அந்தப் பெயர் அப்போது இல்லை. வெறிக்க வைக்கும் மதுவின் கொதிநிலை 78 டிகிரி. தண்ணீரின் கொதிநிலை 100 டிகிரி. வைனைக் கொதிக்கவைக்கும்போது முதலில் ஆவியாவது மது. அதைக் குளிரவைத்துக் கிடைக்கும் திரவம் எரியும் தன்மையுடன் இருந்ததால் அதை 'எரியும் தண்ணீர்' என்று அழைத்தார்கள். அது மந்திரசக்தி வாய்ந்தது எனவும் நம்பினார்கள். மருத்துவர்கள் மெழுகுவர்த்தி வெளிச்சத்தில் அரசனை எரியும் தண்ணீரில் நனைத்த போர்வை யினால் சுற்றிக் கிடத்தினார்கள். போர்வை தற்செயலாகத் தீப்பிடிக்க அரசன் எரிந்து சாம்பலானான். நாளடைவில் 'எரியும் தண்ணீரின்' பெயர் பிராந்தியானது. அளவோடு குடிக்கும்போது அதன் வெறித்தன்மை மனிதனை மகிழ்ச்சியின் உச்சத்துக்குக் கொண்டு போனது.

இதேபோல பீரைக் காய்ச்சி வடிகட்டும்போது கிடைப்பது விஸ்கி. குடிக்கும்போது ஆக விரைவில் வெறிப்பதென்பதால் மக்களுக்கு அது பிடித்துப் பிரபலமானது. அயர்லாந்தில் இது மக்களின் அன்றாடத் தேவையானது. அதிகமாகக் குடித்து மரணிக்கவும் செய்தார்கள்.

கொலம்பஸ் 1492இல் கரிபியன் தீவுகளைக் கண்டுபிடித்தபோது அங்கே கரும்பு பயிர் செய்கை தொடங்கியது. கரும்புத் தோட்டத்தில் வேலை செய்வதற்கு அடிமைகள் தேவைப்பட்டதால் அடிமை வியாபாரமும் பெருகியது. நாலு நூற்றாண்டுகளுக்குள் 11 மில்லியன் அடிமைகள் கடத்தப்பட்டார்கள் என்றால் அது இன்றும் நம்பு வதற்குக் கடினமாக உள்ளது. அடிமைகளைப் பிடித்து வருபவர் களுக்கு பிராந்தி, விஸ்கி அதன் விலையாகக் கொடுக்கப்பட்டது.

அ. முத்துலிங்கம்

கரும்புச்சக்கையிலிருந்து வீரியமிக்க மது செய்யலாம் என்பதை 1657இல் ரம்புல்லியன் என்பவன் கண்டுபிடித்தான். குடித்தவுடன் வெறிக்கச்செய்யும் அந்த மதுவின் பெயர் ரம் ஆனது. அடிமைகளைப் பிடிப்பவர்களுக்கு ரம் விலையாகத் தரப்பட்டது. கூடிய அடிமைகள் வந்து சேர்ந்தபோது இன்னும் அதிகமாக ரம் தயாரித்தார்கள். அந்த ரம்மைக் கொடுத்து மேலும் அடிமைகளை இறக்கினார்கள். ரம்மை உற்பத்தி செய்யும் அடிமைகளுக்குச் சம்பளமும் ரம். இப்படி மது உலகம் முழுக்க ஆளத் தொடங்கியது.

அரேபியர்கள் மது அருந்துவதில்லையாதலால் அவர்களிடம் அது பிரபலமாகவில்லை. ஆனால் கோப்பி ராச்சியம் அவர்கள் கையில் இருந்தது. எத்தியோப்பியாவில் ஆட்டிடையன் ஒருவன் ஆடுகளை மேய்த்துக்கொண்டிருந்தபோது சில ஆடுகள் ஒரு செடியின் காய்களைத் தின்றுவிட்டுத் துள்ளிக் குதிப்பதை அவ தானித்தான். அவனும் அந்த விதைகளைத் தின்று பார்த்தபோது புத்துணர்ச்சி உண்டானது. மனிதனைச் சுறுசுறுப்பாகவும் உற்சாகமாகவும் இயங்கவைக்கும் கோப்பி பிறந்த கதை இது.

17ஆம் நூற்றாண்டில் கோப்பியகங்கள் லண்டனில் பிரபல மாகின. உயர்குடி மக்கள் சந்திப்பதற்கும் விவாதிப்பதற்கும் ஏற்ற இடமாக இவை அமைந்தன. ஆனால் கோப்பி வணிகம் அரேபி யர்கள் கைகளில் இருந்தது. அதை அவர்கள் பாதுகாத்தார்கள். கோப்பி விதைகளை வீரியமிழக்கச் செய்துவிட்டு விற்பனை செய் தார்கள். அரேபியர்களின் ஏகபோக உரிமையை முதலில் உடைத்தது டச்சுக்காரர்கள். அவர்கள் கோப்பிச் செடிகளை ஜவாவில் (இப்போதைய இந்தோனேசியா) வளர்க்க ஆரம்பித்த சில வருடங் களில் உலகச் சந்தையில் கோப்பி விற்பனையானது. அப்படியும் அரேபிய கோப்பியின் சுவையை அவர்களால் எட்ட முடியவில்லை.

பிரெஞ்சுக்காரர்கள் சும்மா இருக்கவில்லை. டச்சுக்காரர்கள் கிழக்கைப் பிடித்ததுபோல மேற்கைப் பிடிக்கத் திட்டமிட்டார்கள். பிரெஞ்சுக் கடற்படை வீரன் ஒருவன் ஒரு கோப்பிச் செடியைத் திருடி அதை மேற்கிந்தியத் தீவுக்குக் கடத்தத் திட்டமிட்டான். அந்தச் செடியை ஏற்றி வந்த கப்பல் புயலில் சிக்கியது. கடற் கொள்ளைக்காரர்கள் தாக்கினார்கள். தண்ணீர்ப் பற்றாக்குறை ஏற்பட்டபோது தன்னுடைய பங்குத் தண்ணீரைக் கோப்பிச் செடிக்கு ஊற்றி அதைச் சாகடிக்காமல் கொண்டுவந்து மேற்கிந்தியத் தீவில் நட்டு வளர்க்க ஆரம்பித்தான். செடியும் அமோகமாக வளர்ந்து பல தீவுகளுக்கும் பரவி இறுதியில் பிரேசில் நாட்டை அடைந்தது. இன்று பிரேசில் நாட்டு கோப்பி உலகத்தில் முதல் இடத்தைப் பிடித்து வைத்திருக்கிறது.

கோப்பிக்கும் விஞ்ஞானத்துக்கும்கூட சம்பந்தம் உண்டு. லண்டனில் கோப்பியகங்களில் விஞ்ஞானிகள் சந்தித்து விவாதிப் பார்கள். ஒருமுறை கட்டடக்கலை விற்பன்னர் கிறிஸ்டஃபர் ரென், விஞ்ஞானி ஹூக், வானியல் வல்லுநர் ஹேலி (இவர்தான் ஹேலி வால்நட்சத்திரத்தைக் கண்டுபிடித்தவர்) ஆகியவர்கள் சந்தித்து கிரகங்களின் இயக்கத்தைப்பற்றி விவாதித்தார்கள். அந்த விவாதத்தைத் தொடர்ந்து தங்கள் யூகத்தை ஐஸக் நியூட்டனிடம் தெரிவிக்க, அவர் தான் அதை ஏற்கனவே கண்டுபிடித்துவிட்டதாகக் கூறி அதற்கான நிரூபணத்தையும் வெளியிட்டார். நியூட்டனின் மாபெரும் கண்டுபிடிப்பான Law of Universal Gravitation க்கு கோப்பியகமும் ஒரு காரணம் என்று சொல்லலாம்.

சேர் ஜோர்ஜ் மக்கார்ட்னி என்பவர் 1773இல் ‘பிரிட்டிஷ் ராச்சியத்தில் சூரியன் மறைவதில்லை’ என்றார். முற்றிலும் உண்மையான வாசகம். உலகத்தில் ஐந்தில் ஒரு நிலப்பரப்பு அவர்கள் வசம் இருந்தது. உலக சனத்தொகையில் நாலில் ஒன்று பிரிட்டிஷ் ராச்சியத்தில் அடங்கியது. இது ஆச்சரியம் என்றால், உலகை வியாபித்த பிரிட்டிஷ் தேச மக்களைத் தேயிலை வென்றெடுத்ததுதான் இன்னும் கூடிய ஆச்சரியம்.

4700 ஆண்டுகளுக்கு முன்னர் சீனப் பேரரசர் ஷென் நுங் காட்டிலே தண்ணீர் கொதிக்கவைத்துக் கொண்டிருந்தபோது சில இலைகள் காற்றில் அடிபட்டு நீரில் விழுந்தன. அந்த நீரை அரசர் பருகியபோது புத்துணர்வு பெற்றதுபோல உணர்ந்தார். அப்படிப் பிறந்ததுதான் தேநீர். 4000 ஆண்டுகள் சீனாவில் தேநீர்ப் பழக்கம் இருந்தாலும் அது ஐரோப்பாவை 6ஆம் நூற்றாண்டில்தான் வந்தடைந்தது. சீனாவுடன் வணிகம் செய்வது கடினமானது. அவர்களிடம் எல்லாம் இருந்ததால் தேயிலையை விற்பதற்கு அவர்கள் ஆர்வம் காட்டவில்லை. தேயிலை, கோப்பிக்கு முன்னர் ஐரோப்பாவைச் சென்றடைந்திருந்தாலும் பிரபலமாகவில்லை. தேயிலைக்கு அதிகவிலை கொடுக்க வேண்டியிருந்ததுதான் காரணம்.

ஆரம்பத்தில் பிரிட்டனில் தேநீர் குடிப்பவர்கள் அரிது. 1662இல் போர்ச்சுக்கல் அரசனின் மகள் கதரீனை இங்கிலாந்து அரசன் இரண்டாம் சார்ல்ஸ் மணமுடித்தான். கதரீன் தேநீர்ப் பிரியை. அத்துடன் சீதனமாக போர்ச்சுக்கல் வணிக நிலையங்கள் அவளுடன் வந்திருந்தன. தேநீர் குடிப்பது இங்கிலாந்தில் மேட்டுக் குடி வழக்கமானது. கிழக்கிந்திய கம்பனி தேயிலை இறக்குமதி செய்ய ஆரம்பித்தபோது தேநீர் குடிப்பது மேலும் பரவலானது. தேநீர் இல்லாத விருந்து பிரிட்டனில் காணமுடியாது என்று ஆனது. ஆனால் அதை இறக்குமதி செய்யும் கிழக்கிந்திய

கம்பனியின் பிரச்சினை என்னவென்றால் சீனா பண்டமாற்றில் பெரிதாக விருப்பம் காட்டாதது. சீனர்களுக்கு அபின் மோகம் இருந்தது. கல்கத்தாவில் அபின் தயாரித்து இடைத்தரகர்கள் மூலம் சீனாவுக்கு விற்று அந்தப் பணத்தில் கம்பனி தேயிலையை இறக்குமதி செய்தது. லாபம் இரண்டு மடங்கானது. இது சம்பந்தமாக சீனா வுக்கும் பிரிட்டனுக்கும் இடையில் 1842இல் போர்கூட மூண்டது. போரில் பிரிட்டன் வெற்றியீட்டி ஹாங்காங்கைக் கைப்பற்றியது.

சீனாவின் தேயிலை ஆட்சியை முறியடிக்க பிரிட்டன் முடிவுசெய்தது. இந்தியாவில் அதை எங்கே வளர்க்கலாம் என ஆராய்ச்சி செய்தபோது அஸ்ஸாமில் ஏற்கனவே தேயிலை காட்டுச்செடியாக வளர்ந்தது தெரியவந்தது. தேயிலை உற்பத்தி ஆரம்பமானது. 1838இல் முதல் இந்தியத் தேயிலைக் கப்பல் லண்டனை நோக்கிப் புறப்பட்டது. அதன் தரத்தை ஆராய்ந்த வியாபாரிகள் அதிசயித்தார்கள். சில வருடங்களிலேயே தலைமை இடத்தை இந்தியா கைப்பற்றிவிட்டது. உலகச் சந்தையில் இந்தியா 23 வீதம் பங்கை இன்று ஆள்கிறது. சீனாவுக்கு இரண்டாவது இடம். அஸ்ஸாமில் ஒருவர் கண்ணிலும் படாமல் ஆதியாக வளர்ந்த தேயிலைச் செடி வாலிச் என்ற பிரிட்டிஷ் தாவரவியலாளர் கண்ணில் பட்டது எத்தனை பெரிய அதிர்ஷ்டம்.

1886ஆம் ஆண்டு ஜோன் பெம்பர்டன் என்ற அமெரிக்கர் தலையிடிக்கு மருந்து கண்டுபிடிக்கும் முயற்சியில் ஈடுபட்டார். அவருடைய முயற்சிகள் எல்லாமே தோல்வியில் முடிந்தாலும் அவர் தளராது பல்வேறு விதமான ஆராய்ச்சிகளைத் தொடர்ந்தார். ஒருநாள் பின்மதியம் பலவிதமான கூட்டுப்பொருள்களை மூன்று கால் பானையில் இட்டு ஒருவிதப் பழுப்பு நிறத் திரவத்தைத் தயாரித்தார். அதுதான் பிற்காலத்தில் உலகம் வியக்கும் ஒரு பானமாகப் பிரபலமடையும் என்பது அவர் அறியாத ஒன்று.

தென் அமெரிக்காவில் கிடைக்கும் கொக்கோ இலை உண்ணும்போது மயக்கம் தருவது. அதே மாதிரி மேற்கு ஆப்பிரிக்காவின் கோலாநட்டும் ஒருவித போதைப் பொருள்தான். இவை இரண்டையும் கலந்து வந்த பானத்துக்கு 'கொக்கோ கோலா' என்று மிகவும் பொருத்தமாகப் பெயர் சூட்டினார் பெம்பர்டன். அவர் இறந்த பின்னர் காண்டிலர் பொறுப்பாளர் ஆனார். இவர் நிறைய பணத்தை விளம்பரத்தில் செலவழித்ததால் அதற்குப் பயன் கிடைத்தது. 1895ஆம் ஆண்டு 76,000 கலன் பானம் விற்பனையானது. கம்பனியின் வளர்ச்சியில் பொறாமைப்பட்டு வழக்குத் தொடர்ந்தார்கள். அதுவும் தள்ளுபடியாக மேலும் விற்பனை அதிகரித்தது.

1941இல் இரண்டாம் உலகப்போரில் அமெரிக்கா இறங்கிய போது அமெரிக்க ராணுவ வீரர்கள் 16 மில்லியன் பேர் உலகம் முழுக்க போரில் ஈடுபட்டிருந்தார்கள். அவர்கள் பல்வேறு நாடுகளில் கடமையாற்றினார்கள். அந்தச் சமயம் கொக்கோ கோலா கம்பனி தலைவர் ஒரு பிரகடனம் செய்தார். அமெரிக்கப் போர் வீரன், அவன் எங்கே இருந்தாலும், அவனுக்கு கொக்கோ கோலா போத்தல் விலை 5 சதம் மட்டுமே. சொன்னது மட்டுமல்லாமல் அந்த வாக்கைக் காப்பாற்ற மில்லியன் கணக்கில் போத்தல்களைத் தயாரித்து ஏற்றுமதி செய்தார். ஆனால் அது சுலபமாக இல்லை. ஆகையால் உலகம் முழுக்க கம்பனிகளை ஆரம்பித்தார். 10,000 மில்லியன் போத்தல்கள் உலகில் விற்பனையாகின. அமெரிக்கா என்றால் கொக்கோ கோலா, கொக்கோ கோலா என்றால் அமெரிக்கா என்று ஆகிவிட்டது. இன்றும் உலகத்தில் விற்பனையாகும் அதிபிரமாண்டமான குடிபானம் கொக்கோ கோலாதான்.

மேலே சொன்ன பானம் எல்லாவற்றையும் நான் அவ்வப்போது பருகி ஆனந்தித்திருக்கிறேன். அதிலே இத்தனை வரலாறு இருப்பதைச் சிந்தித்துப் பார்த்ததில்லை. இலக்கியத்தில் கணக்கு வராது என்பார்கள். ஆனால் கணக்கில் நிச்சயம் இலக்கியம் வரும். இன்று உலகத்தில் நாளொன்றுக்கு ஒரு பில்லியன் கோக் போத்தல்கள் விற்பனையாகின்றன. அதை சுவையாக இந்தப் பாடல் சொல்கிறது.

ஒரு பில்லியன் மணித்தியாலங்கள் முன்னர்
மனிதன் உலகில் தோன்றினான்.
ஒரு பில்லியன் நிமிடங்கள் முன்னர்
யேசு எரூசலத்தில் நடந்தார்
ஒரு பில்லியன் செக்கண்டுகள் முன்னர்
பீட்டில்ஸ் இசையை மாற்றினர்
ஒரு பில்லியன் கோக் போத்தல் முன்னர்
நேற்றைய காலை விடிந்தது.

❖

இசைக் கலைஞன்

தற்செயலாகத்தான் அந்தச் சந்திப்பு ஏற்பட்டது. அவருடைய பெயர் ஸ்டீஃபான் ஹினிக்கன். கனடாவுக்கு ஐந்து வருடங்களுக்கு முன்னர் குடிபெயர்ந்த ஐரிஸ்காரர். இசைவாத்தியங்கள் சேகரிப்பவர். தபால்தலை சேகரிப்பவர்கள், காசுக் குற்றிகள் சேகரிப்பவர்கள் என்று பார்த்திருக்கிறேன். இசைவாத்தியங்கள் சேகரிப்பவரை எங்கே காணமுடிகிறது? அவர் வாழ்நாள் முழுக்க சேகரித்த வாத்தியங்களை அவருடைய வீட்டுக்குச் சென்று பார்வையிடக் கிடைத்தது.

ஆறடி உயரமான மனிதர். மெலிந்த ஆனால் வலுவான தேகக்கட்டு. வயது 50-55 இருக்கலாம். ஒன்பது வயதுப் பையனைப்போல முகத்தில் சிவப்புச் சிரிப்புடன் குதூகலமாக வரவேற்றார். அந்த அறை முழுக்க ஒருவித ஒழுங்குமில்லாமல் வாத்தியங்கள் கிடந்தன. சில உயரத்தில் மரப்பலகைகளில் அடுக்கப் பட்டுக் காணப்பட்டன. சில தரையில். எத்தனை வாத்தியங்கள் உள்ளன என்ற கேள்விக்கு '865 வாத்தியங்கள்' எனச் சட்டென்று சொன்னார். அந்தப் பதில் திடுக்கிடவைத்தது. எண்ணிக்கையில் அல்ல, அத்தனை துல்லியமாக அவர் கணக்கு வைத்திருக்கிறார் என்பதை நினைத்தபோது. ஏதாவது புது வாத்தியம் பற்றிக் கேள்விப்பட்டால் அதை அந்த நாட்டிலிருந்து உடனுக்குடன் தருவித்துவிடுவார். ஒரு வாத்தியத்தை நான் தொட்டதும், அது எந்த நாட்டைச் சேர்ந்தது, அதன் சரித்திரம் என்ன, எப்பொழுது அதை வாங்கினார் என்று சொல்லியபடியே வாசிக்கத் தொடங்கி விடுவார். சில தோல் வாத்தியங்கள். சில தந்தி வாத்தியங்கள். சில காற்று வாத்தியங்கள். அத்தனை வாத்தியங்களையும் மிக எளிதாகவும் லாகவமாகவும் வாசித்தார். தவில், உடுக்கை, பறை, தப்பு, மத்தளம் போன்ற தமிழ் வாத்தியங்களும் அவர் சேகரத்தில் இருந்தன. கோயில்களில் காணப்படும் சங்கை எடுத்து தம் பிடித்து ஊதிக்காட்டிவிட்டு அதே 9 வயதுப் பையன்போல பாராட்டுக்காகக் காத்திருந்தார்.

அவர் சென்னையிலே பிரபலமான லக்ஷ்மன் ஸ்ருதி இசைவாத்தியக் கூடத்துக்கு ஒருமுறை போனதுண்டு. அவர் சென்ற சமயம் ஒரு யப்பானிய சுற்றுலாக்காரர் சாரங்கி வாத்தியத்தைச்

சுட்டிக்காட்டி அது என்னவென்று விசாரித்திருக்கிறார். விற்பனைக் காரருக்கு அதன் பெயர் உடனே நினைவுக்கு வரவில்லை. ஸ்டீஃபான் அந்த வாத்தியம் சாரங்கி என்று சொன்னது மட்டுமல்லாமல் கடகடவென்று அதன் சரித்திரத்தை விவரித்து, உடனேயே சுருதி கூட்டி வாசித்தும் காட்டியிருக்கிறார். யப்பானியப் பயணிக்கு இசைக் கருவி பிடித்துவிட்டது. யோசிக்காமல் காசு கொடுத்து வாத்தியத்தை வாங்கிப்போனார். தமிழ்நாட்டுக் கடையில், ஒரு வடநாட்டு வாத்தியத்தை, கனடாவிலிருந்துபோன ஐரிஸ்காரர், யப்பானியச் சுற்றுலாக்காரருக்கு விற்றுச் சாதனை படைத்தார். இசைக்கூடத்துக்குச் சொந்தக்காரரான இரு சகோதரர்கள் ஸ்டீஃபானைப் பாராட்டி அவருக்குச் சந்தனமாலை அணிவித்து கௌரவித்திருக்கிறார்கள்.

சிறுவயதில் இருந்து இயற்கையாகவே ஸ்டீஃபானுக்கு வாத்தியங்கள் வாசிக்கக்கூடிய திறமை இருந்தது. பத்து வயது தாண்ட முன்னரே தானாகப் பத்து வெவ்வேறு வாத்தியங்களை வாசிக்கக் கற்றுக்கொண்டுவிட்டார். அந்தச் சிறுவயதிலேயே அவருடைய அண்ணன் தம்பிகளுக்கு வாத்தியங்கள் இசைப்பதுபற்றிச் சொல்லித் தந்தார். ஒருநாள் அவர் பள்ளிக்கூடத்தில் இசை படிப்பிக்கும் ஆசிரியர்கூட அவரிடம் சில வாத்திய நுணுக்கங்களைக் கற்றுக்கொண்டபோதுதான் தன்னிடம் ஓர் அபூர்வமான தனித்திறமை இருப்பதை ஸ்டீஃபான் உணர்ந்தார்.

ஓர் இசைக்கருவி அபூர்வமானதாக இருந்தது. தோல் வாத்தியமும் தந்தியுமாக ஒன்றுசேர்ந்த கயிட்ஸ் என்னும் ஸ்பெயின் நாட்டு இசைக்கருவி. தந்தியை மீட்டிக்கொண்டே மேளத்தையும் தட்டலாம். அந்த மேளம் வித்தியாசமானதாக ஒரு மிருகம் உறிஞ்சிக் குடிக்கும் ஒலியை எழுப்பியது. அவுஸ்திரேலிய ஆதிகுடி வாத்தியமான டிட்ஜெரிடுகூட அவரிடம் இருந்தது. இந்த வாத்தியத்தை மனிதன் உருவாக்குவதில்லை. இயற்கையாகவே உண்டாவது. 5–6 அடி நீளம் இருக்கும். தடித்த யுகலிப்டஸ் மரத்தின் பகுதியைக் கறையான் நடுவே துளைத்துப்போய் மறுபுறம் வந்துவிடுவதால் உண்டாகும் நீண்ட துளையுடன் அமைந்த வாத்தியம். இதிலே ஒரேயொரு ஸ்வரம்தான் வாசிக்கமுடியும். ‘சரி, போதும்’ என்று நான் சொல்லும்வரை அந்தப் பாரமான வாத்தியத்தை லயித்து வாசித்தபோது அப்படியே அவுஸ்திரேலிய ஆதிகுடியாகிவிட்டார்.

‘மனிதகுலத்துக்கு இத்தனை இசைக்கருவிகள் தேவையா?’

‘எப்படி நீங்கள் இப்படிக் கேட்கமுடியும்? தேடல்தானே மனிதனின் வேலை. இசை என்பது பெரிய ஆற்றுவெள்ளம் போல,

அது பாட்டுக்கு ஓடிக்கொண்டிருக்கிறது. உங்களிடம் இருக்கும் பாத்திரத்தில் இசையை அள்ளுகிறீர்கள். பாத்திரம் இல்லாதவர்கள் கையினால் ஏந்துவார்கள். சிலர் வாளியில் சேந்துவார்கள். அவரவர் தேவையைப் பொறுத்தது. இசை வடிவத்தை வெளிப்படுத்துவதற்கு நீங்கள் ஏற்ற கருவியைத் தேர்ந்துகொள்கிறீர்கள். இசையின் பரிபூரண வடிவத்தை மனிதனால் கொண்டுவரவே முடியாது. ஏதாவது மீதம் இருந்துகொண்டே இருக்கும். ஆனால் அவனுடைய முயற்சி நிற்காது. இனிமேலும் தொடர்ந்துகொண்டே போகும்.'

'இந்த 865 வாத்தியங்களில் நீங்கள் கற்றுத்தேறத் திணறிய வாத்தியம் எது?'

ஸ்டீஃபான் வேகமாகப் பேசக்கூடியவர். சட்டென்று பேசுவதை நிறுத்திவிட்டு யோசித்தார். 'நாதஸ்வரம்தான். அது கொடுக்கக்கூடிய இசையின் முழு உருவத்தையும் என்னால் கைப்பற்றவே முடியவில்லை.'

'அது ஏன்? புல்லாங்குழல் மூங்கிலில் செய்தது. ஆறு துளைகள் கொண்டது. நாதஸ்வரம் ஆச்சாமரத்தில் செய்தது. அதிலும் ஆறு துளைகள். புல்லாங்குழல் இலகுவாக வாசிக்கக் கூடியதாக இருக்கும்போது வாசிக்கக் கடினமான இசைக்கருவி ஒன்று எப்படிப் பிறந்தது?'

'மனிதன் லேசில் திருப்தி அடைந்துவிடுவதில்லை. அவனுடைய இசைஞானம் வளர்ந்துகொண்டே இருக்கிறது. இருப்பது ஏழு ஸ்வரங்கள்தான் என்றாலும் அவற்றின் விஸ்தாரம் மனிதக் கற்பனைக்கு அப்பாற்பட்டது. அவனுடைய கற்பனையில் உதிக்கும் அபூர்வ இசையை வெளிக்கொணர அவனுக்குப் புதுப்புது வாத்தியங்கள் தேவைப்பட்டன. அப்படிப் பிறந்ததுதான் நாதஸ்வரம். நாதஸ்வரத்தில் இசைக்கக்கூடிய நுணுக்கங்களையும் நகாசுகளையும், அலங்காரங்களையும் இன்னொரு வாத்தியத்தில் இலகுவாக வெளிப்படுத்த முடியாது. இசைவாத்தியம் என்றாலே ஒரு trade off தான். ஒன்றைப் பெறுவதற்கு ஒன்றை இழக்கவேண்டும்.'

'ஆனால் நீங்கள் இதைப் பயில்வது கடினம் என்று கூறியிருக்கிறீர்களே. இத்தனை வாத்தியங்களில் தேர்ச்சித்திறன் பெற்ற நீங்கள் நாதஸ்வரத்தைக் கற்றுத்தேற முடியாததற்கு ஏதாவது காரணம் இருக்கவேண்டுமே?'

'எனக்குத் தெரிந்து இசைக்கருவிகளில் உமிழ்நீரும் பங்குபெறும் ஒரு வாத்தியம் நாதஸ்வரம் மட்டும்தான். அதிலே மூன்று அல்லது நாலு சீவாளிகள் தொங்கும். சீவாளியைச் சூப்பி உமிழ்நீரால்

நிறைத்துவிட்டுத்தான் நாதஸ்வரத்தில் செருகி வாசிப்பார்கள். ஒருவிதமான காதுக்கு இனிமையான நாதம் அப்போது பிறக்கும். அதேசமயம் உமிழ்நீர் அதிகமாகிவிட்டால் இசையின் தரம் குறைந்துவிடும். உடனே வாசிப்பவர் சீவாளியை மாற்றிவிடுவார். அந்த நுட்பங்களை மாஸ்ரர் பண்ணுவது அத்தனை சுலபம் இல்லை.'

'இசைவாத்தியங்கள் பற்றி ஆலோசனைகள் கேட்டு வேறு நாடுகள் உங்களை அழைத்திருக்கின்றனவா?

'இருபதுக்கு மேற்பட்ட நாடுகளுக்குப் பயணித்திருக்கிறேன். சமீபத்தில்கூட சூடான் நாட்டுக்குப் போனேன். அங்கே ஓர் இசைக்கருவி இருக்கிறது. நாலு பேர் கயிறுகளை இழுத்துப்பிடித்தபடி நிற்க ஒருவர் அதிலே இசை வாசிப்பார். ஓர் ஆதிவாசியின் வாத்தியம். வாத்தியத்திலே சில திருத்தங்கள் செய்து அதை மேன்மைப்படுத்தும் முறையையும் கற்றுத்தந்தேன். இதிலே ஆபத்து இருக்கிறது. ஒரு வாத்தியத்தை முற்றிலும் அறிந்த பின்னர்தான் அதை மேன்மைப்படுத்தலாம். ஆதிவாசிகளுடைய வாத்தியம்தானே என்று அலட்சியமாக அணுகக்கூடாது. இந்தியாவின் சித்தார் இசைமேதை ரவி சங்கர் முதல்தடவையாக லண்டனில் கச்சேரி செய்தபோது அவர் சுருதி கூட்டியதையும் இசையின் ஒரு பகுதி என்று எண்ணி சிலாகித்து விமர்சனம் எழுதியது உங்களுக்குத் தெரியும். அப்படியான தவறுகள் ஏற்படாமல் பார்த்துக்கொள்ள வேண்டும்.

விடைபெறும்போது 'உங்களிடம் உறுமி மேளம் உள்ளதா?' என்று வினவினேன். 'இல்லையே அது எப்படியிருக்கும்? எங்கே கிடைக்கும்' என்றார் ஆர்வமாக. நான் 'தமிழ்நாட்டில் கிடைக்குமே' என்றேன். அவர் முகத்துச் சிரிப்பு மறைந்து ஏக்கம் தொடங்கியது. 865 வாத்தியங்கள் சேகரித்தவருக்கு மேலும் ஒன்று சேர்ப்பது அத்தனை கடினமா?

அடுத்த முறை அவரைச் சந்திக்கும்போது அவரிடம் 866 இசைக்கருவிகள் இருக்கும். அதில் ஒன்று உறுமும்.

❖

இரண்டு வயிறுகள்

என்னுடைய மனைவி சொல்வார் என் உடம்பு கண்ணாடித் தன்மை வாய்ந்தது என்று. அது முற்றிலும் உண்மை. நேற்றிரவு நடந்த விருந்திலும் அதை உறுதிசெய்ய முடிந்தது. ஒரு பெண் சிற்றுண்டியைத் தட்டத்தில் ஏந்தியபடி ஒவ்வொருவராகக் கொடுத்துக்கொண்டு வந்தார். வரிசையில் அடுத்தது நான். என் முறை வந்ததும் தட்டத்தை அப்படியே சுழற்றி எடுத்து அடுத்த வருக்கு நீட்டிக்கொண்டு போனார். காரணம் என்னை அவர் கண்கள் பார்க்கவில்லை. விருந்துகளில் என்னை ஒருவரும் காண்பதில்லை; முக்கியமாகப் பரிசாரகிகள். என் உடம்பு கண்ணாடியால் செய்யப்பட்டிருக்கிறது. யாராவது உணவு தந்திருந் தால்தான் நான் ஆச்சரியப்பட்டிருப்பேன். ஓர் இரவு உணவு இல்லாமல் உறங்கப் போனால்தான் என்ன?

நேற்று படித்த செய்தியும் அதைத்தான் சொன்னது. உலகத்தில் ஏழுபேரில் ஒருவர் இரவு பட்டினியோடு உறங்கச் செல்கிறார். இது உண்மையாக இருக்கும் பட்சத்தில் எத்தனை மோசமான உலகில் நாங்கள் வாழ்கிறோம். இரவு பட்டினியோடு உறங்கச் செல்லும் ஒரு குழந்தையின் எதிர்காலம் என்னவாகும்? ஒரு காலத்தில் 75 மில்லியன் மக்களைக் கொன்ற கொள்ளைநோய் எப்போவோ ஒழிந்துவிட்டது. அம்மை நோய் ஒழிந்துவிட்டது. கோமாரி ஒழிந்துவிட்டது. பசி, அதுகூட ஒரு நோய்தானே, அது மட்டும் இன்னும் ஒழியவில்லை. புறநானூற்றுப் புலவர் ஒருவர் 'எறும்பு முட்டையைக் காவுவதுபோல சிறுவர்கள் சோற்று மூட்டையுடன் வரிசையாகப் போகிறார்கள். பசிப்பிணி மருத்துவன் வீடு எங்கே இருக்கிறது. கிட்டவா, தூரவா?' என்று வினவுகிறார். இந்த உலகில் பணக்காரர்கள் வருவார்கள், போவார்கள். ஆனால் ஏழைகள், அவர்கள் என்றுமே இருப்பார்கள். அவர்களை ஒழிக்கவே முடியாது.

எறும்புகள் பட்டினியால் சாவது கிடையாது. எறும்புகளுக்கு இரண்டு வயிறுகள் உள்ளன. ஒரு வயிற்றில் அதற்கான உணவு. இன்னொரு வயிறு பொதுவான வயிறு. அதிலே உள்ள உணவை வேறு எந்த எறும்பும் எடுத்து உண்டுகொள்ளலாம். எறும்புகளைப் போல சக உயிரை நேசிக்கும் வேறு எந்த உயிரினமும் இருப்பதாகத்

தெரியவில்லை. மனிதனுக்கும் இரண்டு வயிறு இருந்தால் பசிப்பிணி ஒழிந்துபோகும். ஒரு வயிற்றில் அவனுக்கான உணவு. இன்னொரு வயிற்றில் பொது உணவு. அதை யார் வேண்டுமானாலும் எடுத்து உண்டுகொள்ளலாம்.

எனக்குப் பக்கத்தில் ஒருவர் வெகுநேரமாக உட்கார்ந்திருக்கிறார். என்னுடைய பக்கம் திரும்பியும் பார்க்கவில்லை. என்னுடைய உடம்பு கண்ணாடி உடம்பாக இருப்பது காரணமாக இருக்கலாம். 100 பழைய லொத்தர் டிக்கட்டுகளை வைத்து ஆராய்ந்து கொண்டிருந்தார். 'என்ன செய்கிறீர்கள்?' என்று கேட்டேன். அவர் திடுக்கிட்டு 'பழைய டிக்கட்டுகளை ஆராய்ந்தால் மிகச் சரியாக அடுத்து வெல்லும் லொத்தர் டிக்கட்டைக் கண்டுபிடித்து வாங்கலாம்' என்றார். 'இங்கே எதற்காக உட்கார்ந்திருக்கிறீர்கள்?' என்றேன். அதற்கும் புதிரான பதில் கிடைத்தது. 'என்னுடைய ராணித் தேனீ பறந்துவிட்டது. நண்பர் ஒருவர் ராணித் தேனீ விற்பனைக்கு இருப்பதாகச் சொன்னார். அவருக்காகக் காத்திருக்கிறேன்.' கொஞ்சம் கொஞ்சமாக அந்த மனிதரின் மீதி விருத்தாந்தத்தைக் கேட்டுத் தெரிந்துகொண்டேன்.

அவருடைய பெயர் இஸ்ரார். அவரிடம் இரண்டு பொழுது போக்குகள் உள்ளன. ஒன்று, லொத்தர் டிக்கட் வாங்குவது. இரண்டாவது, தேனீ வளர்ப்பது. ராணித்தேனீயை வைத்து புதுத் தேனீக்கூட்டத்தை உருவாக்க முயல்கிறார். என்னை அவர் வீட்டுக்கு வரச் சொன்னார். தேனடையை என் கண்முன்னே பிழிந்து நல்ல தேன் தருவதாகச் சொன்னார். 'என்ன விலை?' என்று கேட்டேன். சொன்னார். என்னை வறுமைக் கோட்டுக்குக் கீழே தள்ளிவிடும் முயற்சி என்று பட்டது. என் தயக்கத்தைப் பார்த்து உங்களுக்கு 50 வீதம் கழிவு உண்டு என ஆசை காட்டினார்.

அடுத்த நாள் காலை அவர் கொடுத்த முகவரிக்குப் புறப்பட்டேன். அகலமான வாய்ப் போத்தல்கள் கொண்டு வரச் சொல்லியிருந்தார். கடந்த இரண்டு மணி நேரமாக மனைவி பலவிதமான போத்தல்களைப் பல அளவுகளில் பல நிறங்களில் சேகரித்து, கழுவித் தயாராக வைத்திருந்தார். அவற்றை ஞாபகமாக இரண்டு கைகளிலும் தூக்கிக்கொண்டேன். கனடாவில் தேனீ வளர்ப்பது எத்தனை சிரமமான காரியம் என்பது எனக்குத் தெரியும். வருடத்தில் ஏழு மாதங்கள் பூக்கள் கிடையாது. ஆகவே தேனீக்களும் இல்லை. அவை கூட்டுக்குள்ளே ஒருவித உறைநிலையில் கிடந்து இருக்கும் உணவை உண்டு உயிர் வாழும். ஏப்ரல் மாதம் தொடங்கி செப்டம்பர் வரைக்கும் சுறுசுறுப்பாகப் பூந்தேன் சேகரிக்கும்.

அ. முத்துலிங்கம்

நான் போனது செப்டம்பர் மாதக் கடைசியில். அவருடைய வீடு பண்ணை வீடுபோல பெரிசாக அடர்ந்த தோட்டத்துடன் ஒதுக்குப்புறமாக இருக்கும் என நினைத்தேன். ஆனால் அப்படி யில்லை. சின்ன வீடுதான். ஒடுக்கமான வீதியின் முடிவில் நெருக்க மான வீடுகளுக்கு நடுவில் இருந்தது. அழைப்பு மணியை அடித்ததும் வாசல் கதவு பறவை செட்டை விரிப்பதுபோல இரண்டு பக்கமும் பிளந்து திறந்தது. 'நீங்களா?' என்றார். 'நான்தான்' என்றேன். 'எங்கேயிருந்து வருகிறீர்கள்?' 'சிலோன்' என்றேன். 'அப்படியா? அது எந்தத் தெருவில் இருக்கிறது?' 'இங்கே பக்கத்தில்தான்.'

இஸ்ரார் தலையாலே நுழைந்து மாட்டும் நீண்ட அங்கி தரித்திருந்தார். சற்று உள்ளுக்குப் போன முகம். சமையலறை வழியாகக் கூடத்துக்குள் நுழைந்தால் அவர் சோபாவில் படுத்துக் கிடந்த உடல் வடிவம் அப்படியே இருந்தது. எங்கே உட்காருவது என்று தெரியவில்லை. இன்ன இடத்தில் இன்ன சாமான் என்று இல்லை. எல்லா இடத்திலும் எல்லா சாமானும் இருந்தன. இனம் காண முடியாத ஏதோ மிருக வாடை அடித்தது. தேனீ வளர்ப்புக் கான ஏதாவது அடையாளம் தென்படுகிறதா என்று பார்த்தேன். பெரிய ஏமாற்றமாக இருந்தது. 'போத்தல் கொண்டு வந்தீர்களா?' என்று கேட்டார். நான் சேகரித்து வந்த அத்தனை போத்தல்களையும் மேசையில் ஒன்றன்பின் ஒன்றாக வரிசையாக அடுக்கினேன். ராணுவ அணிவகுப்பைப் பார்வையிடுவதுபோல அதைப் பார்த்துத் தலையை ஆட்டினார். 'என்னுடைய தேனீ வளர்ப்புப் பெட்டிகளைப் பார்க்கப் போகிறீர்களா?' என்றார். ஓமோம் என்று சொல்லி அவர் பின்னால் புறப்பட்டேன்.

சந்திர மண்டலத்துக்குப் போவோர் அணிவதுபோல ஓர் உடையைத் தந்தார். இதற்கு முன்னர் நூறுபேர் அதை அணிந்திருக்க வேண்டும். காலை சாப்பிட்ட உணவு வெளியே வரும் விருப்பத்தைத் தெரிவித்தது. உடை என்னை முற்றிலும் மூடியது. முகத்தில் மாத் திரம் வலைப் பின்னல். அவரும் அதேபோல ஒன்றை அணிந்து, நீல் ஆர்ம்ஸ்ரோங்க்போல நடக்க நான் பின்னால் தொடர்ந்தேன். அவர்கள் வீட்டு வெளிச்சுவரில் நீள் சதுரமாக ஓட்டை துளைத்து அதைப் பலகையால் மூடியிருந்தது. பலகையை அகற்றிவிட்டு அவர் நுழைய நானும் நுழைந்தேன். அரசாங்கத்துக்குச் சொந்தமான ஒரு காட்டுக்குள் நின்றோம். அங்கே நாலே நாலு தேனீ வளர்ப்புப் பெட்டிகள். அதிலே ஒன்றிலிருந்து ராணித்தேனீ பறந்தோடிவிட்டதால் அது மட்டும் வெறுமையாக இருந்தது.

மீதி மூன்று பெட்டிகளில் இருந்த தேனீக்கள் பறந்து வந்து எம்மைச் சூழ்ந்துகொண்டன. ஐந்து திசைகளிலும் கைகால்களை

வீசிக்கொண்டு ஓடப் பார்த்தேன். இஸ்ரார் அசையவே இல்லை. சைகையினால் என்னை ஓடாமல் நிற்கச் சொன்னார். கையை நிதானமாகப் பெட்டியினுள் நுழைத்து, தேனடையை எடுத்துக் காட்டினார். அது பார்க்கப் பரிதாபமாக வரட்டிபோல ஒட்டிக் கொண்டு கிடந்தது. அதைப் பிழிந்துதான் தேன் எடுக்கவேண்டும். வெகுவிரைவில் பனிக்காலம் ஆரம்பித்துவிடும். இனி வரும் ஏப்ரல் மாதம்வரை இதை உண்டுதான் தேனீக்கள் வாழவேண்டும். 'இதைப் பிழிந்து எடுத்தால் தேனீக்களுக்கு உணவு இல்லையே' என்றேன். 'இத்தனை தூரம் நீங்கள் வந்திருக்கிறீர்களே' என்றார். 'வேண்டாம்' என்றேன். 'வேண்டாமா?' 'நான் சுப்பர்மார்க்கட்டில் வாங்கிக் கொள்கிறேன்' என்றேன். ஐந்து ஓட்டை வைத்த சேர்ட்டில் ஆறாவது பட்டனைப் பார்த்ததுபோல குழம்பிப்போய் என்னைப் பார்த்தார். அவருடைய வாய் மூடிக்கொள்ள முன்னர் நான் புறப்பட்டேன்.

எங்கள் வாழ்க்கை திருட்டு வாழ்க்கைதான். பால் திருடு கிறோம். முட்டை திருடுகிறோம். தேன் திருடுகிறோம். திருடி வாழாமல் கொடுத்து வாழ முடியாதா? இரண்டு வயிறுகள் காவும் எறும்பு செய்வதுபோல. இருப்பதைப் பகிர்ந்து உண்டால் பூமியில் இரவு பட்டினியோடு படுக்கும் மனிதர்கள் இருக்கவே மாட்டார்கள்.

மனைவியிடமிருந்து குறுஞ்செய்தி மீண்டும் மீண்டும் வந்தபடி இருந்தது. செல்பேசியை எடுத்து என்னவென்று பார்த் தேன். 'நாலு போத்தல்களுக்கு மேல் தேன் வேண்டாம். நாலு போத்தல்களுக்கு மேல் தேன் வேண்டாம்.'

தாயும் சேயும்

நான் ஆப்பிரிக்காவில் இருந்தபோது ஒரே கதையைப் பலரும் சொல்லக் கேட்டிருக்கிறேன். அந்தக் கொடூரமான கதை உண்மையாகக்கூட இருக்கலாம். சோமாலியாவில் ஒரு தாயும் சேயும் பாலைவனத்தைக் கடக்கிறார்கள். மணல் தணல் போலச் சுடுகிறது. தாய் குழந்தையை இடுப்பில் சுமந்தபடி ஓடுவதும், மர நிழல்களில் சற்று நின்று இளைப்பாறுவதுமாக முன்னேறுகிறாள். ஓர் இடத்தில் கால் வெந்துபோக வேதனை தாங்க முடியாமல் குழந்தையைக் கொதிக்கும் மணல்மேல் போட்டு அதன்மேல் ஏறி நிற்கிறாள். எத்தனை வலி என்றால் அந்தத் தாய் அப்படிச் செய்திருப்பாள் என்று நினைக்கும்போதே மனம் பதைக்கிறது.

இந்தக் கதையைக் கேட்டபோது எனக்கு, பல வருடங்களுக்கு முன்னர் நான் சிறுவனாய் இருந்த சமயம் யாழ்ப்பாணத்தில் நடந்த தமிழ் விழா நினைவுக்கு வந்தது. சொல்லின் செல்வர் ரா.பி. சேதுப்பிள்ளை, பெரியசாமி தூரன், கல்கி, தவத்திரு தனிநாயகம் அடிகள் போன்ற பெரியோர்கள் அங்கே உரையாற்றினார்கள். ரா.பி சேதுப்பிள்ளை பேசும்போது சிலேடையாகப் பேசி நிறைய கைதட்டல்கள் வாங்கினார். அன்றைய பேச்சில் அவர் பலதடவை 'தாய்நாடு, சேய்நாடு' என்று குறிப்பிட்டார். தாய்நாடு இந்தியா, சேய்நாடு ஈழம். அப்பொழுதெல்லாம் நான் இந்தியா என்றால் அது முழுக்க முழுக்க தமிழர்களால் நிரம்பிய நாடு என நம்பிய காலம்.

சில வருடங்களுக்கு முன்னர் இந்தியா செல்வதற்காக நானும் மனைவியும் கனடாவில் உள்ள இந்தியத் தூதரகத்தில் விசா விண்ணப்பம் செய்தோம். தூதரகத்தின் பூட்டிய கதவுகளுக்குமுன் நின்ற வரிசையில் நாங்களும் நின்றோம். விண்ணப்பத்தைக் கொடுத்துவிட்டு உள்ளே நுழைந்தோம். தேனீக்கள் ஒன்றின்மேல் ஒன்று அமர்ந்திருப்பதுபோல ஆட்கள் நெருக்கியடித்துக்கொண்டு உட்கார்ந்திருந்தார்கள். மூன்று மணிநேரம் காத்திருந்த பின்னர் எங்கள் முறை வந்து கூப்பிட்டார்கள். யன்னலுக்குப் போய் அதிகாரியிடம் பேசினோம். 'அவர் எத்தனை நாளைக்கு?' என்றார். சொன்னேன். 'எதற்காகப் போகிறீர்கள்?' என்றார். சுற்றுலாவுக்கு என்றேன். மீண்டும் 'எதற்காகப் போகிறீர்கள்?' என்றார். மறுபடியும்

சொன்னேன். பல் வைத்தியர் 'இன்னும் அகலமாக', 'இன்னும் அகலமாக' என்பதுபோல அதே கேள்வியைத் திருப்பித் திருப்பிக் கேட்டார். எல்லாம் முடிந்துவிட்டது என நான் நினைத்த நேரம் ஒரு நீண்ட பாரத்தை நீட்டி 'இதையும் நீங்கள் நிரப்பவேண்டும். உங்கள் விண்ணப்பத்தை இலங்கைக்கு அனுப்பி அவர்கள் அனுமதி பெற்ற பின்னர்தான் இந்திய விசா வழங்கப்படும்' என்றார். 'எங்களுடையது கனடா கடவுச் சீட்டு' என்றேன். அவர் 'ஆனால் நீங்கள் இலங்கையில் பிறந்திருக்கிறீர்கள். இலங்கையின் அனுமதி கிடைத்தால்தான் இந்தியாவுக்கு விசா தரமுடியும்.' உட்கார்ந்து கொண்டு தொடங்கிய பதிலை நின்றுகொண்டு முடித்தார். 'கனடா கடவுச்சீட்டில் கனடிய குடிமகன் ஒருவர் இந்தியா போவதற்கு இலங்கையிடம் ஏன் அனுமதி கேட்கிறீர்கள்?' என்று கேட்டேன். அதிகாரி செல்பேசியை மூடுவதுபோல முகத்தை மூடினார். அதே சமயம் யன்னலையும் மூடினார். ரா.பி. சேதுப்பிள்ளை வர்ணித்த 'தாய்நாடு சேய்நாடு' உறவு இதுதான் எனப் புரிந்துகொண்டேன். ஒரு மாதம் சென்று எங்கள் இருவருக்கும் விசா கிடைத்தது. மனைவிமட்டும் இந்தியா போனார். நான் போகவில்லை.

நான் இதை எழுதிக்கொண்டிருக்கும் சமயம் ஜெனிவாவில் சர்வதேச மனித உரிமைகள் பேரவையில் இலங்கைக்கு எதிராக அமெரிக்கா கொண்டுவந்த பிரேரணை நிறைவேறியிருக்கிறது. தண்ணீர் ஊற்றிய தீர்மானம் என்றாலும் வெற்றி வெற்றிதான். மகிழ்ச்சியில், என் உடம்பிலிருந்த அத்தனை ரத்தமும் சுழன்று ஓடியது. அதிசயத்திலும் அதிசயமாக இந்தியா பிரேரணையை ஆதரித்து வாக்களித்திருந்தது. சோமாலியா தாய் செய்ததுபோல இந்தியா குழந்தைமேல் ஏறி நிற்கவில்லை. குழந்தை இன்னும் இடுப்பிலேதான் இருக்கிறது. பாலைவனமோ நீண்ட தூரம். எவ்வளவு தூரத்துக்கு இந்தியா குழந்தையைக் காவும், எப்பொழுது கீழே போடப்போகிறது என்பது யாருக்கும் தெரியாது.

❖

விபத்து

பல வருடங்களுக்கு முன்னர் கிரஹாம் கிரீன் என்ற புகழ் பெற்ற ஆங்கில எழுத்தாளர் எழுதிய ஒரு சிறுகதையைப் படித்தேன். மிகச் சிறிய கதை. அது இன்றும் பேசப்படுகிறது. கீழே அதன் சாராம்சத்தை வரிக்கு வரி மொழிபெயர்க்காமல் பொது வான என் மொழியில் கொடுத்திருக்கிறேன்.

செவ்வாய் காலை இரண்டாம் பாடம் முடிந்து மூன்றாவது ஆரம்பிப்பதற்கு முன்னர் ஜெரோம், தலைமையாசிரியரால் அழைக்கப்பட்டான். ஏதாவது பிரச்சினை இருக்கும் என்று அவன் பயப்படவில்லை. அவன் மாணவர் தலைவன். மிஸ்டர் வேர்ட்ஸ்வேர்த் அவருடைய மேசைக்குப் பின்னால் கலவரமான முகத்துடன் அமர்ந்திருந்தார். அறைக்குள் நுழைந்தபோது அச்சமூட்டுவதுபோன்ற உணர்வை ஜெரோம் அடைந்தான்.

'ஜெரோம், உட்கார். பாடங்கள் சரியாகப் போகின்றனவா?' என்று மிஸ்டர் வேர்ட்ஸ்வேர்த் கேட்டார்.

'ஆமாம், சேர்.'

'ஒரு தொலைபேசி அழைப்பு உன்னுடைய மாமியாரிடமிருந்து எனக்கு வந்தது. அது நல்ல செய்தி அல்ல.'

'ஆமாம், சேர்.'

'உன்னுடைய அப்பாவுக்கு ஒரு விபத்து நேர்ந்திருக்கிறது.'

'ஓ'

மிஸ்டர் வேர்ட்ஸ்வேர்த் அவனை ஆச்சரியத்துடன் பார்த்தார். 'பாரதூரமான விபத்து.'

'ஆமாம், சேர்.'

ஜெரோம் தன் தகப்பனை ஆராதித்தான். தன் கற்பனையில் அவன் தகப்பனை உயரத்துக்கு வளர்த்தெடுத்திருந்தான். அவர் பெய்ரூட், கனாரிஸ் போன்ற தூர தேசங்களுக்குப் பயணம் செய்யும் மர்மமான துணிச்சல்காரர். அவனுடைய 8ஆவது பிறந்த தினம் வந்தபோது அவனுடைய தகப்பன் துப்பாக்கிகள் கடத்துகிறார்

அல்லது பிரிட்டிஷ் உளவுத்துறையில் வேலை செய்கிறார் என்று நம்பினான். இப்போது ஜெரோம் நினைத்துப் பார்த்தபோது ஒருவேளை அவர் மெசின் துப்பாக்கி ரவைகளால் சரமாரியாகச் சுடப்பட்டிருக்கலாம் எனத் தோன்றியது.

மிஸ்டர் வேர்ட்ஸ்வேர்த் மேசையிலிருந்த ரூலரை உருட்டி விளையாடினார். அவருக்குத் தொடர்வது கடினமாயிருந்தது. 'உனக்குத் தெரியுமா உன் அப்பா நேப்பிள்ஸ் நகரத்தில் இருந்தார் என்பது.'

'ஆமாம், சேர்.'

'உன்னுடைய மாமிக்கு இன்றுதான் மருத்துவமனையிலிருந்து செய்தி கிடைத்தது.'

'ஓ.'

மிஸ்டர் வேர்ட்ஸ்வேர்த் ஆற்றாமையுடன் சொன்னார், 'அது ஒரு தெரு விபத்து.'

'ஆமாம், சேர்.' அவர்கள் தெரு விபத்து என்றுதான் கூறுவார்கள் என்பது ஜெரோமுக்குத் தெரியும். போலீஸ் முதலில் சுட்டிருக்கவேண்டும். அவனுடைய அப்பா வேறு வழியில்லை என்றால் ஒழிய ஒரு மனித உயிரை எடுக்கமாட்டார்.

'உன்னுடைய அப்பா மிக மோசமாகக் காயப்பட்டிருக்கிறார் என நான் அஞ்சுகிறேன்.'

'ஓ.'

'உண்மை என்னவென்றால் ஜெரோம், நேற்று உன் அப்பா இறந்துபோனார். வலியில்லாமல் மிக அமைதியாக இறந்தார்.'

'அவர்கள் இருதயத்தைத் துளைத்துச் சுட்டார்களா?'

'என்ன? என்ன சொல்கிறாய் ஜெரோம்?'

'அவர்கள் இருதயத்தைத் துளைத்துச் சுட்டார்களா?'

'ஒருவரும் சுடவில்லை, ஜெரோம். ஒரு பன்றி அவர் மேல் விழுந்தது.'

மிஸ்டர் வேர்ட்ஸ்வேர்த்தின் முகம் வலிப்பு வந்ததுபோல இழுத்துக்கொண்டது. ஒரு கணம் அவர் சிரிக்கப்போவது போல் இருந்தது. அவர் கண்களை மூடினார். இயல்பு நிலைக்குத் திரும்பி, வாயைத் திறந்து ஒருவரும் எதிர்பார்க்காத வேகத்தில் கதையைச் சொல்லிமுடித்தார்.

‘உன்னுடைய அப்பா ஒரு நெருக்கமான வீதியில் நேப்பிள்ஸில் நடந்தபோது அவர் மீது ஒரு பன்றி விழுந்தது. அதிர்ச்சியான விபத்து. நேப்பிள்ஸ் நகரத்தின் வறியவர்கள் வசிக்கும் பகுதியின் மேல்மாடிகளில் பன்றி வளர்ப்பார்கள். ஐந்தாம் மாடியில் இருந்த இந்தப் பன்றி அளவுக்கதிகமாகக் கொழுத்துவிட்டதால் பாரம் தாங்காமல் மாடி உடைந்தது. பன்றி உன் அப்பாவின் மேல் விழுந்தது.’

மிஸ்டர் வேர்ட்ஸ்வேர்த் தன்னுடைய மேசையை விட்டு எழும்பி அவசரமாக யன்னல் பக்கம் போய் ஜெரோமுக்கு முதுகைக் காட்டி நின்றார். அவர் உணர்ச்சிவசப்பட்டு மெல்ல நடுங்கினார்.

ஜெரோம் கேட்டான், ‘பன்றிக்கு என்ன நடந்தது?’

* * *

புறநானூறு 305 பாடல்

வயலைக் கொடியின் வாடிய மருங்குல்,
உயவல் ஊர்தி, பயலைப் பார்ப்பான்
எல்லி வந்து நில்லாது புக்குச்
சொல்லிய சொல்லோ சிலவே; அதற்கே
ஏணியும் சீப்பும் மாற்றி,
மாண்வினை யானையும் மணி களைந்தனவே.

கொடி போல மெலிந்த இடையும், தளர்ந்த நடையும் கொண்ட பார்ப்பனன் இரவில் அரண்மனைக்குள் புகுந்து சில சொற்கள் சொன்னான். கோட்டை ஏணிகளை அகற்றினார்கள். கதவுக் குறுக்கு மரங்களை நீக்கினார்கள். போர் யானைகளின் மணிகளைக் கழற்றினார்கள். போர் நின்றது.

பார்ப்பனன் என்ன சொன்னான்?

❖

எதிர்பாராதது

வாழ்க்கை என்பது எதிர்பாராத கணங்களினால் நிறைந்தது. உலகத்திலேயே ஆகச் சிறிய சிறுகதையை எழுதியவர் ஏர்னஸ்ட் ஹெமிங்வே. அந்தச் சின்னஞ்சிறு கதை உச்சத்தை எட்டியது அதனுடைய எதிர்பாராத முடிவினால். ஆறே ஆறு வார்த்தைகள். 'விற்பனைக்கு. குழந்தையின் சப்பாத்து. புத்தம் புதிது. அணியப் படவேயில்லை.'

சிவாஜியும் பத்மினியும் நடித்த 'எதிர்பாராதது' திரைப்படம் 1950களில் வெளிவந்தது. படத்திலே சிவாஜியும் பத்மினியும் காதலர்கள். நாகையா இரண்டாம்தாரமாக பத்மினியை மணந்து கொள்கிறார். சிவாஜி நாகையாவின் மகன் என்பதால் இப்போது சிவாஜிக்கு பத்மினி சிற்றன்னை முறையாகிவிடுகிறார். நாகையா இறந்துபோக ஒருநாள் சிவாஜி பத்மினியைத் தொடுகிறார். பத்மினி உணர்ச்சிவசப்பட்டு சிவாஜியை அடித்த அடியில் அவருடைய கன்னம் வீங்கி அவர் மூன்று நாட்களாகப் படப்பிடிப்புக்கு வரவில்லை. மூன்றாவது நாள் சிவாஜியைப் பார்க்க பத்மினி அவர் வீட்டுக்குப் போய் சமாதானம் செய்து அவருக்குப் புத்தம்புது ஃபியட் கார் ஒன்றைப் பரிசாகக் கொடுக்கிறார். அதுதான் சிவாஜியுடைய முதல் கார். எதிர்பாராத அடி; எதிர்பாராத பரிசு. இந்தச் சம்பவம் நான் பத்திரிகைகளில் படித்தது அல்ல. பத்மினியே என்னிடம் சொன்னது.

சமீபத்தில் ரொறொன்ரோவில் ஒரு பொலீஸ்காரரைச் சந்தித்தேன். திரண்ட புஜமும் ஒடுங்கிய வயிறுமாக கம்பீரமாக இருந்தார். பொலீஸ்காரர்களின் உதடு எப்பவும் ஒட்டியபடியே இருக்கும். இவர் அப்படியல்ல. நட்பு நிறைந்த முகம். அன்பாகவும் வெளிப்படையாகவும் பேசினார். அவர் வாழ்க்கையில் நிறைய குற்றவாளிகளுடன் பழகியிருக்கிறார். சிறை, நீதிமன்றம், வழக்கு, வழக்கறிஞர்கள் என்று பல வருடத்து அனுபவங்கள் அவரிடம் கொட்டிக்கிடந்தன. 'உங்கள் வாழ்க்கையில் ஏராளமான சம்பவங் களைச் சந்தித்திருப்பீர்கள். நீங்கள் எதிர்பாராத ஒன்று எப்போ வாவது நடந்ததுண்டா?' என்றேன். 'எப்போவாவது அல்ல; தினம் தினம் அப்படி ஒன்று நடக்கும்' என்றார்.

ஒருநாள் இவர் சோமாலியாக்காரர் ஒருவரை நீதிமன்றத்துக்கு அழைத்துச் சென்றார். அவர் பள்ளிக்கூடத்தில் ஆங்கிலம் கற்பிக்கும் ஆசிரியர். மனைவியின் முகத்தில் கொதிக்கும் எண்ணெய் ஊற்றிய தாகக் குற்றச்சாட்டு. அரசு தரப்பு வழக்கறிஞரும் எதிரி தரப்பு வழக்கறிஞரும் தங்கள் தங்கள் வாதங்களை வைத்தனர். அரசு தரப்பு வழக்கறிஞர் எதிரிக்குக் குறைந்தது 6 மாதம் தண்டனை கொடுக்க வேண்டும் என்று கேட்டுத் தன் வாதத்தை முடித்தார். எதிரி தரப்பு, இது முதல் குற்றம் அத்துடன் கணவன் சிறைக்குச் சென்றால் குடும்பம் வருமானம் இன்றிக் கஷ்டப்படும். ஆகவே இரண்டு மாதத்துக்கு மேல் சிறைத்தண்டனை விதிக்கவேண்டாம் என்று மன்றாட்டமாகக் கேட்டுக்கொண்டது.

நீதிபதி தீர்ப்பு வழங்குமுன்னர் வழமைபோல குற்றவாளியைப் பார்த்து அவர் ஏதாவது சொல்ல விரும்புகிறாரா என்று கேட்டார். அந்த மனிதர் இப்படிப் பேசினார். 'கனம் ஐயா. நான் குற்றம் செய்யவில்லை, எனக்கு எப்படி தண்டனை வழங்கலாம்? குழந்தைகள் வீட்டிலே பசியால் அழுதார்கள். என் மனைவி சமைக்கவில்லை. ஆகவே அவளைத் திருத்துவதற்காகக் கொதிக்கும் எண்ணெயை ஊற்றினேன். அது என் கடமை. உண்மையில் நான் நன்மை செய்தேனே ஒழிய தீமை செய்யவில்லை.' நீதிபதி இதை எதிர்பார்க்கவில்லை. அவருடைய தீர்ப்பு இப்படியிருந்தது. 'உங்களுக்கு இரண்டு வருடகாலம் சிறைத்தண்டனை வழங்குகிறேன். நீங்கள் ஆங்கில ஆசிரியர். கனடாவின் அரசியல் சட்டத்தை முறையாகப் பயின்று நீங்கள் புலமை பெறவேண்டும் என்பது என் விருப்பம். அதற்கு இந்தக் கால அவகாசம் உங்களுக்கு உதவியாக இருக்கும்.' சோமாலிய ஆசிரியர் இந்தத் தீர்ப்பை நிச்சயமாக எதிர்பார்த்திருக்கமாட்டார்.

1993இல் ஒரு வழக்கு கனடாவில் பிரபலமாகியிருந்தது. கனடாவில் மட்டுமல்லாமல் உலகமே அந்த விசித்திரமான வழக்கு விவரங்களை உடனுக்குடன் அறிய ஆவல் காட்டியது. குற்றவாளியின் பெயர் போல் பெர்னாடோ. 30 பெண்களுக்கு மேல் அவர்களுடன் வல்லுறவு கொண்டவன். மூன்று பெண்களைக் கொலை செய்தவன். இதற்கு அவனுடைய மனைவியும் உடந்தை. கணவன் பெண்களை சித்திரவதை செய்யும்போது மனைவி அதை வீடியோ படம் பிடித்தாள். மனைவி செய்யும்போது கணவன் வீடியோ படம் பிடித்தான். ஓய்வாக இருக்கும் சமயங்களில் இரு வரும் கொடூரமான வீடியோக்களை ஓடவிட்டுக் கண்டு களித்தனர்.

பெர்னாடோ என்ற காமக் கொடூரனை தினமும் கோர்ட்டுக்கு அழைத்துவரும் பொறுப்பு பொலீஸ்கார நண்பருக்கு.

1993ஆம் வருடம் இந்த வழக்கு விசாரணை உச்சத்தை அடைந்தது. ஒவ்வொருநாளும் ஒவ்வொரு புதிய தகவல் குறுக்கு விசாரணையில் வெளிப்பட்டு உலகத்தின் கவனத்தை ஈர்த்தது. அந்த வருடம்தான் ரொறொன்ரோ Blue Jays அணி பேஸ்போல் இறுதிப் போட்டிக்குத் தயாரானது. போட்டி நாள் ஒக்டோபர் 23 சனிக்கிழமை. அன்றைய போட்டியில் உலக சாம்பியன் யார் என்ற முடிவு தெரிய வரும்.

பொலீஸ்காரர் குற்றவாளியை அழைத்துக்கொண்டு கோர்ட்டுக்கு வந்தார். ஒரு குதிரை நடப்பதுபோல தலையைத் தூக்கிக்கொண்டுதான் பெர்னாடோ நடப்பான். நீலக் கண்கள் ஒளிவீச ஓர் அதிகாரிபோல சுற்றிலும் நோட்டம் விடுவான். எல்லோருடைய மனதிலும் குற்றவாளிக்கு ஆயுள்தண்டனையா, மரணதண்டனையா அல்லது அவன் ஒருவேளை விடுதலையாகி விடுவானா என்று ஒரே பதற்ற நிலை. கோர்ட் சமீபமாக வந்தபோது பெர்னாடோ பொலீஸ்காரரை 'நாய்க்குப் பொறந்தவனே' என அழைத்தான். அப்படி அழைத்தால் எல்லாம் சுமுகமாக இருக்கிறதென்று அர்த்தம். 'சேர்' என்று அழைத்தால்தான் ஆபத்து. 'நாளைக்கு Blue Jays அணியில் ஜோ கார்ட்டர் home run அடித்து வெற்றி பெற்றுக் கொடுப்பானா?' மூன்று கொலைகள் செய்து தீர்ப்புக்குக் காத்திருக்கும் பெர்னாடோவுடைய அன்றைய கவலை அது ஒன்றுதான். நண்பர் பதில் பேசவில்லை. ஆனால் உண்மையில் அடுத்த நாள் ஜோ கார்ட்டர் கடைசி நேரத்தில் home run அடித்து உலக சாம்பியன் பட்டத்தைப் பெற்றுக்கொடுத்தது சரித்திரம். கனடா நீதிமன்றங்களில் இப்படி எதிர்பாராத சம்பவங்கள் தினம் தினம் நடைபெறுவதுண்டு.

ஏர்னஸ்ட் ஹெமிங்வே எழுதிய சிறுகதையிலும் பார்க்கச் சின்னதான ஒரு சிறுகதையை சமீபத்தில் அமெரிக்க மாணவி ஒருத்தி எழுதியிருக்கிறார். ஐந்தே ஐந்து வார்த்தைகள்தான். 'ஓ கடவுளே! நான் கர்ப்பமாகிவிட்டேன். யாராயிருக்கும்?'

எதிர்பாராத சம்பவம் சிலவேளை வாழ்க்கையைப் பின்னே தள்ளும். சில சமயம் முன்னுக்கு எடுத்துச் செல்லும். வாழ்க்கை பெண்டுலம் போலத்தான். முன்னுக்கும் பின்னுக்குமாக நகர்வது.

❖

சரித்திரத்தில் நிற்கும் அறை

இந்த வருடம் டிசெம்பர் மாதம் 17ஆம் தேதி வந்தபோது நான் பெரிதாக எதிர்பார்த்தேன். ஒன்றுமே நடக்கவில்லை. ஒரு பத்திரிகை ஏதோ முணுமுணுத்தது. வானொலியோ தொலைக் காட்சியோ மூச்சுவிடவில்லை. வார இதழ்கள் மௌனம் சாதித்தன. 17ஆம் தேதி வந்தது போலவே போய்விட்டது. என்ன மகத்தான தேதி? மனித சரித்திரத்தில் நிலைத்து நிற்கவேண்டிய முக்கியமான நாள் ஏற்கனவே மறக்கடிக்கப்பட்டுவிட்டது. இந்த வருடத்தின் அதி முக்கியமான நிகழ்வு என்னவென்று தேடிப் பார்த்தபோது பியோன்ஸ் என்ற அமெரிக்கப் பாடகி கர்ப்பமான செய்தி என்று பதில் வந்தது. ஒரு செக்கண்டுக்கு 9000 துரிதர்கள் அனுப்பப் பட்டனவாம்.

போன வருடம், 2010 டிசெம்பர் 17ஆம் தேதி துனீசியாவில் மொகமட் என்ற 26 வயது ஏழை நடைபாதை பழ விற்பனைக்காரன் தீக்குளித்துத் தற்கொலை செய்துகொண்டான். அதைத் தொடர்ந்து துனீசியாவில் பெரும் புரட்சி வெடித்தது. அரசு கவிழ்ந்தது. ஆனால் புரட்சி அலை நிற்காமல் எகிப்துக்குள் புகுந்து அந்த நாட்டு அரசும் கவிழ்ந்தது. அத்துடன் நிற்கவில்லை. இறுதியில் லிபியா அரசும் வீழ்ந்தது.

இதற்கெல்லாம் தொடக்கம் ஃபைடா ஹம்டி என்ற பெண்தான். அவள் துனீசியாவில் சிடிபோஸிட் என்ற சிறிய நகரத்தில் வேலைபார்க்கும் நகரசபைக் காவலர். சட்டவிரோதமாக நடைபாதையில் பழம் விற்றான் எனக் குற்றம் சாட்டி அந்தப் பெண் மொகமட்டின் கன்னத்தில் அடித்தாள். சந்தையில் பல ஆட்களுக்கு முன்னால் ஒரு பெண் ஆணை அடிப்பதென்பது நினைத்துக்கூடப் பார்க்க முடியாத ஒன்று. பழக்காரன் அவமானப்பட்டு கவர்னர் மாளிகைக்குச் சென்று முறைப்பாடு வைத்தான். ஒருவருமே கவனிக்கவில்லை. அந்தப் பெண் கன்னத்தில் அடித்தது காலை 10.30 மணிக்கு. அவன் தீக்குளித்தபோது நேரம் காலை 11.30.

பல ஆண்டுகளுக்கு முன்னர் 1802ஆம் ஆண்டு இலங்கையில் ஒரு சம்பவம் நிகழ்ந்தது. மிகச் சிறிய ஒரு நிகழ்ச்சிதான். இலங்கை யில் அப்போது இரண்டு ராச்சியங்கள் இருந்தன. மலைப்பகுதியில்

சிறீ விக்கிரமராஜசிங்கன் ஆண்ட கண்டி ராச்சியம். கரையோரப் பகுதியில் கவர்னர் பிரெடெரிக் நோர்த்தின் கீழ் இயங்கிய பிரிட்டிஷ் ராச்சியம். பிரிட்டிஷ் ராச்சியத்தின் மன்னார் பகுதியில் இருந்து ஒரு பாக்கு வியாபாரி கண்டி ராச்சியத்துக்குள் வியாபாரம் செய்ய நுழைந்தான். அவனைக் கண்டி ராச்சிய அதிகாரி அடித்துப் பாக்கு மூட்டையைப் பறிமுதல் செய்தான். அந்தச் சம்பவத்தைத் தொடர்ந்து இரு ராச்சியங்களுக்குமிடையில் போர் மூண்டது. சிறீவிக்கிரமராஜசிங்கன் தோற்று முடி இழந்தான். முழு இலங்கையும் பிரிட்டிஷ் ஆட்சியின் கீழ் வந்தது.

28 யூன் மாதம் 1914ஆம் ஆண்டு ஐரோப்பாவில் ஒரு சம்பவம் நடந்தது. முடிக்குரிய ஆர்க்டியூக் ஃபேர்டினெண்ட் என்பவரை காவ்ரில்லோ பிரின்சிப் என்ற 19 வயது இளைஞன் சுட்டுக் கொன்றான். முதலாம் உலகப் போருக்கான ஆரம்பம் அதுதான். அந்தப் போர் முடிவுக்கு வந்தபோது 2 கோடி மக்கள் இறந்து போயினர். ஒருகோடி ராணுவம், இன்னொரு கோடி பொதுமக்கள். இதுவே உலகத்தில் போரினால் ஏற்பட்ட ஆகக்கூடிய அழிவு.

துனீசியாவில் புரட்சி பரபரப்பாக நடந்துகொண்டிருந்தபோது என்னுடன் ஒருகாலத்தில் வேலை செய்த துனீசிய நண்பர் நினைவுக்கு வந்தார். அவருடைய பெயர் தமிழ் எழுத்துகளில் எழுத முடியாத பெயர். இப்போதைக்கு அப்துல்லா என்று வைத்துக்கொள்வோம். பாகிஸ்தானில் பெஷாவார் நகரத்தில் இருவரும் வேலைசெய்தோம். அவருடைய வீடுகூட நான் வசித்த அதே தெருவில்தான் நடக்கும் தூரத்தில் இருந்தது. மனைவியுடனும் மூன்று பிள்ளைகளுடனும் வசித்தார். மூத்த மகளுக்கு வயது எட்டு.

ஒருநாள் காலை வழக்கம்போல மூன்று பிள்ளைகளையும் அவருடைய பெரிய வாகனத்தில் ஏற்றிக்கொண்டு அவர்களைப் பள்ளிக்கூடத்தில் விடுவதற்குப் புறப்பட்டார். அவர் வீட்டு கேட்டுக்கு வெளியே மதில் சுவரில் குதிக்கால்களை வைத்து சாய்ந்துகொண்டு இருவர் நீண்ட துப்பாக்கிகளுடன் நெடுநேரம் நின்றனர். தாடியும் புழுதிபடிந்த சால்வார் கமிசும் கறுப்புத் தலைப்பாவுமாக அவர்கள் தோற்றமளித்ததால் ஒருவித சந்தேகமும் எழவில்லை. ஒருவேளை துப்பாக்கி தரிக்காமல் நின்றிருந்தால் சந்தேகம் முளைத்திருக்கும். அப்துல்லா காரை கேட்டுக்கு வெளியே எடுத்ததும் இவர்கள் துப்பாக்கியை நீட்டி வாகனத்தை மறித்து மூன்று பிள்ளைகளையும் வாகனத்தில் இருந்து இறக்கிவிட்டு நண்பரையும் வாகனத்தையும் கடத்த முற்பட்டார்கள். ஆனால் மாவீரன் ஹனிபாலின் தேசத்தில் இருந்து வந்திருந்த அந்த எட்டு வயதுச் சிறுமி பாய்ந்து துப்பாக்கிதாரி ஒருவரின் காலைக்

கெட்டியாகப் பிடித்துக்கொண்டாள். அவர்கள் என்ன செய்தும் சிறுமி பிடியை விடவில்லை. கடைசியில் தகப்பனையும் பிள்ளைகளையும் விட்டுவிட்டு வாகனத்தை மட்டும் கடத்திக்கொண்டு போனார்கள். அந்த வாகனத்தை நண்பர் கண்டது அன்றுதான் கடைசி.

முகப்புத்தகத்தில் தேடி துனீசிய நண்பரைத் தொடர்பு கொண்டேன். அடிக்கடி மின்னஞ்சல் பரிமாறிக்கொண்டோம். 17 டிசெம்பர் 2011 அன்று ஒரு வருடம் பூர்த்தியானதும் அவரைத் தொலைபேசியில் அழைத்துப் பேசினேன். 'இங்கே ஜனநாயக முறைப்படி தேர்தல் நடந்து முடிந்திருக்கிறது. புதிய ஜனாதிபதியின் பெயர் மொன்செஃப் மஸுக்கி. அவருடைய மாளிகை என் வீட்டில் இருந்து நாலு மைல் தூரம். எங்கேயும் அமைதியும் சமாதானமும் நிலவுவதைக் காணக்கூடியதாக இருக்கிறது. ஒருவரை ஒருவர் சந்தேகக் கண்கொண்டு பார்ப்பது நின்றுவிட்டது. காலையில் எழும்பி தினசரியைப் பிரிக்கும்போது நான் எங்கேயோ அமெரிக்காவிலோ, கனடாவிலோ, ஜேர்மனியிலோ இருப்பதாக உணர்கிறேன். அப்படியான ஒரு பத்திரிகைச் சுதந்திரம் நிலவுகிறது.

ஒரு சிறிய வன்முறைச் சம்பவத்தில் முதலாவது உலகயுத்தம் ஆரம்பித்தது. இரண்டு கோடி மக்கள் இறந்தனர். ஒரு பாக்கு வியாபாரிக்கு விழுந்த அடியில் ஒரு தேசம் அடிமையாக்கப்பட்டது. சிறைச்சாலை அதிகாரி ஒருவரைக் கொன்று தொடங்கிய பிரெஞ்சுப் புரட்சி 40,000 பேர் இறந்த பின்னர்தான் நின்றது. சிறிய வன்முறை மிகப்பெரிய வன்முறையாக வியாபிப்பதுதான் வழக்கம்.

உலக சரித்திரத்தில் முன்னெப்பொழுதும் காணாத ஒரு புதுமை நடந்து முடிந்திருக்கிறது. ஃபைடா ஹம்டி என்ற பெண், தள்ளுவண்டி பழ விற்பனையாளன் கன்னத்தில் அடித்த ஓர் அடி சமாதானத்தைக் கொண்டு வந்தது. 10 கோடி மக்கள் பெரும் அமைதியையும் சமாதானத்தையும் தங்கள் வாழ்நாளில் கண்டனர்.

ஓர் அறை மூன்று கொடுங்கோல் ராச்சியங்களை வீழ்த்தியது உலக வரலாற்றில் இதுவே முதல் முறை. எத்தனை பெரிய சாதனை? யாராவது இந்த நகரசபைப் பெண்ணுக்கு சமாதானப் பரிசு கொடுப்பார்களா? தெரியவில்லை.

❖

வான்கோழி ஆகிய நான்

28 நவம்பர் மறுபடியும் வந்துவிட்டது. வியாழக்கிழமையான இன்றுதான் அமெரிக்காவின் நன்றிகூறல் நாள். யாருக்காக நன்றி கூறுகிறார்களோ தெரியாது. நிச்சயமாக வான்கோழிகளுக்கு அல்ல. இன்று மட்டும் அமெரிக்காவில் 6 கோடி வான்கோழிகள் கொல்லப்பட்டு உண்ணப்படும். ஏறக்குறைய இரண்டு மடங்கு கனடிய சனத்தொகைக்கு சமம். கனடாவில் வாழும் அத்தனை பேருக்கும் இரண்டு இரண்டு வான்கோழி வீதம் விநியோகிக்கலாம். ஏற்கனவே ஒருமுறை பார்த்த My Life as a Turkey ஆவணப்படத்தை இன்று கொல்லப்படும் வான்கோழிகளுக்கு மரியாதை செய்யும் விதமாக இன்னொருமுறை பார்ப்பதென்று தீர்மானித்தேன்.

ஜோ ஹுட்டோ ஓர் உயிரியல் விஞ்ஞானி. அவர் காட்டு வான்கோழிகளுடன் வாழ்ந்து அவை பற்றி ஆராயவேண்டும் என முடிவெடுக்கிறார். காட்டு வான்கோழிகளும் வீட்டு வான்கோழிகளும் ஒன்றல்ல. அவைகளுக்குள் பெரிய வித்தியாசம் உண்டு. வீட்டு நாய்க்கும் ஓநாய்க்கும் இடையில் எத்தனை வித்தியாசமோ அத்தனை. காட்டு வான்கோழி முட்டைகளைப் பல வருடங்களாகத் தேடியபின் அவருக்கு அவை கிடைக்கின்றன. செயற்கைமுறையில் அடைகாத்து 28ஆவது நாள் 16 குஞ்சுகள் பொரிக்கின்றன. தாய் வான்கோழி போல ஜோ சத்தமிட்டு மூக்கை நீட்ட முதல் குஞ்சு வந்து ஒட்டிக்கொள்கிறது. 16 குஞ்சுகளுக்கும் இவர்தான் தாய்.

இந்தப் பரிசோதனைக்கு ஜோ தேர்ந்தெடுத்த இடம் ஃப்ளோரிடாவில் ஓக்ஹமொக்ஸ் என்ற காட்டுப் பிரதேசம். அடுத்த நாள் காலை 16 குஞ்சுகள் அவரைப் பின்தொடர காட்டுக்குள் நுழைகிறார். ஒருநாள் வயதான குஞ்சுகள் ஒருவர் உதவியின்றிப் பூச்சி புழுக்களைத் தேடி உண்கின்றன. 5ஆவது நாள் அவற்றிற்கு எந்தப் பூச்சியை உண்ணலாம் எது உண்ணக்கூடாது, எது சாதாரண பாம்பு, எது நச்சுப் பாம்பு என்பது தெரிந்துவிடுகிறது. எப்படி குஞ்சுகளுக்கு இதுவெல்லாம் தெரிகிறது என்பது ஜோவுக்கு வியப்புத்தான். தினமும் ஜோவின் பின்னால் குஞ்சுகள் காட்டுக்கு இரை தேடப் போவதும் மாலையில் கூட்டுக்குள் திரும்பி வந்து படுப்பதுமாகக் காலம் கழிகிறது. சில குஞ்சுகள் ஜோவின்மேல் படுத்து உறங்குகின்றன.

ஒருநாள் ஜோ ஏதோ வேலையாக இருந்தபோது சாரைப்பாம்பு ஒன்று கூட்டுக்குள் நுழைந்து ஒரு குஞ்சைக் கவ்விப் பிடித்து விழுங்கிவிடுகிறது. மற்ற குஞ்சுகள் எழுப்பிய சத்தத்தில் ஜோ ஓடிவந்து பார்த்தபோது பாம்பு குஞ்சை ஏறக்குறைய விழுங்கி விட்டது. மற்ற குஞ்சுகள் நடுங்கின; திகைத்தபடி அங்குமிங்கும் ஓடின. இனிமேல் குஞ்சுகளை விட்டு ஒருகணமும் பிரிவதில்லை என்று தீர்மானம் செய்கிறார். இரண்டு குஞ்சுகள் அவருடன் கூடிய வாஞ்சையுடன் பழகின. எப்பவும் மற்ற குஞ்சுகளை அதிகாரம் செய்யும் ரேர்க்கிபோய் எனும் ஆண் குஞ்சு. ஸ்வீட்டி என்னும் பெண் குஞ்சு ஜோ ஓய்ந்திருக்கும் வேளையில் அவர் மடியில் ஏறி உட்கார்ந்துவிடும்.

நாலு வாரம் கடந்துவிட்டது. தினமும் குஞ்சுகள் தூரத் தூர இரைதேடிப்போக ஆரம்பித்தன. அவற்றின் புத்திக்கூர்மை அதிசயிக்க வைக்கும். புதிதாக ஏதாவதைக் கண்டால் அதைத் தீர ஆராய்ந்து மூளையில் இருத்திய பின்னர்தான் நகரும். முன்பு பாம்புகளுக்கு இவை பயந்தன. இப்போது கதை மாறிவிட்டது. பாம்புகளைக் கண்டால் துரத்திப்போய்ச் சீண்டின. வான்கோழிகள் பாம்புகளைக் கொல்லும் வல்லமை படைத்தவை. அவற்றைத் தின்னவும் கூடும். ஒருநாள் காட்டில் வெட்டப்பட்ட மரத்தின் அடிப்பாகத்தைக் கண்டு மிரண்டுவிட்டன. அதைச் சுற்றிச் சுற்றி வந்து சத்தமிட்டன. ஒரு முழு மரத்தைப் புரியமுடியும். விழுந்த மரத்தைப் புரிய முடியும். மனிதனால் வெட்டப்பட்டு அடிப்பாகம் மிஞ்சிய மரம் அவற்றுக்குப் புதிராக இருந்தது.

மாலையானதும் ஜோ கூட்டுக்குத் திரும்ப மற்ற பறவைகளும் அவரைத் தொடர்ந்தன. அன்று அவர் கூட்டுக்குள் நுழைய பறவைகள் புரட்சி செய்வதுபோல அப்படியே நின்றுவிட்டன. அவர் வான்கோழி சத்தம் உண்டாக்கி அழைத்தார். அவை பதில்கூறின, ஆனால் உள்ளே வர மறுத்தன. அங்கே இருந்த உயர்ந்த மரத்தில் தாமாகவே பறந்துபோய் உட்கார்ந்துகொண்டன. இனிமேல் அங்கேதான் இரவைக் கழிக்கும். வேறு வழியில்லாமல் ஜோவும் மரத்தில் ஏறி அவற்றுடன் இரவைக் கழித்தார்.

இரண்டு மாதங்கள் கழிந்தன. வான்கோழி மொழியை ஜோ வேகமாகக் கற்றுக்கொள்ள ஆரம்பித்தார். 'எங்கே நீ', 'கிட்ட வா', 'தூரப் போகவேண்டாம்', 'நான் இங்கே' போன்ற தகவல்களுக் கெல்லாம் ஒவ்வொருவிதமான ஒலி. ஏறக்குறைய 20 விதமான சத்தங்களை எழுப்பி ஜோவினால் அவற்றுடன் உரையாட முடியும். மீதி ஒலிகளை அவர் கற்காவிட்டாலும் அவை பேசுவது அவருக்குத் துல்லியமாகப் புரியும். ஓர் அந்நிய மொழி பேசுபவருக்கு மத்தியில்

அகப்பட்டுக்கொண்டது போலவே இல்லை. சாரைப் பாம்புக்கு ஒரு சத்தம், சாம்பல் பாம்புக்கு இன்னொரு சத்தம், கிலிகிலுப்பைப் பாம்புக்கு இன்னும் வேறுவிதமான சத்தம், உயரப் பறக்கும் பருந்துக்கு முற்றிலும் புதுவிதமான எச்சரிக்கை ஒலி. எல்லாம் அவருக்கு அத்துப்படியாகி வான்கோழிக் குடும்பத்தில் அங்கமாகி விட்டார். இரண்டு வான்கோழிகள் நோய்பிடித்து இறந்தபோது ஜோ அவற்றைப் புதைத்தார். எஞ்சிய வான்கோழிகள் சுற்றிவர நின்று ஏதோ ஒலியெழுப்பி மரியாதை செய்தன.

ஏழு மாதங்கள். வான்கோழிகள் வளர்ந்து பெரிதாகிவிட்டன. காட்டிலே வெட்டுக்கிளிகளைத் தேடித் தேடித் தின்று வயிற்றை நிரப்பின. ஒரு களியாட்டு விழாவுக்குப் போனதுபோல அத்தனை குதூகலம். தனியாகவும் கூட்டமாகவும் இரைதேடி தூரத்தூரப் போயின. ஜோ அமரும்போது ஸ்வீட்டி வழக்கம்போல ஓடிவந்து அவருடன் அமர்ந்துகொள்ளும். ரேர்க்கிபோய் முன்னைப்போல அதிகாரம் செய்தாலும் ஜோவைவிட்டு அதிக தூரம் செல்வதில்லை. ஜோவுக்குக் காடு மிக நெருக்கமாகிவிட்டது. அவர் கண்கள் முன்பு போல இல்லை. வான்கோழிகள் கண்டுபிடிக்கும் எல்லாவற்றையும் அவர் கண்கள் அதே வேகத்தில் கண்டுபிடித்தன. புழுக்கள் பூச்சிகள் பறவைகள் விலங்குகள் ஒன்றையும் கண்கள் தவறவிட வில்லை. முன்பெல்லாம் வருடத்தில் இரண்டு மூன்று பாம்புகளை அவர் காண்பார். இப்போது ஒருநாளில் ஆறு பாம்புகளை அவர் கண்கள் கண்டன.

இன்னொன்றும் அவருக்குத் தோன்றியது. தாங்கள் உயிர் வாழ்வதற்குப் பயன்படாத ஏதாவது ஒன்று தட்டுப்பட்டால் 'இது எதற்கு இங்கே இருக்கிறது' என்பதுபோல வான்கோழிகள் ஆராய்ந்தன. இந்த உலகம் அவைகளுக்கு மட்டுமே படைக்கப்பட்டது என்று அவை நினைப்பதுபோலவே தோன்றும். மிகப் பெரிய வித்தியாசம் என்னவென்றால் அவை அடுத்த கணம் பற்றி யோசிப்ப தில்லை. மேலும் ஒரு மைல்தூரம் போனால் இன்னும் நிறைய இரை கிடைக்கும் என்றெல்லாம் அவற்றின் மூளை நினைப்பதில்லை. அந்தத் தருணம் என்னவோ அதுவே வாழ்க்கை. மனிதன் எப் பொழுதும் வாழ்வின் பெரும்பகுதியை எதிர்காலத்தில் வாழ்கிறான். வான்கோழிகள் அந்தத் தருணத்தில் மட்டும் வாழ்கின்றன.

12 மாதங்கள். அவை சுதந்திரமாகிவிட்டன. ஜோ பின்னால் வான்கோழிகள் அலைவதில்லை, அவை பின்னால் இவர் அலைந்தார். இனப்பெருக்கம் செய்யும் காலம் வந்தபோது பெரும் குழப்பம் ஏற்பட்டது. ஆண் வான்கோழிகள் ஒன்றுடன் ஒன்று மூர்க்கமாகச் சண்டையிட்டு தங்கள் தங்கள் சோடிகளைத் தேடிக்

கொண்டன. இந்தச் சமயத்தில்தான் வான்கோழிகளுடன் ஆன அவருடைய உறவு உடைந்தது. திடீரென்று ஒருநாள் அவை மறைந்துவிட்டன. அவர் எத்தனை அழைத்தும் திரும்பவில்லை. அவரைத் தேடி அடிக்கடி வரும் ஸ்வீட்டிகூட கண்ணில் தென்படவில்லை. அது முட்டையிட்டு அடைகாத்துக்கொண்டிருக்கிறது என்பதைக் கண்டுபிடித்தபோது மகிழ்ச்சியாகவிருந்தது. இன்னொரு சந்ததியை வளர்த்தெடுக்கும் வாய்ப்பு என்று ஜோ நினைத்துக்கொண்டார். அன்று மாலை ஸ்வீட்டியைத் தேடிப்போனபோது அவருக்கு ஓர் அதிர்ச்சி காத்திருந்தது. முட்டைகள் எல்லாம் உடைந்து சிதறிக் கிடந்தன. ஏதோ விலங்கு, ஸ்வீட்டியைக் கொன்று தின்ற அடையாளம் மட்டும் எஞ்சியிருந்தது.

ஜோ சோர்ந்துபோகிறார். வான்கோழிகள் அவரை விட்டு மறைந்த விதம் அவரால் தாங்கமுடியாததாக இருந்தது. ஒருநாள் அதிசயமாக ரேர்க்கிபோய் திரும்ப வந்து பழையபடி அவருடனேயே தங்கிவிடுகிறது. இப்பொழுது அவர் தாய் அல்ல. இன்னொரு ஆண் வான்கோழி போல. இருவரும் சேர்ந்து காட்டில் அலைந்தார்கள். தங்கள் நட்பு எப்படிப்பட்ட முடிவை அடையும் என தினம் ஜோ யோசிப்பார். ஆனால் அது முடிந்தவிதம் அவர் வாழ்நாளில் மறக்க முடியாதது மாத்திரமல்லாமல் மிகக் குரூரமானதாகவும் அமைந்துவிட்டது.

ஜோ நடந்துகொண்டிருந்தார். சற்றும் எதிர்பாராத ஒரு தருணத்தில் ரேர்க்கிபோய் திடீரென்று திரும்பி ஜோவை மூர்க்கமாகத் தாக்கத்தொடங்கியது. இனச்சேர்க்கை சமயம் அது. எதிரில் உள்ள ஆண் வான்கோழிகளைத் துவம்சம் செய்யவேண்டும். அப்படித்தான் 2 கோடி வருடம் வயதான அதனுடைய மரபணுவில் எழுதப்பட்டிருக்கிறது. அதன் கண்களுக்கு ஜோ அவருக்குப் போட்டியான இன்னொரு ஆண் வான்கோழி. அதனுடைய முகம் பயங்கரமாக உப்பி நீலம் சிவப்பு ஊதா என்று மாறியது. மூக்கின் மேலிருந்து வழியும் சோணை பெண்டுலம்போல பயங்கரமாக ஆடியது. நீண்ட அலகாலும் கால்களாலும் பாய்ந்து அவரைத் தாக்கியதில் ஜோவின் உடம்பில் ரத்தம் ஓடியது. அவர் கண்களைக் குறி வைத்ததால் நிமிடத்தில் அவை தோண்டி எடுக்கப்படலாம். நிலத்திலே கிடந்தபடி ஒரு கம்பை எட்டி எடுத்து பலம் கொண்ட மட்டும் அதன் கழுத்திலே அடித்தார். ரேர்க்கிபோய் எதிர்பார்க்கவில்லை. காட்டை நோக்கி ஓடியது. பின்னர் திரும்பி வரவே இல்லை. வான்கோழிகளைப் பற்றிய அவருடைய 18 மாதகால ஆராய்ச்சி முடிவுக்கு வந்தது அப்படித்தான்.

படத்தைப் பார்த்து முடித்த பின்னர் ஒரு விசயம் புலப்பட்டது. ஜோ 18 மாதங்கள் வான்கோழிகளுடன் வாழ்ந்துவிட்டு அந்தக் கதையை ஒரு புத்தகமாக எழுதினார். அதைத்தான் மீண்டும் விவரணக் கதையாகப் படம் பிடித்திருந்தார்கள். திரும்பவும் 18 மாத காலம் ஜோ வான்கோழிகளுடன் வாழ்ந்தாரா? இது எப்படிச் சாத்தியம் என்றெல்லாம் கேள்விகள் எழுந்தன. இதைப் பற்றிய உண்மையை அறிய படத்தைத் தயாரித்து இயக்கிய டேவிட் அலெனிடம் பேசினேன். இங்கிலாந்தில் இருந்த அவரிடம் தொடர்புகொண்டு கேள்விகள் கேட்டபோது பதில் அளித்தார். சில விவரங்களை மின்னஞ்சலிலும் அனுப்பிவைத்தார்.

'ஜோ ஹுட்டோ என்பவர் 18 மாதங்கள் வான்கோழிகளுடன் வாழ்ந்த உண்மைக் கதையைப் புத்தகமாக எழுதினார். அதையே நீங்கள் பின்னர் திரைப்படமாகவும் எடுத்தீர்கள். இதைப் படமாக்கவேண்டும் என்ற எண்ணம் எப்படித் தோன்றியது? மீண்டும் 18 மாதம் ஜோ வான்கோழிகளுடன் வாழ்ந்தாரா? எப்படி அதே சம்பவங்கள் இன்னொரு தடவை நடைபெற்றன? காட்டுக்குள் 18 மாதம் படப்பிடிப்பு செய்வதென்றால் நிறைய செலவாகியிருக்குமே?'

'நான் எப்பொழுதும் வனவாழ்க்கை பற்றிய உண்மைக் கதைகளைத் தேடிக்கொண்டிருப்பேன். விஞ்ஞானம் சொல்ல முடியாத ஒன்றை ஜோவின் கதைமூலம் தொட்டுவிடலாம் என்று தோன்றியது. இதற்குமுன் பார்த்திராத ஒரு புதிய உலகம் கிடைக்கும். ஆனால் ஜோ மறுபடியும் வான்கோழிகளுடன் வாழ சம்மதிக்கவில்லை. Jeff Palmer என்ற நடிகரை அவருடைய இடத்தில் நடிக்க வைத்தோம். ஆனால் படத்திலே வரும் குரல் ஜோவுடையது. படத்தின் வெற்றிக்கு அந்தக் குரல் முக்கியம். அதில் உண்மை இருந்தது. 18 மாதங்கள் காமிராவுடன் காட்டில் அலைவது நிறைய செலவு வைக்கக்கூடியது. நாங்கள் மீண்டும் முட்டைகளைப் பொரிக்கவைத்து ஆரம்பத்திலிருந்து காட்சிகளைப் படமாக்கினோம். ஆனால் புத்தகத்தில் சொன்ன சில விசயங்கள் இரண்டாவது தடவை படம் பிடித்தபோது சம்பவிக்கவில்லை. இரண்டாவது தடவை நடந்த சில விசயங்கள் முதல் தடவை நடக்கவில்லை. உதாரணமாக, இரண்டாவது தடவை வான்கோழிக் குஞ்சுகள் சப்பாத்து லேசை புழுவென்று நினைத்துக் கொத்தியபடியே இருந்தன. ஆனால் முதல் தடவை அப்படி நடக்கவில்லை. நாங்கள் புத்தகத்துக்கு உண்மையாக இருந்தோம். கதைக்குத் தேவையான பகுதிகளை மட்டும் அவ்வப்போது படம்பிடித்து நாலு மாதங்களிலேயே படத்தை முடித்துவிட்டோம்.'

‘கடைசிக் காட்சியில் ரேர்க்கிபோய் ஜோவின் மேல் பாய்ந்து அவரை மூர்க்கத்தனமாகத் தாக்குவது. இதைப் படம்பிடிப்பது எப்படி சாத்தியமாயிற்று?’

‘மீள உருவாக்கப்பட்ட காட்சி. பாதி உண்மை பாதி பொய் கலந்தது. இந்தச் சம்பவத்தைத் தத்ரூபமாகக் காட்டுவதற்கு மினக்கெட்டு பல காட்சிகள் எடுத்தோம். முடிவில் அனைத்துமே தொகுப்பாளர் மேசையில் சரிசெய்யப்பட்டது.’

‘ஆவணப் படத்துக்கு இங்கிலாந்தின் உயர்ந்த BAFTA (British Academy of Film and Television Arts) விருதும் அமெரிக்காவின் அதி உயர் விருதான Emmy விருதும் கிடைத்திருக்கின்றன. அவை கிடைத்தபோது எப்படி உணர்ந்தீர்கள்?’

‘எந்த ஓர் இயக்குநரும் விருதுக்காகப் படம் எடுப்பதில்லை. நான் அதை எதிர்பார்த்ததும் இல்லை. ஆனால் உலகத்தின் பல மூலைகளிலிருந்தும் போட்டிக்கு வந்த நூற்றுக்கணக்கான பறவைகளையும் விலங்குகளையும் 13 வான்கோழிகள் தோற்கடித்தது எனக்கும் பெரிய ஆச்சரியம்தான்’ என்றார் அலென்.

ஆறு கோடி வான்கோழிகள் கொல்லப்படும் ஒரு நாளில் இந்தப் படத்தைப் பார்த்தது எனக்குக் கொஞ்சம் ஆறுதல் அளித்தது. வெள்ளை மாளிகையில் ஒபாமா ஒரு வான்கோழியை மன்னித்து விடுதலையாக்கிய அதே சமயம் இன்னொரு வான்கோழி சமையலறையில் உணவுக்காகக் கொல்லப்பட்டது. வான்கோழி என்ன குற்றம் செய்தது மன்னிப்பதற்கு? பாரபஸ் என்பவனை விடுவித்து யேசுவைச் சிலுவையில் அறைந்தது போலத்தான். திரைப்படத்தின் முடிவில் ஜோ சொல்லும் வார்த்தைகள் மிக முக்கியமானவை. மனிதன் எத்தனை தூரம் இயற்கையிலிருந்து அந்நியமாகிவிட்டான் என்ற உண்மை வெளிப்படும் இடத்தில் மனம் துணுக்குறுவது தவிர்க்கமுடியாதது.

ரேர்க்கிபோய் போனவுடன் ஜோ திரும்பவும் மனிதனாகி விட்டதை உணர்ந்தார். அவர் கண்கள் மாறிவிட்டன. முன்பெல்லாம் காடு அவருக்குள் இருந்தது, இப்பொழுது காடு வெளியேறிவிட்டது. 18 மாதங்கள் அவர் வான்கோழியாகவே வாழ்ந்தார். இந்தக் காலத்தில் அவர் ஒரு மனித உயிரைக்கூட சந்தித்ததில்லை. அவர் கண்கள் வான்கோழியின் கண்களாகவே செயல்பட்டன. பூச்சி புழுக்கள் பாம்புகள் பறவைகள் விலங்குகள் அவர் கண்களுக்குப் பட்டபட்டென்று தெரிந்தன. மனிதனாக மாறிய பிறகு எல்லாமே மறைந்தன; பழைய காடு மட்டுமே எஞ்சியது.

❖

வன்னி வீதி

நேற்று ஓர் அதிசயம் நிகழ்ந்தது. கனடாவில் நான் வசிக்கும் மார்க்கம் நகரசபையின் கூட்டத்தில் அது நடந்தது. நகரபிதா ஸ்கெப்பட்டியும் அங்கத்தவர் லோகன் கணபதியும் உணர்ச்சியுடன் உரையாற்றினார்கள். இறுதியில் ஒரு புது ரோட்டுக்கு 'வன்னி வீதி' என்று நகரசபை பெயர் சூட்டியதும் கூடியிருந்த மக்கள் ஆரவாரம் செய்து கைதட்டி தங்கள் மகிழ்ச்சியைத் தெரிவித்தார்கள். இது சரித்திர முக்கியத்துவம் வாய்ந்த நிகழ்வு. உலகில் இரண்டாவது பெரிய தேசமான கனடாவில் முதல் முறையாக ஒரு வீதிக்குத் தமிழ்ப் பெயர் சூட்டப்பட்டிருக்கிறது. சில வருடங்களுக்கு முன்னர் இப்படி ஒரு சம்பவம் நடக்கக்கூடும் என்பதை நினைத்துக்கூடப் பார்த்திருக்க முடியாது. இதே நகரசபைதான் 2012 ஆண்டு தொடங்கி வரும் எல்லா வருடங்களிலும் 14 ஜனவரி தமிழர் பாரம்பரிய நாள்/ புது வருடம்/ தைப்பொங்கல் எனப் பிரகடனப் படுத்தியது. அதைத் தொடர்ந்து இது நடந்திருக்கிறது. கனடாத் தமிழர்களுக்கு இது வன்னி நிலத்தை நினைவூட்டியபடியே இருக்கும்.

வன்னிப் பிரதேசம் இலங்கையின் ஒரு பகுதி. போர்த்துக்கீசி யர்கள் யாழ்ப்பாணத்தைக் கைப்பற்றியபோதுகூட வன்னி ஆட்சியைப் பிடிக்க முடியவில்லை. 2000 சதுர மைல் நிலப்பரப்பை பண்டார வன்னியன் ஆட்சி செய்தான். 1803ஆம் ஆண்டு காக்கை வன்னியன் சதியில் அவன் பிரிட்டிஷாரிடம் தோல்வியுற நேர்ந்தது. அவனைத் தோற்கடித்த ஆங்கிலத் தளபதி பண்டார வன்னியனின் வீரத்தைப் பாராட்டி அவனுக்குச் சிலை அமைத்தான் என்பது வரலாறு.

சமீபத்தில் 'வன்னி யுத்தம்' என்ற நூல் வெளிவந்திருந்தது. இதை எழுதியவர் வன்னியில் இருந்தவர். யுத்த காலத்தில் நாட் குறிப்புப்போல தினசரி அங்கே நடந்த சம்பவங்களை நூலில் பதிந் திருக்கிறார். ஓர் இடத்திலே வீதியிலே இருவர் உரலில் ஏதோ இடித்துக்கொண்டிருந்தார்கள். பக்கத்தில் ஒரு பெண் சுளகில் புடைத்தபடி இருந்தார். அந்த மூவரையும் சுற்றி இரண்டு ஆண்கள், ஒரு பெண் கதைத்துக்கொண்டு நின்றார்கள். சுற்றிலும் நடந்த

போர் அவர்களில் ஒரு மாற்றத்தையும் கொண்டு வரவில்லை. தொடர்ந்து இடித்துக்கொண்டும் கதைத்துக்கொண்டும் இருந் தார்கள். போரின் கடைசிக் கட்டத்தில் சனங்களுக்கு எல்லாமே பழகிவிட்டது. குண்டு விழுவதோ ஆட்கள் சாவதோ ஒன்றும் பெரிய விசயமே இல்லை. அடுத்த கணம் என்ன நடந்ததென்பதை ஆசிரியர் தன் வார்த்தைகளில் கூறுகிறார். 'திடீரென எங்கிருந்தோ ஓர் எறிகணை சீறிக்கொண்டு வந்து உரலில் இடித்துக்கொண்டு இருந்தவர்கள் மத்தியில் வீழ்ந்து வெடித்தது. என் கண்ணுக்கு முன்னால் இருந்த ஆறு பேரும் அப்படியே வீழ்ந்தார்கள். அவர்களது தறப்பாள் கொட்டிலுக்கு முன்னால் இருந்த தேநீர்க் கடை வாசலில் நின்றவர்கள் அப்படியே பின்வளமாக வீழ்ந்தார்கள்.' சகல வளங்களுடனும் இருந்த வன்னிப் பிரதேசம் எப்படி நாளுக்கு நாள் நிலத்தை இழந்து கடைசியில் வீழ்ந்தது என்பதைப் படிப்படியாக விவரிக்கும் நூல்.

என் வீடு மார்க்கம் நகரில் இருக்கிறது. அங்கே வகை வகையான மரங்கள் உள்ளன. 'வன்னி வீதி' என் வீட்டுக்கு சமீபமாக அமைந்திருக்கிறது. வீட்டைச் சுற்றி இருக்கும் வீதிகளின் பெயர்களில் பெரும் ஒற்றுமை உண்டு. ரெட் ஆஷ் (red ash), பிளாக் வால்நட் (black walnut), வைட் செடார் (white cedar). எல்லாமே மரங்களின் பெயர்கள். இப்பொழுது நாலாவது பக்கத்துக்கு வன்னி வீதியும் வந்துவிட்டது. வன்னி பூப்பூக்கும் மரம். பாண்டிய மன்னர்களின் குலமரம். நீரில்லாத பாலைவனங்களிலும் 400 வருடங்கள் வாழக்கூடியது. பன்னிரண்டு வருட வனவாசத்தை முடித்துவிட்டு பாண்டவர்கள் மாறுவேடத்தில் விராடனுடைய ராச்சியத்துக்குள் அஞ்ஞாதவாசத்தைக் கழிக்க நுழைந்தபோது தங்கள் ஆயுதங்களை மூட்டையாகக் கட்டித் தொங்கவிட்டது ஒரு வன்னி மரத்தில்தான். யுத்தத்தை நிறுத்திவைப்பதற்காக அல்ல; தள்ளிவைப்பதற்கான ஒரு குறியீடு வன்னி மரம்.

இனிமேல் நான் எங்கு புறப்பட்டாலும் வன்னி வீதியைக் கடந்துதான் போகவேண்டும், வரவேண்டும். ஆகவே நாளாந்தம் வன்னி வீதியைப் பார்ப்பேன். இந்த வீதியில் காவல் அரண் கிடையாது. கிரிஷாந்திகள் தினம் பயமின்றி இதைத் தாண்டி, பள்ளிக்கூடம் செல்லலாம். வீதியிலே குண்டு விழும் அபாயம் கிடையாது. நல்ல கோடைக்கால நிழலில் வீதி ஓரத்தில் உரலில் நெல்லு குத்தலாம்; சுளகிலே புடைக்கலாம். இசைப்பிரியா போன்ற ஒலிபரப்பாளர்கள் பயமின்றி வீதியில் நின்று ஒலிபரப்பு செய்யலாம்.

இது எங்களுக்குச் சொந்தமான வீதி. இதன் பெயரை 'வலகம்பாகு ஹந்தியா' என மாற்ற முடியாது. 'இறந்த வீரனின் நடுகல் ஒன்றுதான் தெய்வம். வேறில்லை' என்று புறநானூறு சொல்லும். அப்படியான மாவீரர் துயிலும் இல்லத்தைச் சிதைத்ததுபோல இந்த வீதியை ஒன்றும் இலகுவாகச் சிதைக்க முடியாது. நூலகத்தை எரித்தது போல இதை அழிக்க முடியாது. இது என்றென்றைக்குமாக கனடாவில் ஈழத் தமிழரின் வரலாற்றை நினைவுபடுத்தியபடியே நிற்கும். வன்னி வீதி.

இறுதித் தேர்வு

காலை சரியாக ஐந்து மணிக்கு அவளுடைய செல்பேசி அலாரம் ஒலித்து அவளை எழுப்பியது. அதை அணைத்துவிட்டு, படுக்கையில் இருந்தபடியே எட்டி காப்பி மெசின் பட்டனைத் தட்டினாள். அது கிர் என்று சத்தத்துடன் உயிர் பெற்றது. செல்பேசியில் அன்றைய கால நிலையைப் பார்த்துவிட்டு முக்கிய மான பத்திரிகைச் செய்திகளையும் படித்தாள். ஓர் இணையதளம் விலைக்கு வந்தது. அதை வாங்கி விற்றதில் 2000 டொலர் லாபம் கிடைத்தது. அதை செல்பேசி மூலம் நேரே தன் வங்கிக்கு அனுப்பினாள். அவளுடைய 19ஆவது பிறந்தநாளுக்கு 367 வாழ்த்துகள் வந்திருந்தன. அவற்றிற்கெல்லாம் 'நன்றி' என்று ஒரு வார்த்தையில் பதில் அனுப்பினாள். காப்பி, கடுதாசிக் குவளையில் தயாராகி பாலும் சீனியும் அளவாகக் கலந்து டிங் என்ற ஒலியுடன் இறங்கி நின்றது. அவள் ஒரு மிடறு பருகினாள்.

அவள் கனடியப் பெண். பெயர் அரா யாயுன். பிறந்த தேதி 31 அக்டோபர் 2011, உலக சனத்தொகை 7 பில்லியன் இலக்கத்தைத் தொட்ட அன்று பிறந்தாள். இன்று, 31 அக்டோபர் 2030 அவளுடைய 19ஆவது வயதில் உலக சனத்தொகை 8.3 பில்லியனை எட்டியிருந்தது. அவளுடைய காதலன் காணொளி வாழ்த்து அனுப்பியிருந்தான். பிறந்தநாள் அன்று ஏதாவது வித்தியாசமாகச் செய்து மகிழவேண்டும் என நினைத்தாள். 33 வருடம் பழசான டைட்டானிக் திரைப்படத்தை செல்பேசியை அமுக்கி சுவரில் ஓடவிட்டாள். ஒரு சின்ன மாற்றம். கேற்வின்ஸ்லெட் முகத்தைத் தன் முகமாக மாற்றினாள். லியனார்டோ டிகாப்ரியாவின் முகத்தைத் தன் காதலன் முகமாக மாற்றினாள். ரோஸின் தாயார் கோர்ஸெட்டை ரோஸின் வயிற்றில் இறுக்கிக் கட்டிய இடம் வந்தபோது இவளும் வயிற்றை எக்கினாள். பின்னர் வாய்விட்டுச் சிரித்துக்கொண்டாள்.

அலுத்துப்போய் கனடா – ரஸ்யா கிரிக்கெட் போட்டியைப் பத்து நிமிடம் முப்பரிமாணத்தில் பார்த்தாள். அதையும் அணைத்துவிட்டு அவசரமாக பல்கலைக்கழகப் பாடங்களைச் செய்ய ஆரம்பித்தாள். மடிக்கணினி எப்பவோ மறைந்துவிட்டது. செல்பேசி விரிந்து விசைப்பலகையாக உருவாகியது. மாயத்திரையில்

அவள் தட்டச்சு செய்த வசனங்கள் விழுந்தன. பல்கலைக் கழகத்துக்கு அவள் போனதே கிடையாது. இரண்டு பல்கலைக் கழகங்களில் படித்தாள். ஒன்று கனடா மற்றது அமெரிக்காவின் MIT. டானியல் நோசிராவின் 'செயற்கை இலை' ஆராய்ச்சியில் அவளுக்கும் ஆர்வம் இருந்தது. வெற்றி கிட்டினால் உலகின் எரிபொருள் பிரச்சினை தீர்ந்தது. அன்றைய ஆராய்ச்சிக் கட்டுரையை முடித்து, அவள் படுக்கையை விட்டு எழுந்து குளியலறைக்குச் சென்றபோது காலை பத்து மணி.

கம்ப்யூட்டர் திறன் ஒவ்வொரு 18 மாதமும் இரண்டு மடங்கு அதிகரிக்கிறது; அதே சமயம் விலை பாதியாகக் குறைகிறது. கம்ப்யூட்டரின் அமோக வளர்ச்சிக்கு இதுதான் காரணம். 20ஆம் நூற்றாண்டு கடைசியில் வாழ்ந்த அதியாற்றல் வாய்ந்த கம்ப்யூட்டர் 2030இல் கையடக்கமான செல்பேசியாக மாறியிருக்கும். ஒரு கணினி செய்யவேண்டியதை இன்னும் திறமாக செல்பேசி செய்யும். முதல் பெரிய மாற்றம் பணம், காசோலை எல்லாம் ஒழிந்துபோகும். 100 வங்கிகளுக்கு ஒரு வங்கி எனச் சுருங்கிவிடும். ஒரு செல்பேசி யிலிருந்து இன்னொரு செல்பேசிக்குப் பணம் அனுப்ப முடிவதால் காசுத்தாள் என்பதே இல்லாமல் ஆகிவிடும். கடன் அட்டைகள் செல்பேசிமேல் ஏறிவிடுவதால் செல்பேசிகள் கடன் அட்டையின் வேலையைச் செய்யும். ஒருவருக்குச் சொந்தமான செல்பேசியை இன்னொருவர் இயக்க முடியாது. அவருடைய கைரேகை, கண் ரேகை, குரல் எல்லாம் பதிவாகியிருக்கும். அதிகமான கட்டளைகள், செய்திகள் செல்பேசியில் குரலாகவே அனுப்பப்படும். விரும்பினால் குரலை செல்பேசி தானாகவே எழுத்தாக மாற்றி அனுப்பவும் முடியும். கூடுதலாக செல்பேசி திறமையான உதவியாளராகச் செயல்படும். 'புதன்கிழமை மாலை 4 மணிக்கு பிரதானமான விருந்து. ஞாபகமூட்டு' என்று செல்பேசியிடம் சொன்னால் அது அப்படியே குரலிலோ எழுத்திலோ ஞாபகமூட்டும். சாவிகள் உலகத்திலிருந்து மறைந்துபோகும். வீட்டுச் சாவி, கார்ச் சாவி, அலுவலகச் சாவி, வங்கி லொக்கர் சாவி யாவும் கடவுக் குறிப்பு களாக செல்பேசியிலே பதிந்துகிடக்கும்.

2030இல் முகநூல் கிடையாது. எல்லோரிடமும் 'இதயப் பலகை' இருக்கும். இதிலே படங்கள் கிடையாது. 'உனக்கு இது பிடிக்குமா அது பிடிக்குமா? உன் அபிப்பிராயம் என்ன?' போன்ற தொந்தரவுகள் இல்லை. இதயப் பலகைகள் ஒன்றுடன் ஒன்று தானாகவே பேசிக்கொள்ளும். உங்களுக்குத் தேவையானவற்றை மட்டுமே தெரிவிக்கும். உதாரணமாக ஒரு பெண், 'எனக்கு 5 அடி 8 அங்குலம் உயரமான, 30 வயதுக்குக் குறைவான, யப்பான் மொழி பேசும், 19ஆம் நூற்றாண்டு ஓவியங்களில் ஆர்வமான, விமான

ஓட்டி ஆணின் நட்பு தேவை' என்று எழுதினால் அது தானாகவே உலகத்து இதயப் பலகைகளுடன் பேசி விடையைத் தேடிக் கொண்டுவரும். ஒரே சமயத்தில் மூன்று நான்கு பேருடன் முகம் முகமாக முப்பரிமாணத்தில் பேசமுடியும். கவிதை எழுதினால் அதை விமர்சித்து கடிதங்கள் துருக்கியிலும் பிரெஞ்சிலும் சேர்பியனிலும் நிமிடத்தில் வரும்.

ஒரு மொழி தெரிந்தாலே போதும். இன்னொரு மொழி படிக்கவேண்டிய அவசியமே கிடையாது. நீங்கள் பேசுவதை உங்கள் செல்பேசி ஹிந்தியிலோ, சீனத்திலோ, ஆங்கிலத்திலோ, அராபியிலோ உங்கள் விருப்பப்படி மாற்றிப் பேசும். அல்லது அந்த மொழியில் எழுதிக்காட்டும். மற்றவர் என்ன மொழியில் பேசினாலும் அதையும் உங்களுக்கு விருப்பமான மொழியில் மாற்றும். 2030களில் உலகச்சுற்றுலா போவது சுகமான அனுபவமாக இருக்கும். திரைப்படங்கள் என்ன மொழியில் எடுக்கப்பட்டாலும் அதை உங்கள் விருப்ப மொழியில் பேசவைத்துப் பார்க்கலாம். அல்லது அடியில் எழுத்தாகவும் படிக்கலாம். அச்சுப் புத்தகங்கள் குறைந்துவிடும். மின்புத்தகங்களை மலிவான விலையில் தரவிறக்கம் செய்து வாசிக்கலாம். ஆயிரம் புத்தகங்களை உங்களுடன் எந்த நேரமும் காவிச் செல்லலாம். படித்துச் சோர்வடைந்தால் அதுவே உங்களுக்குப் படித்துக் காட்டும். அதுவும் அலுத்துவிட்டால் ஆங்கிலத்திலோ பிரெஞ்சு மொழியிலோ மலையாளத்திலோ அதே புத்தகத்தை மொழிபெயர்ப்பில் கேட்கலாம்.

ஆகப் பெரிய மாற்றம் போக்குவரத்தில் நிகழப்போகிறது. 60 வீதத்துக்கும் அதிகமானவர்கள் வீட்டிலே தங்கி வேலைசெய்வார்கள். அலுவலகத்துக்குப் போகவேண்டிய அவசியமே இல்லை. காணொளிக் கலந்துரையாடல்கள் வேண்டியபோது நடக்கும். கார்கள், ரயில்கள், பஸ்களில் பயணிப்போர் கணிசமாகக் குறைந்து எரிபொருள் மிச்சப்படும். போக்குவரத்து வாகனங்கள் எல்லாமே மின்கலனிலும் எரிபொருளிலும் 50:50 வேலைசெய்வதால் சுற்றுச்சூழல் மேம்படும். அதிகமான வாகனங்கள் சாரதி இல்லாமல் இயங்குவதால் விபத்துகள் வெகுவாகக் குறைந்துவிடும். சூரிய ஒளி மின்சாரத் திட்டத்தைச் செயல்படுத்துவதில் உலகின் முதலாம் இடத்தில் இந்தியா இருக்கும். 21ஆம் நூற்றாண்டின் ஆரம்பத்தில் குஜராத் மாநிலத்தில் ஒரு மில்லியன் சூரிய ஒளித்தகடுகள் மூலம் 200 மெகாவாட் மின்சாரம் உற்பத்தியானது. இந்தியா தட்டையான பிரதேசம். நிறைய சூரிய ஒளிகிடைக்கும். சூரிய ஒளி மின்சாரத் திட்டத்துக்கு இந்தியா இலட்சிய நாடாகத் திகழும். 2030இல் இந்தியாவின் சூரிய ஒளி மின்சாரம் 20,000 மெகாவாட்டை

எட்டியிருக்கும். இது உலகம் வியக்கும் மிகப்பெரிய உற்பத்தி. ஆனால் இந்தியாவின் முழுத்தேவையோடு ஒப்பிடும்போது இது பத்து வீதத்திலும் சிறிய விழுக்காடுதான்.

மேல்நாடுகளில் இருந்து இந்தியாவுக்கு சிகிச்சைக்காக வரும் நோயாளிகளின் தொகை அதிகரிக்கும். எந்திரன் மூலம் நடத்தும் அறுவை சிகிச்சைகளும் பிரபலமாகும். பிலிப்பைன் நாட்டில் ஒரு குழந்தைக்கு, மருத்துவர் சென்னையில் இருந்தபடியே எந்திரன்மூலம் அறுவை சிகிச்சையை வெற்றிகரமாகச் செய்து முடிப்பார். ஒரு காலத்தில் ஒரு மனிதருடைய முழு மரபணு வரைபடத்தைச் செய்து முடிப்பதற்கு 1,00,000 டொலர்கள் செலவானது. 2030இல் இந்தச் செலவு வெறும் 100 டொலர்தான். தங்கள் தங்கள் மரபணு வரை படங்களை செல்பேசியில் மக்கள் பாதுகாத்து வைப்பார்கள். எல்லா நோய்களுக்கும் ஏதோ ஒரு மரபணுக்கூறு இருக்கும். நோய் பரம்பரைக் காரணத்தாலோ வேறு காரணத்தாலோ உண்டாகலாம். வரைபடத்தைப் பார்க்கும் மருத்துவரால் உங்கள் பலம், பலவீனம் இரண்டையுமே நொடியில் தெரிந்துகொள்ளமுடியும். நோயின் காரணத்தை அறியவும், அது எதிர்காலத்தில் தாக்கும் வாய்ப்பின் சதவிகிதத்தை சரியாகக் கணிக்கவும், அதைத்தடுப்பதற்கான சிகிச்சையை முன்கூட்டியே மேற்கொள்ளவும் இது பெரிதும் உதவியாக இருக்கும்.

அரா யாயுன் பிறந்த அன்று, தமிழ்நாட்டின் கிராமம் ஒன்றில் பிறந்த பெண் சிறுநகை. அந்த முக்கியமான நாள் பிறந்த எல்லோரும் ஒரு கிளப்பில் அங்கத்தவராக இருந்தார்கள். அந்த ஒரு நாளில் பிறந்தது 4,50,000 குழந்தைகள். அமெரிக்காவில் பிறந்த பிலால் மொகமட்டும், கனடாவின் அரா யாயுனும், இந்தியாவின் நர்கிஸ் யாதவ்வும், பிலிப்பைன் நாட்டின் டனிகா கமச்சோவும் நண்பர்கள். இதயப் பலகை தொடர்பில் இருந்தார்கள். 2031ஆம் ஆண்டு விண்வெளி சுற்றுலாவுக்கு நர்கிஸ் யாதவ் முன்பணம் கட்டிவிட்டுக் காத்திருந்தாள். 2028ஆம் ஆண்டு மும்பையில் நடந்த ஒலிம்பிக்கின்போது பிலால் மொகம்மட் ஜிம்னாஸ்டிக் போட்டியில் கலந்துகொண்டான். இவர்கள், ரத்தன் டாட்டா பரீட்சார்த்தமாக ஆரம்பித்த செயற்கை இலைத் திட்டம் சின்னச் சின்னக் கிராமங்களில் வெற்றிகரமாக இயங்கியதை நேரிலே பார்த்தார்கள். சூரிய ஒளியில் செயற்கை இலையைத் தண்ணீரில் அமுக்கி வைத்தபோது கிடைத்த சக்தி ஒரு முழு வீட்டின் தேவைக்குப் போதுமானதாக இருந்தது.

2030இல் சிறுநகை தன் கிராமத்தில் இருந்தபடியே அமெரிக்காவின் யேல் பல்கலைக் கழகத்தில் படித்தாள். அபூர்வ மான மூளைத்திறன் கொண்டவள். ஆறுவயதிலேயே ‘கான்

அகாடமி' இணையதளத்தில் தானாகக் கற்க ஆரம்பித்தவள், விஞ்ஞானத்தின் வளர்ச்சியையும், அன்றாடம் சந்திக்கும் தொழில்நுட்பப் பாய்ச்சல்களையும் வியப்புடன் கவனித்து வந்தாள். அவளுடைய ஒரே விருப்பம் படிப்பை முடித்துவிட்டு துணைக் கிரகங்களில் தனிமங்களை அறுவடை செய்யும் நிறுவனம் ஒன்றில் வேலைக்கு அமர்வது. உலகத்து மூன்று நிறுவனங்களில் ஒன்று இந்தியாவிலும் இயங்கியது. பூமியின் தனிமங்கள் இறுதி நிலையை எட்டியிருந்தன. பிளாட்டினம், இறிடியம் போன்ற தனிமங்களுக்கு நிறைய வரவேற்பு இருந்ததால் அவற்றை அறுவடை செய்யும் கம்பனிகள் அதிலாபம் ஈட்டின. சிறுநகை விண்ணப்பங்களை இதயப்பலகையில் இட்ட பின்னர் பதிலுக்குக் காத்திருந்தாள்.

மூன்றாம் உலகப் போர் வந்துவிடும் என அரா யாயுன் சொன்னது ஞாபகம் வந்தது. அப்படியும் நடக்குமா? மனிதகுலம் நாகரிகத்தின் உச்சத்தில் இருந்தது. 2011இல் வறுமைக்கோட்டின் கீழ் 41% மக்கள் வாழ்ந்தனர். 2030இல் 25% தான். இன்னும் 10 வருடத்தில் அது 15% ஆகிவிடும் என்று சொல்கிறார்கள். ஒரேயொரு பிரச்சினைதான். தண்ணீர். ஒரு நூற்றாண்டுக்கு முன்னர் இந்தியாவில் நாளொன்றுக்கு ஒரு மனிதனுக்கு 200 லிட்டர் தண்ணீர் கிடைத்தது. இப்பொழுது 60 லிட்டர்தான். சில மாநிலங்கள் வறண்டு கிடக்கின்றன. உலக வெப்பம் அதிகரித்து விட்டது. மழை இல்லை. ஆறுகள் மணல்பாதைகளாக மாறிக் கொண்டு வந்தன. பூமியில் 71% சமுத்திரம், மீதி 29% நிலம். அந்த நிலத்தில் 30 வீதம் பாலைவனம். அதுவும் வருடாவருடம் கூடிக் கொண்டு வருகிறது. சஹாரா பாலைவனம் ஒவ்வொரு வருடமும் தெற்காக 48 கி.மீட்டர் தூரம் வளருகிறது. அதே சமயம் உலக சனத்தொகை வருடத்துக்கு 75 மில்லியன் கூடுகிறது. தண்ணீர்ப் பஞ்சம் ஏற்படத்தானே செய்யும். அடுத்த உலகப் போர் தண்ணீருக்காக மூளும் என்று விஞ்ஞானிகள் கருதுகின்றனர்.

உலக அழிவு பலர் நினைப்பதுபோல அணு ஆயுதத்தினாலோ, பயங்கரவாதத்தினாலோ ஏற்படாது. ஆள்கொல்லி நோயால் அல்ல, பிரளயத்தினால் அல்ல, வால்நட்சத்திரம் வந்து பூமியை இடிப்பதால் அல்ல, தண்ணீர்ப் பஞ்சம்தான் உலகை அழிக்கப் போகிறது. மாலத்தீவில் அதி உயரமான இடம் எட்டு அடிதான். அது மூழ்கும் அபாயத்தில் இருந்தது. 2030இல் உலக விஞ்ஞானிகள் அங்கே கூடி விவாதித்தார்கள். ஆனால் அவர்களால் ஒரு தீர்வையும் எட்டமுடியவில்லை. போர் மூண்டுவிடும் என்ற அச்சம் தீவிரமாகப் பரவியிருக்கிறது. வற்றாத கடல்நீரும் குறையாத சூரிய வெளிச்சமும் இருக்கும்போது கடல்நீரை நல்ல நீராக மாற்றுவது அத்தனை கடினமானதாகவா இருக்கும்? 20 வருடப் பயணத்தில்

கஸினி விண்கலத்தை சனிக்கிரகத்துக்கு அனுப்பிய மனிதனால் இது முடியாதா?

சிறுநகை சிந்தித்தாள். அவள் படித்த வரலாறு ஞாபகம் வந்தது. மனிதன் தோற்பதில்லை. 1900த்தில் நியூயோர்க் நகரில் 1,00,000 குதிரைகள் இருந்தன. ஒரு நாளைக்கு 2.5 மில்லியன் றாத்தல் குதிரைச் சாணத்தை இரவு பகலாக அகற்றியும் முடியவில்லை. ஈக்கள், கொசுக்கள், புழுக்கள், பூச்சிகள் என்று முழு நகரமும் நாறியது. வீதிகளின் இரு பக்கமும் சாணிமலை ஒன்பது அடி உயரத்துக்குக் குவிந்திருந்தது. ஆட்சியாளர்கள் கூடி விவாதித்தார்கள். ஒன்று குதிரைகள் ஒழியவேண்டும் அல்லது மனிதர்கள் இடம்பெயரவேண்டும். இருவரும் ஒன்றாக வாழவே முடியாது. ஆனால் பிரச்சினை ஓர் இரவில் தீர்ந்துபோனது. மோட்டார் கார் வந்தது.

19ஆம் நூற்றாண்டின் முற்பகுதியில் Thomas Robert Malthus என்பவர் மனிதன் உணவுப் பற்றாக்குறையில் அழிந்துபோவான் என்றார். அது நடக்கவில்லை. 1901இல் அமெரிக்க காப்புரிமைத் துறைத் தலைவராக இருந்த Charles H Duell சொன்னார், 'உலகத்தில் மனிதன் கண்டுபிடிக்க வேண்டியது எல்லாம் கண்டுபிடித்துவிட்டான்' என்று. அப்படிச் சொன்ன பின்னர்தான் பாரிய புதிய கண்டு பிடிப்புகள் நிகழ்ந்தன. மைக்ரோசொஃப்ட் அதிபர் பில் கேட்ஸ், 'கம்ப்யூட்டரின் ஞாபகத்திறன் 640 KB ஆக இருந்தால் அது மனித னுக்குப் போதும்' என்றார். இப்பொழுது 10 மடங்கு அதிகமான ஞாபகத்திறனும் போதாது என்று ஆகிவிட்டது.

'மில்லியன் வருடங்களுக்கு முன்னர் பூமியில் புதைந்துபோன மரங்கள் சிறைபிடித்த சூரிய ஒளிதான் இன்றைய எரிபொருள். எதற்காக மில்லியன் வருடம் காத்திருக்கவேண்டும், இன்றே பயன்படுத்தலாமே. ஒரு மணித்தியாலத்தில் பூமியில் விழும் சூரிய சக்தி ஒரு வருடத்துக்கு உலகை இயக்கப் போதுமானது. கடல் நீரை நல்ல நீராக மாற்றுவதே முதல் தேவை. தண்ணீர் இல்லை என்றால் தாவரங்கள் இல்லை. விலங்குகள் இல்லை. மனிதன் இல்லை. உயிர் நெருக்கடியின்போது மனித மூளை பலமடங்கு திறமையுடன் வேலை செய்யும். எதிர்வரும் பேரபாயத்தைக் கடந்து மனிதன் உயிர் வாழ்வதற்கான சாவி அவனிடமே இருக்கிறது. இந்தச் சந்தர்ப்பம் போனால் மீண்டும் வராது. இதுதான் இறுதித் தேர்வு.' இப்படி தன் இதயப் பலகையில் சிறுநகை தமிழில் எழுதினாள். அது தன்னைத்தானே மொழிபெயர்த்து, பிரதியெடுத்து உலகத்து அத்தனை மொழி இதயப் பலகைகளிலும் வெளியானது.

ஒரு மாபெரும் கண்டுபிடிப்புக்கு மனிதகுலம் காத்திருந்தது.

❖

விருந்தாளி

மொகமட் அலியைப் பல வருடங்களுக்குப் பின்னர் தொலைபேசியில் தொடர்பு கொண்டபோது என் குரலை அவர் உடனேயே அடையாளம் கண்டுகொண்டது ஆச்சரியமாக இருந்தது. மொகமட் அலி, கானா நாட்டைச் சேர்ந்தவர், அமெரிக்காவில் வசிக்கிறார். The Prophet of Zongo Street என்ற சிறுகதைத் தொகுப்பை எழுதியவர். இவரைப் பல வருடங்களுக்கு முன்னர் நேர்காணல் செய்து எழுதியிருக்கிறேன். இவர் தீவிரமான எழுத்தாளர். The New York Times. The New Yorker போன்ற பத்திரிகைகளுக்குச் சிறுகதைகள், கட்டுரைகள் என்று எழுதுவார். பல்கலைக் கழகம் ஒன்றில் படைப்பிலக்கியத்தில் விரிவுரையாளராகப் பணியாற்றுகிறார். அத்துடன் இசைக்குழு ஒன்று வைத்து நடத்துகிறார். The Visitor என்ற திரைப்படத்துக்கு இசையமைத்தது இவர்தான். 2009இல் வெளியான இந்தப் படத்தை சமீபத்தில்தான் பார்த்தேன். பல வருடங்களுக்கு முன்னர் கேட்ட அதே கேள்வியை மீண்டும் அலியிடம் கேட்டேன். 'இரண்டு குதிரைகளில் எப்படி உங்களால் சவாரிசெய்ய முடிகிறது?' அவர் சொன்னார், 'தனித் தனியாகத்தான்.'

The Visitor படத்தின் இயக்குநர் பெயர் Tom McCarthy. இயக்குநர் ஒருநாள் அலியை அழைத்து, திரைப்படத்தின் திரைக்கதை அமைப்பில் உதவி செய்ய முடியுமா எனக் கேட்டார். அந்தச் சமயம் அலியுடைய சிறுகதைத் தொகுப்பு வெளிவந்து நல்ல வரவேற்பைப் பெற்றிருந்தது. இவரும் சம்மதித்து வேலையை ஆரம்பித்த பின்னர் இவருக்கு இசையிலும் ஈடுபாடு இருப்பதை இயக்குநர் கண்டுகொண்டார். படத்தின் முக்கிய பகுதிகளுக்கு இசை அமைத்தது இவர்தான். படம் முழுக்க இயக்குநருக்குப் பக்கத்தில் இருந்து அவருக்கு ஆலோசகராகச் செயல்பட்டார்.

நான் சமீபத்தில் பார்த்த படங்களில் என்னை வெகுவாகக் கவர்ந்தது இந்தப் படம்.

இதை விவரிக்க வேண்டுமென்றால் ஒவ்வொரு காட்சியாகச் சொல்லிக்கொண்டே போகவேண்டும். சில காட்சிகள் 5 செக்கண்ட் மட்டுமே வரும்; சில 2 செக்கண்ட். இன்னும் சில ஒரேயொரு செக்கண்ட். ஒவ்வொன்றும் கச்சிதமாகப் பொருத்தப்பட்டிருக்கும். தேவையில்லாத காட்சி என்று எதையும் தள்ளிவைக்கமுடியாது.

அவ்வளவு இறுக்கமாக இருக்கும். எப்படி ஒரு படத்தைத் தொகுக்க வேண்டும் என்பதற்கு உதாரணமாக இந்தப் படத்தைச் சொல்லலாம்.

வால்ட்டர் தனியாக வாழும் ஒரு பேராசிரியர். இருபது வருடங்களாக ஒரே பல்கலைக் கழகத்தில் ஒரே பாடத்தைப் படிப்பித்து, போரடித்துப் போயிருக்கிறார். பியானோ இசைக்கலைஞு ரான அவருடைய மனைவி சமீபத்தில் இறந்துபோனார். இவர் வீட்டு யன்னல் வழியாகப் பார்த்துக்கொண்டு நிற்கிறார். இதுதான் முதல் காட்சி. இவருடைய முதுகுதான் காண்பிக்கப்படுகிறது. முகம் தெரிவதில்லை. ஆனால் அவர் நிற்கும் தோரணையில் அவருக்கு ஏதோ கிலேசம், வெறுப்பு, உற்சாகமின்மை இருப்பது தெரிகிறது. அவருக்கு பியானோ படிப்பிக்கும் ஆசிரியைக்காகக் காத்திருக்கிறார். விருப்பமில்லாத ஒன்றைச் செய்வதற்காகக் காத்திருப்பது தெரிகிறது. பியானோ படிப்பிக்கும் ஆசிரியை வந்து பாடத்தை ஆரம்பிக்கிறார். 'விரல்களை வளையுங்கள் வளையுங்கள்' என்று சொல்லிக்கொண்டே இருக்கிறார். இவரால் முடியவில்லை. பாடம் முடிந்ததும் இருவர் முகத்திலும் நிம்மதி தெரிகிறது. டீச்சர் புறப்படுகிறார். இவர் 'இனிமேல் பாடம் வேண்டாம்' என்கிறார். டீச்சர் கேட்கிறார், 'எனக்கு முதல் எத்தனை பேர் உங்களுக்கு பியானோ சொல்லித் தந்தார்கள்?' அவர் நாலு என்று பதில் கூறுகிறார். டீச்சர் சொல் கிறார், 'உங்களுக்கு இயற்கையான இசை ஆர்வம் இல்லை. பியானோவை விற்பதாக இருந்தால் நான் வாங்குகிறேன்.'

பேராசிரியருக்கு நியூயோர்க் ஆய்வரங்கில் கலந்துகொள்ளும்படி உத்தரவு வருகிறது. முதலில் மறுக்கிறார். மேலதிகாரி கண்டிப்பாகச் சொல்லவே வேண்டா வெறுப்புடன் புறப்படுகிறார். அந்தப் பயணம் அவருடைய வாழ்க்கையையே மாற்றும் என்பது அவருக்குத் தெரியாது. நியூயோர்க்கில் தொடர்மாடிக் கட்டடம் ஒன்றில் வால்ட்டருக்குச் சொந்தமாக ஒரு வீடு உள்ளது. சாவியை நுழைத்து உள்ளே சென்றபோது அவருக்கு அதிர்ச்சி. இரண்டு இளம் காதலர்கள் அங்கே குடியிருந்தார்கள். யாரோ கள்ளத்திறப்பைக் கொடுத்து அவர்களிடம் வீட்டை வாடகைக்கு விட்டிருந்தார்கள். காதலன் இவரைத் திருடன் என்று நினைத்து அடிக்க வந்துவிட்டான். இவர் 'நான்தான் வீட்டுக்காரன். இதோ என்னுடைய சாவி' என்று கதறவேண்டி வந்துவிட்டது.

நிமிடத்தில் நிலைமை மாறியது. காதலன் பெயர் தாரிக். அவள் பெயர் ஸைனாப். அவர்கள் சட்டவிரோதமாகக் குடியேறிய அகதிகள். வால்ட்டர் பொலீஸுக்கு அறிவித்தால் நிலைமை மோசமாகிவிடும். அவசர அவசரமாக மன்னிப்புக் கேட்டுவிட்டு தங்கள் உடமைகளுடன் காதலர்கள் வெளியேறுகிறார்கள். அந்த

நேரத்தில் எங்கே போவார்கள்? வால்ட்டருக்கு இரக்கம் பிறக்கிறது. 'இங்கேயே தங்குங்கள், வேறு இடம் கிடைக்கும் வரைக்கும். எனக்கு ஆட்சேபம் இல்லை' என்கிறார்.

அப்படித்தான் அவர்கள் நட்பு ஆரம்பமாகியது. ஒரு வெள்ளைக்காரன். ஓர் அரேபியன். ஓர் ஆப்பிரிக்கக்காரி. அந்தப் பெண்மணி மாலைகள் செய்து சந்தையில் போய் விற்று வருவாள். அவன் இசைக் கலைஞன். இரண்டு தொடைகளுக்கும் நடுவில் சரித்து வைத்து நீளமான ஆப்பிரிக்க மேளத்தை உணவகங்களில் வாசிப்பான். அதிலே பணம் கிடைக்கும். சில நேரங்களில் பாதாள ரயில் நிலையங்களிலும் வாசிப்பான். எளிய வாழ்க்கை. அவர்கள் வாழ்க்கையில் காணப்பட்ட அந்நியோன்னியமும் பிணைப்பும் வால்ட்டரை நெகிழவைக்கிறது. அவர்களுக்குள் நட்பு வளருகிறது.

வால்ட்டர் ஒருநாள் தற்செயலாக மேளத்தை அடித்துப் பார்க்கிறார். அது அவரை ஈர்க்கிறது. இயற்கையாக அவர் விரல்கள் வளைந்துகொடுத்தன. தாரிக் அவருக்குச் சொல்லித் தருகிறான். 'இது ஜிம்பே மேளம். விசேடமான மரத்தில் செய்தது. மேற்கத்திய இசைபோல 1,2,3,4 என்று எண்ணக் கூடாது. ஆப்பிரிக்க இசையில் 1,2,3 தான். மூளையால் சிந்திக்கக் கூடாது. இருதயம் சொல்வதை விரல்கள் வாசிக்கவேண்டும்.' அவன் வாசிப்பதுபோலவே இவரும் வாசிக்கிறார். இவர் விரல்கள் இயற்கையாகவே லயத்துடன் இணைகின்றன. வாழ்கையில் முன்பு எப்போதும் அனுபவித்திராத ஒருவித போதையை அவர் அனுபவிக்கிறார். ஒரு புதுவித தரிசனம் கிடைக்கிறது.

ஒருநாள் பாதாள ரயில் நிலையத்தில் எதிர்பாராமல் தாரிக்கை பொலீஸார் கைதுசெய்துவிடுகிறார்கள். அவனிடம் ஆவணம் ஏதும் இல்லை. சட்டவிரோதமாகத் தங்கியிருக்கும் அகதி என்பது தெரிந்து அவனை அகதிகள் தடுப்பு நிலையத்தில் கொண்டுபோய் அடைத்துவிடுகிறார்கள். சில நாட்களே பழகி யிருந்தாலும் வால்ட்டரால் நண்பனை உதறிவிட முடியவில்லை. அவன் கொடுத்த இசை இன்பத்தையும் இதய சுதந்திரத்தையும் நினைத்துப் பார்க்கிறார். அவன் வாசிக்கும்போது முகம் முற்றிலும் மலர்ந்திருக்கும். உடல் பரவசத்தில் திளைத்திருக்கும். அவன் வாயிலே சிரிப்பு பெரிசாகிக்கொண்டே போகும். அந்த இசையையும் அவனையும் பிரிக்க முடியாது. அவனுக்காகக் குடிவரவு வழக் கறிஞர் ஒருவரை அமர்த்துகிறார். அவன் காதலி அவனைப் பார்க்க முடியாது. இன்னொரு மாநிலத்தில் வாழும் தாயார் பார்க்க முடியாது. இருவருமே சட்டவிரோதமாகத் தங்கியிருப்பவர்கள்.

அவர்கள் எல்லோருக்காகவும் வால்ட்டர் அவனை தினமும் சென்று சிறையில் பார்க்கிறார்.

ஒருநாள் அவரிடம் தாரிக் கேட்டான். 'தினமும் மேளத்தை அடித்துப் பயிற்சி எடுக்கிறீர்களா?' அவர் ஆம் என்றார். 'எங்கே காட்டுங்கள் பார்ப்போம்.' சிறையிலே வலைக்கம்பிகளுக்கு அந்தப் பக்கம் கைதிகள் நின்றார்கள். இந்தப் பக்கம் பார்க்க வந்தவர்கள் நின்றனர். 'எப்படி இங்கே?' என்றார் அவர் தயங்கியபடி. அவன் தன் நெஞ்சிலே தாளம் போட இவர் யன்னல் மரப்பலகையில் மேளம் வாசித்தார். இருவர் முகத்திலும் அளவு கடந்த மகிழ்ச்சி பொங்குகிறது. அவன் சிறைக்குள் இருக்கிறான். இவர் வெளியே இருக்கிறார். இருவரையும் பிணைக்கிறது இசை.

ஒருநாள் வேறு மாநிலத்திலிருந்து தாரிக்கின் தாயும் வந்து விடுகிறார். இருவருமாக தாரிக்கைப் பார்க்கப் போய் வருவார்கள். தாயார் வெளியே நிற்பார். இவர் உள்ளேபோய் அவனைப் பார்த்துவிட்டு வருவார். தாயார் இரவு உணவு சமைத்து வைப்பார். இருவரும் சேர்ந்து உண்பார்கள். மெள்ள மெள்ள அவர்களுக்குள் காதல் உணர்வு வளர்கிறது. எப்படியும் தாரிக்கை வெளியே கொண்டுவரும் முயற்சியில் இருவரும் இருக்கிறார்கள்.

ஒரு நாள் காலை தகவல் வருகிறது. இருவரும் அவசரமாகச் சிறைக்குப் போகிறார்கள். அதிகாரி 'இது பார்வையாளர்களுக்கு ஒதுக்கப்பட்ட நேரம் அல்ல. வெளியே போங்கள்' என்பார். 'மன்னிக்கவேண்டும். ஒரு சிறு உதவி. தாரிக் என்பவர் உள்ளாரா?' அவர் கணினித் திரையைப் பார்த்துவிட்டு He has been removed என்கிறார். அகற்றப்பட்டார். வெளியேற்றப்பட்டார் அல்ல. நாடு கடத்தப்பட்டார் அல்ல. அகற்றப்பட்டார். ஒரு விஷப் பாம்பை அகற்றுவதுபோல, உடம்பிலே வளரும் உயிர்கொல்லிக் கட்டியை அகற்றுவதுபோல அகற்றிவிட்டார்கள். 'எங்கே? எங்கே?' என்று கத்துவார். அதிகாரி 'நகருங்கள்' என்று மட்டுமே சொல்வார். இத்தனை நேரமும் மிகவும் சாதுவாக மதிக்கக்கூடிய ஒரு மனிதராகத் தெரிந்த மனிதர் கோபப் பிழம்பாக மாறுவார். அதிகாரி முன் நின்று மேலும் கீழும் நடந்தபடி கத்துவார். 'அவன் நல்ல மனிதன். இது நீதியல்ல. கேட்கிறதா, இது நீதியல்ல.' இப்படிச் சத்தமிட்டுக்கொண்டே நிற்பார். உச்சக்கட்டமான இந்தக் காட்சி மனதை அதிரவைக்கும்படி காட்சிப்படுத்தப்பட்டிருக்கிறது.

தாரிக்கின் தாயார் தன் நாட்டுக்குப் போய் மகனுடன் வாழ்வது என்று முடிவு செய்கிறார். வால்ட்டர் அவரைப் போக வேண்டாம் என்று தடுப்பார். அவர் மறுத்துவிட்டுப் புறப்படுகிறார். விமான நிலையத்தில் அவரை ஏற்றிவிட்டு வால்ட்டர் திரும்புகிறார்.

அ. முத்துலிங்கம் ● 259

ஆரம்பத்தில் எப்படி இருந்தாரோ அப்படி ஆகிவிட்டார். ஒருவிதப் பிடிப்பும் இல்லாத உப்புச்சப்பற்ற அவருடைய வாழ்க்கையில் திடீரெனச் சில பரவசமான நாட்கள் குறுக்கிட்டு முடிந்துவிட்டன. இருட்டிலே தனியாக ரோட்டோரத்தில் நிற்கும்போது வேகமாகக் கடக்கும் காரின் முகப்பு வெளிச்சம் படுவது போல அவர் வாழ்க்கையில் சிறு பிரகாசம். மறுபடியும் இருட்டு.

இத்துடன் படம் முடிந்துவிட்டது. இன்னொரு காட்சி மட்டும். வால்ட்டர் ஜிம்பே மேளத்தைத் தோளிலே காவியபடி வேகமாக நடக்கிறார். பாதாள ரயிலில் பயணம் செய்து பிராட்வே ரயில் நிலையத்தை வந்தடைகிறார். ஓர் ஆசனத்தில் அமர்ந்து மேளத்தைச் சரித்து இரண்டு தொடைகளுக்கும் நடுவில் பிடித்துக்கொண்டு மெதுவாக வாசிக்க ஆரம்பிக்கிறார். ஒரு பொது இடத்தில் தனியாக வால்ட்டர் மேளம் வாசிப்பது இதுவே முதல் தடவை. ரயில் ஒன்று குறுக்கே ஓடுகிறது. காட்சிகள் வெட்டி வெட்டித் தெரிகின்றன. சுற்றிலும் ஆட்கள் சேர்ந்துவிட்டார்கள். தலையைக் குனிந்து மேளத்தை அரைக்கண்ணால் பார்த்துக்கொண்டு வேகமாக அடிக்கிறார். வாசிப்பு உச்ச நிலையை அடைகிறது. இரண்டு கைகளும் படுவேகமாக அசைகின்றன. அவர் இருதயம் சொல்வதைக் கைவிரல்கள் செய்கின்றன. மறுபடியும் ஒரு ரயில் வருகிறது. அவர் வாசிக்கும் காட்சி துண்டு துண்டாகத் தெரிகிறது. படம் முடிகிறது.

இந்தப் படத்தைப் பார்த்த பின்னர் இது இரண்டு நாட்களாக மனதில் ஓடியபடியே இருந்தது. கனடாவில் இதுபோலப் பல அகதிகள் 'அகற்றப்பட்டிருக்கிறார்கள்.' மேன்முறையீடு நடந்து கொண்டிருக்கும்போதே திடீரென்று அவர்களை அனுப்பிவிடுவார்கள். இன்னும் மேன்முறையீடு நடந்துகொண்டிருக்கிறதே என்று கேட்டால் 'வெற்றிபெற்றால் திரும்பிவரலாம்தானே' என்று பதில் வரும்.

நுணுக்கமான காட்சியமைப்பு மட்டுமல்லாமல் நுட்பமான சின்னச் சின்னச் சம்பவங்களுக்கும் குறைவில்லை. The Visitor என்றால் விருந்தாளி. யார் விருந்தாளி? தன் சொந்த வீட்டில் வேறு யாரோ தங்கியிருக்கும்போது வால்ட்டர் விருந்தாளியாக வருவதாக இருக்கலாம். அல்லது வால்ட்டர் வீட்டுக்கு இரண்டு அகதிகள் விருந்தாளிகளாக வருவதாகவும் இருக்கலாம். அல்லது அமெரிக்காவுக்குப் பல நாடுகளிலிருந்து வரும் அகதிகளாகவும் இருக்கலாம்.

இந்தப் படம் சின்ன பட்ஜெட்டில் உருவானது. 4 மில்லியன் டொலர்கள்தான். ஆனால் நாலுமடங்கு லாபம் ஈட்டியது.

திறந்ததும் அது சத்தமே போடவில்லை. மௌனமாக நின்றது. இவருக்குக் கோபம் பொறுக்க முடியவில்லை. ஆங்கிலத்தில் திட்டித் தீர்த்தார். நம்பமாட்டீர்கள். அடுத்த நிமிடம் எல்லாமே சரியாகிவிட்டது.

வாத்திய இசை மேதை

மிகப் பிரபலமான வாத்திய இசைக்கலைஞர் ஒருவர் ரொறொன்ரோவுக்கு வருகை புரிந்தார். உலகம் முழுக்க அவரைத் தெரியும். வழக்கமாக ரொறொன்ரோவில் நடக்கும் இசைக்கச்சேரி களுக்கு நான் போவதில்லை. இரண்டு மணிநேரம் பிந்தித் தொடங்குவார்கள். அந்த இரண்டு மணி நேரம் எனக்கு முக்கிய மானது. நண்பர் இந்த இசைக்கச்சேரி சொன்ன நேரத்துக்குத் தொடங்கும் என்று உத்திரவாதம் தந்ததால் சென்றேன்.

மண்டபம் நிரம்பியது. சரியாக ஆறு மணிக்கு விழா தொடங்கியது. தொடக்கத்திலிருந்து முடிவுவரை சினிமாப் பாட்டாக இசைத்துத் தள்ளினார். ஓர் உலகப் பிரபலமான கர்நாடக வாத்தியக் கலைஞர் ஒன்றிரண்டு கர்நாடக இசையை வாசித்திருக்கலாம். ஒன்றுமே கிடைக்கவில்லை. அடிக்கடி சபை யோரிடம் ஆலோசனை கேட்டார். அவர்கள் 'சினிமா சினிமா' என்று கத்தி சத்தம் போட்டார்கள். சினிமாவே கிடைத்தது.

ஒரு பெரிய இசை மேதை அப்படிச் செய்யலாமா? சினிமாப் பாட்டுக் கேட்டுப் பழகியவர்களுக்குக்கூட ஒன்றிரண்டு உயரிய இசையைத் தருவது அவர் கடமையல்லவா? ஆயிரம் பேரில் நாலு பேராவது கர்நாடக இசையின் பெருமையை உணர்ந்தால் அது லாபம்தானே. அவருக்கும் ஒரு குற்றவுணர்வு இருக்காது. இரண்டு நாள் ஆறாயிரம் மைல்கள் பயணம் செய்தது வெறும் சினிமா இசையை வாசிப்பதற்கா?

கோயில்களில் யானை இருக்கும். காட்டிலே பெரிய மரக்குத்திகளைக் காவும் யானையிடம் தேங்காயைக் கொடுப்பார்கள். அது தேங்காயைக் காவும். இன்னும் சிறந்த உதாரணம் வேண்டு மென்றால் அவிவேக பூரணகுருவும் பரமார்த்த சீடர்களும் கதையை ஞாபகப்படுத்தலாம். குருவின் பின்னே ஊசியை இரண்டு சீடர்கள் காவி வருவார்கள். சினிமாப்பாட்டை வாசிப்பதற்கு இசைமேதை எதற்கு? ஊசியைப் பனை மரக்கட்டையிலே குத்திக் காவுவது போலத்தான்.

உண்மைச் சம்பவம்

நாஜி ஜேர்மனியில் வாழ்ந்த ஒரு யூதக் குடும்பம் பற்றிய உண்மைக் கதை. அவர்கள் பெரும் செல்வந்தர்களாக ட்ரெஸ்டன்

என்ற நகரத்தில் வாழ்ந்தார்கள். இரண்டாம் உலக யுத்தம் தொடங்கியபோது யூதர்களைக் கைது செய்து வதை முகாமில் போட்டார்கள். பலர் கொல்லப்பட்டார்கள். இந்தக் குடும்பத்தைச் சேர்ந்த இளைஞன் ஒருவன் எப்படியோ சுவிட்சர்லாந்துக்குத் தப்பி ஓடிவிட்டான். அங்கிருந்து பயணப்பட்டு அமெரிக்கா வந்து சேர்ந்தான். என்ன நேர்ந்தாலும் படிக்கவேண்டும் என்பது அவனது பேரவா. அவனுக்கு அப்போ வயது 16. பல்கலைக்கழகத்து அதிகாரியை சென்று நேரில் பார்த்து அனுமதி கேட்டான். அவர் பத்திரங்களைக் கேட்டார். பிறப்புச் சாட்சிப் பத்திரம், பரீட்சைச் சான்றுகள், பள்ளிக்கூடப் பதிவுகள் இப்படி. நாஜிகளிடம் தப்பி ஓடியவன் உயிரைக் கையிலே பிடிப்பானா, பத்திரங்களைப் பிடிப்பானா? அவனிடம் ஒன்றுமே இல்லை. அதிகாரி ஆவணம் ஒன்றும் இல்லாமல் அனுமதி தரமுடியாது என்று மறுத்துவிட்டார்.

இளைஞனுக்கு ஏமாற்றமாகிவிட்டது. அமெரிக்காவில் படிக்கவேண்டும் என்பது அவன் கனவு. அவன் துக்கத்தோடு திரும்பியபோது அறைச் சுவரில் மலிவான நகல் ஓவியம் ஒன்று மாட்டியிருந்ததைக் கண்டான். அதை உற்றுப் பார்த்துவிட்டு 'ஓ, இது பிரபல ரஸ்ய ஓவியர் காண்டின்ஸ்கி வாஸிலி வரைந்தது. அதனுடைய நகல்' என்றான். அதிகாரி திடுக்கிட்டுவிட்டார். அவருடைய அறைக்குள் வாரத்தில் ஆயிரம் பேர் வந்து போனார்கள். இத்தனை வருடத்தில் ஒருவருமே அந்த ஓவியத்தைப் பற்றி ஒன்றுமே சொன்னதில்லை. காண்டின்ஸ்கியின் ஓவியங்கள் உலகப் பிரபலமானவை. சமீபத்தில் ஒன்று 23 மில்லியன் டொலருக்கு விற்பனையானது.

அதிகாரி கேட்டார். 'உனக்கு எப்படித் தெரியும். அத்தனை நிச்சயமாகச் சொல்கிறாயே?' 'இது நகல். ஏனென்றால் அசல் எங்கள் ட்ரெஸ்டன் வீட்டில் தொங்கியது.' அந்த மாணவனுக்குப் பல்கலைக் கழகத்தில் அனுமதி கிடைத்தது. இன்று அவன் வயது 83. பெயர் ஹென்றி ஆர்னோல்டு. அமெரிக்காவின் அதிசெல்வந்தர்களில் ஒருவர். பெரும் ஈகையாளர். இந்தக் கதையை அவர் ஒரு நண்பருக்குச் சொல்ல அவர் எனக்குச் சொன்னார்.

மருத்துவப் பரீட்சை

கனடாவில் மிகவும் பிரபலமான ஒரு தமிழ் மருத்துவரை சமீபத்தில் சந்தித்தேன். இவர் இங்கிலாந்தில் மருத்துவராகப் பல வருடங்கள் வேலைசெய்து பின்னர் 20 வருடங்களுக்கு முன்னர் கனடாவுக்குக் குடிபெயர்ந்தவர். அவரிடம் நான் கேட்டேன். 'நீங்கள் கனடா வந்த புதிதில் நிலைமை எப்படி இருந்தது.

திரும்பவும் மருத்துவப் பரீட்சை எழுத வேண்டி நேர்ந்ததா?' அவர் சொன்ன பதில் இது.

'அப்பொழுதெல்லாம் இங்கே பெரிதாக பரீட்சைகள் இல்லை. நான் ஏற்கனவே லண்டனில் மருத்துவராக வேலை பார்த்திருந்தேன். ஒரு பரீட்சகர் இருப்பார். அவர் முன்னே ஒரு நோயாளியை நான் சோதித்து நோயைக் கண்டுபிடித்து அதற்கான சிகிச்சை முறையைச் சொல்லவேண்டும். அவ்வளவுதான். பரீட்சை தினம் அன்று நான் அறைக்குள் நுழைந்தேன். ஒரு பெண்மணி அழகாக உடை உடுத்தி, காலுக்கு மேல் கால் போட்டுக்கொண்டு தன்னுடைய கைப்பையைத் தடவிக்கொண்டு உட்கார்ந்திருந்தார். இன்னொரு பெண்மணி அவருக்குப் பக்கத்தில் கலைந்த தலையும் கசங்கிய ஆடையுமாக அமர்ந்திருந்தார். நான் கலைந்த தலைப் பெண்மணியிடம் நோய் விவரங்களைக் கேட்டு நோட்டுப் புத்தகத்தில் எழுத ஆரம்பித்தேன். அவர் பெயர். அவர் வயது. நோயின் அறிகுறிகள் என்று கேட்டுக்கொண்டு போக, அழகாக உடை உடுத்திய பெண் மெல்லச் சிரிக்க ஆரம்பித்தார். அவர்தான் நோயாளி. கலைந்த தலைப் பெண்மணி என் பரீட்சாதிகாரி. எப்படியோ சமாளித்து நோயாளிப் பெண்மணியைச் சோதித்து சரியாக நோயைக் கண்டுபிடித்து சிகிச்சை முறையையும் சொன்னேன். நான் பரீட்சையில் பாஸ். அந்தச் சம்பவத்தை இன்று நினைத்தாலும் அந்தப் பரீட்சாதிகாரியின் பெருந்தன்மை என்னை வியப்புக்குள்ளாக்கும்.'

தோல் தா

வைதேகி ஹெர்பர்ட் புறநானூற்று ஆங்கில மொழிபெயர்ப்பு நூலை ஹவாயிலிருந்து எனக்கு அனுப்பியிருந்தார். அது இன்று வந்தது. புறநானூற்றில் எந்தப் பாடலையும் படிக்கலாம். சும்மா புத்தகத்தைத் திறந்தேன். புறநானூற்றுப் பாடல் 300. பாடியவர் அரிசில் கிழார்.

> தோல் தா தோல் தா என்றி, தோலொடு
> துறுகல் மறையினும் உய்குவை போலாய்;
> நெருநல் எல்லை நீ எறிந்தோன் தம்பி
> அகல் பெய் குன்றியின் சுழலும் கண்ணன்
> பேரூர் அட்ட கள்ளிற்கு
> ஓர் இல் கோயின் தேருமால் நின்னே.

'கேடயம் தா, கேடயம் தா' என்று தேடுபவனே. நீ எங்கே சென்றும் ஒழிய முடியாது. நீ கொன்றவனின் தம்பி உன்னைக் கொல்வதற்கு வந்துகொண்டிருக்கிறான். அகல் விளக்கில்

குன்றிமணிபோல சுழலும் கண்கள் அவனுக்கு. நல்ல கள் இருக்கும் வீட்டைத் தேடுவதுபோல வெறிபிடித்து உன்னைத் தேடுகிறான்.

போரிலே கொல்லப்பட்டவனின் தம்பி கொன்றவனைத் தேடி அலைகிறான். கொன்றவனோ தன்னைக் காப்பாற்ற கேடயத்தைத் தேடுகிறான். என்ன அருமையான காட்சி. பாடலைப் படிக்கும்போதே அது கண்முன்னே விரிகிறது. இதிலே இரண்டு உதாரணங்கள் பிரமிக்க வைப்பவை. அகல்விளக்கில் ஒளிரும் குன்றிமணிபோல கண்களை பயங்கரமாகச் சுழற்றிக்கொண்டே தேடுகிறான். நல்ல கள் இருக்கும் இடத்தை போதை அடிமை எத்தனை வெறியோடு தேடுவானோ அதேபோல கொலைகாரனைத் தம்பி தேடுகிறான். கொன்றவன் கையில் ஒரு கேடயம் இருந்தால் தப்பிவிடுவான். 'கேடயம் தா, கேடயம் தா' என்று அவன் அலறுகிறான்.

உடனே நினைவுக்கு வருவது சேக்ஸ்பியரின் ரிச்சார்ட் III நாடகம். 15ஆம் நூற்றாண்டில் இங்கிலாந்தை ஆண்ட ரிச்சார்ட் மன்னன் போரில் குதிரையை இழந்து களத்தில் தன்னந்தனியனாக நிற்கிறான். ஒரு குதிரை கிடைத்தால் அவன் தப்பிவிடுவான். 'ஒரு குதிரை, ஒரு குதிரை. சாம்ராஜ்யத்துக்கு ஒரு குதிரை.' என்று அலறுகிறான். அந்தக் காட்சியும் புறநானூற்றுக் காட்சியும் ஒன்றே தான். புறநானூறு பாடப்பட்டு 1600 வருடங்களுக்குப் பின்னர் வந்த சேக்ஸ்பியரும் அரிசில் கிழார் போலவே சிந்தித்திருக்கிறார். என்ன ஒற்றுமை!

அப்படியே ஆகட்டும்

இன்று ஒரு தகவல் படித்தேன். சோவியத் யூனியனின் சர்வாதிகாரி ஜோசப் ஸ்டாலினின் மகள் ஸ்வெட்லானா பற்றியது. இவர் சிறுமியாக இருந்தபோது ஸ்டாலினுக்கு அடிக்கடி கட்டளை இடுவார். ஸ்டாலின் 'அப்படியே ஆகட்டும்' என்று அதை நிறைவேற்றுவாராம். இந்தப் பெண் வளர்ந்த போது இவருடைய உள்நாக்கை அகற்றவேண்டி ஓர் ஆஸ்பத்திரியில் அனுமதிக்கப்பட்டார். அதே ஆஸ்பத்திரியில் ஒரு கம்யூனிஸ்ட் இந்தியரும் சிகிச்சைக்காகக் காத்திருந்தார். அவருடைய பெயர் பிரஜேஷ் சிங். இவர்கள் இருவரும் ரவீந்திரநாத் தாகூர் கவிதைகளைப் படித்து விவாதித்து மகிழ்ந்தார்கள். அவர்களுக்கிடையில் காதலும் மலர்ந்தது. இந்தச் செய்தி அப்பொழுது பிரிமியராக இருந்த அலெக்சேய் கோசிஜினுக்கு எட்டியது. அவர் ஸ்வெட்லானாவை அழைத்து அறிவுரை வழங்கினார். 'இந்தக் காதலை மறந்துவிடு. இந்துக்கள் மனைவிகளை மோசமாக நடத்துவார்கள்.' அந்த அறிவுரையை ஸ்வெட்லானா ஏற்றுக்கொண்டாரா தெரியாது. அவர்கள் ரகஸ்யமாகத் திருமணம்

செய்துகொண்டார்கள் என்றுதான் இன்றைக்கும் சிலர் நம்பு கிறார்கள்.

பிரஜேஸ் சிங்குக்கு மூக்கினுள்ளே விழுதுபோல சதை வளரும் வியாதி. அந்தக் கால வழக்கப்படி மூக்குச் சதையை அட்டையைக் கடிக்க வைத்துச் சிகிச்சை செய்தார்கள். சிங் இறந்து விட்டார். அட்டை தப்பியது. இறக்க முன்னர் சிங் அட்டையைக் கொல்லவேண்டாம் என்று வேண்டியிருக்கிறார். மிகுந்த இரக்க சுபாவம் உடையவர் சிங். அவருடைய சாம்பலை கங்கையில் கரைக்கவேண்டும் என்று அனுமதி பெற்று ஸ்வெட்லானா இந்தியா பயணமானார். அஸ்தியைக் கரைத்தபின்னர் அங்கே அமெரிக்கத் தூதரகத்தில் அரசியல் தஞ்சம் கோரினார். அவர்கள் திகைத்து விட்டார்கள். ஸ்டாலினுக்கு ஒரு மகள் இருப்பது அவர்களுடைய உளவுப் பிரிவுக்குத் தெரியாது. தஞ்சம் கிடைத்து அமெரிக்கா போனார்.

ஆரம்பத்திலேயே அமெரிக்காவில் பிரபலமாகிவிட்டார். நூல்கள் எழுதி நிறைய சம்பாதித்தார். அவர் அடிக்கடி கூறிய புகழ்பெற்ற வாசகம். 'ரஸ்யர்கள் ஒரு கையால் சந்திரனைத் தொட முயல்கிறார்கள். மறு கையால் 100 வருடங்களுக்கு முன்னர் செய்ததுபோல உருளைக்கிழங்கைக் கிண்டி எடுக்கிறார்கள்.' அவருடைய புது வாழ்க்கை நிலைக்கவில்லை. வரவிலும் கூடிய செலவு. முதுமையில் ஏழையாக முதியோர் காப்பகத்தில் வாழ்ந்தார். ஒருமுறை அவருக்குப் புத்தகத் தட்டு தேவைப்பட்டது. ஒரு வீட்டில் பழைய சாமான்கள் விற்றார்கள். அங்கேயிருந்த பழைய புத்தகத்தட்டை அவருக்கு சொற்பவிலைக்குத் தர சம்மதித் தார்கள். ஸ்வெட்லானா சொன்னார். 'என்னிடம் 25 டொலர் மட்டுமே இருக்கிறது. இதை வைத்து இந்த மாதத்தின் மீதி நாட் களை நான் சமாளிக்கவேண்டும். அடுத்த மாதம் பணம் தர முடியுமா?' அவர்கள் மறுத்துவிட்டார்கள்.

நவம்பர் மாதம் அவருக்குப் பிடிக்காது. ஒவ்வொரு வருடமும் அந்த மாதம் வரும்போது அச்சப்படுவார். சிறுவயதாயிருந்தபோது நடந்த சம்பவங்களை நினைத்துப்பார்ப்பார். அவருடைய தந்தை பின்னாளில் சோவியத் யூனியனின் தலைவரானார். ஹிட்லரைத் துரத்தியடித்ததோடு பெர்லினையும் கைப்பற்றினார். சோவியத் யூனியனை உலகத்தின் இரண்டாவது பலமான தேசமாக மாற்றினார். இரும்புத்திரை விழக் காரணமாயிருந்தார். ஒரு நாளில் 500 பக்கங்கள் வாசித்துத் தள்ளக்கூடிய திறமைசாலி அவருடைய அப்பா. 'அப்படியே ஆகட்டும், அப்படியே ஆகட்டும்' என சிறுவயதில் ஸ்வெட்லானா இட்ட கட்டளைகளை நிறைவேற்றியவர்.

கடைசிக்காலத்தில் ஸ்வெட்லானா சொல்வதைக் கேட்க ஒருவருமே இருக்கவில்லை. 85ஆவது வயதில் ஒரு நவம்பர் மாதம் தன்னந் தனியாக இறந்துபோனார்.

படித்தது

சமீபத்தில் நான் படிக்கத் தொடங்கிய புத்தகம் In The Light of What We Know என்பது. மின்நூல் என்றபடியால் வேகமாகப் பக்கங்களைத் திருப்பிப் படிக்கமுடியாது. இன்னும் 100 பக்கத்தைக் கூடத் தாண்டவில்லை. புத்தகத்திலே நிறைய சுவாரஸ்யமான தகவல்கள் கிடைத்தன.

ஆப்கானிஸ்தான் படைக்கும் பிரிட்டிஷ் ராணுவத்துக்கும் இடையில் நடந்த முதல் யுத்தம் 1842இல் முடிவுக்கு வந்தது. பிரிட்டிஷ் படைக்குத் தலைமை தாங்கியவர் ஜெனரல் எல்பின்ஸ்டன். அவருடைய படைகள் ஆப்கானிஸ்தானை விட்டுத் திரும்பியபோது கடுமையான பனிக்குளிர். பிரிட்டிஷ் படைவீரர்கள் முழங்கால் மட்டும் புதையும் பனியில் ஒடுங்கிய மலைவழிப்பாதையில் ஒருவர் பின் ஒருவராக முன்னேறிக்கொண்டிருந்தார்கள். அவர் களை ஆப்கானிஸ்தான் படை மறைந்திருந்து ஒவ்வொருவராகக் கொன்று தீர்த்தது. 16,000 பேர் இறந்தபின்னர் ஒரேயொருவர் தப்பினார். அவருடைய பெயர் வில்லியம் பிரைடன். தலையிலே பெரிய வெட்டுக் காயத்துடன் அவர் தன்னந்தனியாக ஜலால பாட்டில் உள்ள பிரிட்டிஷ் கூடாரத்துக்கு வந்து சேர்ந்தார். அவர்கள் ஒருமித்துக் கேட்ட கேள்வி 'எங்கே பிரிட்டிஷ் ராணுவம்?' வில்லியம் பிரைடனின் புகழ்பெற்ற பதில் இதுதான். 'நான்தான் ராணுவம்.'

❖

ஒரு வாரம்

விருது

சமீபத்தில் ஒரு விருது வழங்கும் விழாவுக்குப் போயிருந்தேன். பலவிதமான பரிசுகளும் விருதுகளும் வழங்கினார்கள். எல்லாமே மகிழ்ச்சியான விசயம்தான். ஒருவரைப் பாராட்டுவது எப்போதுமே வரவேற்கப்படவேண்டிய நிகழ்ச்சிதான்.

ஒருவருக்கு அவருடைய அதீத வணிக வளர்ச்சியைப் பாராட்டி விருது வழங்கினார்கள். சென்ற வருடம் அவருடைய லாபம் 3 மில்லியன் டொலர்கள் மட்டுமே. நடப்பு வருடம் அவருடைய லாபம் 10 மில்லியன் டொலர்கள். ஒரு வருடத்திலே லாபத்தை மூன்று மடங்காகப் பெருக்கியிருக்கிறார். அசுர சாதனை. நிச்சயம் பாராட்டப்பட வேண்டியவர்தான்.

இப்படியான வணிக மேதைகளைப் பார்க்கும்போது மெலிண்டாவையும், பில் கேட்சையும் நினைத்துக்கொள்வேன். உலகத்திலேயே அதிக செல்வம் சேர்த்தவர்கள் இந்தத் தம்பதியினர்தான். அதிக கொடை வழங்கியவர்களும் இவர்களே. அவர்கள் சமீபத்தில் சொன்னார்கள். ‘நீங்கள் ஈட்டிய பொருளை உங்களுடன் எடுத்துப் போகமுடியாது. உங்களுடைய அதியற்புதமான மூளை செல்வத்தைப் பெருக்கியிருக்கிறது. அதே மூளையை ஈகையின் பின்னால் நிறுத்தினால் உலகத்தில் ‘இருப்பவர் – இல்லாதவர்’ என்ற வேறுபாடு வெகுவாக மறைந்துபோகும்.

மேலே குறிப்பிட்ட விருது வாங்கியவர் நடப்பு வருடத்தில் எவ்வளவு நன்கொடை வழங்கினார் என விசாரித்தேன். ஒரு வருக்கும் தெரியவில்லை.

இதயம் கனிந்த வாழ்த்துகள்

சில காலத்துக்கு முன்னர் படத்துடன் செய்தி வெளியாகியிருந்தது. பிரிட்டிஷ் பிரதமர் டேவிட் கமரோன் லண்டனில் பொதுமக்களோடு பாதாளரயிலில் சாதாரணமாகப் பயணம் செய்தார். அவருக்கு அமர இருக்கை கிடைக்காததால் நின்றபடியே பயணம் செய்யவேண்டி நேர்ந்தது. அவருக்குப் பக்கத்தில் ஒருவர் அமர்ந்து தூங்கினார். இன்னொருவர் பேப்பர் படித்தார். பாவம்,

பிரதமரை யாருமே கவனிக்கவில்லை. ஒருவரும் அவருக்கு இருக்கை தர முயலவும் இல்லை. ஒரேயொரு இந்தியப் பெண்மணி அவரை அணுகி 'நீங்கள் இந்த நாட்டுப் பிரதமரா?' என்று கேட்டார். அவர் ஆமாம் என்றார். அவசரமான ஒரு கூட்டத்திற்கு அவர் சென்றார். காரிலே வீதியில் பயணித்தால் நேரத்துக்கு போகமுடியாது. அதுதான் பாதாள ரயிலைத் தெரிவு செய்ததாகச் சொன்னார்.

நேற்று நான் ரிம்ஹோர்ட்டன் கோப்பிக் கடையின் நீண்ட வரிசையில் நின்றேன். வெள்ளைக் கோட்டு அணிந்து, ஸ்டெதஸ் கோப் மாட்டிய ஒருவர் அவசரமாக வந்து வரிசையில் சேர்ந்தார். டேவிட் கமரோனுக்கு நடந்தது நினைவுக்கு வந்தது. டொக்டருக்கு என்ன அவசரமோ? நான் என் இடத்தைக் கொடுத்தேன். அவர் மறுத்துவிட்டார். நான் சொன்னேன். 'எனக்குப் போதிய நேரம் இருக்கிறது. நான் வேலை இல்லாத ஆள். உங்களுக்கு நேரம் முக்கியம்.' அவர் சொன்னார். 'நாங்களும் காத்திருக்கப் பழக வேண்டும். நோயாளிகள் எங்களுக்காகக் காத்திருக்கிறார்கள் அல்லவா?' நான் அவர் சொல்லைக் கேட்காமல் அவருக்குப் பின்னாலே போய் நின்றேன். அவர் அதைத் தடுக்க முடியாதல்லவா?

அவர் என்ன துறையில் மருத்துவராக இருக்கிறார் என்று கேட்டேன். 'பேஸ்மேக்கர் (இருதய முடுக்கி) பொருத்துவது' என்றார். காலையில் இரண்டு பேருக்கு இருதயத்தில் பேஸ்மேக்கர் பொருத்தியிருக்கிறார். பின் மதியம் கோப்பி குடித்தபின்னர் இன் னொருவருக்குச் செய்யவேண்டும் என்றும் சொன்னார். அறுவைச் சிகிச்சை செய்துதான் வழக்கத்தில் இதைப் பொருத்துவார்கள். ஆனால் சமீபத்தில் செய்தித்தாள்களில் ஒரு செய்தி வந்தது. 'அமெரிக்காவில் அறுவைச் சிகிச்சை இல்லாமலே ஒரு நுண்ணிய பேஸ்மேக்கரை ரத்தக் குழாய் வழியாக இருதயத்துக்குள் செலுத்தி வெற்றிகரமாகப் பொருத்திவிட்டார்களாம். உண்மையா?' என்றேன். 'அதுசரிதான். அந்தத் தொழில்நுட்பம் விரைவிலேயே கனடாவுக்கும் வந்துவிடும்' என்றார்.

'உங்கள் தொழிலில் பிரச்சினைகள் உண்டா?' அவர், 'உயிரோடு இருப்பவர்களால் பிரச்சினை இல்லை. இறந்தவர்களினால்தான் பிரச்சினை' என்றார். எனக்கு ஆச்சரியம். 'அது எப்படி இறந்தவர் களினால் பிரச்சினை?' அவர் சொன்னார். 'பேஸ்மேக்கர் பொருத்திய ஒருவர் இறந்ததும் அவரை அப்படியே புதைத்து விடுகிறார்கள். இருதயம் வேலைசெய்வதை நிறுத்திவிடும். ஆனால் பேஸ்மேக்கர் துடித்தபடியே இருக்கும். மனிதரின் வாழ்நாள் முடிந்தாலும் பேஸ்மேக்கர் அதன் வாழ்நாள் முடியுமட்டும் துடிக்கும்.'

அவர் முறை வந்தது. கோப்பியை வாங்கிக்கொண்டு போனார். 'இருதயம் கனிந்த வாழ்த்துகள்' என்றேன். திரும்பாமலே கோப்பிக் குவளையை உயர்த்திக் காட்டிவிட்டு மறைந்தார்.

100 டொலர்

கண் வைத்தியரிடம் செல்வதில் சில அனுகூலங்கள் இருக்கத் தான் செய்கின்றன. என்னுடைய கண் வைத்தியர் பிரபலமானவர். யார் சொன்னது? அவர்தான். ரொறொன்ரோவிலேயே நோயாளி களால் அதிகம் வேண்டப்படும், உடல்நல சஞ்சிகைகளால் தொடர்ந்து போற்றப்படும் ஒரே மருத்துவர். அதில் சந்தேகமே இல்லை.

அவரிடம் காலை 9 மணிக்குப் போனால் 11 மணிக்கு அவ ருடைய உதவியாளர் உங்களைக் கூப்பிட்டு கண்ணைப் பரிசோதிப் பார். 12 மணிக்கு இன்னொருவர் வேறுவிதமான பரிசோதனைகள் மேற்கொண்டு சில குறிப்புகளைப் பதிவார். ஒரு மணிக்கு இன் னொரு பெண்மணி இருட்டறையில் கம்ப்யூட்டரில் ஓடும் பச்சை நிற நட்சத்திரங்களை எண்ணச் சொல்வார். அப்படியும் ஒரு சோதனை. இப்படியாக முன்னேறி 3 மணிக்குக் கண் மருத்துவர் என்னைப் பரிசோதிக்கத் தயாராக இருப்பார். பல அடுக்குகளைத் தாண்டி இப்படிக் காத்திருக்கும்போது காளமேகப் புலவருடைய பாடல் ஒன்று நினைவுக்கு வரும். அவர் சத்திரத்தில் இரவு உணவுக் காகக் காத்திருந்தபோது ஒருமுறை விடிவெள்ளி தோன்றிவிட்டதாம். அப்போது அவர் வயிறெரிந்து பாடிய பாடல் இது:

கத்துக் கடல் சூழ்நாகைக் காத்தான்தன் சத்திரத்தில்
அத்தமிக்கும் போதில் அரிசிவரும் - குத்தி
உலையில்இட ஊரடங்கும் ஓர்அகப்பை அன்னம்
இலையில்இட வெள்ளி எழும்.

இப்படியெல்லாம் காக்கவைத்து சோதித்து எழுதித் தந்தது தான் கடந்த 6 மாதங்களாக நான் அணிந்த கண்ணாடி. ஒரு வாரம் சென்ற பின்னர் கண்ணாடிக் கடைக்காரரிடம் சென்று 'இரண்டு இரண்டாகத் தெரியுது. கண்ணாடி சரியில்லை' என்று சொன்னேன். அவர் நம்பவில்லை. 'கண்ணாடி புதிது. கண் பழையது. பழகப் பழக சரிவரும்' என்றார் நடிகர் தனுஷ் சொல்வதுபோல. ஆனால் சரியாகவில்லை. யூட்யூப் பார்க்கும்போது இரண்டு இரண்டாகத் தெரிந்தது. விஜய் நடித்த படம் ஒன்றில் விஜய் நடனமாடினார். இரண்டு விஜய் தெரிந்தனர். நான் இரட்டை வேடம் என்று நினைத்தேன். அப்படியில்லை என்று

பின்னர் தெரிந்தது. ஒருமுறை மனைவி கடைக்கு சாமான் வாங்கச் சென்றபோது 200 டொலர் கொடுத்தேன். மனைவி 'இல்லை, இது 100 டொலர்' என்று சொன்னபோதுதான் விசயம் எத்தனை சீரியஸ் என்று புரிந்தது.

மறுபடியும் கண் மருத்துவரிடம் முறைப்பாடு செய்யச் சென்றேன். அன்று அவ்வளவு சனமில்லை. காலை 9 மணிக்குச் சென்று மாலை 4 மணிக்கே மருத்துவரைப் பார்த்துவிட்டேன். சிலவேளை இப்படி அதிர்ஷ்டம் அடிப்பதுண்டு. மருத்துவரிடம் 'எல்லாமே இரண்டு இரண்டாகத் தெரிகிறது. கண்ணாடியில் ஏதோ பிழை' என்றேன். அவர் மீண்டும் பரிசோதனைக் குறிப்பு களைப் பார்த்தார். என் கண்களின் அளவுகளுக்கும் கண்ணாடிக்கும் சம்பந்தமே கிடையாது. 'இது எப்படி நேர்ந்தது?' என்று வியக்கக் கூட இல்லை. புதுவித அளவுகள் எழுதித்தந்து புதுக்கண்ணாடி பெறும்படி சொன்னார். மருத்துவர் வாயிலிருந்து ஒன்றிரண்டு வார்த்தைகள் வரும், வரும் என்று எதிர்பார்த்தேன். 'தவறு நேர்ந்து விட்டது, மன்னியுங்கள்.' அது வரவே இல்லை.

இப்பொழுது புதுக்கண்ணாடி அணிந்திருக்கிறேன். 100 டொலர்தாள் 100 டொலர் தாளாகவே தெரிகிறது. எத்தனை பெரிய அதிசயம்? கண் மருத்துவ விஞ்ஞானத்தின் அதிவேக வளர்ச்சியை நினைக்கும்போது புல்லரிக்கிறது.

கடவுளுக்கு வேலை செய்பவர்

சில மருத்துவ உபகரணங்களை வாங்குவதற்காக நானும் மனைவியும் மருத்துவர் பரிந்துரை செய்த அதே கடைக்குச் சென் றோம். ஆச்சரியமாயிருந்தது. அங்கே வேலை செய்த அத்தனை பேரும் 70 வயதைத் தாண்டியவர்களாக இருந்தார்கள். நத்தை வேகத்தில் நடந்தார்கள். ஆமை வேகத்தில் ஆட்களைக் கவனித்தார்கள். ஒருவருடன் ஒருவர் முகத்துக்குக் கிட்ட வந்து ரகஸ்யம் பேசுவதுபோல கதைத்தார்கள். கம்ப்யூட்டரைத் திறந்து ஒவ்வொரு எழுத்தாகத் தேடி, குத்திக் குத்திப் பதிந்தார்கள். சரி இன்றைக்கு இங்கே அரைநாள் கழியும் என்று மனதுக்குள் நினைத்தபோது ஒரு மூதாட்டி தரையைத் தேய்த்தபடி எங்களிடம் வந்தார். நான் சீட்டைக் கொடுத்தேன். அதிலே எல்லா விவரமும் எழுதியிருந்தது. மூதாட்டி ஒவ்வொரு பொருளாகக் கொண்டு வந்து எங்கள் முன் வைத்தார். சில பொருட்களைப் பூட்டவேண்டும். அவற்றை எடுத்துச் சென்று பூட்டியபின் மீண்டும் கொண்டு வந்தார். எல்லாம் நிறைவேறிவிட்டது. கடைசியில் பில் போடும் வேலை. மூதாட்டி கம்ப்யூட்டரின் முன் உட்கார்ந்து பொருள்களைப்

பதியத் தொடங்கினார். பாதியிலே நிறுத்தி, சொன்னார், '100 டொலர்களுக்கு மேல் வாங்கினால் 20 டொலர் கழிவு.' நல்லது என்றேன். 'மொத்தத் தொகை 235 டொலர்' என்றார். நான் பணத்தைக் கட்டத் தயாரானேன். அவரோ என்னை உற்றுப் பார்த்தபடியே அசையாது அமர்ந்திருந்தார். மறுபடியும் சொன்னார் '100 டொலர்களுக்கு வாங்கினால் 20 டொலர் கழிவு.' என் மூளை பிரகாசிக்கவில்லை. அப்படியே நின்றேன். அவருக்குப் புரிந்துவிட்டது. இந்த மக்கு மனிதருக்கு 10 தடவை சொன்னாலும் புரியாது என்று. என்னைப் பார்த்து வாய்க்குக் கிட்டவாக வந்து ரகஸ்யக் குரலில் சொன்னார். 'பில்லை இரண்டாகப் பிரிக்கலாம். அப்பொழுது உங்களுக்கு இரண்டு 20 டொலர் கழிவு கிடைக்கும். மொத்தம் 40 டொலர்.' 'அப்படியா, நன்றி' என்றேன்.

பணத்தைக் கட்டிவிட்டு மூதாட்டியிடம் விடை பெறும்போது கேட்டேன். 'நீங்கள் யாருக்காக வேலை செய்கிறீர்கள்? கம்பனிக்காகவா வாடிக்கையாளருக்காகவா?'

அவர் சொன்னார் 'கடவுளுக்காக.'

நல்ல செய்தி

அமினாட்டா ஃபோர்னா என்பவர் இங்கிலாந்தில் வாழும் ஓர் ஆப்பிரிக்க எழுத்தாளர். இவரைப் பத்து வருடங்களுக்கு முன்னர் நேர்காணல் செய்திருக்கிறேன். இவர் எழுதிய புத்தகம் The Devil that Danced on Water. இந்தப் புத்தகம் எனக்கு மிகவும் பிடித்தது. அதற்குப் பல காரணங்கள். இந்த நாவலின் கதை நிகழ்ந்த இடம் சியாரா லியோன். அங்கே நான் வாழ்ந்த காலத்தில் நடந்த கதை. இந்த நாவலில் எழுதப்பட்ட ஒவ்வொரு வசனமும் செதுக்கப்பட்டிருக்கும். முதல் நாவல் என்றபடியால் ஆசிரியர் எழுத்துக்கு முக்கியத்துவம் கொடுத்தார். அதன்பிறகு 3 நூல்கள் எழுதினார். அவை என் மனதை அவ்வளவாகக் கவரவில்லை. இப்பொழுது கொரேசியா நாட்டின் பின்னணியில் இவர் எழுதிய The Hired Man என்ற நாவல் வெளிவந்திருக்கிறது. இதை மின்நூலாக வாங்கிப் படித்துக்கொண்டிருக்கிறேன். இன்னும் முடிக்கவில்லை. இன்று செய்தி படித்தேன். இவருக்கு Windham & Campbell Award அமெரிக்காவில் கிடைத்திருக்கிறது. பரிசுத் தொகை 1,50,000 டொலர்கள். ஓர் எழுத்தாளருக்கு இது எத்தனை பெரிய தொகை. அவருக்கு உடனேயே வாழ்த்துக் கடிதம் போட்டேன். பதில் கிடைத்திருக்கிறது. எனக்கே பரிசு கிடைத்ததுபோல மகிழ்ச்சியாக உள்ளது.

நேரமில்லை

ஒரு கவிஞரைச் சந்தித்தேன். பல வருடங்களுக்கு முன்னர் அருமையான கவிதைகள் எழுதி, பாராட்டப்பட்டவர். 'ஏன் இப்பொழுதெல்லாம் கவிதைகள் எழுதுவதில்லை?' என்று கேட்டேன். 'நேரமில்லை' என்று சொன்னார்.

சில கவிதைகளைத் திரும்பத் திரும்பப் படிக்கலாம். ஒவ்வொருமுறை படிக்கும்போதும் புதிதாக ஏதாவது மனதிலே தோன்றும். சமீபத்தில் வெளியான சில்வியா பிளாத்தின் கவிதைகள் மொழிபெயர்ப்பைத் தமிழில் படித்தேன். கீதா சுகுமாரன் மொழி பெயர்த்திருக்கிறார். 'ரயில் ஒரு கோடாக மூச்சு விடுகிறது' என்ற வரி ஆங்கில வரியிலும் பார்க்க சிறப்பாக அமைந்திருப்பதாக எனக்குப் பட்டது. பலமுறை படிக்கலாம்.

ஹைக்கூ ஜப்பானிய வகைக் கவிதை. சொல்லவேண்டியதை 18 அசையில் சொல்லி முடித்துவிட வேண்டும். 300 வருடங்களுக்கு முன்னர் கண்டுபிடிக்கப்பட்ட கவிதை வகைப்பாடு இன்று உலகம் முழுக்க பரவிவிட்டது. அந்தக் காலத்து ட்விட்டர் என்று இதைச் சொல்லலாம்.

ஐரோப்பிய கவுன்சில் என்பது 28 நாடுகளின் பிரதம மந்திரி களை அங்கத்தவர்களாகக் கொண்டது. 28 நாட்டுத் தலைவர் களுக்கும் ஒரு தலைவர் உண்டு. முன்னாள் பெல்ஜியம் நாட்டு பிரதம மந்திரி ஹேர்மன் வான்ரோம்பு இந்தக் கவுன்சிலுக்குத் தலைவராகத் தேர்ந்தெடுக்கப்பட்டிருக்கிறார். இத்தனை பொறுப் பான உத்தியோகத்தில் இருந்தாலும் இவர் ஹைக்கூ கவிதை எழுதுவதை நிறுத்தவில்லை. 'பிஸியாக இருக்கிறேன்' என்று இவர் சொன்னதே கிடையாது. இதுதான் இவர் எழுதிய கவிதை:

வேலையில் மூழ்கியுள்ளேன்
கோதுமை அதே சமயம் வளர்கிறது
இன்னும் உயரமாக.

'எனக்கு நேரமில்லை' என்று சொல்லும் தமிழ்க் கவிஞருக்கு இதைப் படிக்கக் கொடுக்கவேண்டும்.

பணக்காரன்

என்னுடைய வங்கிக்குப் போனேன். யன்னலில் ஒரு புதுப் பெண் உட்கார்ந்திருந்தார். நெஞ்சு சட்டையில் 'பயிலுநர்' என்று குத்தியிருந்தது. வங்கி நடப்புகளைப் பயில்வதற்காகப் புதிதாக நியமிக்கப்பட்டிருந்தார். இவர் பயிற்சியில் வெற்றி பெற்றால்

இவரை நிரந்தரமாக்குவார்கள் என்று நினைக்கிறேன். என்னைக் கண்டதும் பயிற்சிச் சிரிப்பை வெளியே விட்டார். எப்படிச் சிரிப்பது என்று சொல்லிக் கொடுத்திருப்பார்கள் என்று நினைக் கிறேன். பளிச்சென்று எல்லாப் பற்களும் மின்னின. என்னுடைய பல் வைத்தியர் ஞாபகத்துக்கு வந்தார். அவர் சொல்லுவார். 'ஐயா, எல்லாப் பற்களையும் நீங்கள் சுத்தம் செய்யவேண்டும் என்ற அவசியமில்லை. எதற்காக மெனக்கெட வேண்டும். எந்த எந்தப் பற்கள் தேவையோ அவற்றை மட்டும் சுத்தம் செய்தால் போதும்.' இந்தப் பெண்ணுக்கு எல்லாப் பற்களும் தேவையாக இருக்கும்போல என்று பட்டது.

'உங்களுக்கு நான் இன்று எப்படி உதவலாம்?' ஒவ்வொரு சொல்லையும் மனனம் செய்த ஒருவர் உச்சரிப்பதுபோல, கனடா வின் குப்பை வண்டி போல நிறுத்தி நிறுத்திச் சொன்னார். 'உங்கள் பெயர் தெரியவில்லையே?' என்றேன். அவர் 'அநுபமா' என்றார். பயிற்சியில் இருப்பவர் என்பதால் அவருக்கு இப்போது பெயர் கிடையாது. நிரந்தரமாக வேலை கிடைத்ததும் அவர் தன் பெயரை மார்புச் சட்டையில் குத்தலாம். அவர் தொலைந்துபோனால் தேடுவது சுலபமாக இருக்கும்.

அவர் ஓர் இலங்கைப் பெண்ணாக இருக்கலாம். இந்தியா, மலேசியா, சிங்கப்பூர், சீஷெல்ஸ் ஆகவும் இருக்கலாம். ஆனால் அவர் புன்னகையை பாம்பு வாலைச் சுருட்டுவதுபோலப் பட் டென்று சுருட்டி முடித்தபோது இலங்கைப் பெண்ணாக இருக்கும் வாய்ப்பு அதிகம் என்று என்னை நினைக்கவைத்தது. 'ஒரு காசோலை வந்திருக்கிறது. அதை வங்கியில் என் கணக்கில் கட்ட வேண்டும்' என்றேன். 'சரி. மிக்க மகிழ்ச்சியுடன்' என்று சொன்னார். உடன் அட்டையை மெசினுள் நுழைத்து, என் கடவு எண்ணையும் பதிந்த பின்னர் காசோலையை நீட்டினேன். அதைப் பெற்றவர் பல்வைத்தியருக்குத் தலையை உயர்த்துவதுபோல உயர்த்தி காசோலையை மேலே நீட்டிப் பிடித்து ஆராய்ந்தார். அதன் பின் பக்கத்தில் கையொப்பம் வைக்கச் சொன்னார். வைத்தேன். கம்ப்யூட்டரில் விரல்களால் வேகமாக அடித்தார். நகங்களில் பொய் நகம் ஒட்டி நீட்டியிருப்பதால் விரல்களால் குத்தாமல் சாய்த்து வைத்துப் பதிந்தார். பின்னர் எழுந்து நின்று சறுக்குவதுபோல நகர்ந்து மேலாளரிடம் சென்று ஏதோ ஆலோசனை கேட்டார். மறுபடியும் இருக்கைக்குத் திரும்பி சாவதானமாக உட்கார்ந்து புன்சிரிப்பையும் ரசீதையும் தந்தார்.

நான் நன்றி சொல்லிவிட்டுப் புறப்பட்டேன். நடக்கும்போதே ரசீதைப் பார்த்தேன். என்னுடைய வங்கிக்கணக்கு பத்து மடங்கு

பெருகியிருந்தது. நான் கொடுத்த காசோலை 2500 டொலர்கள் மட்டுமே. அவர் வரவு வைத்தது 25,001 டொலர்கள். காசோலையில் குறுக்காக இழுத்த கோட்டை ஒரு தானம் என நினைத்து 25,001 டொலரைக் கணக்கில் சேர்த்திருந்தார். திரும்பவும் அவரிடம் போனேன். குனிந்த தலையை நிமிர்த்தாமல் கண்களை மட்டும் தூக்கிப் பார்த்தார். 'இன்று என்னை மிகவும் சந்தோசப்படுத்தி விட்டீர்கள்' என்றேன். ரசீதைப் பார்த்த பின்னரும் அவருக்கு விசயம் புரியவில்லை. பிழையைச் சுட்டிக் காட்டினேன். பள்ளிச் சிறுமி செய்வது போல நாக்கை ஒருகணம் வெளியே நீட்டி உள்ளே இழுத்துத் தன்னைத்தானே கடிந்துகொண்டார்.

பிழையை விறுவிறுவென்று திருத்திப் புதிய ரசீது ஒன்றைத் தந்தபோது 'மன்னிக்கவும்' என்றார். 'நான் ஏன் மன்னிக்கவேண்டும். நன்றியல்லவா சொல்லவேண்டும்' என்றேன். அவர் ஒன்றுமே சொல்லாமல் அழகாகச் செதுக்கப்பட்ட புருவத்தை, அதற்கும் ஏதாவது வேலை கொடுக்கவேண்டுமே என்பதுபோல உயர்த்தினார். 'இன்று நான் பணக்காரனாகியிருந்தேன். ஒரு நிமிடம் மட்டுமே என்றாலும் பணக்காரன் பணக்காரன்தானே' என்றேன். அவர் மறுபடியும் சிரித்தார். 25,001 டொலர் பெறுமதியான புன்னகை.

❖

இன்னும் சிறிது தூரம்தான்

இரண்டு புறநானூற்றுப் பாடல்கள் நினைவுக்கு வரும்படியான ஒரு சம்பவம் நேற்று நடந்தது. நான் மருத்துவருடைய வரவேற்பறையில் காத்திருந்தேன். கடந்த இரண்டு மாதங்களாக மருத்துவமனை அறைகளில் காத்திருந்த மணித்தியாலங்களின் கூட்டுத்தொகை பத்து முழு நாட்களுக்கு சமமாக இருக்கும்.

அப்பொழுது அந்தத் தம்பதியினர் வந்தனர். இருவரும் முதியவர்கள். ஆணுக்கு 70 வயதுக்கு மேலே; பெண் கொஞ்சம் இளமையானவராகத் தோன்றினார். அந்த மனிதர் அவர் காலத்தில் ராணுவத்திலோ, போலீஸ் உத்தியோகத்திலோ அதிகாரியாகக் கடமையாற்றியிருப்பார். அப்படி குலையாத உடல் கட்டு. அகலமான நெஞ்சு. அமெரிக்க நடிகர் ஜோன் வேய்னின் தாடையை நினைவூட்டும் முகம். அவர் சக்கர நாற்காலியில் அமர்ந்திருக்க அவர் மனைவி அதைத் தள்ளிக்கொண்டு வந்தார். உலகத்தில் நடப்பது ஒன்றுமே தெரியாமல் அவர் தலை கவிழ்ந்து நெஞ்சிலே முட்ட உட்கார்ந்திருந்தார். அவருக்குப் பக்கத்தில் ஓர் ஆசனத்தில் அமர்ந்து அவர் கைகளைத் தடவிக்கொண்டே இருந்தார், மனைவி.

பெண் களைப்பாகக் காணப்பட்டார். 'நீண்ட தூரம் பயணம் செய்து வருகிறீர்களா?' என்று கேட்டேன். குளிர்காலம் ஏற்கனவே தொடங்கிவிட்டாலும் பெண்ணின் முகத்திலிருந்து வியர்வை பெருகிக்கொண்டிருந்தது. மூச்சு பெரிதாக வந்தது. ஆனால் அந்த மனிதரோ ஒன்றுமே அறியாமல் தன்னை ஒப்படைத்துவிட்டுப் பேசாமலிருந்தார். 'நீண்ட தூரம்தான். மூன்று பஸ் பிடித்து வருகிறோம். இரண்டு மணிநேரம் முன்பாகப் புறப்பட்டோம். இந்த மருத்துவரிடம் கடந்த 30 வருடங்களாக வருகிறோம். அங்கே கிட்ட வேறு மருத்துவர்கள் இருக்கிறார்கள். என் கணவருக்கு வேறு மருத்துவரிடம் போவதற்கு விருப்பமில்லை. இந்த நாற்காலி மின்கலனில் தானாக இயங்கக் கூடியது. ஆனால் அவரால் இன்று இயக்க முடியவில்லை. அதுதான் தள்ளிக்கொண்டு வந்தேன்' என்று கூறிவிட்டு ஒரு மென்பேப்பரை எடுத்து கணவரின் வாயைத் துடைத்து விட்டார். பின்னர் கணவரைப் பார்த்து மெல்லிய குரலில் 'பயப்படவேண்டாம். எல்லாம் சரியாகும்' என்றார்.

அ. முத்துலிங்கம்

நான் நினைத்தது சரிதான். அவர் கணவர் பொலீஸ் உத்தியோகத்திலிருந்து ஓய்வு பெற்றவர். பெரிய அதிகாரி. அவர்கள் ஒன்றாக வாழ்ந்த கடந்த 50 வருடங்களில் முதன்முறையாக கார் இல்லாமல் வாழ்வதாகச் சொன்னார். சென்ற மாதம்தான் அவர்கள் காரை விற்றார்கள். 'உங்களுக்கு கார் ஓட்டத் தெரியாதா?' என்று கேட்டேன். 'தெரியும், ஆனால் என்ன பிரயோசனம்? என்னுடைய கணவர் சக்கர நாற்காலிக்கு மாறிய பின்னர்தான் பிரச்சினை ஏற்பட்டது. வெளியே போகும்போது அவர் நாற்காலியை இயக்குவார் அல்லது நான் தள்ளிக்கொண்டு போவேன். சிறிது தூரம் என் உதவியுடன் அவரால் நடக்கவும் முடியும். ஆனால் நாற்காலியில் உட்கார்ந்திருக்கும் அவரைத் தூக்கி என்னால் காரில் ஏற்ற முடியாது. வேறு ஆட்களின் உதவி தேவை. அதனால் காரினால் பிரயோசனம் கிடையாது. விற்றுவிட்டேன்.'

'எப்படி பஸ்ஸில் பயணம் செய்ய முடிகிறது?' 'சக்கர நாற்காலிக்காரர்களுக்கு பஸ்சிலே ஓர் அடையாளம் போட்டிருக்கும். பஸ்ஸின் நடுவில் உள்ள கதவுகள் அவர்களுக்காகத் திறக்கும். பஸ்ஸிலே உள்ள இரண்டு இரும்பு அலகுகள் வெளியே வந்து நாற்காலியை அப்படியே ஆளுடன் சேர்த்துத் தூக்கி அலுங்காமல் உள்ளுக்கு வைக்கும். நிற்கும் இடம் வந்ததும் அதே மாதிரி இறக்கிவிடும். நல்ல வசதி' என்றார். எனக்கு என்ன சொல்வதென்று தெரியவில்லை. அவரையே உற்றுப் பார்த்துக்கொண்டு பேசாமல் நின்றேன். அவர் சொன்னார். 'ஒருகாலத்தில் என் கணவருக்கு மதிப்பான வேலை இருந்தது. கார் இருந்தது. இப்போது வேலை இல்லை. காரும் இல்லை.'

புறநானூற்றுப் பாரி மகளிரின் பாடல் நினைவுக்கு வந்தது. புலம்பல் இல்லாமல் நேராக ஓர் உண்மையைச் சொல்லிப் போகும் பாடல். அதன் எளிமைதான் அதன் துயர்.

அந்தநாள் அந்த வெண்ணிலா. என் தந்தை இருந்தார், ராச்சியமும் இருந்தது.

இந்தநாள் இந்த வெண்ணிலா. ராச்சியம் இல்லை, என் தந்தையும் இல்லை.

சற்று நேரம் ஒன்றுமே பேசத் தோன்றாமல் சும்மா இருந்தார். பின்னர் திடீரென்று என் பக்கம் திரும்பி 'தார் ரோடு முடிந்து விட்டது. இனி வருவதெல்லாம் கல் ஒழுங்கைதான்' என்றார். அவர் என்ன சொல்கிறார் என்று புரிந்தபோது நெஞ்சு திடுக் கிட்டது.

அந்தச் சமயம் தாதி வந்து அவர்களை அழைத்தார். நாலே நாலு அடிதான் வைக்க வேண்டும். கணவரின் கையை மனைவி பிடித்தார். 'இன்னும் கொஞ்ச தூரம்தான். இன்னும் கொஞ்ச தூரம்தான்' என்றபடி அழைத்துச் சென்றார்.

என் வளைக்கரத்தைப் பற்றியபடி கொஞ்சம் நடவுங்கள். நிழலுக்குப் போய்விடலாம். சிறிது தூரம்தான். சிறிது தூரம்தான்.

'நிரை வளை முன்கை பற்றி
வரை நிழல் சேர்க, நடத்தி நின் சிறிதே.'

(புறநானூறு-255)

நற்றிணையில்
அ. முத்துலிங்கத்தின் பிற நூல்கள்

அக்கா
(சிறுகதைகள்)
விலை ரூ. 90

அ. முத்துலிங்கத்தின்
மூன்று உலகங்கள்
(கட்டுரைகள்)
விலை ரூ. 90